மார்க்சிய
அரசியல் பொருளாதாரம்

மார்க்சிய
அரசியல் பொருளாதாரம்

வெங்கடேஷ் ஆத்ரேயா
தமிழில்: கி. இலக்குவன்

பாரதி
புத்தகாலயம்

MAXSIYA ARASIYAL PORULAATHAARAM

VENKATESH ATHREYA

First Published : Dec-2010, Revised 2 nd Edition Nov-2021
Translated into Tamil : **Ki.Ilakkuvan**

Published by
BHARATHI PUTHAKALAYAM

7, Elango Salai, Teynampet, Chennai - 600 018
Email: bharathiputhakalayam@gmail.com | www.thamizhbooks.com

Originally Published in 'Social Scientist as a serial in 1976 - 77 and later by Tulika in 2012 as 'Marian Political Economy - An Introduction to Das Capital I'.

மார்க்சிய அரசியல் பொருளாதாரம்
வெங்கடேஷ் ஆத்ரேயா
தமிழில்: கி. இலக்குவன்
முதற் பதிப்பு: டிசம்பர், 2010, திருத்தப்பட்ட 2ஆம் பதிப்பு: நவம்பர், 2021

வெளியீடு

7, இளங்கோ சாலை, தேனாம்பேட்டை, சென்னை - 600 018
தொலைபேசி : 044 24332424, 24330024 விற்பனை: 24332924,

விற்பனை நிலையம்

பாரதி புத்தகாலயம்

7, இளங்கோ சாலை, தேனாம்பேட்டை, சென்னை - 600 018

விற்பனை உரிமை

மதுரை: *37A, பெரியார் பேருந்து நிலையம் - 045 22324674* | **ஈரோடு:** *39: 39 ஸ்டேட் பாங்க் சாலை - 9245448353*
திண்டுக்கல்: *பேருந்து நிலையம் - 9942331105, 9976053719* | **பழனி:** *பேருந்து நிலையம் அருகில் - 9442883696*
திருப்பூர்: *447, அவினாசி சாலை - 9486105018* | **சேலம்:** *பாலம் 35, அத்வைத ஆஸ்ரமம் சாலை 0427 2335952*
திருவல்லிக்கேணி: *48, தேரடி தெரு - 9444428358* | **வடபழனி:** *பேருந்து நிலையம் எதிரில் அடையார் ஆனந்தபவன் மாடியில் - 9444476967* | **பெரம்பூர்:** *52, கூக்ஸ் ரோடு - 9444373716*
திருவாரூர்: *35, நேதாஜி சாலை - 9442540543* | **சேலம்:** *15, வித்யாலயா சாலை சாலை*
திருநெல்வேலி: *25கி, ராஜேந்திரநகர் - 9442149981*
மதுரை: *சர்வோதயா மெயின்ரோடு* | **குன்னூர்:** *N.K.N வணிக வளாகம் பெட்போர்ட்*
செங்கல்பட்டு: *1 D ஜி.எஸ்.டி சாலை - 044 27426964* | **விருதுநகர்:** *131, கச்சேரி சாலை - 0456 2245300*
கும்பகோணம்: *352, ரயில் நிலையம் எதிரில் - 9443995061* | **வேலூர்:** *பேஸ் III, சத்துவாச்சாரி - 9442553893*
நெய்வேலி: *பேருந்து நிலையம் அருகில், - 9443659147*
தஞ்சாவூர்: *காந்திஜி வணிக வளாகம் காந்திஜி சாலை - 9655542400*
கோவை: *77, மசக்காளிபாளையம் ரோடு, பீளமேடு - 8903707294*
திருச்சி: *வெண்மணி இல்லம், கரூர் புறவழிச்சாலை - 9994289492*
திருவண்ணாமலை: *முத்தம்மாள் நகர்* | **நாகர்கோவில்:** *699 கே.பி.ரோடு R.A.புரம் - 9443450111*
சிதம்பரம்: *22A / 18B தேரடி கடைத் தெரு, கீழவீதி அருகில் - 9994399347*
கரூர்: *நாரத கானசபா அருகில் (TNGEA OFFICE) - 9442706676*
காரைக்குடி : *12, 2 வது தெரு, கம்பன் மணிமண்டபம் பின்புறம் - 9443406150*
பாண்டிச்சேரி : *கிழக்-கு கடற்கரைச்சாலை, இலாசுப்பேட்டை, 9486102777*
அருப்புக்கோட்டை: *கதவுஎண் 49 A/4 மெயின் ரோடு, தெற்கு தெரு - 9994173551*

ரூ.260/-
அச்சு : பிரிண்டெக், சென்னை - 600 005.

2 ஆம் பதிப்பிற்கான முன்னுரை

உங்கள் கைகளில் உள்ள புத்தகம் மார்க்சிய அரசியல் பொருளாதாரத்திற்கான ஆரம்ப அறிமுகத்தை அளிக்கிறது. முக்கியமாக கார்ல் மார்க்சின் மகத்தான படைப்பான தாஸ் கேபிட்டலின் முதல் தொகுதியின் எளிமையான ஆனால் மலினப்படுத்தப்படாத விளக்கத்தை முன்வைக்கிறது. புத்தகத்தில் உள்ளது, 1976 முதல் 1978 வரையிலான ஆண்டுகளில் 'சோசியல் சயிண்டிஸ்ட்' (சமூக விஞ்ஞானி) இதழில் 'மார்க்சிய அரசியல் பொருளாதாரம்' என்ற தலைப்பில் பதின்மூன்று கட்டுரைகளின் தொடராக எழுதப்பட்டது. முதல் கட்டுரை இதழ் எண். 46 இல் வந்தது. பதின்மூன்றாவது கட்டுரை இதழ் எண் 65 இல் வந்தது. கட்டுரைகள் வெளியிடப்பட்டதிலிருந்து, உலக முதலாளித்துவ அமைப்பில் வியத்தகு மாற்றங்கள் ஏற்பட்டுள்ளன. அவை பொருளாதார, அரசியல் மற்றும் கருத்தியல் முக்கியத்துவம் வாய்ந்தவை. இருப்பினும், கட்டுரைகள் முதலில் வெளியிடப்பட்டபோது எழுதப்பட்டதைப் போலவே இந்த புத்தகத்தில் வழங்கப்படுகின்றன. இதற்கு முக்கிய காரணம், கட்டுரைகள் எழுதப்பட்ட மற்றும் வெளியிடப்பட்ட காலத்தில் இருந்த சமகால முதலாளித்துவத்தை (முதல் மற்றும் கடைசி கட்டுரைகளில் குறிப்பிடுவதைத் தவிர) கையாளவில்லை. மாறாக, கட்டுரைத் தொடரின் இன்றியமையாத உள்ளடக்கம், மூலதனத்தின் முதல் தொகுதியில் முன்வைக்கப்பட்ட மார்க்சின் கருத்துக்களின் விளக்கமாகும், இது சாதாரண வாசகரையும், குறிப்பாக மாணவர்களையும் அதிலும் பகுப்பாய்வு சிந்தனை மற்றும் முற்போக்கான சிந்தனையில் ஆர்வம் கொண்டோரையும் சென்றடையும் நோக்கத்துடன் இருந்தது. இருப்பினும், இப்போது கூறிய காரணத்திற்காக அசல் கட்டுரைகளின் விரிவான திருத்தம் இங்கு முயற்சிக்கப்படவில்லை என்றாலும், கட்டுரைகள் எவ்வாறு தோன்றின என்பதை விளக்கும் ஒரு

அறிமுகம் மற்றும் அவை எழுதப்பட்டதிலிருந்து சூழலில் ஏற்பட்ட மாற்றங்கள் பற்றிய சில வார்த்தைகள் கூறுவது சரியாக இருக்கும்.

இந்த புத்தகத்தின் உள்ளடக்கத்தை உருவாக்கும் கட்டுரைகள் 'சோசியல் சயிண்டிஸ்ட்' பத்திரிகைக்காக அப்போது அதன் ஆசிரியராக இருந்த டாக்டர் ஜேக்கப் ஈப்பன் கேட்டுக்கொண்டதின் அடிப்படையில் எழுதப்பட்டன. பொருளாதாரத்தில் முனைவர் பட்டப்படிப்பை முடித்த பிறகு, நான் ஜனவரி 1976 இல் திருவனந்தபுரத்தில் உள்ள மேம்பாட்டு ஆய்வு மையத்தில் *(Centre for Development Studies)* வருகைதரு ஆய்வாளராக *(Visiting Fellow)* சேர்ந்தேன். நாடு அவசரகால ஆட்சியின் கீழ் இருந்தது, சிவில் உரிமைகள் கடுமையாக ஒடுக்கப்பட்டு இருந்தது, அறிவுசார் செயல்பாடுகளும் கண்காணிக்கப்பட்டன. இந்த நேரத்தில்தான் ஈப்பன், அரசியல் பொருளாதாரம் குறித்த மார்க்சின் அணுகுமுறையை எளிமையாகவும், அனைவரும் வாசிக்கும் விதமாகவும் விளக்கி ஒரு தொடர் கட்டுரையை எழுதுமாறு என்னிடம் கேட்டுக் கொண்டார். அவரது ஆலோசனையின் பேரில், ஏ.வி. பாலு என்ற புனைப்பெயரில் கட்டுரைகளை எழுதினேன். அவசரகால ஆட்சியின் கீழ் அதிகாரிகளின் எதிர்வினை கணிக்க முடியாததாக இருந்ததாலும் அது எப்போதும் நல்லபடியாகவே இருந்துவிடாது என்பதாலும் எனது அதிகாரப்பூர்வ பெயரைப் பயன்படுத்த வேண்டாம் என்று எனக்கு அறிவுறுத்தப்பட்டது.

1970 களின் நடுப்பகுதி பெரும் கொந்தளிப்புகளின் காலகட்டமாக இருந்தது. இரண்டாம் உலகப் போருக்குப் பிறகு கிட்டத்தட்ட மூன்று தசாப்தங்களாக உலக முதலாளித்துவப் பொருளாதாரத்தில் ஏறத்தாழ தடையற்ற மற்றும் முன்னோடியில்லாத வளர்ச்சியும் மேம்பாடுகளும் இருந்து வந்தன. மொத்த உள்நாட்டு உற்பத்தி (ஜிடிபி) வளர்ச்சி, ஆண்டுதோறும் சுமார் 5 சதவீதமாக இருந்தது.[1] பிரபல பிரிட்டிஷ் பொருளாதார அறிஞர் சர் ஜான் ஹிக்ஸ், இதனை நீண்ட வளர்ச்சி *(Long Boom)* என்று பெயர் சூட்டினார். ஆனால் உலகந்தழுவிய மந்தநிலை 1974-75 இல் ஏற்பட்டது. நீண்ட வளர்ச்சி முடிந்து விட்டது

என்று தெளிவாகத் தெரிந்தது. பெட்ரோலிய ஏற்றுமதி நாடுகளின் அமைப்பு (OPEC) 1973 இல் நடைமுறைக்கு கொண்டு வந்த கச்சா எண்ணெய் விலையின் கூர்மையான உயர்வு, சில வர்ணனையாளர்கள் "முதலாளித்துவத்தின் 'பொற்காலம்'" என்று அழைத்த 1945-1974 காலகட்டத்தின் இறுதியில் உலக முதலாளித்துவப் பொருளாதாரத்தை மந்தமாக்கும் செயல்முறையை விரைவுபடுத்தியது. மேலும் ஏற்கனவே இருக்கும் பணவீக்க அழுத்தங்களை மேலும் அதிகப்படுத்துவதற்கும் பங்களித்தது.[2]

உருவாகிவந்த முதலாளித்துவத்தின் நெருக்கடியில் மற்றொரு முக்கிய அம்சம், தேக்கவீக்க நிகழ்வு (Stagflation) – உற்பத்தியில் தேக்கம் (Stagnation) மற்றும் பணவீக்கம் (Inflation) இரண்டும் ஒரே நேரத்தில் நிகழ்தல் - இது பெரிதும் தீர்க்க முடியாததாக முன்வந்தது. 'கீன்சிய கிராக்கி நிர்வாகம்' (Keynesian Demand Management) மூலம் இதனை எளிதில் சமாளிக்க முடியவில்லை. இந்த நிகழ்வுப் போக்கில், இது ஆங்கிலோ-சாக்சன் பொருளாதாரக் கல்வி வளாகங்களில் கீன்சியப் பொருளாதாரத்தின் பிடியை பலவீனப்படுத்தியது, மேலும் முதலில், பணப் புழக்கப் பொருளியல் (monetarism) என்பதும், பின்னர் 'நவ செவ்வியல் பொருளியல்' (New Classical Economics) என்று அழைக்கப்படுவதும், அவற்றின் மூட்டை முடுச்சுகளான 'பகுத்தறிவு எதிர்பார்ப்பு எடுகோள்' (Rational Expectations Hypothesis) போன்ற அர்த்தமற்ற விளக்கங்களும் (முற்றிலும் தகுதியற்ற) பிரபலமடைய கீன்சியப் பொருளாதாரத்தின் நெருக்கடி வழிவகுத்தது.[3] ஆனால் இந்த புத்தகத்தில் கட்டுரைகள் எழுதப்பட்ட நேரத்தில், இவை எல்லாம் பெருமளவிற்கு நடைபெற்றிருக்கவில்லை.

1974-75 இன் பொருளாதார மந்தம் (recession) உலக முதலாளித்துவப் பொருளாதாரத்தின் ஒப்பீட்டளவில் மெதுவான வளர்ச்சிக் காலகட்டத்தின் தொடக்கத்தை கட்டியம் கூறினாலும், மிக முக்கியமான நிகழ்வு விரைவில் வந்தது. 1945க்குப் பிறகு விதிவிலக்கான முப்பது ஆண்டுகால முதலாளித்துவ வளர்ச்சியானது மகத்தான பணப்புழக்கத்திற்கும், நாடுகடந்த பெருநிறுவனங்களின் கைகளில் பெரும் இலாபங்கள் குவிவதற்கும் வழிவகுத்தது. முன்னேறிய

முதலாளித்துவ உலகின் உழைக்கும் மக்கள் தங்கள் ஓய்வுக்குப் பிந்தைய சேமிப்பை நிதி அமைப்பிற்குள் கொண்டு வந்தனர். எண்ணெய் ஏற்றுமதி (OPEC) நாடுகளின் ஆளும் வர்க்கங்களின் வருமானத்தின் பெரும் அதிகரிப்பு மற்றும் எண்ணெய் விலை உயர்வால் ஆதாயமடைந்த எண்ணெய் நிறுவனங்கள் ஆகியோரின் பணமும் சர்வதேச வங்கி அமைப்பில் நுழைந்தது. இவ்வாறு, முதலாளித்துவ உலகம் 1970களின் இறுதியில் பெரும்பணப் புழக்கத்தில் மூழ்கியது. மேலும், 1971 இல் தங்கம்-டாலர் பரஸ்பர பரிமாற்றத்தை (Gold – US Dollar convertibility) ஒருதலைப்பட்சமாக கைவிடுவதற்கான அமெரிக்காவின் முடிவின் விளைவாக பிரெட்டன் வூட்ஸ் ஒப்பந்தத்தின் முறிவு, தேசிய நாணயங்களுக்கிடையில் நிலையான மாற்று விகிதங்களின் முறையின் முறிவுக்கு வழிவகுத்தது. இவை எல்லாம் நாணயச் சந்தைகளில் ஊகவணிகச் சூதாட்டத்திற்குக் கூடுதல் வாய்ப்பை வழங்கியது.

இதற்கிடையில், தகவல் மற்றும் தகவல் தொடர்பு தொழில்நுட்பங்களில் குறிப்பிடத்தக்க முன்னேற்றங்கள் நிகழ்ந்தன. இவை நிதிமூலதனச் சந்தையின் உலகம் தழுவிய ஒருங்கிணைப்பை சாத்தியமாக்கியன. இதன் ஆகப் பெரும் விளைவு ஒரு புதியவகை சர்வதேச நிதி மூலதனத்தின் உருவாக்கம் ஆகும். இது லெனின் அவரது ஏகாதிபத்தியம் குறித்த எழுத்துகளில் விளக்கியதும் அதிலிருந்து மறிய உருமாற்றம் அடைந்ததுமாகும்.

நிதி மூலதனம், வங்கி மற்றும் தொழில்துறை மூலதனத்தின் முழுமையான இணைவு எனும் நிலையைப் பிரதிநிதித்துவம் செய்கின்றது. இது லெனின் காலத்தில்,தேசிய எல்லைகளால் பிரிக்கப்பட்டிருந்த து. அதனால் ஒருவர் 'ஜெர்மன்' அல்லது 'பிரெஞ்சு' அல்லது 'பிரிட்டிஷ்' நிதி மூலதனம் என பலவற்றைப் பற்றி பேசக்கூடிய நிலை இருந்தது. ஆனால் 1970 களின் பிற்பகுதியிலும் 1980 களின் முற்பகுதியிலும் நடந்த நிதி மூலதனத்தின் எழுச்சியானது, நிதி மூலதனத்தின் எல்லை தாண்டிய இயக்கத்திற்கான தேசிய தடைகள் மீதான உறுதியான தாக்குதலுடன் சேர்ந்து கொண்டது. இந்த காலகட்டத்தின் நிதி தாராளமயமாக்கல் மற்றும் நிதி சொத்துகளுக்கான சந்தைகளின் ஒருங்கிணைப்பு ஆகியவற்றுடன், பல்வேறு நாடுகளைச்

சேர்ந்த செல்வம் வைத்திருப்பவர்கள் பெரும் நிதி மற்றும் தொழில்துறை நிறுவனங்களின் இணை உரிமையாளர்களாக மாறுவதும் நடந்தது.

நிதி மூலதனத்தின் பெரும் உருவாக்கமும், சமகால உலகமயமாக்கலின் சாராம்சமாக இருக்கும் மூலதனத்தின் எல்லை தாண்டிய மூலதன இயக்கத்திற்கு தேசிய தடைகளை உடைப்பதில் அதன் வெற்றியும், அட்லாண்டிக் பெருங்கடலின் இரு புறத்திலும் உள்ள உழைக்கும் மக்களின் உரிமைகள் மீதான இரக்கமற்ற தாக்குதலால் எளிதாக்கப்பட்டது. அமெரிக்காவின் ரீகன் பிரசிடென்சி மற்றும் இங்கிலாந்தின் தாட்சர் ஆட்சி ஆகிய இரண்டும் ஆயுதப் போட்டியைத் திணிப்பதன் மூலம் கிழக்கு ஐரோப்பா மற்றும் சோவியத் ஒன்றியத்தின் சோசலிச நாடுகளை சிக்கலுக்கு உட்படுத்தும் முயற்சியும் வெற்றிகரமாக நடந்துள்ளது.

1970களின் பிற்பகுதியில் சர்வதேச நிதிய அமைப்பில் ஏற்பட்ட அபரிமிதமான பணப்புழக்கம், மூன்றாம் உலகில் கடன் வாங்க விரும்புபவர்களைத் தேடுவதற்கு வங்கிகளுக்கு வழிவகுத்தது. இந்த நாடுகளில் உள்ள ஆளும் வர்க்கங்கள் பொதுவாக தாராளமாகத் தோன்றிய நிபந்தனைகளின் அடிப்படையில் கடன் நிதியைப் பெறுவதில் மிகவும் மகிழ்ச்சியடைந்தனர், ஏனெனில் இது முதலீடு மற்றும் வளர்ச்சிக்காக உள்நாட்டுப் பணக்காரர்களிடமிருந்து வளங்களைத் திரட்டும் அரசியல் ரீதியாக மிகவும் கடினமான வழியைத் தவிர்க்க அவர்களுக்கு உதவியது. நவதாராளவாதக் கொள்கைகளின் ஒரு பகுதியாக 1980களில் ரீகனின் கீழ் அமெரிக்காவில் வட்டி விகிதங்கள் அதிகரித்ததால், மூன்றாம் உலக நாடுகள் விரைவில் கடன் நெருக்கடியில் சிக்கின. இதையொட்டி, மேற்கத்திய சக்திகள், சர்வதேச நாணய நிதியம் மற்றும் உலக வங்கி ஆகியவற்றின் மேலாதிக்கத்தின் கீழ் உள்ள சர்வதேச நிதி மற்றும் 'மேம்பாட்டு' நிறுவனங்கள், கடன் நெருக்கடியில் சிக்கிய மூன்றாம் உலக நாடுகளில் கடுமையான கிராக்கிமறுப்பு தன்மையிலான கட்டமைப்பு சரிசெய்தல் (Structural Adjustment) திட்டங்களை சுமத்த உதவியது. கடனில் மூழ்கியிருக்கும் ஏழை நாடுகள், நாணயஅந்நியச்செலாவணி மதிப்பு குறைப்பு மற்றும் பாதகமான ஏற்றுமதி-இறக்குமதி

விளைவிகித மாற்றங்கள் ஆகிய இரண்டாலும் கடுமையாகப் பாதிக்கப்பட்டன, அதோடு, கந்துவட்டிக் கடனைத் திருப்பிச் செலுத்த வேண்டியிருந்தது.

1970 களின் நடுப்பகுதியிலிருந்து 1980 களின் நடுப்பகுதி வரை இந்த உருவாக்கங்களால் ஏற்பட்ட பெரும் மாற்றங்களைப் பற்றிய சில புரிதல்களை பின்வருவனவற்றில் இருந்து பெறலாம். 1974 இல் ஐக்கிய நாடுகளின் பொதுச் சபையின் முப்பத்தி ஏழாவது அமர்வு சோசலிச நாடுகளின் ஆதரவோடு வளரும் நாடுகளால் கொண்டுவரப்பட்ட ஒரு தீர்மானத்தை நிறைவேற்றியது. இது ஒரு புதிய சர்வதேச பொருளாதார ஒழுங்கு மற்றும் சர்வதேச பொருளாதாரத்தின் ஜனநாயகமயமாக்கலுக்கு அழைப்பு விடுத்தது. ஒரு தசாப்தத்திற்குப் பிறகு, வரிகள் மற்றும் வர்த்தகம் (GATT) பற்றிய பொது ஒப்பந்தத்தின் கீழ் உருகுவே நாட்டில் நிகழ்ந்த ஒன்பதாவது சுற்று பேச்சுவார்த்தைகளில், வளர்ந்த நாடுகள் ஒரு புதிய தலையீட்டு நிகழ்ச்சி நிரலைக் கொண்டு வந்தன. இது மூன்றாம் உலக நாடுகள் தங்கள் பொருளாதாரங்களை சர்வதேச மூலதனம் மற்றும் வர்த்தகத்தின் தடையற்ற செயல்பாட்டுக்காகத் திறந்து விடுவதாக இருந்தது. 1945 க்குப் பிறகு தற்காலிகமாக வளரும் நாடுகளுக்கு ஆதரவாக இருந்த சக்திகளின் சமநிலையில் மாற்றம், இப்போது அவர்களுக்கு எதிராகச் சென்றது. இது 1995 இல் உலக வர்த்தக அமைப்பு (WTO) உருவாக்க வழிவகுத்தது.

வளரும் நாடுகளின் இறையாண்மை மற்றும் தற்சார்பை சீர்குலைக்கும் பல ஒப்பந்தங்களுடன் WTO உருவாக்கப்பட்டது. மேலும் வளர்ந்த நாடுகளின் நாடுகடந்த பெரு முதலாளித்துவ நிறுவனங்களின் தொழில்நுட்ப ஏகபோகத்தை வலுப்படுத்த முக்கியமாக சேவை செய்தது. 1986 முதல் 1995 வரையிலான இந்த காலகட்டத்தின் நடுப்பகுதியில், சோவியத் யூனியன் இல்லாமல் போனது. மற்றும் கிழக்கு ஐரோப்பாவின் சோசலிச ஆட்சிகள் மற்றும் முன்னாள் சோவியத் ஒன்றியம் தகர்க்கப்பட்டன. இந்த நிகழ்வுகள் இந்நாடுகளில் மிகவும் மிருகத்தனமான முதலாளித்துவத்தை மீட்டெடுப்பதற்கு வழி வகுத்தது.

1990 களின் நடுப்பகுதியில் உலகம், இந்த புத்தகத்தின் முதல் அத்தியாயத்தில் விவரிக்கப்பட்டுள்ள 1970 களின் நடுப்பகுதியில் இருந்த உலகத்திலிருந்து மிகவும் வித்தியாசமாக இருந்தது. உலகெங்கிலும் உள்ள முற்போக்காளர்களின் நம்பிக்கையான எதிர்பார்ப்புக்கு மாறாக, முதலாளித்துவம் 1914 முதல் 1945 வரையிலான முப்பது ஆண்டுகால நெருக்கடியில் இருந்து மீண்டது மட்டுமல்லாமல், முன்னர் சோசலிசப் புரட்சிகளுக்கு 'இழந்த' பிரதேசங்களையும் மீண்டும் கைப்பற்றி தன்னோடு இணைத்துக் கொண்ட ஒரு உலகம் அது.

மறுபுறம், உலகம் முழுவதும் சோசலிசம் முழு அளவில் பின்வாங்குவதாகத் தோன்றியது. சீனாவின் பொருளாதார வளர்ச்சியில் அரசு மற்றும் சமூகமயமாக்கப்பட்ட உற்பத்தி வழிமுறைகளின் வெளிப்படையான முக்கிய பங்கு இருந்தபோதிலும், சோசலிச பொருளாதார உத்திகள் கைவிடப்பட்டதன் விளைவாகத்தான் சீனப் பொருளாதாரத்தின் விரைவான வளர்ச்சி கூட நடந்தது என ஒரு கதையாடல் கட்டப்பட்டது. 1970 களின் பிற்பகுதியில் இருந்து நிதி மூலதனத்தின் மேலாதிக்கம் அதிகரித்தது. இது 1980 கள் மற்றும் 1990 களில் வளர்ந்த முதலாளித்துவ உலகில் மொத்த உள்நாட்டு உற்பத்தியின் சராசரி வருடாந்திர வளர்ச்சி விகிதங்களில் ஏற்பட்ட கூர்மையான சரிவுடன் தொடர்புடையது என்பது உண்மை. இருந்தபோதிலும், 1990 களின் முற்பகுதியில் நிகழ்வுகள் சோசலிசத்தின் மீதான முதலாளித்துவத்தின் இறுதி வெற்றி என உலகெங்கிலும் உள்ள முதலாளித்துவ கருத்தியல்வாதிகள் அடையாளப்படுத்துகின்றனர்.[4] சோசலிசம் நிரந்தரமாக பின்னால் தள்ளப்பட்டுவிட்டது என்ற நம்பியதோடு முந்தைய காலனிகளான வளர்முக நாடுகளுக்கும் அவர்களது இடம் என்ன என்பது புரியவைக்கப்பட்டு விட்டது என அவர்கள் நம்பினர். உலகம் தழுவிய முதலாளித்துவத்தின் கையில் உலகம் இருப்பதாக அவர்கள் நம்பினர்.

வளர்ந்த முதலாளித்துவ நாடுகளின் முக்கிய வெற்றியாக உலக வர்த்தக அமைப்பு உருவாக்கப்பட்டு பதினைந்து ஆண்டுகள் கடந்த நிலையில், உலகம் மீண்டும் ஒருமுறை வியத்தகு முறையில் மாறிவிட்டது. உலக வர்த்தக அமைப்பு (WTO) கடும் சிக்கல் நிலையில் உள்ளது, தோஹா 'மேம்பாட்டு' சுற்று

எங்கும் செல்லவில்லை. 2008 ஆம் ஆண்டின் உலகளாவிய நிதி நெருக்கடி – அதற்கு முன்பே 2007 ஆம் ஆண்டின் கடைசி காலாண்டில் அமெரிக்கப் பொருளாதாரத்தில் மந்தநிலையின் தொடக்கம் - ஒரு முழு அளவிலான உலகளாவிய பொருளாதார நெருக்கடியாக மாறியது. அது போக மறுக்கிறது. பெரும்பாலான விவாதங்களில் பயமுறுத்தும் 'D'-வார்த்தை (Depression எனும் பெருவீழ்ச்சி) தவிர்க்கப்பட்டாலும், 'பெரும் மந்தம்' ('Great Recession') என்ற வார்த்தையே தொடர்ந்து பயன்படுத்தப்பட்டு வருகிறது. ஐ.எம்.எஃப் (IMF) போன்ற முன்னணி சர்வதேச நிதி நிறுவனங்களின் தற்போதைய மதிப்பீடுகள், 2008 முதல் 2018 வரையிலான காலகட்டத்தை, 'இழந்த பத்தாண்டுகள்' - 'லாஸ்ட் டிகேட்' என்று அழைக்கப்படுவதை நிராகரிக்கவில்லை.

இந்நூலில் உள்ள கட்டுரைகள் எழுதப்பட்டதில் இருந்து உலக முதலாளித்துவத்தின் வளர்ச்சிகள் பற்றிய கோட்பாட்டுப் பகுப்பாய்வு இந்த முன்னுரையின் எல்லைக்கு அப்பாற்பட்டது. தற்போதைய உலகப் பொருளாதார நெருக்கடி, முதலாளித்துவத்தின் உள்ளார்ந்த முரண்பாடுகள் பற்றிய மார்க்சின் பகுப்பாய்வின் முக்கியத்துவத்தை மீண்டும் ஒருமுறை முன்னுக்குக் கொண்டு வந்துள்ளது என்று சொன்னால் போதுமானது. குறிப்பாக முதலாளித்துவத்தின் நெருக்கடிகள் பற்றிய மார்க்சின் பகுப்பாய்வு மீண்டும் கவனத்திற்கு வந்துள்ளது. முதலாளித்துவ உற்பத்தி அமைப்பில்நெருக்கடி ஏற்படுவது குறித்த மார்க்சின் பகுப்பாய்வின் மூன்று அம்சங்களான –

1. தொழில் அரங்கங்களுக்கு இடையேயான சீரின்மைக்கு வழிவகுக்கும் அதன் அராஜக இயல்பு,

2. உற்பத்தியின் பெருகிவரும் சமூகத் தன்மைக்கும் பலனை கைக்கொள்ளலில் இருக்கும் தனிப்பட்ட நலனுக்கும் இடையே உள்ள முரண்பாட்டின் கூர்மையால் ஏற்படும் குறைவான நுகர்வுப் போக்கு

3. இலாப விகிதம் வீழ்ச்சியடைந்து வரும் போக்கு

ஆகியவை நூற்று ஐம்பது ஆண்டுகளுக்கு முன்பு 1860 களில் மார்க்ஸ் முன்மொழிந்தபோது இருந்ததைப் போலவே இன்றும் பொருந்துகிறது. முதலாளித்துவம் ஒரு கிராக்கி -வரம்பு

கட்டப்பட்ட (Demand Constrained) அமைப்பு என்பது இன்று மறுக்கப்படாது. முதலாளித்துவ அமைப்பின் இயல்பு காரணமாக – தொழிலாளிக்கும் முதலாளிக்கும் இடையிலான வர்க்க முரண்பாடு, முதலாளிகளுக்கு இடையிலான போட்டி - தவிர்க்க முடியாத விஷயமாக இயந்திரமயமாக்கல் நிகழ்கிறது. இதனால் புழங்கும மூலதனத்தில் உழைப்பு சக்திக்கான ஒதுக்கீடு ஒப்பீட்டளவில் குறைவதால் உபரி மதிப்பிற்கும் மொத்த மூலதன முன்வைப்புக்கும் உள்ள விகிதம் அவ்வப்பொழுது சரியும் வாய்ப்பும் ஏற்படுகிறது. இந்த லாபவிகிதம் குறைந்திடும் போக்கும் சமகால முதலாளித்துவத்தின் நெருக்கடியின் ஒரு முக்கிய அம்சமாக உள்ளது.

முதலாளித்துவ உலகின் பெரும்பாலான பகுதிகளில் நடைமுறையில் உள்ள வேலைவாய்ப்பில்லாத பொருளாதார வளர்ச்சி கடந்த மூன்று தசாப்தங்களில் மார்க்சின் வேலைக்கு காத்திருக்கும் உழைப்பாளிகளின் படை (Reserve Army of Labour) பற்றிய கருத்து மிகவும் பொருத்தம் என்பதை நிறுவியுள்ளது. ' ஒரு சதவிகிதத்திற்கு எதிரான 99 சதவிகித மக்கள்'' என்ற கவர்ச்சியான முழக்கத்துடன், 'வால் ஸ்ட்ரீட்டை ஆக்கிரமிப்போம்' (Occupy Wall Street) இயக்கம் 'ஒரு துருவத்தில் செல்வக் குவிப்பு மற்றும் மற்றொரு துருவத்தில் துன்பம்' என்று மார்க்ஸ் முன்மொழிந்த முதலாளித்துவக் குவிப்பு பொது விதியை அதன் சொந்த வழியில் எதிரொலிக்கிறது. முதலாளித்துவ உலகம் முழுவதிலும் உள்ள ஏற்றத் தாழ்வுகளின் பெரும் அதிகரிப்பு, முதலாளித்துவத்தின் இயக்க விதிகள் மீதான மார்க்சின் கருத்துகளின் உறுதியான தன்மைக்கு சாட்சியமளிக்கிறது. காலநிலை மாற்றத்தின் நெருக்கடி முதலாளித்துவத்திற்கும் இயற்கைக்கும் இடையிலான உறவின் தன்மை பற்றிய மார்க்ஸின் நுண்ணறிவை நமக்கு நினைவூட்டுகிறது. ஒரு வார்த்தையில், இந்தக் கட்டுரைகள் முதன்முதலில் எழுதப்பட்டதிலிருந்து பல தசாப்தங்களாக உலகப் பொருளாதாரம் மற்றும் அரசியலில் ஏற்பட்ட வியத்தகு மாற்றங்கள், முதலாளித்துவ இயக்க விதிகள் குறித்த மார்க்சின் அடிப்படை முன்மொழிவுகளுக்கு முரணாக இல்லாமல், முதலாளித்துவத்தின் முரண்பாடுகள் பற்றிய அவரது நுண்ணறிவை உறுதிப்படுத்த மட்டுமே உதவுகின்றன.

நிறைவாக

இம்முன்னுரையின் இதற்கு முந்தைய வரிகள் 2012இல் எழுதப்பட்டவை. கிட்டத்தட்ட 10 ஆண்டுகள் கடந்து விட்டன. இந்த ஆண்டுகளில் உலக முதலாளித்துவ அமைப்பின் நெருக்கடி மேலும் மேலும் தீவிரமடைந்து வந்துள்ளது. குறிப்பாக, கொரோனா பெரும் தொற்றுக்கு முன்பாகவே வளர்ந்த முதலாளித்துவ நாடுகளில் நவீன தாராளமய தத்துவம் மக்கள் மத்தியில் செல்வாக்கு வேகமாக இழந்து கொண்டிருந்தது. அரசியல் களத்தில் வலுவான தொழிலாளிவர்க்க மாற்று இல்லாத சூழலில் முற்போக்கான அரசியல் மாற்றங்கள் குறிப்பிடத்தக்க அளவிற்கு நிகழவில்லை என்றாலும் மக்கள் மீதான முதலாளித்துவ அமைப்பின் கருத்தியல் பிடிப்பு பலவீனம் அடைந்துவந்துள்ளது. இதேகாலத்தில், பெரும் தொற்று தாக்குதல் நிகழும் முன்பு, தேக்க நிலையில் இருந்த மேலை முதலாளித்துவ நாடுகளுக்கு மாறாக மக்கள் சீனக் குடியரசு வலுவான அரசின் பொருளாதாரப்பங்களிப்பின் அடிப்படையில் தொடர்ந்து வேகமாக வளர்ந்தது மட்டுமின்றி, மக்களின் வாழ்க்கை தரத்தை உயர்த்துவதிலும் விரிவான வெற்றி அடைந்தது முதலாளித்துவ உலகிற்கு ஒரு பெரும் சவாலாக எழுந்துள்ளது. லாப வெறி அடிப்படையிலான முதலாளித்துவ உற்பத்தி அமைப்பிற்கும் நிலைத்தகு வளர்ச்சிக்குமான அடிப்படை முரண் மேலும் தீவிரமாகியுள்ளது. பெரும் தொற்றை எதிர்கொள்வதில் லாபத்தால் மட்டுமே உந்தப்பட்டு செயல்படும் முதலாளித்துவ சமூகங்களின் பொதுவான தோல்வியும், வலுவான பொது சுகாதார அமைப்பு, பொதுத்துறை, மக்கள் நல செயல்பாடுகள் மூலம் பெரும் தொற்றை எதிர்கொண்டு மக்களை பாதுகாத்த சோசலிச

நாடுகளின் வெற்றிகரமான அனுபவமும் இக்காலத்தின் படிப்பினைகளாக முன்வருகின்றன. மூலதனம் நூலில் மார்க்ஸ் முதலாளித்துவ மூலதனத்திரட்டலின் வரலாற்று போக்கு பற்றிக் கூறிய கருத்துக்கள் மானுட வரலாற்றின் எதிர்காலம் பற்றிய அறிவியல்பூர்வமான கணிப்பு என்றே சமகால முதலாளித்துவ போக்குகள் உணர்த்துகின்றன.

நவம்பர், 2021 வெங்கடேஷ் ஆத்ரேயா

Notes and References

1. *There was a short recession in the US economy in 1958, but it did not spread to the rest of the developed capitalist world.*
2. *It is important to emphasize that while the long period of uninterrupted growth may have been a 'golden age' for the ruling classes of the advanced capitalist world, it was by no means that for the majority of the developing countries, which were being increasingly enmeshed in and integrated into the world capitalist economy in extremely unequal ways. This was also the period when savage wars were unleashed on the people of Indo-China.*
3. *Of course, as Joan Robinson put it picturesquely, Keynesian economics itself was a 'bastard-ization of Keynes'!*
4. *The classic declaration is to be found in Francis Fukuyama, The End of History and the Last Man, Free Press, 1992.*

ஆங்கிலப் பதிப்பின் அணிந்துரை

‘சோசியல் சயிண்ட்டிஸ்ட்’ *(Social Scientist)* இதழ் தொடங்கி இந்த ஆண்டோடு [2012] நாற்பது ஆண்டுகள் நிறைவடைகிறது. இந்த சந்தர்ப்பத்தில் கடந்த இதழ்களில் வெளியான கட்டுரைகளில் இருந்து சிலவற்றைத் தொகுத்து குறிப்பிட்ட தலைப்புகளில் சில தொகுதிகள் வெளியிட திட்டமிட்டுள்ளோம். தற்போதைய தொகுதி இந்தத் தொடரின் ஒரு பகுதியாகும். ஏ.வி.பாலு என்ற புனைப்பெயரில் பேராசிரியர் வெங்கடேஷ் ஆத்ரேயா (ஏ.வி.பாலு, அவரது உண்மையான பெயரின் எழுத்துகளின் இடமாற்றம்தான்) எழுதிய கட்டுரைகளின் தொகுப்பு இதில் உள்ளது. இவை மார்க்சிய அரசியல் பொருளாதாரம் பற்றிய அடிப்படை அறிமுகத்தை வாசகர்களுக்கு வழங்குவதற்கான கட்டுரைகள். இவை முக்கியமாக மூலதனத்தின் தொகுதி -1 குறித்தவை. இது முதலாளித்துவ உற்பத்திமுறைக் கட்டமைப்பின் திறவுகோலாக இருக்கும் உபரி மதிப்பின் தோற்றத்தை குவி மையமாகக் கொண்டது.

இந்த கட்டுரைகள் வெளியிடப்பட்ட நேரத்தில் பரந்த கவனத்தை ஈர்த்தன. மேலும் நாடு முழுவதும் மார்க்ஸ் வாசிப்பு வட்டங்களில் பரவலாகப் பயன்படுத்தப்பட்டது. வழக்கமான மார்க்சியப் பாடப்புத்தகங்களில் இருந்து அவற்றை வேறுபடுத்திக் காட்டியது என்னவென்றால், அவை மார்க்சியப் பொருளாதாரத்தில் மட்டுமன்றி முதலாளித்துவப் பொருளாதாரத்திலும், கணிதம் மற்றும் புள்ளியியல் நுட்பங்களிலும் அரிய தேர்ச்சி பெற்ற, ஒரு சிறந்த தொழில்முறை பொருளாதார நிபுணரால் எழுதப்பட்டவை என்பதாகும். எனவே அவை சாதாரணமாகப் பாடப்புத்தகங்களில் காணக்கிடைக்காத ஒரு சரளமான மொழியிலும் மற்றும் சமகால பொருளியியலோடு உயிர்ப்பானத் தொடர்பு எனும் உறுதியுடன் எழுதப்பட்டனவாகும்.

உலக முதலாளித்துவ நெருக்கடியை அடுத்து மார்க்சியப் பொருளாதாரத்தின் மீது உலகளாவிய ஆர்வம் வந்துள்ளது. இந்தக் கட்டுரைகளை மறுபிரசுரம் செய்யும் எங்கள் முடிவிற்கும் இந்த உலகளாவிய மறுமலர்ச்சிக்கும் பெரிய தொடர்பேதுமில்லை. இந்த மறுமலர்ச்சியில் நாங்கள் மகிழ்ச்சியடையும் அதே வேளையில், அத்தகைய மறுமலர்ச்சி இல்லையென்றாலும் இந்த கட்டுரைகளை மறுபிரசுரம் செய்திருப்போம். இதற்குக் காரணம்-மூலதனத்தின் தொகுதி -1 இல் மார்க்சின் பகுப்பாய்வின் அடிப்படை உண்மை என்று நாங்கள் நம்புகிறோம். இது பல வழிகளில் மேம்படுத்தப்பட வேண்டும்; பல திசைகளில் விரிவுபடுத்தப்பட வேண்டும்; மேலும் நமது காலத்தைப் புரிந்துகொள்வதற்கு இற்றைப்படுத்தப்பட (update) வேண்டும் என்பதில் சந்தேகமில்லை. ஆனால் இந்த மேம்படுத்தல்கள் அனைத்தும் மார்க்சின் பகுப்பாய்வின் மையக் கருத்தைப் புரிந்து கொள்ளும்போது மட்டுமே சாத்தியமாகும். தற்போதைய தொகுதி அந்த மையக் கருத்திற்கான எளிய அறிமுகமாகும்.

டிசம்பர் – 2012 பிரபாத் பட்நாயக்

முதல் பதிப்பின் முன்னுரை

1970களின் நிலைமை

மார்க்ஸிய அரசியல் பொருளாதாரம் பற்றிய இந்நூல் 1976 மே மாதம் தொடங்கி 1977 டிசம்பர் வரையிலான காலத்தில் 'சோஷியல் சைன்டிஸ்ட்' என்ற ஆங்கில சமூக அறிவியல் மாத இதழில் எழுதப்பட்ட 13 கட்டுரைகளின் தமிழாக்கத் தொகுப்பு ஆகும். மார்க்ஸிய அரசியல் பொருளாதாரம் பற்றிய அறிமுகமாக. குறிப்பாக கார்ல் மார்க்ஸ் அவர்களின், காலத்தை வென்ற சமூக, பொருளாதார அரசியல் வரலாறு மற்றும் தத்துவ இயல்களனைத்தையும் உள்ளடக்கிய மாபெரும் படைப்பான 'மூலதனம்' நூலுக்கும் ஒரு அறிமுகமாக, இக்கட்டுரைகள் எழுதப்பட்டன,

இக்கட்டுரைகள் எழுதப்பட்ட காலம் 1970-களின் பிற்பகுதி, அதன் பின் நாம் கடந்து வந்துள்ள 30-35 ஆண்டுகளில் உலகில் மிகப் பெரிய மாற்றங்கள் நிகழ்ந்துள்ளன, இரண்டாம் உலகப்போர் முடிந்த பின்பான முதல் பத்து ஆண்டுகளில் (1945-55) பாரம்பரிய ஐரோப்பிய ஏகாதிபத்திய வல்லரசுகளும் ஜப்பானிய ஏகாதிபத்தியமும் பலவீனமானது. வலுவான சோஷலிஸ முகாம் உருவானது. இவற்றின் பின்புலத்தில் உலகளாவிய காலனி ஆதிக்க அமைப்பு தகர்க்கப்பட்டுப் பல நாடுகளில் தேச விடுதலை இயக்கங்கள் வெற்றி பெற்றது ஆகிய முப்பெரும் முற்போக்கு மாற்றங்கள், உலகளவில் முற்போக்கு சக்திகளுக்குப் பெரும் உற்சாகம் அளித்தன. மிக விரைவில் காலனி ஆதிக்க அமைப்பின் மிச்ச சொச்சங்கள் தகர்க்கப்படும் என்றும் மேலும் பல நாடுகள் சோஷலிஸ்ட் அமைப்பை நோக்கி முன்னேறும் என்றும், அமெரிக்க வல்லரசின் தலைமையிலான பணக்கார முதலாளித்துவ நாடுகளின் அரசியல் பொருளாதார மேலாதிக்கம் மேலும் பலவீனமடையும் என்றும் பல எதிர்பார்ப்புகள் மேலோங்கியிருந்தன. ஏறக்குறைய 1970-களின் பிற்பகுதி வரை - அதாவது, இந்நூலில் இடம் பெற்றுள்ள கட்டுரைகள் எழுதப்பட்ட காலம் வரை - சோஷலிஸ நாடுகளின் தொடர் பொருளாதார முன்னேற்றமும் ஆப்பிரிக்க நாடுகள் பல காலனி ஆதிக்கத்திலிருந்து விடுதலை பெற்றதும் உலக முதலாளித்துவ அமைப்பில் 1970-களின் நடுப்பகுதியில் நிகழ்ந்த பொருளாதாரப் பின்னடைவும், இத்தகைய எதிர்பார்ப்புகளை வலுப்படுத்து வதாகவே இருந்தன. ஆனால் 1970-களின் பிற்பகுதியில் உருவான

நிதி மூலதன ஆதிக்கம், சமகால முதலாளித்துவ அமைப்பில் பெரும் மாற்றங்களைக் கொண்டு வந்தது, இது பற்றி விவரமாக இங்கே விவாதிக்க இயலாது.[1] என்றாலும் கூட, சுருக்கமாக 1980-களிலும் அதன் பின்பும் உலகப் பொருளாதார அமைப்பில் ஏற்பட்டுள்ள முக்கிய மாற்றங்கள் குறித்தும் கூற வேண்டியுள்ளது.

நிதி மூலதன ஆதிக்கமும் சோஷலிஸப் பின்னடைவும்

1970-களின் பிற்பகுதியில் வளர்ந்த முதலாளித்துவ நாடுகளில் வலுவான பன்னாட்டு ஏகபோகங்களை வலுவான தொழிற்சங்க அமைப்புகள் எதிர் கொண்டிருந்தன. இப் பின்புலத்தில், மூன்றாம் உலகநாடுகளில் ஏகாதிபத்திய எதிர்ப்பு எழுச்சிகளும் மேலை நாட்டுப் பொருளாதாரங்களுக்குத் தலைவலியாக அமைந்தன. பழையபாணியில் சுரண்டலைத் தொடர்வதில் சிரமம் ஏற்பட்டது. வளரும் நாடுகளிலிருந்து பெறப்பட்டு வந்த பெட்ரோலியம் கச்சா எண்ணெய் உள்ளிட்ட பல சரக்குகளின் விலை உயர்வும் பன்னாட்டு ஏகபோகங்களின் விலை நிர்ணயிக்கும் வலுவும் பணவீக்கத்தை அதிகப்படுத்தின. இதை எதிர்த்த வலுவான மேலை நாட்டுத் தொழிற்சங்க அமைப்புகளுக்கும் வளரும் நாடுகளுக்கும் எதிராகத் தீவிரமான பொருளாதார அரசியல் தாக்குதலை அமெரிக்காவில் ஜனாதிபதி ரீகன் தலைமையிலான அரசும்,பிரிட்டனில் பிரதமர் தாட்சர் தலைமையிலான அரசும் 1980-களின் துவக்கத்திலிருந்து கட்டவிழ்த்து விட்டன.

1945 முதல் 1975 வரையிலான முப்பது ஆண்டுகள் உலக முதலாளித்துவ வளர்ச்சியில் பெரும் பணம் பன்னாட்டுக் கம்பெனிகள் கையில் லாபமாகக் குவிந்திருந்தன. 1970-களில் ஏற்பட்ட பெட்ரோலியம் எண்ணெய் விலை உயர்வால் எண்ணெய் வள நாடுகளுக்கும் மேலைநாட்டு எண்ணெய் கம்பெனிகளுக்கும் கிடைத்திருந்த கொள்ளை லாபமும் பன்னாட்டுப் பொருளாதாரத்தில் நிதி மூலதனக் குவியலை மேலும் வலுப்படுத்தின. பன்னாட்டு நாணய அமைப்பில் 1970-களிலிருந்து பரஸ்பர நாணய பரிவர்த்தனை மதிப்புகள் நிலைத் தன்மை இழந்து அன்றாடம் சந்தையில் ஏறி இறங்கும் நிலை உருவானது. அதே சமயம் தகவல் தொழில் நுட்பத் துறையில் ஏற்பட்ட புரட்சிகர முன்னேற்றங்கள் உலகம் தழுவிய அளவில் கணினி - இணைய தளம் மூலமாக நிதிச்சந்தைகளை இணைத்தது.

இது பன்னாட்டுப் பொருளியல் களத்தில் குவிந்திருந்த பெரும் நிதி மூலதனங்களுக்குப் பெரும் வாய்ப்பாக அமைந்தது. பங்குச்சந்தை, நாணயச்சந்தை, பணச் சந்தை ஆகியவற்றில் சூதாட்டம் / ஊக

1. இப்பிரச்சனை தொடர்பாகவும் நிகழ்முதலாளித்துவ நெருக்கடி பற்றியும் பாரதி புத்தகாலயம் வெளியிட்டுள்ள ‘உலகமயம் - நெருக்கடி - இந்தியா எதிர்காலம்?’ என்ற எனது சிறு நூலில் விளக்கப்பட்டுள்ளது.

வணிகம் மேற்கொண்டே நிதி மூலதனத்தைப் பெருக்கிக்கொள்ள நிதி ஏக போகங்களுக்கு வாய்ப்பு கிட்டியது. ரீகன் - தாட்சர் கொள்கைகள் நிதிமூலதனங்கள் நாடு விட்டு நாடு பாயும் சுதந்திரத்தைப் பெறுவதற்கு அனைத்து நாடுகளையும் நிர்பந்தித்து சந்தைகளைத் திறந்துவிட வலியுறுத்தின. இப்படி நாடுவிட்டு நாடு நொடிப்பொழுதில் மூலதனம் பாய முடியும் என்ற ஏற்பாடு தொழிற்சங்க இயக்கங்களை பலவீனப்படுத்தியது. இதுதவிர ஆளும் வர்க்க அரசுகள் தொழிற் சங்கங்கள் மீது தொடுத்த நேரடித் தாக்குதல்களும் தொடர்ந்தன.

இதற்கெல்லாம் சிகரம் வைத்தாற்போல், சோவியத் ஒன்றியத்தையும் சோஷலிஸ உலகையும் ஆயுதப் போட்டியை அவற்றின் மீது திணித்தும் தொழில்நுட்பப் பரிமாற்ற மறுப்பு உள்ளிட்ட பல பொருளாதார தாக்குதல்களை அவற்றின் மீது தொடுத்தும், முதலாளித்துவ ஆதரவு, சோஷலிஸ எதிர்ப்பு தத்துவப்போரை தீவிரப்படுத்தியும் தகர்ப்பதில் 1980-களின் இறுதியிலும் 1990-களின் துவக்கத்திலும் அமெரிக்க வல்லரசு தலைமையில் ஏகாதிபத்திய நாடுகள் வெற்றி பெற்றன. 1989-ல் 'பெர்லின் சுவர்' அகற்றப்பட்டதும் 1991-ல் சோவியத் ஒன்றியம் உடைந்ததும் சோஷலிஸ இலட்சியத்திற்குப் பெரும் தற்காலிகப் பின்னடைவை ஏற்படுத்தின. இச்சூழலில் வளரும் நாடுகளும் நிலைகுலைந்து போனதைப் பயன்படுத்திக் கொண்ட ஏகாதிபத்திய வல்லரசுகள் உலக வர்த்தக அமைப்பு (WTO) என்ற பன்னாட்டு அமைப்பை 1995-ல் உருவாக்கி வளரும் நாடுகளின் பொருளாதார வளர்ச்சிக்கான முயற்சிகளை முடக்குவதில் வெற்றி பெற்றன. 1990-களில் பனிப்போர் முடிந்து விட்டது, 'மானுட வரலாற்றில் சோஷலிஸம் தோற்றுவிட்டது. முதலாளித்துவம் வென்று விட்டது. வரலாறு நிறைவுக்கு வந்துவிட்டது' என்று முதலாளித்துவ ஆதரவு அறிவுஜீவிகள் (உதாரணம் : ஃபூகயாமா எழுதிய the End of History நூல்) கொக்கரித்தனர்,

தோற்று வரும் முதலாளித்துவம்

1990 சோஷலிஸத்திற்குப் பின்னடைவு ஏற்பட்டதும் அமெரிக்க ஏகாதிபத்தியத்தின் தலைமையில் ஒரு துருவ உலகம் உருவானதும் உண்மைதான். ஆனால் வரலாற்றுச்சூழல், ஏகாதிபத்திய தாக்குதல், சோஷலிஸ நிர்மாணப்பணியில் ஏற்பட்ட பெரும் தவறுகள் ஆகியவை காரணமாக சோஷலிஸத்திற்குப் பின்னடைவு ஏற்பட்ட போதிலும், முதலாளித்துவம் வெற்றி பெறவில்லை என்பது விரைவிலேயே தெளிவாகியது.

1995-ல் உலக வர்த்தக அமைப்பு ஒப்பந்தத்தில் (உட்டோ) பணிய வைக்கப்பட்ட வளரும் நாடுகளும் ஏகாதிபத்திய எதிர்ப்பு சக்திகளும் 1999 சியாட்டில் நகரில் நடைபெற்ற உட்டோ மாநாட்டில்

ஏகாதிபத்திய உலகமயமாக்கலுக்கு எதிராக ஒன்று திரண்டனர். அதன் பின் கடந்த பத்து ஆண்டுகளுக்கும் மேலாக நடந்து வரும் போராட்டத்தில், உட்டோவில் ஏகாதிபத்திய ஆதிக்கம் சவாலுக்குள்ளாகியுள்ளது. 2007-2008-ல் துவங்கிய உலக முதலாளித்துவ நெருக்கடி இன்னும் 2010-ன் இறுதியிலும் தொடர்கிறது. கோடானு கோடி மக்களின் வாழ்வாதாரங்கள் உலக முதலாளித்துவ நெருக்கடியாலும் உலகளாவிய ஏகாதிபத்திய பன்னாட்டு ஏகபோக சுரண்டலாலும் சூறையாடப்பட்டுள்ளன. வாழ்நாள் ஊதியத்தை, ஓய்வூதியப் பாதுகாப்பை, வைப்பு நிதியை இழந்த பல கோடி உழைப்பாளிகள் நிலங்களைப் பறி கொடுத்தும், விவசாயத்தில் வீழ்ச்சியடைந்தும் தவிக்கும் கோடிக்கணக்கான விவசாயிகள், புலம் பெயர்ந்து தங்க வைக்க இடமின்றித் தவிக்கும் புலம் பெயர்ந்தோர் என்று முதலாளித்துவ சுரண்டலின் சோகக் காட்சிகள் அனைவர் கண் முன்பும் இன்று அப்பட்டமாக, அம்பலமாகி நிற்கின்றன.

மறுபுறம், சோவியத் ஒன்றியச் சிதைவிலிருந்தும், பிற சோஷலிஸ முயற்சிகளின் பின்னடைவிலிருந்தும் படிப்பினைகள் பல பெற்று, மக்கள் சீனமும் வியட்நாமும் முன்னேறி வருகின்றன. லத்தீன் அமெரிக்க நாடுகளில் ஏகாதிபத்திய முதலாளித்துவ எதிர்ப்பு இயக்கங்கள் எழுச்சியுடன் முன்னேறியுள்ளன.

சுருங்கச் சொன்னால், முதலாளித்துவத்திற்கும் சோஷலிஸத்திற்கும் இடையேயான இன்றைய மானுட சகாப்தத்தின் அடிப்படைப் போராட்டம் தொடர்கிறது. இப்போராட்டத்தில் ஈடுபடும் அனைத்து முற்போக்காளர்களுக்கும் மார்க்ஸின் ‘மூலதனம்’ நூல் அடிப்படை யான தத்துவ வழிகாட்டியாகத் தொடரும் என்பதில் ஐயமில்லை.

உலக முதலாளித்துவ நெருக்கடியின் தாக்கத்தில் போப்பாண்டவரின் வாடிகன் நூலகம் முதல் ஏகாதிபத்திய நாடுகளின் நிதி அமைச்சர் களும் ஆலோசகர்களும் உட்பட இன்று மார்க்ஸின் ‘மூலதனம்’ நூலை வாங்கிப் படித்துப் புரிந்து கொள்ள முயல்கின்றனர்.

மக்களின் மானுடத்தின் அடிப்படைப் பிரச்சனைகளை முதலாளித்துவம் தீர்க்காது; திட்டமிட்ட கூட்டு சோஷலிஸ பொருளாதாரம் தான் தீர்க்கும் என்பது நாளும் தெளிவாகி வருகிறது. பட்டினி ஒழிப்பாக இருந்தாலும் சரி, பருவநிலை மாற்றத்தை எதிர் கொள்வதானாலும் சரி, தனிநபர் லாப அடிப்படையிலான முதலாளித்துவம் தீர்வாகாது. சோஷலிஸமே தீர்வு. இத்தகைய புரிதலில், முதலாளித்துவத்தின் வளர்ச்சி விதிகள் என்ன? அதில் ஏன் இத்தகைய நெருக்கடிகள் ஏற்படுகின்றன? இந்த அமைப்பைத் தாண்டி உண்மையான மானுட வாழ்விற்கு

மானுடத்தை இட்டுச் செல்வதில் தொழிலாளி வர்க்கத்தின் பங்கு என்ன ஆகிய அடிப்படை கேள்விகளைப் பற்றி ஆய்ந்து, சிந்தித்துத் தெளிவு பெற மார்க்ஸின் 'மூலதனம்' நூல் ஒரு ஒன்றியமையாத ஆயுதம் ஆகும்.

இந்நூல், மார்க்ஸின் மூலதனம் நூலுக்கு ஒரு அறிமுகம் என்ற வகையில் கடந்த 35 ஆண்டு கால வரலாற்று நிகழ்வுகளுக்கும் அப்பாற்பட்டு, 'மூலதனம்' நூலைப் படித்துப் புரிந்து கொள்ள உதவும் என்ற நம்பிக்கையில் வெளியிடப்படுகிறது.

1970-களில் நிலவிய எதிர்பார்ப்புகள், நிதி மூலதனத்தின் தலைமையிலான உலகமயமாக்கல் போக்குகளால் நிறைவேறாமல் போயின என்றாலும், 'முதலாளித்துவ உற்பத்தி அமைப்பு' பற்றிய மார்க்ஸின் தத்துவ ஆய்வு நமக்கு முதலாளித்துவ அமைப்பின் இயக்க விதிகள் பற்றிய சிறந்த வெளிச்சத்தைத் தருகின்றது என்பது மறுக்க இயலாதது, ஒருவகையில் *மூலதனம்* நூல் நமக்குக் கற்றுத் தரும் முதல் பாடமே முதலாளித்துவம் உலகமயப் போக்கைத் தன்னகத்தே கொண்டுள்ளது என்பதுதான். லாபம் ஈட்டுவதே பிரதான நோக்கம் என்றால் எந்த ஊரிலும், எந்த வகையிலும் செய்யப்படுவது தானே விளைவாக இருக்க முடியும். லாப நோக்கிற்காக உலகம் முழுவதும் முதலாளித்துவம் பரவியுள்ளது. அதன் இன்றைய கட்டம் பன்னாட்டு நிதி மூலதனத்தை உலகமயமாக்குவதுதான். இதை ஆய்வு செய்து லாப நோக்கிலான சமூகப் பொருளாதார அமைப்பைப் நெருக்கடிகள் நீங்காத அமைப்பைப் புரிந்து கொள்ளவும் மானுட முன்னேற்றத்திற்காக இந்த அமைப்பை வரலாற்றுக் குப்பைதொட்டியில் தூக்கி எறியவும் வழிகாட்டும் ஆயுதங்களில் முக்கியமான ஒன்று மார்க்ஸின் *மூலதனம்*.

எனது ஆங்கிலக் கட்டுரைகளை மிகச் சிறப்பாக, மிகவும் குறுகிய கால அவகாசத்தில் மொழிபெயர்த்துச் சிறப்புச் செய்திருக்கிறார் அருமைத் தோழர் கி. இலக்குவன் அவர்கள். ஆனால் அதோடு அவர் பங்களிப்பு நின்றுவிடவில்லை. நான் இந்நூலை வெளிக் கொணர்வதில் போதுமான முனைப்பு காட்டாமல் முன்னுரையைக் கூட உரிய நேரத்தில் எழுதி முடிக்காமல் தாமதம் செய்த பொழுது மீண்டும் மீண்டும் என்னுடன் தொடர்பு கொண்டு நூலை விரைவில் வெளிக்கொண்டு வர வேண்டியதன் அவசியத்தை வலியுறுத்தி, என்னை நெறிப்படுத்திய பெருமையும் தோழர் இலக்குவன் அவர்களைச் சாரும். அவருக்கு எனது நெஞ்சார்ந்த நன்றி, பாராட்டுகள், வணக்கங்கள்!

இந்நூலை வெளிக் கொண்டு வரமுடிவு செய்து அனைத்து ஏற்பாடுகளையும் கவனித்துக் கொண்ட பாரதி புத்தகாலயம் மற்றும் குறிப்பாக அதன் மேலாளர் தோழர் நாகராஜன் ஆகியோருக்கு என்

நன்றி. மொழிபெயர்ப்பை ஒருமுறை பார்த்துக் கொடுத்த அருமை நண்பர் திரு. ரகுநாதன் அவர்களுக்கும் பிழைத்திருத்திய ஜீவசுந்தரி, கீரனூர் ஜாகீர்ராஜா, ஆர். பெரியசாமி ஆகியோருக்கும் என் நன்றி.

1969-ல் ஐ.ஐ.டி சென்னையில் B.Tech பொறியியல் பட்டம் பெற்று அமெரிக்காவின் விஸ்கான்ஸின் பல்கலைக் கழகத்தில் பொருளியல் முனைவர் பட்டம் பெற நான் சென்ற பொழுது மார்க்ஸ் என்ற பொருளாதார தத்துவப் பேரறிஞர் எனக்கு அறிமுகமாகவில்லை. அமெரிக்கப் பொருளியல் பாடத்திட்டத்திலும் அவருக்கு இடமில்லை. ஆனால் அச்சமயம் அமெரிக்காவில் நிகழ்ந்து கொண்டிருந்த போர் எதிர்ப்பு இயக்கத்தாலும் அமெரிக்க ஏகாதிபத்தியத்திற்கு எதிரான வியட்நாம் மக்களின் வீரஞ்செறிந்த போராட்டத்தாலும் சமூக விழிப்புணர்வு பெற்ற நான் மார்க்ஸின் ‘மூலதனம்’ நூலைப் படிக்கத் தூண்டப்பட்டேன். அன்று அவ்வாறு ஊன்றப்பட்ட விதையின் ஒரு விளைவுதான் இந்நூல்.

இதை வாசகர்களுக்குச் சமர்ப்பிக்கிறேன்.

வெங்கடேஷ் ஆத்ரேயா

சென்னை

27.10.2010

மொழி பெயர்ப்பாளர் உரை

மனித வாழ்க்கையின் பொருளாதாரத் தேவைகளாக உணவு, உடை, உறைவிடம், போக்குவரத்து போன்றவை அமைந்துள்ளன. இவற்றின் உற்பத்தி மற்றும் பகிர்மானம் ஆகியவை குறித்தும் உற்பத்தி மற்றும் பரிவர்த்தனை ஆகியவை நிகழும்போது மனிதர்களுக்கிடையே ஏற்படும் உறவுகள் பற்றியும் அரசியல் பொருளாதாரம் கவனம் செலுத்துகிறது. இயற்கை வழங்கும் பொருள்களின் மீது தனது உழைப்பைச் செலுத்துவதன் மூலம் அவற்றை மனிதர்கள் செல்வமாக மாற்றி அமைக்கின்றனர். இதன் மூலம் தங்கள் தேவைகளைப் பூர்த்தி செய்துகொள்வதற்காக இயற்கையை மாற்றி அமைக்கின்றனர். இவ்வாறு செலுத்தப்படும் உழைப்பு முறையே உற்பத்தி நிகழும் முறையாக அறியப்படுகிறது. நிலப்பிரபுத்துவ அமைப்புமுறை, முதலாளித்துவ அமைப்புமுறை என்பவை பற்றியெல்லாம் பேசுகிறோம். முக்கியமாக கவனம் செலுத்த வேண்டியது முதலாளித்துவ அமைப்பு முறையைப் பற்றியே ஆகும். அதிலும் சரக்கு உற்பத்தி முறையே முதலாளித்துவ வளர்ச்சிக்கு அடிப்படையானதாகும்.

பல்லாயிரம் ஆண்டுகளுக்கு முன்னர் புராதன மனிதர்கள் வர்க்க பேதமற்ற சமூகங்களாக வாழ்ந்து வந்தனர். அந்தப் புராதனப் பொதுவுடைமை சமுதாயத்திலிருந்து முரண்படும் வர்க்கங்களைக் கொண்ட சமுதாய அமைப்புமுறைகள் உருவாயின. பிறரது உழைப்பில் வாழும் சுரண்டும் வர்க்கத்தினர், தங்களுடைய உழைப்பையும் அதனால் உருவாகும் உற்பத்திப் பொருட்களையும் பிறரது காலடிகளில் சமர்ப்பிக்க வேண்டிய நிலையிலிருந்த சுரண்டப்படும் வர்க்கத்தினர் என இரண்டு வர்க்கங்களாக சமுதாயம் பிரிந்தது.

மார்க்சிய அரசியல் பொருளாதாரம் என்பது முதலாளித்துவ பொருளாதாரத்திலிருந்து வேறுபட்டது.

முதலாளித்துவ அமைப்புமுறை என்பது சுரண்டும் வர்க்கமான முதலாளிகளையும் சுரண்டப்படும் வர்க்கமாகிய தொழிலாளர் களையும் உள்ளடக்கிய சமூக உற்பத்தி முறையாகும். இப்பொருளாதார அமைப்பில் லாபத்துக்காகவே உற்பத்திமுறை இயக்கப்படுகிறது. அந்த உற்பத்தி முறையில் எதிர்கொள்ளப்படும் பிரச்சனைகளையே முதலாளித்துவப் பொருளாதாரம் ஆய்வு செய்கிறது. மார்க்சிய அரசியல் பொருளாதாரத்தில் ஆய்வின்

துவக்கமாகச் சுரண்டல் முறையே அமைந்துள்ளது. இப்படிப் பட்ட வேறுபட்ட நிலைப்பாடுகளே முதலாளித்துவப் பொருளாதாரத்துக்கும் மார்க்சியப் பொருளாதாரத்துக்குமிடையே உள்ள ஆழமான இடைவெளி என்று கூறலாம்.

முதலாளித்துவ அமைப்பு முறையைத் தேர்வு செய்துள்ள இந்திய நாட்டில் மாணவர்களுக்கு ஆளும் வர்க்கமாகிய முதலாளி வர்க்கத்தின் முதலாளித்துவப் பொருளாதாரமே போதிக்கப்படுகிறது. இந்திய நாட்டில் சமூக மாற்றத்தை விரும்புகிறவர்கள் மார்க்சிய அரசியல் பொருளாதாரத்தைக் கற்றுக்கொள்வது மிகவும் இன்றியமையாதது.

'மாற்றம் என்பதைத் தவிர மாறாதது எதுவுமில்லை' என்றார் காரல் மார்க்ஸ். முதலாளித்துவப் பொருளாதார வல்லுநர்களோ மாற்றம் என்பதையும் வளர்ச்சி என்பதையும் புறக்கணிக்கின்றனர். அனைத்துக் காலங்களிலும் முதலாளித்துவ அமைப்பு முறையே இருந்து வந்தது என்பது போலவும் அது மாறாமல் தொடர்ந்து நீடிக்கும் என்றும் அவர்கள் நம்பி வருகின்றனர்.

ஆனால் வரலாறு அக்கருத்தை நிராகரிக்கிறது. சமூக உற்பத்தி என்பது மாற்றமடைந்து வந்துள்ளது; வளர்ச்சி அடைந்து வந்துள்ளது என்பதை வரலாறு நிரூபிக்கிறது. புராதன காலங்களில் வேட்டையாடியும், மீன்பிடித்தும் இயற்கையில் கிடைக்கும் பொருட்களைப் பயன்படுத்தியும் மனிதர்கள் வாழ்ந்து வந்தனர். விவசாயம் உருவான காலங்களில் மண்வெட்டி, கலப்பை போன்ற வற்றைப் பயன்படுத்தி உழுது பயிரிட்டு வாழ்க்கை நடத்தினர். பின்னர் கைராட்டை, கைத்தறி போன்றவற்றைப் பயன்படுத்தும் கைத்தொழில்கள் உருவாயின. இன்றைய தினம் தொழிற் சாலைகளில் மிகப்பெரிய இயந்திரங்களின் மூலம் உற்பத்தி நடக்கிறது. மின்சாரம், மின்னணு, அணுசக்தி, இயந்திர மனிதன், கணினிகள், இணையதளம் போன்ற புரட்சிகரமான வளர்ச்சிகள் ஏற்பட்டுத் தொழில்துறை பாய்ச்சல் கொண்டு முன்னேறியுள்ளது. புதிய புதிய அறிவியல் கண்டுபிடிப்புகள் தொழில் வளர்ச்சியை பிருமாண்டமான தாக்கி வருகின்றன.

உற்பத்திக்கான தொழில்நுட்ப மாற்றங்கள் காரணமாக மனிதர் களுக்கிடையேயான உறவுகள், வர்க்கங்களுக்கிடையேயான உறவுகள் மற்றும் சமூக வளர்ச்சி விதிகள் ஆகிய அனைத்துமே மாற்றம் அடைந்துள்ளன. புராதன பொதுவுடைமை காலத்தில் வாழ்வுச் சாதனங்களை அனைவரும் பகிர்ந்துண்டு வாழ்க்கை நடத்தினர். நிலையற்ற தன்மையும், துன்புறுத்தும் வறுமையும் அக்காலங்களில் நிலவி வந்தன. பின்னர் ஆண்டான், அடிமைக் காலமும், நிலப்பிரபு-பண்ணை அடிமைக்காலமும் தோன்றின. நிலப்பிரபுவுக்காக பண்ணை அடிமை உழைக்க நேரிட்டது.

இன்றைய தினம் முதலாளிகளாகவும் தொழிலாளிகளாகவும் சமூகம் பிளவுபட்டு நிற்கிறது. நாளைய உலகில் முதலாளிகளே இல்லாத ஒரு சோஷலிச அமைப்புமுறை உருவாகும்.

இன்றைய சமூகம் எவ்வாறு அமைந்துள்ளது என்பதை விவரிப்பதுடன் மார்க்சிய சித்தாந்தம் நின்றுவிடவில்லை. ஏற்பட்டு வரும் மாற்றங்கள் பற்றியும் அவை ஏன் ஏற்படுகின்றன என்பதையும் மார்க்சிய சித்தாந்தம் விவரிக்கிறது. எத்தகைய அமைப்புமுறை உருவாகும் என்பதையும் எத்தகைய அமைப்புமுறை அழிவை எதிர்நோக்குகிறது என்பதையும் அது விளக்குகிறது. 1789-ஆம் ஆண்டில் ஏற்பட்ட பிரெஞ்சுப் புரட்சியின் மூலம் நிலப்பிரபுத்துவம் தூக்கி எறியப்பட்டதையும் 1917-ஆம் ஆண்டில் நடைபெற்ற ரஷ்யப் புரட்சியின்போது முதலாளித்துவம் தூக்கி எறியப்பட்டதையும் விளக்குவதும் முக்கியமானது. சோவியத் யூனியன் வீழ்ச்சி அடைந்தாலும் சீனா, வியட்நாம், கியூபா போன்ற நாடுகளில் ஏற்பட்ட புரட்சி வெற்றிகரமாக முன்னேறி வருவதையும் அது கவனப்படுத்துகிறது. சமூக வளர்ச்சிக்கான பொருளாதார விதி-களையும் புரட்சிகர மாற்றங்கள் மற்றும் பின்னடைவுகளுக்கான சூழ்நிலைகளையும் விளக்க வேண்டியதும் முக்கியமானதாகும்.

முதலாளித்துவ அமைப்பு முறையின் சுரண்டல் தன்மையையே முதலாளித்துவ பொருளாதார வல்லுநர்கள் நிராகரிக்கின்றனர் அல்லது மூடி மறைக்கின்றனர். அந்த அமைப்பில் முதலாளி வர்க்கத்துக்கும் தொழிலாளி வர்க்கத்துக்குமிடையே முரண்பாடு இருப்பதையே அவர்கள் நிராகரிக்கின்றனர்.

எதிரெதிர் சக்திகள் இயற்கையில் எங்கும் இருப்பதை மார்க்சிஸ்டுகள் அடையாளங் காட்டுகின்றனர். இயற்கைக்கு எதிராக மனிதர்கள் போராடுவதையும், முரண்படும் வர்க்கங்களுக்கிடையே நடைபெறும் போராட்டங்களையும் மார்க்சிஸ்டுகள் சுட்டிக்காட்டு கின்றனர். இந்தப் போராட்டங்களே சமூக மாற்றத்திற்கான பலம் வாய்ந்த தூண்டு கோலாக இருப்பதையும் அவர்கள் விளக்குகின்றனர்.

அரசியல் பொருளாதாரமானது வர்க்கங்களுக்கிடையே நடைபெறும் போராட்டங்களுக்கு முதன்மையான முக்கியத்து வத்தை அளித்து ஆய்வு செய்கிறது. முதலாளித்துவ சமூகத்தின் இயக்க விதிகளைப் பற்றிய புரிதலை அது ஏற்படுத்துகிறது.

உற்பத்தித் தொழில்நுட்பங்களால் ஏற்படும் முன்னேற்றங்களுடன் மனிதர்கள் மற்றும் வர்க்கங்களுக்கிடையேயான உறவுகளில் ஏற்படும் மாற்றங்களை அரசியல் பொருளாதாரம் விளக்குகிறது. அறிவியல், பொருள் முதல்வாத மற்றும் இயக்க இயல் கண்ணோட்டத்தின் அடிப்படையில் சமூக இயக்கத்துக்கான விதிகளை அரசியல்

பொருளாதாரம் விளக்குகிறது. மார்க்சிய கருவூலத்தின் தலைசிறந்த பொக்கிஷமாகிய 'மூலதனம்' நூலின் அடிப்படையில் அரசியல் பொருளாதாரத்தைச் சுருக்கமாகவும் இயன்றவரை எளிதாகவும் விளக்க இந்த நூல் முயற்சிக்கிறது.

கலைச்சொற்கள் குறித்த விளக்கம்

இந்நூலில் அடிக்கடி பயன்படுத்தப்பட்டுள்ள கலைச்சொற்கள் பற்றிய சிறுவிளக்கம் நூலைப் புரிந்துகொள்வதற்கு உதவிபுரியும் என்று நம்புகிறோம்.

உற்பத்தி சக்தி

உற்பத்திக்குப் பயன்படும் பொருள், கருவி, உழைப்பு மூன்றையும் இணைத்து உற்பத்தி சக்தி என்று பொதுவாகக் குறிப்பிடுகிறோம். மனித சமூகம் வாழ்வதற்குப் பொருள் உற்பத்தி இன்றியமையாதது. உணவு, உடை, குடியிருப்பு போன்ற குறைந்தபட்சத் தேவைகளை கட்டாயம் உற்பத்தி செய்ய வேண்டியுள்ளது.

உற்பத்தி சாதனம்

மனிதன் இயற்கையின் மீது உழைப்பைச் செலுத்துவதற்குப் பயன்படும் தொழிற்சாலைகள், கருவிகள், கச்சாப்பொருட்கள், எரிபொருள், கணினிகள் தானியங்கி இயந்திரங்கள் போன்றவை உற்பத்திக் கருவிகளாகும். இவ்வாறு உற்பத்திக்குப் பயன்படும் கருவி-களையும் பொருட்களையும் உற்பத்திச் சாதனங்கள் என்கிறோம்.

உற்பத்தி உறவு

பொருள் உற்பத்தியாகும்போது மக்களிடையே உறவு ஏற்படுகிறது. இவை உற்பத்தி உறவுகள் என்று அழைக்கப்படுகின்றன. மனித உழைப்பால் உருவாகும் பொருளை உடைமையாக மாற்ற சில நியதி-களைச் சமூகம் உருவாக்குகிறது. சொத்து உறவுகளில் இரண்டு ரகமுண்டு. ஒன்று சமூக சொத்துடைமை மற்றது தனியார் சொத்துடைமை. மேய்ச்சல் நிலம் பொதுவானதாக இல்லையானால் கிராமங்களில் மாடுகளைத் தனியார் உடைமைகளாக வைத்திருக்க முடியாது. ஆறுகள், கிணறுகள் போன்றவை பொதுவானதாக இல்லை எனில் மக்களின் வாழ்க்கையே சிரமத்துக்கு உள்ளாகும். சாலைகள் பொதுவாக இல்லை என்றால் தனியார் தங்கள் சொத்துக்களை அனுபவிக்க முடியாது. இந்தச் சொத்துறவுதான் உற்பத்திக் கருவிக்கும் உழைப்புக்கும் உள்ள உறவை நிர்ணயிக்கிறது. உற்பத்தி உறவு என்பது சொத்து உறவும் பரிவர்த்தனை உறவும் இணைந்ததுதான். இந்த இரண்டு உறவுகளையும் மூன்று வகையாகப் பிரித்துப் புரிந்து கொள்ளலாம்.

(1) உற்பத்தியில் ஈடுபடும்போது ஏற்படுகிற உறவு.

(2) பரிவர்த்தனையின்போது ஏற்படும் உறவு.

(3) இவ்விரண்டும் கலந்து ஏற்படும் உறவு.

வாழ்வுச்சாதனம்

தொழிலாளி உயிர் வாழ்ந்து அடுத்த நாள் அவன் வேலைக்கு வரவேண்டும் என்பதற்காகவே கூலி அளிக்கப்படுகிறது. அந்தத் தொழிலாளி உயிர் வாழ்வதற்கான இன்றியமையாத அடிப்படைத் தேவைகளே வாழ்வுச் சாதனங்கள் ஆகும். இந்த வாழ்வுச்சாதனங்கள் தான் அடுத்தநாள் வேலை செய்வதற்கான உழைப்புச் சக்தியைத் தொழிலாளிக்கு அளிக்கின்றன.

கலைச்சொற்கள் குறித்த இச்சிறு விளக்கங்களுடன் மார்க்சிய அரசியல் பொருளாதாரம் பற்றிய இந்நூலுக்குள் நுழைகிறோம்.

பொருள் உற்பத்தி முறையும் விநியோக முறையும் மனித வாழ்க்கையின் இன்றியமையாத அம்சங்களாகும். அவை காலங்காலமாக மாறி வருகின்றன. அவ்வாறு ஏற்பட்டு வந்துள்ள மாற்றங்களின் வரலாற்று ரீதியான ஆய்வே வரலாற்றுப் பொருள் முதல்வாதக் கோட்பாடாகும். அரசியல் பொருளாதாரம் குறித்த இந்நூலை வரலாற்றுப் பொருள்முதல்வாத அடிப்படையிலான பரிசீலனையுடன் துவங்குவோம்.

உள்ளடக்கம்

1

மார்க்சின் முறைபாடு

இரண்டாவது உலகப்போர் முடிவடைந்த பிறகு கடந்த 30 ஆண்டுகளில் நாம், தொலைநோக்கு முக்கியத்துவம் மிகுந்த நிகழ்வுகளைக் கண்டிருக்கிறோம். அந்நிகழ்வுகள் யாவை? காலனியாட்சிக்குட்பட்டிருந்த மக்களின் அரசியல் சுதந்திர வெற்றி காலனியாதிக்க எதிர்ப்பு சக்திகளின் வலுப்பெருக்கம், ஏகாதிபத்தியத்திடமிருந்தும் நிலப்பிரபுத்துவத்திடமிருந்தும் சீனாவின் விடுதலையும், ஒரு சக்திவாய்ந்த சோசலிஸ்ட் நாடாக அதன் எழுச்சியும், அமெரிக்க ஏகாதிபத்தியத்தின் ஆக்கிரமிப்புக்கு எதிராக இந்தோ-சீன மக்களின் மகத்தான வெற்றிகள், உலகம் முழுமையிலும் மேற்கத்திய ஏகாதிபத்தியத்திற்கு ஏற்பட்ட பின்னடைவு, கடந்த ஆறு ஆண்டுகளாக, உலக முதலாளித்துவத்திற்கு மிகக் கடுமையான பொருளாதார மற்றும் அரசியல் நெருக்கடி ஆகியனவாகும். ஏகாதிபத்தியம் என்பது, முதலாளித்துவம் உச்சமும் முற்றும் பெறுகிற நிலை அதன் சரிவுக்கும் வீழ்ச்சிக்குமான சகாப்தம் என்கிற லெனினியக் கண்ணோட்டத்தை உறுதிப்படுத்திய ஆண்டுகளாகும். எனினும், சோசலிஸத்தின் முன்னேற்றம் ஒரு சீராக இருந்திததில்லை; கடுமையான பின்னடைவுகளும் இருந்திருக்கின்றன; சோசலிஸ இயக்கங்களில் திருத்தல் வாதங்களை வலுப்படுத்தும் சர்ச்சைகள் சோவியத் யூனியனுக்கும் சீனாவிற்குமிடையே ஏற்பட்டிருக்கின்றன; மேலும் அவை பல சோசலிச நாடுகளில் கவலை அளிக்கும் பொருளாதார, தத்துவார்த்த மற்றும் அரசியல் போக்குகளுக்குக் காரணமாக இருந்திருக்கின்றன; **அதே சமயத்தில்,** பிரதான போக்காக இருப்பது ஒரு பக்கம் சோசலிஸத்தின் முன்னேற்றமும் இன்னொரு பக்கம் ஏகாதிபத்தியம் மற்றும் முதலாளித்துவத்தின் சரிவுமாகும். இந்த பரந்த வரலாற்றுப் பின்னணியில், மார்க்சிய அரசியல் பொருளாதாரம் இந்தத் தொடர் கட்டுரைகளில் விவரிக்கப்பட்டுள்ளது.[1]

முதாளித்துவ உற்பத்தி முறை மீதான மார்க்சின் பகுப்பாய்வினைக் குறித்து ஓர் எளிய விளக்கத்தை அளிப்பதே இக்கட்டுரைகளின் வரையறுத்துக் கொண்ட நோக்கமாகும். பிரதானமாக மார்க்சிய அரசியல் பொருளாதாரம் குறித்தே கவனம் கொண்டவையாகும். ஏகாதிபத்திய காலகட்டத்தில் மிகவும் முக்கியத்துவம்

வாய்த்தவையாகிய கருத்தியல் மற்றும் அரசியல் புலங்கள் போகிற போக்கில் மட்டும் தொட்டுச் செல்லப்படும். கோட்பாட்டின் (Theory) மீதான முக்கியத்துவம் காரணமாக, விளக்கங்கள் ஓரளவுக்கு சாரமாக்கலில் (Abstraction) பயணிக்கும். ஒரு திட்டவட்டமான வரலாற்றுச் சூழலில் (context) கருத்தியல் கோட்பாடுகளையும் விளக்கங்களையும் பயன்படுத்தும்போது நிச்சயமாக அவற்றைக் குறித்து மிகுந்த கவனம் செலுத்த வேண்டும்.

மார்க்சிய கருத்தாக்கம் (concept) சார்ந்த ஒரு மேலோட்டமான விவாதம் கூட இல்லாமல் விளக்கத்தை மேற்கொள்ள முடியும் என்று கூறவில்லை. குறைந்தபட்சம், வரலாற்றுப் பொருள் முதல்வாதம் குறித்தும் மார்க்ஸின் அரசியல் பொருளாதாரத்தின் பொதுவான நெறிமுறை குறித்தும் ஒரு தொடக்க விளக்கம் அவசியமானதாகும்.

வரலாற்றுப் பொருள் முதல்வாதம்

மனித குலத்திற்கும் இயற்கைக்கும் இடையேயான உறவினையும் அதோடு இயைந்த மனிதர்களிடையேயான உறவினையும் அடிப்படையாகக் கொண்டு, சமூக, வரலாற்று வளர்ச்சியினைப் பார்ப்பது, வரலாற்றுப் பொருள் முதல் வாதம். மானுடத்தின் மூலாதாரச் செயற்பாடு உற்பத்தி என்பதே அடிப்படைக் கொள்கை., அதை ஒரு முக்கிய கோட்பாடாக வைத்துக்கொண்டு இந்த ஆய்வு நடத்தப்படுகிறது. ‘மனிதன் பிழைப்பிற்கான சாதனங்களை (means of subsistence) உற்பத்தி செய்யத் தொடங்கும்போதே அவன் மிருகங்களிலிருந்து தன்னை வேறுபடுத்திக் கொள்கிறான்’ என்பது மார்க்சிய மூலவர்களின் கருத்தாகும்.[2] இவ்வாறு மனித சமூகத்தின் உறுப்பினர்கள் இன்றியமையாத வகையில் பொருள் உற்பத்தியில் ஈடுபட்டு அதன் மூலம் தங்களை மறுஉற்பத்தி செய்து கொள்கிறார்கள்.

உற்பத்தியில் ஈடுபடும்போது இயற்கையை நாம் பயன்படுத்திக் கொள்கிறோம். அதே சமயம் அதனையும் மாற்றி அமைக்கிறோம். அதுமட்டுமல்ல - பொருள் உற்பத்தி முறையின் மூலம் நம்மை நாமே மாற்றி அமைத்துக்கொள்கிறோம். இதில் மிகவும் முக்கியமான அம்சம் யாதெனில் பலவற்றையும் நாம் கற்றுக்கொள்கிறோம் என்பதாகும். உற்பத்தி நடவடிக்கையின் மூலம் சுற்றுச்சூழலையும் ஓரளவுக்கு நமது கட்டுப்பாட்டுக்குள் கொண்டுவர முடிகிறது. உற்பத்தி நடவடிக்கையின் மூலம் மனித அறிவு படிப்படியாக உருவாகி வளர்கிறது. ‘வாழ்க்கை வேறு அனைத்துக்கும் முன்பாக உண்பது, தாகத்தைத் தீர்த்துக்கொள்வது, உறைவிடத்தை அமைத்துக் கொள்வது, உடை தயாரிப்பது ஆகிய இன்னபிறவற்றையும் உள்ளடக்கியது. எனவே இந்தத் தேவைகளைப் பூர்த்தி செய்துகொள்வதற்கான சாதனங்களை உற்பத்தி செய்வது வரலாற்று ரீதியான முதல் நடவடிக்கை -இதனைப் பொருளாயத வாழ்வை உற்பத்தி செய்தல்’ என்பார்கள் மார்க்சிய மூலவர்கள்.[3]

'தனிப்பட்ட மனிதர்கள் தங்கள் வாழ்க்கையை எவ்வாறு வெளிப்படுத்துகிறார்களோ, அவ்வாறுதான் இருக்கிறார்கள். அவர்கள் எவ்வாறு இருக்கிறார்கள் என்பது அவர்களுடைய உற்பத்தி நடவடிக்கைகளோடு ஒன்றி அமைகிறது. (coincides) அதாவது அவர்கள் எவற்றை உற்பத்தி செய்கிறார்கள்? எவ்வாறு உற்பத்தி செய்கிறார்கள் என்பதைப் பொறுத்து அது அமைகிறது. அவர்களுடைய உற்பத்தியைத் தீர்மானிக்கக்கூடிய பொருளியல் சூழ்நிலைகளைப் பொறுத்து அந்த தனிமனிதர்களின் தன்மை அமைகிறது."[4]

எந்த மனிதரும் தனியாகத் தான் மட்டும் தனியாக பொருள் உற்பத்தியில் ஈடுபடுவதில்லை. பொருள் உற்பத்தியானது சமுதாயத்திற்குள்ளும் அதன் மூலமும் நடைபெறுகிறது. எனவே, உற்பத்தி என்பது தவிர்க்க முடியாத வகையில் சமூக உற்பத்தியாக அமைகிறது. எனவே ஒரு சமுதாயத்தில் நடைபெறும் உற்பத்தியை 'இரண்டுவித உறவு முறையாகக் காணலாம். ஒரு உறவு இயற்கையான உறவாகவும் மற்றது சமூக உறவாகவும்' காணப்படுகிறது.[5]

உற்பத்தி, சமூக அடிப்படையில் உள்ளது. இதில் பலருடைய ஒத்துழைப்பும் தேவைப்படுகிறது. எனவே, அத்தகைய சமூக உற்பத்தி அந்தச் சமூகத்தில் வாழும் மனிதர்களுக்கிடையே பல சமூக உறவுகளை ஏற்படுத்துகிறது. சமுதாய உற்பத்தி மற்றும் மறு உற்பத்தி நிகழும்போதே மக்கள் ஒருவருடன் மற்றொருவர் குறிப்பிட்ட சமூக உறவை ஏற்படுத்திக் கொள்கிறார்கள்.

மனித சமுதாயத்தை ஆய்வு செய்யும் ஒருவர் இரண்டு அம்சங்களை கவனத்தில் கொள்ள வேண்டியுள்ளது. முதலாவதாக வாழ்க்கைத் தேவைக்கான பொருள் உற்பத்திமுறை. அந்த உற்பத்திமுறை கடந்தகால மற்றும் நிகழ்கால உற்பத்தி முறையின் விளைவாக ஏற்பட்டதாகும். இதில்தான் சித்தாந்தரீதியான அறிவும் நடைமுறை அடிப்படையிலான அறிவும் ஒன்றிணைந்துள்ளது. இதில் இயற்கைச்சூழல் மீதான நமது கட்டுப்பாடு குறிப்பிடத்தக்க சமூக வடிவங்களை வெளிப்படுத்துகிறது. கடந்தகால மற்றும் நிகழ்கால சமூக வடிவங்களும் இவற்றுக்குள் அடங்கியிருக்கும். இரண்டாவதாக இவ்வாறு சமூக உற்பத்தியில் ஈடுபடும் ஒரு சமுதாய உறுப்பினர்கள் அவ்வாறு ஈடுபடும்போது அவர்கள் தங்களுக்குள்ளே குறிப்பிடத்தக்க சமூக உறவுகளை ஏற்படுத்திக் கொள்கின்றனர். முதலாவது அம்சமாகக் குறிப்பிடப்பட்டதை 'உற்பத்தி சக்திகள்' எனவும் இரண்டாவது அம்சமாகக் குறிப்பிடப் பட்டதை 'உற்பத்தி உறவுகள்' என்றும் மார்க்ஸ் அழைக்கிறார். தவறான புரிதலைத் தவிர்ப்பதற்கு ஒன்றை வலியுறுத்திக் கூற வேண்டியுள்ளது. 'உற்பத்தி சக்திகள்' என்பதற்கு 'தொழில்நுட்பம்' என்று நேரடியாகப் பொருள் கொள்ளக்கூடாது. மார்க்சின்

கூற்றின்படி, "ஒரு குறிப்பிட்ட தொழில்வளர்ச்சிக் கட்டம் என்பது ஒரு குறிப்பிட்ட கூட்டு வேலை முறையுடன் எப்போதும் இணைந்து நிற்கும். அதனைச் சமூகக் கட்டம் என்றும் அழைக்கலாம். இந்தக் கூட்டு வேலை முறைதான் 'உற்பத்தி சக்தி' என்பதாகும்.[6]

பொருள் உற்பத்தியில் மனிதர்கள் ஈடுபடும்போது அந்த செயல்முறை மூலம் அவர்கள் பலவற்றைக் கற்றுக்கொள்கின்றனர். தங்களையே மாற்றி அமைத்துக்கொள்கின்றனர். இவ்வாறு சமுதாயம் புதிய உற்பத்தி சக்திகளைத் தன்வசமாக்கிக் கொள்கிறது. இதனால் சமூக உறுப்பினர்களுக்கிடையே சமூக ஒத்துழைப்பு, வேலைப்பிரிவினை, மற்றும் சமூக உறவுகள் குறிப்பிடத்தக்க வடிவங்களில் உருவாகிறது. உற்பத்தி சக்திகளின் குறிப்பிட்ட வளர்ச்சிக் கட்டத்துக்கு இணையான உற்பத்தி உறவுகள் உருவாகின்றன. அவற்றை சமூக உறவுகள் என்றும் அழைக்கலாம். நில பிரபுத்துவ கால ஐரோப்பாவின் பொருள் உற்பத்தியில் நிலமும் விவசாயமும் முக்கியமான இடத்தை வகித்தன. எனவே, அங்கே நிலவிய உற்பத்தி உறவுமுறை நிலத்தின் மீது நிலப்பிரபுவுக்கும் பண்ணை அடிமைக்கு மிடையே உள்ள உறவினை அடிப்படையாகக் கொண்டிருந்தது. நவீன முதலாளித்துவ தொழில்வளர்ச்சிக் கட்டத்தில் கூலி உழைப்பாளிக்கும் மூலதன உடைமையாளருக்குமிடையே ஏற்படும் உறவு பிரதான உற்பத்தி உறவாக அமைந்துள்ளது. இவைகளெல்லாம் உதாரணங்களாகக் குறிப்பிடப்பட்டுள்ளன. இதை வைத்துக் கொண்டு உற்பத்தி சக்திகளுக்கும் உற்பத்தி உறவுகளுக்குமிடையே உள்ள இணைப்பை இயந்திர கதியில் எளிதாகப் புரிந்துகொண்டு விடக் கூடாது.

ஒரு குறிப்பிட்ட காலத்தில் சமூகத்தில் உற்பத்தி சக்திகளுக்கும் உற்பத்தி உறவுகளுக்குமிடையே ஒருவிதமான இணைப்பு இருக்கலாம். ஆனால் அது அப்படியே நீடிக்கும் என்று கருதக்கூடாது. ஏனென்றால், சமூகம் வளர்ச்சி அடையும்போது அந்த இணைப்பு தொடர்ச்சியாகத் தகர்க்கப்பட்டுச் சீர்குலைக்கப்படுகிறது. சமுதாயம் பொருளாதார அடிப்படையிலும் சமூக அடிப்படையிலும் உற்பத்தி மற்றும் மறு உற்பத்தியில் தொடர்ந்து வளர்ச்சி பெற்று வருகின்றது. எனவே, உற்பத்தி சக்திகளுக்கும் உற்பத்தி உறவுகளுக்குமிடையே முரண்பாடுகள் உருவாகின்றன. சமூக வளர்ச்சி இன்னும் மேலான நிலையை எட்டும்போது முரண்பாடுகள் மிகவும் அதிகமாகத் தீவிரமடைகின்றன. அப்போது உற்பத்தி உறவுகள் (சமுதாயத்தில் நிலவும் சொத்துடைமை முறையின் அடிப்படையில்தான் இதனை விளக்க முடியும்[6]) வளர்ந்து வரும் உற்பத்தி சக்திகளுக்கு ஒத்திசைவான முறையில் இருப்பதில்லை. உற்பத்தி சக்திகளுக்கும் உற்பத்தி உறவுகளுக்குமிடையே உள்ள முரண்பாடு பெருமளவில் அதிகரிக்கிறது. ஒரு குறிப்பிட்ட கட்டத்தில் அளவு மாற்றங்களாக

குவிந்த முரண்பாடு ஒரு பண்பு மாற்றமாக பரிணமிக்கின்றது. உற்பத்தி சக்திகளின் வளர்ச்சியில் ஏற்பட்டுள்ள புதிய கட்டத்துக்கு ஏற்ற உற்பத்தி உறவு முறைக்கு அது தாவி விடுகிறது. இது ஒரு சமூகப் புரட்சிக்கு இட்டுச் செல்கிறது. இதன் காரணமாக புதிய வகையான உற்பத்திச் சக்திகளும் உற்பத்தி உறவுகளும் உருவாகி ஒரு *புதிய உற்பத்திமுறை* ஏற்படுகிறது.[7]

சமூக மாற்றம் நிகழும் விதம் குறித்த மிகவும் சுருக்கமான மிகவும் பொதுவான வரலாற்றுப் பொருள் முதல் விளக்கம்தான் இங்கே அளிக்கப்பட்டுள்ளது. அது குறித்த சில வரையறைகளைக் குறிப்பிடுவது பொருத்தமாக இருக்கும். முதலாவதாக - உற்பத்தி முறை பற்றியக் கருத்தாக்கம் கோட்பாட்டு ரீதியிலானது. உடனடியாகத் தோன்றக்கூடிய எந்த வரலாற்றுச் சமுதாயத்தையும் அது குறிப்பிட்டுக் கூறவில்லை. நடை முறையில் உருவாகும் சமுதாயத்தை திட்டவட்ட வடிவமைப்புடன் கூடிய அச்சமுதாயத்தை 'ஒரு சமூக கட்டமைப்பு' என்று முறையாகக் குறிப்பிடலாம். அந்தச் சமூக கட்டமைப்பில் பலவகைப்பட்ட சமூக உறவுகள் அருகருகே காணப்படுகின்றன. அவற்றில் சில ஒரு குறிப்பிட்ட உற்பத்தி முறையின் பண்பினைக் கொண்டதாக உள்ளன. மற்றவை வேறுவிதமான உற்பத்தி முறையுடன் தொடர்புடையதாகவும் காணப்படுகின்றன. இந்த வகையில் இந்திய சமூக அமைப்பில் முதலாளித்துவ உற்பத்திமுறையின் தன்மையைக் கொண்ட சமூக உறவுகள் காணப்படுகின்றன. அதே சமயத்தில் முதலாளித்துவத்துக்கு முந்தைய சமூக காலக்கூறுகளும் காணப்படுகின்றன. அதில் நிலபிரபுத்துவ கூறுகளும் அதற்கும் முந்தைய கூறுகளும் காணப்படுகின்றன.

சாதிய அமைப்பு முறையை உதாரணமாக எடுத்துக் கொள்ளலாம். புராதன பழங்குடி சமுதாயம் உடைந்து நொறுங்கிய காலத்தி லிருந்தே இது காணப்பட்டு வருகிறது. சமூக உறவினுடைய உட்பொருளின் வடிவமாக சாதிய அமைப்புமுறை இருந்துள்ளது. இந்திய சமூக அமைப்பு தோன்றி உருவான நீண்ட பரிணாமத்தில் சாதிய அமைப்புமுறை குறிப்பிடத்தக்க அளவுக்கு மாற்றம் கண்டுள்ளது. ஒரு திட்டவட்ட வடிவத்துடன் உள்ள ஒரு சமூக அமைப்பு என்பது இரண்டு அல்லது அதற்கு மேற்பட்ட தனித்தனியான உற்பத்தி முறைகளின் கூட்டாக இருக்கும் என்று பொதுவாகக் குறிப்பிடலாம். 'உற்பத்திமுறை' என்ற கோட்பாட்டுக்கும் 'சமூக அமைப்பு' என்ற கோட்பாட்டுக்கும் இடையேயான வேறு-பாடு மிகவும் முக்கியத்துவம் வாய்ந்தது. ஒரு குறிப்பிட்ட சமூக அமைப்பில் பல்வேறு விதமான உற்பத்தி முறைகள் ஒரு குறிப்பிட்ட விதத்தில் சேர்ந்துள்ளன. அந்தச் சமூக அமைப்பு வளர்ச்சியடையும் போது இந்த சேர்மான முறையிலேயே மாற்றம் ஏற்படுகிறது. அந்தச் சமூக அமைப்பு முறையை எத்தகைய வரலாற்றுத் தருணத்தில் ஆய்வு

செய்கிறோம் என்பதைக் கொண்டே அதனைத் தீர்மானிக்க முடியும். அந்த வரலாற்றுத் தருணம் என்பது அந்தச் சமூகஅமைப்பில் நடை-பெறும் வர்க்கப் போராட்ட நிலையின் அடிப்படையில் முக்கியமாகத் தீர்மானிக்கப்படுகிறது.

இரண்டாவதாக - சமூக மற்றும் வரலாற்று வளர்ச்சியானது புறச்சூழலின் அடிப்படையிலே அமைகிறது என்று வரலாற்றுப் பொருள் முதல்வாதக் கண்ணோட்டம் வலியுறுத்துகிறது. இதிலிருந்து ஒரு முடிவுக்கு வந்துவிடக்கூடாது. அதாவது ஒவ்வொரு மனித சமுதாயமும் மாற்ற முடியாத வரலாற்றுச் சட்டங்களின் காரணமாக ஒரே மாதிரியான வரலாற்று ரீதியான வளர்ச்சியைப் பெறும் என்ற தவறான முடிவுக்கு வந்து விடக்கூடாது.

மூன்றாவதாக உற்பத்தி சக்திகளுக்கும் உற்பத்தி உறவுகளுக்கு மிடையே உள்ள முரண்பாடுதான் மனிதகுல வரலாற்றை இயக்கக்கூடிய விசையாக அமைகிறது என்று மார்க்சியம் கூறுகிறது. இதனை மாற்றங்களுக்கு இடமேயில்லாத சாரமான கருத்தாகப் புரிந்துகொள்ளக் கூடாது. உற்பத்தி சக்திகளுக்கும் உற்பத்தி உறவுகளுக்குமிடையேயான முரண்பாடு மனிதர்கள் மூலமாகத்தான் திட்டவட்டமான முறையில் வெளிப்படுகிறது. அதாவது சமூக வர்க்கங்களுக்கிடையே நடைபெறும் போராட்ட வடிவத்தில்தான் அது வெளிப்படுகிறது.

பிரபுக்கள், முதலாளிகள், வர்க்கங்கள் போன்ற சொற்கள் இப்போது பயன்படுத்தப்பட்டுள்ளன. அந்தக் கருத்தாக்கங்களுக்கு விளக்கம் அளிக்க வேண்டியுள்ளது. மனித சமூகங்களின் ஆரம்பகால வளர்ச்சிக் கட்டத்தில் இயற்கையின் மீது மனிதனின் கட்டுப்பாடு என்பது மிகக்குறைவாகவே இருந்தது. எனவே, உற்பத்தி சக்திகள் மிகக்குறைவான அளவிலேயே வளர்ச்சி பெற்றிருந்த இந்தக் கட்டத்தில் சமுதாயத்தில் உழைப்பின் உற்பத்தித்திறன் மிகக் குறைவானதாகவே இருந்திருக்கும். அனைவரும் உயிர்பிழைப் பதற்குத் தேவையான உற்பத்தியை உருவாக்கவே உழைக்கும் திறன்படைத்த அனைத்துச் சமுதாய உறுப்பினர்களும் உழைக்க வேண்டியிருந்தது. உற்பத்தி சக்திகள் மேலும் மேலும் வளர்ச்சி அடையும்போது சமுதாயத்தில் உள்ள உழைப்பின் உற்பத்தித்திறன் அதிகரிக்கிறது. இதனால் உபரி உழைப்பும் உபரியான உற்பத்திப்பொருளும் உருவாகும் நிலை வருகிறது. அதனால் அன்றைய வாழ்க்கைத்தரத்தின் அடிப்படையிலான சமூகத் தேவைகளைக் காட்டிலும் கூடுதலான உற்பத்தி நடக்கின்றது. அப்படிப்பட்ட உபரி உற்பத்தி நடக்கும் நிலை ஏற்படும்போது தர்க்க ரீதியாக ஒரு சாத்தியக்கூறு உருவாகிறது. அந்தச் சமுதாயத்தைச் சேர்ந்த சிலர் உழைக்க வேண்டியதில்லை என்ற நிலை ஏற்படுகிறது. பிறருடைய உழைப்பின் மூலம் கிடைக்கும் உற்பத்திப் பொருட்களைப் பயன்படுத்தி

உயிர் வாழ முடியும் என்ற நிலை உருவாகிறது. இதன் காரணமாக ஒரு வர்க்க சமுதாயம் தோன்றுவதற்கான வாய்ப்பு ஏற்படுகிறது. பொருள் உற்பத்திக்கான சமூக அமைப்பில் ஒரு குறிப்பிட்ட இடத்தில் இருக்கக்கூடிய ஒரு குழுவினர் மற்றவர்களின் உழைப்பில் வாழக்கூடிய நிலை ஏற்படுகிறது. புராதன சமுதாயத்தில் உற்பத்தி ஆற்றலில் முன்னேறிய நிலையில் இருந்த பழங்குடி இனப்பிரிவினர் பின்தங்கிய நிலையில் இருந்தவர்களைக் கைப்பற்றித் தங்களின் அடிமைகளாக ஆக்கிக்கொண்ட காலத்தில், இது முதன்முதலில் ஒரு வரலாற்று நடைமுறை எதார்த்தமாக மாறிற்று என்று கூறலாம். வர்க்க சமுதாயம் தோன்றிய வரலாற்றுப் பின்னணியை நாம் இங்கே ஆய்வு செய்யப் போவதில்லை. ஆனால், அப்போது ஏற்பட்ட மிகவும் முக்கியமான மாற்றம் என்பது சொத்துடைமை சம்பந்தப்பட்டது. முதலில் நிலமும் பிற உற்பத்திச் சாதனங்களும் சமுதாயத்தில் பொதுச் சொத்தாக இருந்தன. பல்வேறு விதமான சமுதாய அமைப்புகள் உருவானபோது இவற்றில் சில சொத்துடைமைகளில் முதலிலும் பின்னர் அனைத்து உற்பத்திச் சாதனங்களின் உடைமையிலும் மாற்றம் ஏற்பட்டது. மேலே குறிப்பிடப்பட்டவை இரண்டு விதமான கருத்துகளை உணர்த்துகின்றன. (1) உற்பத்தி சக்திகள் ஆரம்பக் கட்டத்தில் குறைவான அளவில் இருந்த நிலையும் ஒரு வர்க்க பேதமற்ற சமுதாயமும் காணப்பட்டது. (2) உபரி உற்பத்தி உருவாகத் தொடங்கிய பிறகு வர்க்க சமுதாயங்கள் தோன்றின. சமூக உற்பத்தியில் குறிப்பிட்ட இடத்தை வகித்த ஒரு பிரிவினர் மற்றவர்களின் உழைப்பில் வாழக்கூடிய நிலை ஏற்பட்டது.

எனவே, வர்க்கம் என்ற கருத்தாக்கம் உற்பத்தி முறைக்கான சமூக அமைப்பில் ஒரு குறிப்பிட்ட இடத்தை வகிப்பதை நாம் உணர முடியும். இது ஓரளவு எளிமை மற்றும் சரமாகக் கூறப்படுவது எனலாம். ஒரு வர்க்க சமூகம் என்பதில் உழைப்பிலான சமூகப்பிரிவினை வளர்ச்சி அடைந்திருக்கும் என்பது பொருள். அதாவது யார் உழைக்கிறார்கள்? யார் உழைக்கவில்லை! என்ற அடிப்படையில் அது முதலில் அமைந்திருக்கும். உழைப்பில் ஈடுபடாத வர்க்கத்துக்கும் உபரி உழைப்பை உருவாக்கும் வர்க்கத்துக்குமிடையே உள்ள உறவைச் சுரண்டல் அடிப்படையிலான உறவு என்று மார்க்ஸ் குறிப்பிடுவார். எனவே, 'சுரண்டல்' என்ற சொல்லுக்கு மார்க்சிய சட்டகத்தில் ஒரு குறிப்பிடத்தக்க பகுப்பாய்வு உட்பொருள் உண்டு. சிலர் வாதிடுவதைப்போல அது 'அறம்' மட்டும் சார்ந்ததன்று.

வரலாற்றுப் பொருள் முதல்வாதம் என்ற விரிவான சட்டகத்தின் அடிப்படையில் மேற்கு ஐரோப்பாவின் வரலாற்றுக் காலகட்டங்கள் பயனுள்ள வகையில் பிரிவினை செய்யப்பட்டுள்ளன. அந்தச் சமுதாய அமைப்புகளில் மேலாதிக்கம் செலுத்திய உற்பத்திமுறையும் சுட்டிக்காட்டப்பட்டுள்ளது. அவையாவன:

புராதனப் பொதுவுடைமை சமுதாயம் - இந்தச் சமுதாய அமைப்பில் உபரி மிகக் குறைவாக இருக்கும் அல்லது முற்றிலும் இருக்காது. பழங்குடி இன வாழ்க்கை அமைப்பும் வர்க்க பேதமற்ற சமூக அமைப்பும் நிலவியிருக்கும்.

அடிமைச் சமுதாயம் - கைப்பற்றப்பட்டவர்கள் அடிமைகளாக் கப்படுதல், அந்த அடிமைகள் உழைப்பில் ஈடுபடுத்தப்படுதல், பரிவர்த்தனைக்கான உற்பத்தி சிறிய அளவில் நடைபெறுவது என்ற நிலையிருக்கும்.

பிரபுத்துவ முறை - ஆரம்பத்தில் பண்ணை அடிமை முறை: உழைப்பை வாடகையாகப் பெறும் பிரபுக்கள், பின்னர் விளைச்சல் பொருளில் குத்தகை, பின்னர் பணக் குத்தகையாகப் பெறும் நிலை: அந்தச் சமுதாயம் சீர்குலையும் நேரத்தில் குத்தகையைப் பணமாகக் கொடுக்கும் நிலை உருவாகும்.

முதலாளித்துவ சமுதாயம்: நவீன தொழில் உருவாதல்; தொழில் மூலதனம் ஆரம்பக் கட்டத்தில் மேலாதிக்கம் செலுத்திய பின்னர் நிதி மூலதனம் ஆதிக்கம் செலுத்தும்; கூலி உழைப்பாளி சுதந்திரமாகச் செயல்படும் நிலை; பிரபுத்துவ காலத்தில் பண்ணை அடிமையானவன் நிலத்துடன் விலங்கிடப்பட்டதைப் போல பிணைக்கப் பட்டிருப்பான். இதனுடன் ஒப்பிடும்போது முதலாளித்துவக் கூலி உழைப்பாளி சுதந்திரமானவன் அதே நேரத்தில் தான் உயிர் வாழ்வதற்கான உற்பத்தி சாதனங்களிலிருந்தும் விடுபட்டவனாக இருப்பான். எனவே, மூலதன உடைமையாளருக்காக வேலை செய்ய வேண்டிய கட்டாய நிலையில் வைக்கப்படுகிறான் என்று மார்க்ஸ் குறிப்பிடுகிறார்.

ஒரு குறிப்பிட்ட சமூக அமைப்பில் ஆதிக்கம் செலுத்தும் உற்பத்தி முறை என்ன? - அது வேறு ஒரு சமூக அமைப்பாக மாறும்போது அதில் ஆதிக்கம் செலுத்தும் உற்பத்தி முறை என்ன என்பது போன்ற விரிவான ஆய்வுக்குள் நாம் இங்கே செல்லப் போவதில்லை. ஆனால் ஒரு உண்மையை நாம் தெளிவாகப் புரிந்துகொள்ள வேண்டும். சமூக வர்க்கங்களிடையே ஏற்படும் மோதல்தான் ஒரு சமூக அமைப்பு முறையிலிருந்து மற்றொரு சமூக அமைப்பு முறைக்கு மாறுவதில் முக்கிய பங்கு வகிக்கிறது என்பதாகும்.

ஐரோப்பாவின் பிரபுத்துவ சமுதாயத்தில் பிரபுக்களுக்கும் பண்ணை அடிமைகளுக்குமிடையேயான மோதல்கள் தீவிரமடைந்தன. இதுவே பிரபுத்துவ சமுதாயம் சிதைந்து போனதற்கான முக்கிய காரணம் என்று மௌரிஸ் டாப் தெளிவாக வாதிடுகிறார். அதே நேரத்தில் அவர்கள் கடல்கடந்த வாணிகமும் பண அடிப்படையிலான சரக்குப் பரிவர்த்தனை உறவுகளும்கூட முக்கிய பங்கு வகித்ததை அவர் சுட்டிக் காட்டுகிறார். ஐரோப்பிய

பிரபுத்துவ உற்பத்தி முறையின் வீழ்ச்சியில் தொடங்கி முதலாளித்துவ உற்பத்திமுறை மேலாதிக்கம் வகிக்கும் சமூக அமைப்புக்கான மாற்றம் நிகழ நீண்ட காலம் பிடித்தது. இந்த வரலாற்றுப் போக்கில் முன்னேற்றங்களும் பின்னடைவுகளும் நிகழ்ந்துள்ளன. பிரிட்டிஷ் வரலாற்றை உதாரணமாகக் குறிப்பிடலாம். அங்கே ஏற்பட்ட மாற்றத்தில் தீர்மானகரமான அம்சமாக விளங்கியது யாதெனில், பிரபுத்துவ கால ஆளும் வர்க்கமாகிய பிரபுத்துவ நில உடைமையாளர்களுக்கும் புதிதாக எழுச்சியுடன் வளர்ந்து வந்த மூலதன வர்க்கத்துக்குமிடையே நிகழ்ந்த போராட்டம்தான் என்பதைக் குறிப்பிட வேண்டும். 1688-ஆம் ஆண்டின் ‘உன்னத புரட்சி’ நிகழ்வுகள் தொடங்கி 1840-களில் சோள இறக்குமதிக் கட்டுப்பாட்டுச் சட்டம் (Corn Laws) நீக்கப்பட்ட காலம்வரை நடைபெற்ற போராட்டங்கள், பொருளாதார அடிப்படையிலும் சித்தாந்த மற்றும் அரசியல் தளங்களிலும் நடைபெற்றன. விவசாயப் பொருட்கள் இறக்குமதிக் கட்டுப்பாட்டுச் சட்டம் நீக்கப்பட்டதானது முதலாளித்துவத்துக்கு முந்தைய நிலவுடைமையாளர்களின் அரசியல் அதிகாரத்துக்குக் கிடைத்த இறுதியான அடி என்று குறிப்பிடலாம். அதுதான் பிரிட்டிஷ் முதலாளி வர்க்கம் ஆட்சி அதிகாரத்தைக் கைப்பற்றிக் கொள்ளவும் உறுதிப்படுத்திக் கொள்ளவும் வழிவகுத்தது. உற்பத்தி சக்திகளின் வளர்ச்சி - தொலைதூரப் போக்குவரத்துச் சாதனங்களின் வளர்ச்சி (கடல்வழி வாணிக வளர்ச்சி), பெரிய அளவில் உருவான நவீன தொழில்துறை, அதனுடன் தொடர்புடைய வேலைப்பிரிவினை மற்றும் கூட்டு வேலை - ஆகியவை பிரிட்டனில் முதலாளித்துவ முறையின் வளர்ச்சியில் தீர்மானகரமான பங்கினை வகித்தன. ஆனால் தொழில்நுட்ப வளர்ச்சியின் விளைவு என்று இதனைப் புரிந்து கொள்ளக் கூடாது. மாறாக, உற்பத்திச் சக்திகளுக்கும் உற்பத்தி உறவுகளுக்குமிடையேயான இயக்கவியல் ரீதியான செயல் மற்றும் எதிர்ச்செயல்களின் அடிப்படையில் நிகழும் செயல்பாட்டின் ஒரு பகுதியாக இதனைக் காண வேண்டும். அதாவது வர்க்கப் போராட்டச் செயல்பாட்டின் பகுதியாக இதனைக் காண வேண்டும். முதலாளித்துவ உற்பத்தி முறைக்குத் தேவையான மூன்று நிபந்தனைகளாகப் பின்வருபவற்றைக் குறிப்பிட வேண்டும்: தங்களுடைய உழைப்புச் சக்தியைத் தவிர வேறு எந்த உடைமையும் இல்லாத ஒரு வர்க்கப் பிரிவினர்; உற்பத்தி சாதனங்களில் ஏகபோக உடைமையாளர்களான ஒரு வர்க்கப் பிரிவினர்; சொத்துடைமை இல்லாத தொழிலாளர்களை உற்பத்திச் சாதன உடைமையாளர்கள் பொருள் உற்பத்திக்காகப் பயன்படுத்திக் கொள்ளுதல்; உற்பத்தி செய்யப்பட்ட பொருட்களை விற்பனை செய்து லாபம் ஈட்டுதல் ஆகியவை ஆகும். ஆக இவ்வாறு பாட்டாளி வர்க்கமாகவும் முதலாளி வர்க்கமாகவும் எதிரும் புதிருமாக நின்று செயல்படும் இந்த வர்க்கப் பிரிவினர் பிரபுத்துவ சமுதாயம் வீழ்ச்சி அடையும் காலத்தில்

நடைபெற்ற வர்க்கப் போராட்டங்களில் உருவானவர்களாவர். இவ்வாறுதான் உற்பத்தி சக்திகளுக்கும் உற்பத்தி உறவுகளுக்குமிடையே முரண்பாடுகள் ஏற்பட்டு ஒரு சமூக மாற்றத்துக்கான அடிப்படை உந்து சக்தியாக மாறுகின்றன. வர்க்கங்களுக்கிடையே போராட்டம் என்ற வடிவத்தை எடுக்கின்றன. இவற்றின் மூலம் உற்பத்தி உறவுகளில் மாற்றங்கள் கொண்டு வரப்படுகின்றன.

உற்பத்தி சக்திகளையும் உற்பத்தி உறவுகளையும் ஒரு சமுதாயத்தின் 'கட்டுமானம்' அல்லது 'பொருளாதார அடிக் கட்டுமானம்' என்று பல மார்க்சிய எழுத்தாளர்கள் குறிப்பிடுகின்றனர். அந்தச் சமுதாயத்தின் சித்தாந்த அரசியல் மற்றும் சட்டக் கூறுகளை மேற்கட்டுமானம் என்று குறிப்பிடுகின்றனர். இதன் தொடர்ச்சியாகப் பொருளாதார அடித்தளமே அரசியல் மற்றும் சட்ட ரீதியான சமுதாய உறவுகளைத் தீர்மானிக்கிறது. அதாவது அடிக்கட்டுமானம்தான் மேற்கட்டு மானத்தைத் தீர்மானிக்கிறது என்று வரலாற்றுப் பொருள் முதல்வாதம் தொகுப்புரை வழங்குகிறது. சில மேற்கட்டுமானமும் அடித்தளத்தின் மீது தாக்கத்தை ஏற்படுத்தலாம் என்று ஒப்புக்கொள்ளப்பட்டிருக்கிறது. ஆனால், அடிக்கட்டுமானம்தான் மேல்கட்டுமானத்தின் மீது தீர்மானகரமான செல்வாக்கைச் செலுத்துகிறது என்பதும் வலியுறுத்தப்படுகிறது. இக்கருத்துகளைக் கவனமான முறையில் விளக்கிக் கூறினால் அவை மிகவும் சரியான வையாகவே இருக்கும். சில நேரங்களில் அவை தவறாகப் புரிந்து கொள்ளப்படுத்துவதை தடுக்க இந்தச் சொற்களைப்பயன்படுத்துவதை நாம் தவிர்த்துள்ளோம். சாதாரண முறையில் பேசும் போது 'பொருளாதார அடித்தளம்' என்பதற்குக் குறுகிய பொருளே அளிக்கப்படுகிறது. ஆனால், மார்க்சியக் கண்ணோட்டத்தின்படி பொருளாதார அடித்தளம் என்பதன் அர்த்தம் சமூக உற்பத்தியின் ஒட்டுமொத்த பொருளியல் சூழலைக் குறிப்பிடுவதாகும். எனவே, மார்க்சிய அடிப்படையில் பயன்படுத்தப்படும் 'பொருளாதார அடித்தளம்' என்ற சொற்றொடரின் முக்கியத்துவம் முழுமையாகப் புரிந்துகொள்ளப் படுவதில்லை. அவ்வாறு புரிந்துகொள்பவர்கள் மார்க்சியத்தையும் வரலாற்றுப்பொருள் முதல்வாதத்தையும் பொருளாதார நியதிவாதமாகப் புரிந்து கொள்கின்றனர்.[9] இரண்டாவதாக சித்தாந்த மற்றும் அரசியல் துறைகள் அனைத்தையும் பொருளாதாரமே தீர்மானிக்கிறது என்று சாதாரணமாகவோ அல்லது இயந்திரகதியிலோ வரலாற்றுப் பொருள் முதல்வாதம் வாதிடுவதில்லை. மாறாக, சித்தாந்த மற்றும் அரசியல் துறைகளை மற்றவற்றுடன் ஒப்பிடும்போது கணிசமான அளவில் சுதந்திரமாகச் செயல்படுகின்றன என்பதை வெளிப்படையாக ஏற்றுக் கொள்கிறது. ஆனால், அதே நேரத்தில் மேலே விளக்கப்பட்ட விரிவான பொருளின் அடிப்படையில் பொருளாதாரம்

இறுதியாகத் தீர்மானிக்கும் சக்தியாக இருக்கிறது என்று வரலாற்றுப்பொருள் முதல்வாதம் குறிப்பிடுகிறது.[10] சமூகங்கள் மாற்றமடைந்துவரும் இடைப்பட்ட காலத்தில் அரசியல் மற்றும் சித்தாந்தக் கூறுகள் முக்கியத்துவம் பெறுகின்றன என்பதை வரலாற்று அனுபவங்கள் உணர்த்துகின்றன. சீனா சோஷலிசச் சமூக அமைப்புக்கு மாறிவரும் இடைப்பட்ட காலத்தை இதற்கு உதாரணமாகக் குறிப்பிடலாம்.

இதுவரை விளக்கப்பட்டதன் அடிப்படையில் வரலாற்றுப் பொருள் முதல்வாதக் கண்ணோட்டத்தின் முக்கிய அம்சங்களாகப் பின்வருபவற்றைக் குறிப்பிடலாம். சமூக உற்பத்தியின் முக்கியத்துவம், உற்பத்தி உறவுகள் மற்றும் வரலாற்றின் உந்துசக்தியாகச் செயல்படக்கூடிய வர்க்கப் போராட்டம் ஆகியவை முக்கிய அம்சங்களாகும். இந்தச் சுருக்கமான வரைபடத்தின் அடிப்படையில் மார்க்சிய அரசியல் பொருளாதாரத்தின் கருத்தமைவைப் பரிசீலிப்போம்.

அரசியல் பொருளாதாரம் பற்றிய மார்க்சிய முறைபாடு:

மார்க்சிய அரசியல் பொருளாதாரத்தை ஆய்வு செய்யும்போது பொருள் உற்பத்தி அதன் மையமான அம்சமாக உள்ளது. ஆனால் பொருள் உற்பத்தி என்னும்போது உற்பத்தி முறை மட்டுமின்றிச் சமூக உறவுகளும் அதில் அடங்கியுள்ளன. உற்பத்தியானது சமூக அடிப்படையில் நிகழ்கிறது. எனவே அது சமூகத்தில் நடைபெறும் உற்பத்தியை-சமூகத்தின் மூலம் நடைபெறும் உற்பத்தியைக் குறிக்கும். இந்த வகையில் பார்க்கும்போது சமூகமே உற்பத்தியாகிறது என்றும் குறிப்பிடலாம்.[11] எனவே உற்பத்தி என்பது ஒரு குறிப்பிட்ட சமூகக் கட்டத்தில் நிகழும் உற்பத்தியையே சுட்டிக்காட்டும். ஒவ்வொரு உற்பத்திக் காலகட்டத்துக்கும் சில பொதுவான அம்சங்கள் உண்டு என்ற உண்மையையும் கவனத்தில் கொள்ள வேண்டும். சமூகங்களுக்குப் பல்வேறு வளர்ச்சிக் கட்டங்கள் உண்டு என்ற அடிப்படையில் இது குறிப்பிடப்படுகிறது. அரசியல் பொருளாதாரம் குறித்து மார்க்சிய முறைபாடு ஒரு கருத்தை வலியுறுத்துகிறது. ஒரு குறிப்பிட்ட சமுதாயத்தை ஆய்வு செய்யும்போது சமூக உற்பத்தி என்ற அம்சத்தில் அது பிற சமுதாயங்களிலிருந்து எப்படி வேறுபட்டுள்ளது என்பதைக் காண்பதே முக்கியமானது என்று அது குறிப்பிடுகிறது. அதே சமயம் சமூக வளர்ச்சியின் பல்வேறு கட்டங்களின் பின்னணியில் இது பரிசீலிக்கப்படுகிறது. எந்த ஒரு குறிப்பிட்ட சகாப்தத்தை ஆய்வு செய்வதற்குப் பயன்படுத்தக்கூடிய கோட்பாட்டு வகைபாடுகள் வரலாற்று ரீதியாக ஒரு குறிப்பிட்ட காலத்தைச் சுட்டிக்காட்டக் கூடியதாக இருக்க வேண்டும். இதற்கு உதாரணமாக ஒன்றைக் குறிப்பிடலாம். மனித சமுதாய வரலாற்றில்

பெரும்பாலான காலங்களில் மக்கள் உற்பத்திச் சாதனங்களை உருவாக்கி பயன்படுத்தி பொருட்களை உற்பத்தி செய்துள்ளனர். ‘மனிதன் கருவிகளை உருவாக்கும் மிருகம்’ என்று பெஞ்சமின் ஃபிராங்க்ளின் குறிப்பிட்டுள்ளார். எனவே, அனைத்து உற்பத்தி முறை சகாப்தங்களிலும் உற்பத்திக் கருவிகளைப் பயன்படுத்துவது பொதுவான அம்சமாக இருந்து வந்துள்ளது. கற்கால மனிதன் பயன்படுத்திய கூர்மையான கல்லும் ஒரு உற்பத்திக் கருவியே. நவீன உற்பத்தியாளர் பயன்படுத்தும் கடைசல் இயந்திரமும் (Lathe) ஒரு உற்பத்திக்கருவியே. இரண்டுமே அடிப்படையில் சேமித்து வைக்கப்பட்ட உழைப்பு என்று கூறலாம். முதலாளித்துவப் பொருளாதாரம் உழைப்புக் கருவியையும் மூலதனத்துக்குச் சமமாகப் பார்க்கிறது. கடைசல் இயந்திரம் ஒரு மூலதனமாகக் கருதப்படுவதற்கு அது ஒரு உற்பத்திக் கருவி என்பதல்ல காரணம். அதில் ஒரு சமூக உறவு அடங்கியுள்ளது. அக்கருவி உற்பத்தியாளரின் தனிச்சொத்து. அதனைப் பயன்படுத்தி வேலை செய்யக்கூடிய கூலி உழைப்பாளியை உற்பத்தியாளர் வேலைக்கு அமர்த்திக் கொள்கிறார். இதுவே அது மூலதனமாகக் கருதப்படுவதற்குக் காரணம் என்று மார்க்ஸ் சுட்டிக்காட்டுகிறார். உற்பத்தியின் சமூக உறவு எந்தக் குறிப்பிட்ட வரலாற்றுக் கட்டத்தில் நிகழ்கிறது என்பதை மார்க்சிய ஆய்வுமுறை கணக்கில் எடுத்துக் கொள்கிறது என்பது முதல் அம்சமாகும். ஒரு குறிப்பிட்ட வரலாற்று சகாப்தத்தை ஆய்வு செய்ய அந்த சகாப்தத்துக்குரிய கோட்பாட்டு வகைபாடுகளை அது உருவாக்குகிறது. இக்கருத்தைப் பின்வரும் வகையில் விளக்கலாம். முதலாளித்துவ உற்பத்தி முறை மேலாதிக்கம் வகிக்கும் சமூகத்தை ஆய்வு செய்யும்போது மூலதனம், உபரி மதிப்பு என்பது போன்ற கோட்பாட்டு வகைபாடுகள் உருவாக்கப்பட்டுள்ளன. அவற்றைப் பிரபுத்துவ உற்பத்தி முறையையோ அல்லது அடிமைச் சமுதாய உற்பத்தி முறையையோ ஆய்வு செய்யும்போது பயன்படுத்த இயலாது.

அரசியல் பொருளாதாரத்தை ஆய்வு செய்வோர், உற்பத்தி என்பது சமூக மற்றும் வரலாற்றுக் கட்டங்களுக்கு ஏற்ப அமைவதை உணர்ந்து, உற்பத்தி, நுகர்வு, பகிர்ந்தளிப்பு மற்றும் பரிவர்த்தனைக்கிடையேயான உறவினைக் கருத்தில் கொள்ள வேண்டும்.

உற்பத்தி நுகர்வு விநியோகம்

சமுதாய உற்பத்தி என்பது ‘நுகர்வோர்’ என்பவருக்கு என்ன தேவைப்படுகிறது என்ற அடிப்படையிலேயே தீர்மானிக்கப்படுவதாக மரபார்ந்த பொருளியல் கருதுகிறது. அதாவது நுகர்வுதான் உற்பத்தியைத் தீர்மானிக்கிறது என்பதாகும். ஆனால், அவை இரண்டுக்கும் உள்ள தொடர்பு முற்றிலும் வேறுபட்டது. உற்பத்தியானது நுகர்வின் மீது தாக்கத்தை ஏற்படுத்தி அதனைப் பலவிதங்களிலும் தீர்மானிக்கிறது. முதலில் நுகர்வுக்கான பொருளை

அது வழங்குகிறது. அது அந்த வகையில் நுகர்வு செய்யவேண்டிய முறையைத் தீர்மானிக்கிறது. இரண்டாவதாக சமூகக் கண்ணோட்டத்தின் அடிப்படையில் பார்க்கும்போது உற்பத்தி என்பதே உற்பத்தி சாதனங்களையும் தொழிலாளர்களின் ஆற்றலையும் (energy of labour) நுகர்வு செய்வதாகும். மூன்றாவதாக வரலாற்று வளர்ச்சியின் அடிப்படையிலும், அதில் ஏற்படும் மாற்றங்களின் அடிப்படையிலும் உற்பத்தியே புதிய தேவைகளை உருவாக்குகிறது. நுகர்வுக்கான புதிய வழிமுறைகளைத் தீர்மானிக்கிறது. இதற்கு மோட்டார் வண்டியை ஒரு எளியஉதாரணமாகக் குறிப்பிடலாம். இதேபோன்ற வகையில் நுகர்வு என்பதும் தொழில-ாளியைப் பொறுத்தவரை ஒரு உற்பத்தியாக உள்ளது என்றும் கூறலாம். (உணவை நுகர்வதன் மூலம் தொழிலாளியின் உற்பத்தி சக்தி மீண்டும் உற்பத்தியாகிறது) மேலும் நுகர்வு என்பது உற்பத்திக்கு ஒரு தூண்டுகோலாக அமைகிறது. இவையனைத்திலுமிருந்து நாம் உணர்ந்து கொள்ள வேண்டியது யாதெனில், நுகர்வு என்பதும் உற்பத்தி என்பதும் ஒரே மாதிரியானவை அல்ல. ஒரே செயல்முறையின் பல தருணங்களில் அவை தோன்றுகின்றன. இதில் உற்பத்தி என்பதுதான் உண்மையில் விலகிச் செல்லும் புள்ளி. எனவே, அதுதான் மிகவும் முக்கியமான தருணம் ஆகும்.[12] வரலாற்றுப் பொருள் முதல்வாதக் கண்ணோட்டத்தின் அடிப்படையில் இதனைப் புரிந்து கொள்ளலாம். அது பொருளாதார வாழ்க்கையில் உற்பத்தி முறைக்கு முன்னுரிமை அளிக்கிறது.

சமூக உற்பத்தி முறையில் தனியொரு மனிதனைப் பொறுத்தவரை உற்பத்திக்கும் நுகர்வுக்கும் உடனடியான இணைப்பு இருப்பதில்லை. உற்பத்திக்கும் நுகர்வுக்குமிடையே விநியோகம் என்ற ஒன்று குறுக்கிடுகிறது. உற்பத்தியைத் தீர்மானிப்பது பொதுவான இயற்கை விதிகள் எனவும் விநியோகத்தைத் தீர்மானிப்பது மனிதனால் நிறைவேற்றப்பட்ட சட்டங்கள் என்றும் நீண்ட காலமாகக் கருதப்பட்டு வருகிறது. சமீபகாலத்தில் மற்றொரு கருத்தும் தெரிவிக்கப்படுகிறது. உற்பத்தியின் தொழில்நுட்ப நிலையே விநியோகத்தைத் தீர்மானிக்கிறது என்பதாகும். முதலாளித்துவப் பொருளாதாரத்தில் நிலம், உழைப்பு, மூலதனம் ஆகியவை உற்பத்திக் கான கூறுகளாகக் குறிப்பிடப்படுகின்றன. இவை ஒவ்வொன்றும் உற்பத்திப் பொருளின் உற்பத்தி செய்யும் பங்களிப்புக்கு ஏற்ப ஒரு வருமானத்தைப் பெறுவதாகவும் கூறப்படுகிறது. இவ்வாறு கூலி, லாபம், நில வாடகை ஆகியவை சமதளத்தில் வைத்துப் பார்க்கப் படுகின்றன. இவை ஒவ்வொன்றின் உற்பத்தித்திறன் அவற்றுக்கான வருமானத்தைத் தீர்மானிப்பதாகக் கூறப்படுகிறது. ஆனால், அந்த இரண்டுவிதமான கருத்துகளுமே அடிப்படையிலேயே தவறானவை. இரண்டாவது அம்சத்தில் - அதாவது சமீபகாலக் கண்ணோட்டத்தில்

காணப்படும் தவறுகளைப் பற்றி இந்நூலின் பிற்பகுதியில் விளக்கிக் கூறுவேன். முதல் கருத்தைப் பொறுத்தவரை குறிப்பிட வேண்டியது இதுதான். ஒரு குறிப்பிட்ட வரலாற்று சகாப்தத்தில் சமூக உற்பத்தியானது பொதுவான இயற்கை விதிகளால் தீர்மானிக்கப் படுவதில்லை. மாறாக வரலாற்று ரீதியான குறிப்பிட்ட சமூக சட்டங்களின் அடிப்படையிலேயே தீர்மானிக்கப்படுகிறது.

உற்பத்திக்கும் விநியோகத்துக்குமிடையிலான உறவுகளை மார்க்சியக் கண்ணோட்டத்தின் அடிப்படையில் சுருக்கமாகப் பின்வருமாறு விளக்கலாம். இதைப்பற்றிக் கூறும்போது இறுதியான உற்பத்திப்பொருளை விநியோகிப்பதற்கு முன்பு, "உற்பத்திக் கருவிகளின் விநியோகம் மற்றும் பல்வேறு வகையான உற்பத்தி முறைகள் மத்தியில் சமூக உறுப்பினர்களை பிரித்து அனுப்புவதும்" நிகழ்கிறது என்று மார்க்ஸ் குறிப்பிடுவார்.[13] மார்க்ஸ் மேலும் கூறுகிறார் "உற்பத்தி நிகழ்முறையினுள் அடங்குகிற இந்த விநியோகத்தின் விளைவே பொருட்களின் விநியோகம் என்பது திண்ணம். இதுவே உற்பத்தியின கட்டமைப்பைத் தீர்மானிக்கிறது"[14] முதலாளித்துவசமூகஅமைப்பை உதாரணமாகஎடுத்துக்கொள்ளலாம். "கூலி உழைப்பாளியும் முதலாளியும் இருப்பதையும் அதன் உள்ளடக்கமாக அமைந்த உற்பத்தி உறவு முறையையும் முன்கூட்டியே யூகிப்பதனால்தான் கூலி மற்றும் லாபம் என்ற வகையில் வருமான விநியோகம் நிகழ்கிறது". மார்க்ஸ் கருத்தை அவரது சொற்களிலேயே பின்வருமாறு தொகுத்துக் கூறலாம்:

> "விநியோகக் கட்டுமானம் என்பது உற்பத்திக் கட்டுமானத் தாலேயே முழுமையாகத் தீர்மானிக்கப்படுகிறது. விநியோகம் என்பதே உற்பத்தியின் விளைவாக எழுவதுதான். அதன் நோக்கத்தில் மட்டுமல்ல; உற்பத்தியின் விளைவுகளைத்தான் விநியோகம் செய்ய முடியும். அது மட்டுமின்றி உற்பத்தி முறையில் செலுத்தப்படும் குறிப்பிட்ட பங்களிப்புதான் விநியோகத்தின் குறிப்பிட்ட வடிவங்களை அதாவது விநியோகத்தில் பங்கேற்கும் வழிமுறைகளைத் தீர்மானிக்கிறது".[15]

உற்பத்தியும் பரிவர்த்தனையும்

பரிவர்த்தனை அல்லது சுற்றோட்ட அரங்கம் என்பது பின்வரும் வகையில் உற்பத்தியைச் சார்ந்தே உள்ளது. (1) பரிவர்த்தனை நிகழ வேண்டுமென்றால் அதற்கு முன்பாகச் சமூக வேலைப் பிரிவினையும் சமூக உற்பத்தி முறையும் நிச்சயம் நிகழ்ந்திருக்க வேண்டும் (2) பரிவர்த்தனையின் குறிப்பிட்ட அம்சங்களுக்கு முன்பாகவே உற்பத்தியின் குறிப்பிட்ட அம்சங்கள் உருவாகியிருக்க வேண்டும். (தனியார் பரிவர்த்தனை முறை ஏற்படவேண்டுமானால் தனியார் உற்பத்தி முறை ஏற்பட்டிருக்க வேண்டும்) (3) பரிவர்த்தனையின்

அடர்த்தியும் விரிவும் உற்பத்திக் கட்டுமானத்தைப் பொறுத்தே தீர்மானிக்கப்பட்டிருக்கும் (சுய சார்புள்ள கிராமப்புற சமூகத்தில் வரையறைக்குட்பட்ட உள்ளூர் பரிவர்த்தனை முறை நடைபெறும் அதே நேரத்தில் வளர்ச்சி அடைந்த முதலாளித்துவ அமைப்பில் நன்கு வளர்ச்சி அடைந்த உலக அளவிலான பரிவர்த்தனை முறை காணப்படும்)

உற்பத்தி, நுகர்வு, விநியோகம் மற்றும் பரிவர்த்தனை ஆகியவற்றுக் கிடையே உள்ள உறவுகளைப் பரிசீலித்தோம். இவை அனைத்தும் சேர்ந்து ஒரு கூட்டிணைப்பாக அமைகிறது என்பதை நாம் இதிலிருந்து எளிதாகப் புரிந்துகொள்ள முடியும். அதாவது உற்பத்தி முதன்மைப் பாத்திரம் வகிக்கக்கூடிய ஒட்டுமொத்த உற்பத்தி முறையைப் புரிந்துகொள்ள முடியும். இதில் முக்கியமாகக் கவனிக்கப்பட வேண்டியது யாதெனில் உற்பத்தி, நுகர்வு, விநியோகம், பரிவர்த்தனை ஆகியவை எல்லாம் ஒன்றுக்கொன்று தொடர்பற்ற சுயேச்சையான விஷயங்களல்ல. அவை அமைப்பு ரீதியான முறையில் ஒன்றுக்கு ஒன்று தொடர்புடையவை. இக்கருத்தை மார்க்ஸ் பின்வருமாறு தொகுத்துக் கூறுகிறார்: "ஒரு திட்டவட்டமான உற்பத்தி தான், திட்டவட்டமான நுகர்வு, விநியோகம் மற்றும் பரிவர்த் தனையையும் வெவ்வேறு தருணங்களில் அவற்றுக்கிடையே உள்ள திட்டவட்டமான உறவுகளையும் தீர்மானிக்கின்றன."[16]

தவறான புரிதலைத் தவிர்ப்பதற்கு ஒரு கருத்தை இங்கு பதிவு செய்ய வேண்டியிருக்கிறது. உற்பத்தி என்பதை ஒரு குறுகிய ஒற்றைச் சார்பான முறையில் பார்த்துவிடக்கூடாது. சந்தை விரிவடைதலோ, பரிவர்த்தனை அரங்கத்தில் ஏற்படும் மாறுதல்களோ உற்பத்தியின் பல்வேறு துறைகளில் வேலைப் பிரிவினையை ஆழமாக்கி மேலும் வளர்க்கிறது. மேலும் செல்வத்தைப் பகிர்ந்துகொள்வதில் மாற்றம் ஏற்படும்போது உற்பத்தியை (இங்கே உற்பத்தி என்பதை அதன் குறுகிய பொருளின் அடிப்படையில் எடுத்துக்கொள்ள வேண்டும்) பாதிக்கிறது" என்று மார்க்ஸ் குறிப்பிடுகிறார்.[17]

உற்பத்தி பற்றிய கருத்தாக்கம் மற்றும் சாரத்தைப் பற்றிய உண்மையான, ஆழமான விவாதத்தை இங்கே நடத்துவது சாத்தியமானதல்ல. ஆனால் சில கருத்துகளைக் குறிப்பிட முடியும். ஒரு குறிப்பிட்ட சமூகத்தை ஆய்வு செய்யும்போது உடனடியாகத் தெரியக்கூடிய அதன் குறிப்பிடத்தக்க அம்சங்களைக் கொண்டு துவக்குவது இயற்கையானதாக இருக்கும். மக்கள்தொகை விவரத்தை இதற்கு உதாரணமாகக் குறிப்பிடலாம். ஆனால் அது சரியான திசை வழியில் நம்மை அழைத்துச் செல்லாது. உற்பத்தி உறவுகளின் தன்மையை விளக்கும்போது மக்கள்தொகை பற்றிய கருத்தாக்கம் உதவிகரமாக இருக்காது. எனவே பல்வேறு சமூக வர்க்கங்களை அடையாளங்காட்டுவது தேவையாக இருக்கும்,

இக்கருத்தின் அடிப்படையில் நமது ஆய்வை மேலும் தொடர வேண்டியுள்ளது. வெளித்தோற்றத்துக்குத் திட்டவட்டமான (seemingly concrete whole) ஒரே கருத்தாக்கம் போலத் தோன்றும் ஒன்றைப் பல்வேறு ஆய்வுக் கருத்தாக்கங்களாகத் தொடர்ந்து பகுத்துப் பார்க்க வேண்டியுள்ளது. அதன் அடிப்படையில் இறுதியாக நாம் எட்டும் கருத்தாக்கங்களை 'எளிதான வரையறைகள்' (simple determinations) என்று மார்க்ஸ் குறிப்பிடுகிறார். ஆரம்பகால அரசியல் பொருளாதார அறிஞர்கள் இத்தகைய ஆய்வுகளின் மூலம்தான் வேலைப்பிரிவினை, பரிவர்த்தனை போன்ற கோட்பாடுகளை வடிவமைத்தனர். ஆய்வின் அடிப்படையிலான இந்த எளிமையான பகுப்பாய்வு வரையறைகளை வைத்துக்கொண்டு உறுதியான ஒட்டுமொத்தக் கோட்பாட்டைத் திட்டமிட்ட முறையிலும் அறிவியலின் அடிப்படையிலும் ஒருவரால் மீண்டும் வடிவமைக்க முடியும். தெளிவின்றி மறைபொருளாக (abstract) அமைந்த சித்தாந்தப் பிரிவுகளிலிருந்து திட்டவட்டமான ஒரு கருத்துக்கும் வரும் முறைக்கு ஒருவர் வந்து சேருகிறார். இந்த முறையைப் பற்றி மார்க்ஸ் பின்வருமாறு கூறுகிறார்: "தெளிவற்ற ஒரு கருத்திலிருந்து (again abstract) உறுதியான திட்டவட்டமான (concerete) கருத்துக்கு வந்துசேரும் முறை ஒன்றில்தான் சிந்தனையானது உறுதியான கருத்தைத் தனதாக்கிக்கொண்டு அதனை மனதில் மறு உற்பத்தி செய்கிறது.[18]

எதார்த்தம் மானுட சிந்தனையால் உற்பத்தியாவதன்று என்பதைக் குறிப்பிட வேண்டியதில்லை. இதிலும் மார்க்ஸ் வகுத்துள்ள விதிமுறை உதவிகரமாய் அமைந்துள்ளது. "உண்மையான பொருள் எதார்த்தம் மூளைக்கு வெளியே தனது சுயேச்சைத் தன்மையில் முன்புபோலவே தொடர்ந்து நீடிக்கிறது. மூளையின் செயல்பாடு வெறுமனே ஊகிப்பதாகவும் வெறும் கோட்பாட்டு அடிப்படையில் இருக்கும் வரையிலும் இது தொடரும்" என்று மார்க்ஸ் குறிப்பிடுகிறார்.[19]

இந்த நிலைப்பாட்டின் முக்கியத்துவமானது பின்வரும் வகையில் அமையும். "ஒரு சமூக எதார்த்தத்தை ஒருவர் ஆய்வு செய்யும்போது கோட்பாட்டு கருத்தாக்கங்கள் மூலம் அதனை அவர் தன்வசப்படுத்திக் கொள்ள வேண்டும். இந்த முறையின்மூலம்தான் திட்டவட்டமான எதார்த்தத்தை மனத்தினால் புரிந்து கொள்ளமுடியும். பல செங்கற்களைக் கொண்டு ஒரு கட்டுமானத்தை அமைப்பதைப் போல பலவிதமான எளிதான அல்லது சுருக்கமான வரையறைகளைக் கொண்டு மனத்திற்குள் எதார்த்தத்தைப் புரிந்துகொள்ள முடியும். எனினும் எதார்த்தத்தைப் புரிந்து கொள்ளுகிற இந்தக் கோட்பாட்டு முறை, எந்த விதத்திலும் அந்த தொடக்கத்தையே மாற்றுவதில்லை. கோட்பாட்டு அடிப்படையில் அதனை வடிவமைக்கும் செயலுக்கு முன்பாகவும் அந்த எதார்த்தம் இருக்கத்தான் செய்கிறது. கோட்பாட்டு ரீதியாகப் புரிந்து கொண்டதன்

அடிப்படையில் நிகழும் நடைமுறைச் செயல்பாட்டின் மூலம்தான் அந்த எதார்த்தத்தை மாற்ற முடியும். மார்க்சிய அடிப்படையாகிய கோட்பாட்டிற்கும் செயல்பாட்டுக்கு மிடையே ஏற்படும் ஒற்றுமை என்பதன் அடிப்படைப்பொருள் இதுதான்.

முதலாளித்துவ உற்பத்திமுறை குறித்த மார்க்சின் பகுப்பாய்வைப் புரிந்து கொள்ள முயலும்போது, மேலே குறிப்பிடப்பட்டுள்ள அம்சங்களைக் கவனத்தில் கொள்ள வேண்டும். ஒரு திட்டவட்டமான எதார்த்தத்தை ஆய்வு செய்வதற்கு சாரமானவையாகவும் கோட்பாட்டு ரீதியாக அமைந்தவையுமான பல வரையறைகளை அடிப்படையாகக் கொள்ள வேண்டும். மார்க்சிய ஆய்வுகள் குறித்து மேலே விளக்கப்பட்டுள்ள வழிமுறையின் காரண காரிய விளக்கத்தைத் தனது பணிக்காக மார்க்ஸ் வகுத்திருந்த கீழ்க்கண்ட செயல் விளக்கத்தைக் கொண்டு தற்போது சிறப்பான முறையில் எடுத்துக் கூற முடியும்.

மார்க்சிய ஆய்வின் வரிசைமுறை பின்வருமாறு அமையும் என்பது தெளிவு: (1) கிட்டத்தட்ட அனைத்து சமூக வடிவங்களில் காணப்படக்கூடிய சாரமான பொதுவான வரையறைகள் (2) முதலாளித்துவ சமூக அமைப்பின் உள்கட்டுமானமாக அமைந்த பிரிவுகள்; இவற்றின் மீதுதான் அடிப்படை வர்க்கங்கள் அமைந்துள்ளன; மூலதனம், உழைப்பு மற்றும் நிலச்சொத்து ஆகியவையும் அவற்றிற்குள் ஒன்றுக்கிடையே ஒன்றுக்கு உள்ள தொடர்பு. நகரம் மற்றும் கிராமம், பெரிய சமூக வர்க்கங்களும் அவற்றுக்கிடையே நடைபெறும் பரிவர்த்தனையும், பணச்சுழற்சி மற்றும் கடன் வழங்குமுறைத் திட்டங்கள் (தனியார் திட்டங்கள்) (3) அரசு என்ற வடிவத்தில் முதலாளித்துவ சமூக அமைப்பு ஒரு மையத்தில் குவிந்திருக்கும். இவை ஒன்றுடன் ஒன்றைத் தொடர்புபடுத்திக் காணுதல்; உற்பத்தியில் ஈடுபடாத சமூகங்கள் வரிகள், அரசுக் கடன், பொதுக்கடன், மக்கள்தொகை காலனிகள், புலம்பெயர்தல் (4) உற்பத்தியின் சர்வதேச உறவுகள், சர்வதேச அளவிலான வேலைப்பிரிவினை, சர்வதேச பரிவர்த்தனை, ஏற்றுமதி மற்றும் இறக்குமதி, செலாவணி மாற்று விகிதம் **(rate)** *(5) உலகச் சந்தையும் நெருக்கடிகளும்.* [20]

இந்தத் திட்டம் மேலோட்டமான முறையில் அமைந்துள்ளது என்பது தெளிவு. அந்தத் திட்டத்தை நிறைவு செய்வதற்கு மார்க்ஸ் உயிருடன் இல்லை. மார்க்சின் வழிமுறை என்ன என்பதையே அது சுட்டிக்காட்டுகிறது. முதலாளித்துவ உற்பத்தி முறையின் எளிதான அடிப்படையான ஆய்வுப் பிரிவுகளை எடுத்துக்கொண்டு அவற்றின் அடிப்படையில் முதலாளித்துவ உற்பத்திமுறையின் மீதான தனது பகுப்பாய்வை மார்க்ஸ் முதலில் துவக்குகிறார். பின்னர் மேலும் திட்டவட்டமான முறையில் அமைந்த புரிந்து கொள்ளக்கூடிய பிரிவுகளான அரசு, பொதுக்கடன், முதலாளித்துவ உறவுகளின்

சர்வதேசத்தன்மை, உலகச்சந்தை போன்றவற்றை எடுத்துக்கொண்டு அவற்றின் அடிப்படையில் சிக்கலான திட்டவட்டமான எதார்த்தத்தை சிந்தனையில் மறுஉற்பத்தி செய்கிறார். எளிதான வகைகளின் ஒற்றுமை மூலம் இதனை அவர் செய்கிறார். 'தொடர்ச்சியாக திட்டவட்டப்படுத்தும் முறை' (successive categorizations) என்று மார்க்சின்நடைமுறை சில நேரங்களில் வருணிக்கப்படுகிறது. சுயேச்சையாக இருக்கும் திட்டவட்டமான எதார்த்தத்தை மார்க்ஸ் சிந்தனையில் மறு உற்பத்தி செய்கிறார். எளிமையானவற்றிலிருந்து முழுமையான பிரிவுகளைச் சுட்டுவதற்கான செயல்முறையைக் கடைப்பிடிக்கிறார் என்று புரிந்துகொண்டால் அது சரியானதாக இருக்கும். ஆனால் மார்க்சின் வழிமுறை பல நேரங்களில் வேறு விதமாகப் புரிந்து கொள்ளப்படுகிறது. அவர் எண்ணற்ற எளிமைப்படுத்தப்பட்ட ஊகங்களைச் செய்கிறார். பின்னர் அவற்றைப் படிப்படியாகத் தளர்த்துகிறார் என்று புரிந்து கொள்ளப்படுகிறது. 'மூலதனம்' முதல் தொகுதியில் இடம்பெற்றுள்ள மார்க்சின் ஊகக்கருத்துகள் உதாரணமாகச் சுட்டிக் காட்டப்படுகின்றன. "உற்பத்தியின் அனைத்துப் பிரிவுகளும் சமஅளவிலான அங்கக மூலதன இணைப்பாக்கத்தைக் கொண்டவையாக இருக்கும்" அல்லது "சமுதாயத்தில் இரண்டு வர்க்கங்கள் மட்டுமே இருக்கும்". இந்தக் கருத்துகள் மிகவும் தவறானவை நாம் பின்னர் விளக்குவோம்.

தொகுப்புரை

சமுதாயத்தை ஆய்வு செய்வதற்கான மார்க்சிய அணுகு முறையைப் பற்றி பொதுவாகக் குறிப்பிடும்போது சாரமான கருத்தாக்கம் என்ற தன்மையுடன் (abstract) அது விளக்கப்படுகிறது. இதனை ஓரளவுக்குத் தவிர்க்க முடியாது. எனினும், சில முடிவுகள் உருவாகியுள்ளன. அவற்றைப் பின்வருமாறு சுருக்கமாகக் குறிப்பிடலாம்.

(1) சமுதாயத்தை ஆய்வு செய்யும் மார்க்சிய அணுகுமுறையில் சமூக உற்பத்தி என்ற அம்சம் வலியுறுத்திக் கூறப்பட்டுள்ளது. இதில் உள்ள இரண்டு முக்கியமான பகுப்பாய்வுக் கருத்தாக்கங்களாவன: (i) உற்பத்தி சக்திகள்-இதன் மூலம் வெறுமனே தொழில்நுட்பம் குறிப்பிடப் படுவதாகப் புரிந்துகொள்ளக்கூடாது. மாறாக - சமூக ரீதியான வேலைப்பிரிவினை, ஒரு குறிப்பிட்ட தொழில் வளர்ச்சிக் கட்டத்தில் காணப்படும் கூட்டு வேலை வடிவங்கள், இதில் அடங்கியுள்ள கோட்பாட்டு அளவிலான மற்றும் நடைமுறை அறிவு, இயற்கைச் சக்திகளின் மீது ஆதிக்கம் செலுத்துதல் ஆகியவை அடங்கியுள்ளன.

(ii) உற்பத்தி உறவுகள் - சமூக உற்பத்தியில் ஈடுபடும் அந்த உறுப்பினர்களுக்கிடையே உள்ள சமூக உறவுகளாகும். (பல்வேறு வர்க்கப்பிரிவினருக்கிடையே உள்ள உறவுமுறை) அந்த சமூகத்தின்

சொத்துடைமை உறவுகள் பற்றிய சட்டங்களின் வடிவில் வெளிப்படுத்தப்படுகின்றன.

(2) உற்பத்தி சக்திகளுக்கும் உற்பத்தி உறவுகளுக்குமிடையேயான உள்ளார்ந்த முரண்பாடே சமூக மாற்றத்துக்கான உந்து சக்தியாக அமைகிறது. சமூக உற்பத்தியில் பல்வேறு இடங்களில் அமர்ந்துள்ள சமூக வர்க்கங்களுக்கிடையே போராட்ட வடிவங்களில் அந்த முரண்பாடு திட்டவட்டமான முறையில் வெளிப்படுகிறது. இந்த முரண்பாட்டுக்கு சமூகப்புரட்சியின் மூலம் அவ்வப்போது தீர்வு காணப்படுகிறது. இதன் விளைவாக புதிய உற்பத்திமுறை சமுதாயத்தில் மேலாதிக்கம் வகிக்கும் நிலை ஏற்படுகிறது. அத்துடன் உற்பத்தி சக்திகளில் மற்றும் உற்பத்தி உறவுகளில் புதிய வகையான இணைப்புகள் ஏற்படுகின்றன.

(3) ஒவ்வொரு சமுதாயத்திலும் ஒரு குறிப்பிட்ட உற்பத்திமுறை மேலாதிக்கம் வகிப்பது அதன் தன்மையாகக் காணப்படும். எனவே, ஒரு சமுதாயத்தை ஆய்வு செய்யும்போது அதன் தனித்தன்மையான வகையினைப் பயன்படுத்த வேண்டும். உற்பத்தி சக்திகளுக்கும் உற்பத்தி உறவுகளுக்குமிடையே உள்ளார்ந்த முரண்பாடும் இருப்பதால் ஒவ்வொரு சமுதாயமுமே மாறி வரும் தன்மையைக் கொண்டதாகும். எனவே, சமூகப் பொருளாதார அமைப்புகளின் வரலாற்று அடிப்படையிலான தன்மையை மார்க்சிய அணுகுமுறை வலியுறுத்துகிறது. மேலும் சமுதாய ஆய்வுகளில் வரலாற்று அடிப்படைக்குப் பொருத்தமான குறிப்பிட்ட ஆய்வுப் பிரிவுகளை வலியுறுத்துகிறது.

(4) பொருளாதார அடித்தளமே (ஒருவகையான உற்பத்தி உறவுகள் மற்றும் உற்பத்திச் சக்திகளின் தொகுதி) மேற்கட்டுமானத்தை (அரசியல் அல்லது சித்தாந்தத்தைக் குறிக்கிறது) தீர்மானிக்கிறது என்று சில மார்க்சிய விரிவுரைகள் குறிப்பிடுகின்றன. ஆனால், பொருளா-தாரம் அரசியல் மற்றும் சித்தாந்தத் துறைகளுக்கிடையே ஒரு இயந்திரகதியான ஒருங்கிணைப்பு இருப்பதாகக் கூற முடியாது. அரசியல் மற்றும் சித்தாந்தத் துறைகளுக்கு ஓரளவு சுதந்திரமான செயல்பாடு உள்ளது. அத்துடன் இந்த மூன்று துறைகளின் சமமற்ற வளர்ச்சியும் கூட அவற்றுக்கிடையே சமூக முரண்பாடுகளைத் தோற்றுவிக்கிறது. சமுதாயத்தை ஒரு எளிதான ஒட்டுமொத்த அமைப்பாக மார்க்சியம் பார்க்கவில்லை. ஒரேயொரு முரண்பாடு, ஒரே விதமான முரண்பாடு இருப்பதாகவும் அது கருதவில்லை. பல்வேறு விதமான முரண்பாடுகளின் சிக்கலான இணைப்பைக் கொண்டது. இந்த முரண்பாடுகளில் பொருளாதார ரீதியான முரண்பாடு இறுதிநிலையைத் தீர்மானிக்கும் முரண்பாடாகக் கருதப்படுகிறது. சித்தாந்தம் குறித்த மார்க்சியக் கண்ணோட்டம் என்பது சில சிந்தனைகளைக் கொண்ட அமைப்புமுறை என்று

எளிதாகக் கருதிவிடக்கூடாது. (பாசிசக் கருத்தாக்கம் ஒரு சித்தாந்தம் என்பதுபோல தவறாகக் கருதப்படுவதைக் குறிப்பிடலாம்). ஆனால் இங்கே சித்தாந்தம் என்பது ஒரு வகையான பொருள் சார்ந்த நடை முறையாகும். இதில் சில கருத்துருக்கள் மேலாதிக்கம் செலுத்துகின்றன.

(5) வழிமுறைகள் தொடர்பான இந்த அனைத்து விளக்கங்களும் வரலாற்று அனுமானங்கள் தொடர்பான குறிப்பிட்ட கேள்விகளுக்கு எந்த வகையிலும் உடனடியாக நாம் பதில் அளிப்பதற்கு உதவப் போவதில்லை. இதற்கு கவனமான அனுபவம் சார்ந்த ஆய்வு தேவைப்படுகிறது. ஒரு சிந்திக்கும் மனத்தால் விவரங்களைப் புரிந்துகொள்வதற்கான ஒரு முறையான வழிகாட்டலாக இந்த வழிமுறைகள் அமைகின்றன. திட்டவட்டமான கருத்து என்பது பல எளிதான ஆய்வுப் பிரிவுகளின் ஒருமுகப்படுத்தப்பட்ட சாரம் என்பது புரிந்து கொள்ளப்பட வேண்டும். இவ்வாறு சிந்தனையில் திட்டவட்டமான ஒன்றை மீண்டும் கட்டுவதன் மூலம்தான் திட்டவட்டமான எதார்த்தத்தை உடனடியாகப் புரிந்துகொள்ள முற்படும்போது ஏற்படும் குழப்பமான சிந்தனை முடிச்சுகளை நீக்க முடியும். அந்த எதார்த்தத்தை மாற்றுவதற்கு இத்தகைய கோட்பாட்டு ரீதியான புரிதல் ஒரு தேவையான நிபந்தனையே அன்றி போதுமான ஒன்றல்ல. கோட்பாட்டின் அடிப்படையிலான நடைமுறைச் செயல்கள் மூலம்தான் எதார்த்த நிலையைப் பயனுள்ள வகையில் மாற்ற முடியும். பயனுள்ள சமூக மாற்றம் ஏற்பட வேண்டுமானால் கோட்பாட்டிற்கும் செயல் முறைக்குமிடையேயான ஒற்றுமை மிக மிகத் தேவையானது என்பதுடன் அதுவே போதுமான நிபந்தனை என்றும் கூறலாம். மார்க்சியம் என்றால் என்ன என்று வரையறை செய்வதற்கு இது கட்டாயமான தேவையாகும். வெறும் ஏட்டறிவு மற்றும் வெறும் நடைமுறையைச் சார்ந்த அணுகுமுறை ஆகிய இரண்டு தவறுகளைத் தவிர்ப்பதற்கான ஒரே வழியாகும்.

(6) முதலாளித்துவம் குறித்த மார்க்சிய அரசியல் பொருளாதாரத்தைக் குறிப்பாக ஆய்வு செய்யும்போது அது குறித்த விளக்கங்கள் மேலும் தெளிவானதாகவும் கடினமற்றதாகவும் இருக்கும்.

அடிக்குறிப்புகள்

1. *சமகாலத்திய முதலாளித்துவ பொருளாதாரத்தில் நிலவிய பிரதான போக்குகள், 'பொருளாதாரம்', 'அரசியல்', சமூகம் ஆகிய துறைகளுக்கிடையே கூர்மையான வேறுபாடுகளை ஏற்படுத்துகின்றன. எனினும், ஏனைய போக்குகளும் உள்ளன; அவை, மரபுவழிப்பட்ட பொருளாதார வாதிகள் என அழைக்கப்பட்ட ஆடம் ஸ்மத், ரிகார்டோ போன்ற பிரிட்டிஷ் பொருளாதாரவாதிகளின் பாரம்பரியத்தைப் பின்பற்றக்கூடியவை; அதாவது, அந்தப் போக்குகள் பொருளாதாரம் குறித்த ஆய்வானது, அரசியல் மற்றும் சமூகத்தை அவசியமாக ஈடுபடுத்த வேண்டும் என்பதை அங்கீகரிப்பதில் மரபுவழிப்பட்ட பொருளாதாரவாதிகளின் பாரம்பரியத்தைப் பின்பற்றக் கூடியவையாகும்; இந்தப் போக்குகள் பொருளாதாரத்தைக் காட்டிலும் அரசியல் பொருளாதாரத்தில் சிறப்பாகக் செயல்படுவதாகக் கூற முடியும். எனினும், மார்க்சின் விஷயத்தில், முதலாளித்துவ அரசியல் பொருளாதாரம் குறித்த மார்க்சிய விமர்சனத்தின் கருத்தறிவிப்பு தெளிவானதாக இருக்கும்.*
2. Marx and Engels, 'German Ideology' reprinted in R.C. Tucker (ed) *The Marx-Engels Reader,* p.114
3. *அதே நூல், பக்.120,*
4. *அதே போல், பக்.114*
5. *அதே நூல் பக்.121*
6. *அதே நூல் அதே பக்கம்*
7. *ஒரு குறிப்பிட்ட கட்டத்தில் குணமாற்றமாக மாறும் ஒரு அளவு மாற்றம் குறித்த கருத்து, இயக்கவியலுக்கு அத்தியாவசியமானது. மார்க்சிய தத்துவம், எப்போதும் 'இயக்கவியல் பொருள்முதல் வாதம்' என அழைக்கப்படுகிறது. இந்த வார்த்தையைப் பயன்படுத்தும் ஏராளமானவர்களிடையே ஒரு கருத்து நிலவுகிறது; அது என்னவெனில், ஹெகலிடமிருந்து இயக்கவியல் முறையை மார்க்ஸ் எடுத்துக் கொணடார்; ஆனால் அதனை, பொருள் முதல்வாதத் தத்துவத்தில் ஹெகலின் கருத்து முதல்வாதத்திற்கு எதிராக நிறுத்தினார் என்பதுதான். எனினும் இங்கே ஒரு விஷயம் குறிப்பிடப்பட வேண்டும்; அது என்னவெனில், ஹெகலின் இயக்கவியலுக்கும் மார்க்சின் இயக்கவியலுக்குமிடையே கூர்மையான வேறுபாடுகள் உள்ளன என்பதுதான். இயக்கவியல் பொருள் முதல்வாதம் குறித்த இந்தக் கருத்தானது மிகவும் முரண்பாட்டுக்குரியது. இதனைப் பயன்படுத்துவதற்கு நாம் ஊக்கமளிக்கவில்லை.*
8. See for instance, J. Robinson, *An essay on Marxian Economic Phyosophy*
9. *சொத்து உறவுகளின் சட்டம் சார்ந்த வடிவத்துடன் உற்பத்தி உறவுகளைச் சரிநிகராகக் கொள்வது, குறிப்பாக, இந்தப் பின்னணியில் தீங்கானதாகும்.*
10. *ஃபிரெடெரிக் ஏங்கல்ஸ்: ''வரலாறு குறித்த பொருள் முதல்வாதக் கருத்தின்படி, வரலாற்றில் இறுதியாக தீர்மானிக்கும் சக்தியானது மெய்யான வாழ்க்கைக்கான பொருள் உற்பத்தியும் இனப்பெருக்கமும்தான். இதனைக்காட்டிலும் எதனையும் மார்க்ஸோ அல்லது நானோ ஒருபோதும் உறுதிப்படுத்திக் கூறவில்லை..... பொருளாதார நிலைமைதான் அடிப்படையானது. ஆனால், பல்வேறு மேல் கட்டுமான சக்திகளான வர்க்கப்போராட்டத்தின் அரசியல் வடிவங்கள், இதன் விளைவுகள்... சட்டம் சம்பந்தமான அமைப்புகள் ஆகியவைகளும் வரலாற்று ரீதியான*

போராட்டங்களின் நிகழ்வுப் போக்குகள் மீது தங்களுடைய செல்வாக்கைப் புரிகின்றன. மேலும் அவை பல்வேறு பிரச்சனைகளில் அவைகளின் வடிவத்தைத் தீர்மானிப்பதில் பெருமளவில் செல்வாக்கு செலுத்துகின்றன.'' Letter to J. Bloch, 21-22 September 1890, Reprinted in R.C. Tucker, *op.cit* p. 640

11. Karl Marx, *Grundrisse,* M. Nicoloaus (ed) *பக். 640*

12. அதே நூல் பக். 94

13. அதே நூல் பக். 96

14. அதே நூல் பக். 96

15. அதே நூல் பக். 95

16. அதே நூல் பக். 99

17. அதே நூல் பக். 99-100

18. அதே நூல் பக். 101

19. அதே நூல் பக். 101-102

20. அதே நூல் பக். 108.

2
சரக்கு

நவீன சமுதாயத்தில் நாம் ஒவ்வொருவரும் அல்லது நமது ஒவ்வொரு குடும்பத்தவரும் அன்றாட வாழ்க்கைக்குத் தேவையான பொருட்கள் அனைத்தையும் உற்பத்தி செய்வதில்லை. இந்தச் சமுதாயத்தில் வேலைப்பிரிவினை மிகப் பரவலான முறையில் காணப்படுகிறது. பழங்கால சமுதாயங்களிலும் சமூக வேலைப்பிரிவினை யானது நவீன சமுதாயத்தில் காணப்படும் அளவுக்கு விரிவானதாக இல்லை என்றபோதிலும் அதற்கான கூறுகள் இருந்து வந்துள்ளன. முந்தைய சமுதாயங்களிலிருந்து நவீன முதலாளித்துவச் சமுதாயங்களை வேறுபடுத்திக் காட்டுவதென்னவோ அதன் மகத்தானச் சந்தை மேம்பாடும் சந்தைக்கான உற்பத்தி மேம்பாடும்தான். முதலில் மேற்கு ஐரோப்பாவிலும் பின்னர் உலகம் முழுவதிலும் முதலாளித்துவம் மேம்பாடு அடைந்தது. அதன் விளைவாக அண்மைக் காலங்களில் உலகச்சந்தை என்ற ஒன்று உருவாகி மேம்பாடடைந்தது. சந்தையில் விற்பனை செய்வதற்காகவே பொருட்களைத் திட்டமிட்ட முறையில் மக்கள் உற்பத்தி செய்வது என்பது நவீன சமுதாயத்தில் காணப்படும் நிகழ்ச்சிப் போக்காகும். அதே சமயம் தங்களுடைய தேவைகளைப் பூர்த்தி செய்துகொள்வதற்குச் சந்தையில் மற்ற பொருட்களை விலைக்கு வாங்குகின்றனர். எனவே இன்றைய பொருளாதாரமானது சரக்குகளை உற்பத்தி செய்யும் சமுதாய வகைப்பட்டது என்று குறிப்பிடப்படுகிறது.

பரிவர்த்தனைக்காக உற்பத்தி செய்யப்படும் அனைத்துப் பொருட்களையும் சரக்கு என்று அழைக்க முடியாது. மார்க்சின் கருத்துப்படி, "உழைப்பின் வெவ்வேறு வகைகளிலிருந்து ஒவ்வொன்றும் சார்பின்றியும் சுதந்திரமாகவும் தனியாரின் நலனுக்காகவும் உற்பத்தி செய்யப்பட்டு ஒன்றுடன் ஒன்று பரிவர்த்தனை செய்யப்படும்போது சரக்கு என்று அழைக்கப்படும்"[1] மார்க்ஸ் அளித்துள்ள இந்த இலக்கணப்படி (அ) சரக்கு உற்பத்திக்கான ஒரு முன் நிபந்தனையாக அமைவது சமுதாயத்தில் இருக்க வேண்டிய வேலைப்பிரிவினை. ஆனால் அது மட்டுமே போதுமானதல்ல. புராதன இந்திய கிராம சமுதாயத்தின் உதாரணத்தை எடுத்துக் கொண்டால் விவசாயம், கைத்தொழில்கள் போன்ற வகையில் சமூக

வேலைப்பிரிவினைகள் இருந்து வந்தன. ஆனால், நிலமும் உற்பத்தி சாதனங்களும் பொது உடைமையாக இருந்தன. அதே நேரத்தில் சந்தை என்பதோ சரக்கு உற்பத்தி என்பதோ இல்லாத ஒன்றாகவே இருந்தது. (ஆ) உற்பத்தி சாதனங்கள் மற்றும் உழைப்பானது தனியார் உடைமையாக இருக்கும்போதுதான் மக்கள் உற்பத்தி செய்யும் பொருட்கள் சரக்குகளாக மாறுகின்றன.

வரலாற்று ரீதியாகப் பரிசீலிக்கும்போது பண்டைய ஐரோப்பிய அடிமைச் சமுதாயங்கள் தொடங்கி அண்மைக்காலத்தைச் சேர்ந்த நவீன பிரபுத்துவ சமுதாயங்கள் வரையிலான வெவ்வேறு வகையிலான சமூக அமைப்பு முறைகளிலும் சரக்கு உற்பத்தி என்பது ஒரு அம்சமாகவே இருந்து வந்துள்ளது. ஆனால் நவீன சகாப்தத்தில்தான் சமூக உற்பத்தி முறையில் மேலாதிக்கம் வகிக்கும் ஒரு அம்சமாக சரக்கு உற்பத்தி மாறியுள்ளது. குறிப்பிட்டுச் சொன்னால் முதலாளித்துவ சமூகத்தில்தான் சரக்கு உற்பத்தி முறை முழுமையான வளர்ச்சியைப் பெறுகிறது. 'மூலதனம்' என்ற தமது நூலின் ஆரம்ப வரிகளில் மார்க்ஸ் பின்வருமாறு குறிப்பிடுகிறார். "முதலாளித்துவ உற்பத்தி முறை நிலவக்கூடிய சமுதாயங்களின் செல்வங்கள் அவற்றின் ஏராளமான சரக்கு உற்பத்திக்குவியல் என்ற வடிவத்தில் காணப்படுகின்றன"[2] எனவே, "நம்முடைய ஆய்வை சரக்கு என்பதன் பகுப்பாய்வுடன் துவங்க வேண்டியுள்ளது" என்று மார்க்ஸ் குறிப்பிடுகிறார்.[3]

நவீன சமுதாயத்தில் மனிதர்களின் உற்பத்திப் பொருட்கள் சரக்கு என்ற வடிவத்தை எடுப்பதுடன் மார்க்ஸ் தனது ஆய்வைத் தொடங்குகிறார். அப்போது நிலவும் உற்பத்தி முறையின் வரலாற்று ரீதியான குறிப்பிடத்தக்க தன்மையாக இந்த வடிவமே அமைந்துவிடுகிறது. சரக்கு என்ற வடிவத்தை ஆய்வு செய்யும் மார்க்ஸ் முதலாளித்துவ அமைப்பு முறையில் காணப்படும் முழுமையான வளர்ச்சி அடைந்த சரக்கு உற்பத்தியின் அடிப்படையான முரண்பாடுகளை வெளியே கொண்டு வருகிறார். அதே நேரத்தில் சரக்கு என்ற வடிவம் பற்றிய அந்த ஆய்வு மதிப்பு குறித்த மார்க்சின் கோட்பாட்டுக்கு இட்டுச் செல்கிறது. முதலாளித்துவத்தின் அரசியல் பொருளாதாரம் பற்றிய அவரது அடுத்த கட்ட ஆய்வுக்கு இது அடித்தளமாக அமைந்துவிடுகிறது. 'மூலதனம்' நூலில் காணப்படும் சரக்கு பற்றிய ஆய்வு சாரமான வடிவில் அமைந்திருக்கிறது. எனவே, எளிதில் புரியாத கடினமான ஒன்றாக இது காணப்படுகிறது. இந்த ஆய்வை ஒருவர் புரிந்து கொண்டுவிட்டால் 'மூலதனம்' நூலில் பிற தொடர்ச்சியான பகுதிகளைப் புரிந்து கொள்வது அவ்வளவு கடினமானதாக இருக்காது.

சரக்கு பற்றிய மார்க்சின் ஆய்வை இப்போது விளக்க முயற்சிப்போம். இந்த ஆய்வில் முதலில் வருவது சரக்கின்

இரண்டுவிதமான பண்புகள். பிறகு மதிப்பு பற்றிய கருத்தாக்கம் முன்னுக்கு வருகிறது. இக்கோட்பாடு பொருளாதார வல்லுனர்களால் பெரிய அளவில் தவறாகப் புரிந்துகொள்ளப்பட்டுள்ள ஒன்றாகும். சரக்கு உறவுகளின் மாயத்தோற்றம் என்ற மார்க்சின் வருணனை பின்னர் விளக்கப்படுகிறது.

பயன் மதிப்பு மற்றும் பரிவர்த்தனை மதிப்பு

ஒவ்வொரு சரக்குக்கும் இரண்டு கூறுகள் உள்ளன. ஒருபுறம் ஒரு பொருள் என்ற வகையில் பயன்பாடு அடிப்படையிலான சில இயற்கையான பண்புகள் உண்டு.ஒரு பேனாவை எடுத்துக்கொண்டால் அதனை எழுதுவதற்குப் பயன்படுத்த முடியும். அந்த வகையில் அது பயனுள்ளதாக அமைகிறது. அந்த வகையில் பார்க்கும்போது அது சில இயற்பியல் மற்றும் வேதியியல் சார்ந்த பண்புகள் இணைந்து ஒன்றாகவும் பயன்பாடு உடையதாகவும் காணப்படுகிறது. ஆக, அந்தச் சரக்குக்குப் பயன் மதிப்பு உள்ளது. மறுபுறத்தில் அந்தப் பொருளை உற்பத்தி செய்தவனின் கண்ணோட்டத்தில் பார்க்கும்போது அப்பொருளின் பயன் மதிப்பு அவனுக்கு முக்கியமானதல்ல. மாறாக அப்பொருளை வேறு ஒரு பொருளுக்கு ஈடாகப் பரிவர்த்தனை செய்துகொள்ளும்போது கிடைக்கும் மதிப்பே முக்கியமானது. எனவே, வேறு ஒரு பொருளுடன் தொடர்புபடுத்திப் பார்க்கும்போது ஒரு பேனாவுக்குப் பரிவர்த்தனை மதிப்பு உள்ளது. எனினும், சரக்கு என்பதில் பயன் மதிப்பு, பரிவர்த்தனை மதிப்பு ஆகிய இரண்டுமே உள்ளன என்று குறிப்பிடலாம்.

ஒரு கேள்வி எழுகிறது. ஒரு பேனாவை ஒரு ஜோடி செருப்புகளுக்கு ஈடாகப் பரிவர்த்தனை செய்வதாக வைத்துக் கொள்வோம். அங்கே பரிவர்த்தனை மதிப்பைத் தீர்மானிப்பது எது? இக்கேள்விக்கு நேரடியாக நாம் பதில் அளிக்க மாட்டோம். ஐந்து பேனாக்களை ஒரு ஜோடி செருப்புக்காகப் பரிவர்த்தனை செய்வதாக வைத்துக்கொள்வோம். அப்போது ஒரு சமன்பாடு நமக்குக் கிடைக்கிறது.

5 பேனாக்கள் = 1 ஜோடி செருப்புகள்

எண்களை மட்டும் ஒதுக்கி வைத்து விட்டால் (5க்கு ஈடாக ஒன்று) பேனாக்களுக்கு செருப்புகளும் சமமானவை போலக் காணப்படுகின்றன. எனவே, மேலே குறிப்பிட்டுள்ள 'சமன்பாடு', 'அளவு' மற்றும் 'பண்பு' ஆகிய அடிப்படைகளிலும் அமைந்துள்ள சமன்பாடு ஆகும். பேனாவையும் செருப்புகளையும் சமமான முறையில் அளப்பதற்கு ஏதோ ஒன்று அவை இரண்டுக்கும் பொதுவானதாக இருக்க வேண்டும். அதில் உள்ள பண்பு சார்ந்த பிரச்சனை இதுதான். வெவ்வேறு தன்மைகொண்ட இரண்டு சரக்குகளை ஒன்றுக்கு ஈடாக மற்றதைப் பரிவர்த்தனை

செய்வதற்கு அடிப்படையாக அமைந்த பொதுவான பண்புக்கூறு என்ன என்பதே அப்பிரச்சனை எனலாம்.

சரக்குகளை வேறுபடுத்திக் காட்டுவதே அவற்றின் பயன்மதிப்பாதலால், அப் பொதுக்கூறு, சரக்குகளின் இயற்பியல், வேதியியல் மற்றும் இயற்கைப் பண்புகளாய் அமைய இயலாது. பணம்தான் அந்தச்சரக்குகளை ஒன்றுடன் ஒன்று சமன்படுத்திக் காட்டுகின்றன என்று கூறுவதும் சரியான விளக்கமாக இருக்க முடியாது. ஏனெனில், பணம் என்பது ஒரு தனிச்சிறப்பு வாய்ந்த சமூக ஏற்பாடாகும். மேலும் அது சரக்கு உற்பத்தியின் வளர்ச்சியின் காரணமாக உருவான ஏற்பாடாகும். எனவே, பரிவர்த்தனை மதிப்பை அடிப்படையாகக் கொண்டு முதலில் பணத்தின் தோற்றத்தையே விளக்க வேண்டியிருக்கும்.

முற்றிலும் வெவ்வேறாக அமைந்த வெவ்வேறு சரக்குகளை அவற்றின் பயன் மதிப்பை ஒதுக்கி வைத்துவிட்டு நாம் ஆய்வோமானால் (சரக்கு விற்பனையாளரைப் பொருத்தவரை பயன்மதிப்புக்கு முக்கியத்துவம் இன்றி அதன் பரிவர்த்தனை மதிப்பு தீர்மானிக்கப்படுகிற காரணத்தால்) அவை அனைத்திலும் பொதுவான ஒரு பண்பு இருப்பதைக் காணமுடியும். அவை அனைத்தும் உழைப்பின் விளைவாகத் தோன்றியவை. சமுதாயம் செலவழிக்கக்கூடிய மொத்த உழைப்பின் பல்வேறு பகுதிகளின் விளைவாகத் தோன்றியவை. சிந்தனையில் ஒரு தாவல் ஏற்பட்டிருப்பதை முக்கியமாக இங்கு நாம் காண முடியும். பல்வேறு சரக்குகளின் குறிப்பிட்ட பயன் மதிப்பு தொடர்பான பண்பினை ஒதுக்கி வைத்துவிட்டுப் பார்க்கும் நேரத்தில் வேறு ஒன்றையும் நாம் செய்கிறோம். அந்தச் சரக்குகளின் உற்பத்திக்குச் செலுத்தப்படும் தனித்துவம் வாய்ந்த வெவ்வேறு தன்மைகொண்ட உழைப்புகளின் சாரத்தைப் (abstract) பார்க்கிறோம். (நூல் நூற்றல், துணி நெய்தல் போன்றவற்றை உதாரணங்களாகக் குறிப்பிடலாம்) பண்பின் அடிப்படையில் சமமாக இவற்றைக் காண்பதற்குக் காரணமான பொதுவான அம்சம் எது என்பதை ஒரு கோட்பாட்டு நிலைப்பாடாக நாம் குறிப்பிட முடியும். அதாவது வெவ்வேறான இந்தச் சரக்குகள் எல்லாமே பொதுவாக மானுட உழைப்பின் மூலம் உற்பத்தி செய்யப்பட்டவை. ஆனால் ஒவ்வொன்றுக்குமுள்ளே செலுத்தப்பட்ட குறிப்பிட்ட திட்டவட்டமான உழைப்பின் தன்மை இங்கே கவனத்தில் எடுத்துக்கொள்ளப் படுவதில்லை. வெவ்வேறு சரக்குகளின் பண்பு அடிப்படையிலான சமநிலை குறித்த பொது அம்சங்கள் முதலில் கண்டுபிடிக்கப்பட்டால்தான் அவற்றை அளவிட முடியும் என்ற நிலை உள்ளது என்பதையும் புரிந்துகொள்ள வேண்டும். வெவ்வேறு சரக்குகளுக்கிடையே உள்ள இந்தப் பொதுப் பண்புதான் அவற்றின் மதிப்பை உருவாக்குகிறது. மார்க்சின்

சொற்களில் கூறினால் "இவை இப்போது நமக்குச் சொல்வதெல்லாம் மனித உழைப்புச் சக்தி அவற்றின் உற்பத்தியில் செலவிடப்பட்டிருக்கிறது. மனித உழைப்பு அவற்றில் உருக் கொண்டிருக்கிறது என்பதையே. அவை அனைத்துக்கும் பொதுவான இந்தச் சமூக சாரத்தின் படிகங்களாக நோக்குங்கால் அவையே மதிப்புகள் ஆகும்" என்று மார்க்ஸ் கூறுவார்.[4]

மேலே அளிக்கப்பட்ட விளக்கத்தின் அடிப்படையில் காணும்போது சரக்கு என்பதில் மதிப்பு, பயன்மதிப்பு ஆகிய இரண்டுமே இணைந்திருக்கின்றன. பரிவர்த்தனை மதிப்பு என்பது பரிவர்த்தனை நிகழ்வின்போது வெளிப்படும் மதிப்பின் வடிவம் மட்டுமே ஆகும். பண்பின் அடிப்படையிலான மதிப்பு என்று மார்க்ஸ் எதனைக் குறிப்பிடுகிறார் என்பதைக் குறிப்பிட வேண்டும். ஒவ்வொரு சரக்கையும் பிற சரக்குகளுடன் தொடர்புபடுத்திப் பார்க்கும்போது ஒரு குறிப்பிட்ட சமூகப்பண்பைப் பொதுவான அம்சமாகக் கொண்டுள்ளது. பொதுவான சாரமான, மானுட உழைப்பின் காரண-மாகவே அவை உற்பத்தி ஆகின்றன என்பதே அப்பொதுவான பண்பாகும். மதிப்பு, மறைபொருளாக அமைந்த உழைப்பு ஆகிய சொற்களின் முக்கியத்துவத்தை நாம் பரிசீலிக்க வேண்டும். அதற்கு முன்னால் பரிவர்த்தனை மதிப்பின் அளவு தொடர்பான அம்சத்தை நாம் சுருக்கமாக மீண்டும் காணலாம்.

பண்பின் அடிப்படையில் கூறுகையில், சரக்கின் மதிப்பானது பொதுவான சாரமான மானுட உழைப்பு உறைந்துள்ள அல்லது பொதிந்துள்ள பண்பு ஆகும். அதன் பருமனான அளவீடானது செலவிடப்படும் உழைப்பின் கால அளவிலோ அந்தக் கால அளவின் பருமன் அடிப்படையிலோ அமையும். அதே நேரத்தில் ஒரு சரக்கின் அளவு அடிப்படையிலான மதிப்பு அந்தச் சரக்கை உற்பத்தி செய்வதற்குச் செலுத்தப்படும் உழைப்பு நேரத்தின் அளவு அடிப்படையாகிறது. இந்த விளக்கத்துடன் மேலும் சில வரையறைகளையும் இணைக்க வேண்டியுள்ளது. உதாரணமாக உழைப்பு நேரத்தின் அளவு என்பதை அப்படியே எந்திர கதியாய் புரிந்துகொண்டு விடக் கூடாது. ஒரு பேனாவை உற்பத்தி செய்ய ஒருவர் கூடுதல் நேரத்தை எடுத்துக்கொண்டார் என்றால், அதன் மதிப்பு கூடுதலாக இருக்கும் என்று தவறாகப் புரிந்துகொள்ளக் கூடாது. அவ்வாறு புரிந்துகொண்டால் திறமைக் குறைவான உற்பத்தியாளர் கூடுதல் மதிப்பை உற்பத்தி செய்கிறார் என்று பொருள்படும். இப்படிப்பட்ட தவறான புரிதலைத் தவிர்ப்பதற்கும் மதிப்பு என்பது சமூக அடிப்படையிலான பண்பு என்பதையும் அது சமுதாய அடிப்படையில் தீர்மானிக்கப்படுகிறது என்பதையும் வலியுறுத்த மார்க்ஸ் பின்வருமாறு குறிப்பிட்டுள்ளார். "எந்தவொரு சரக்கின் மதிப்பின் பருமனைத் தீர்மானிப்பது அதனை

உற்பத்தி செய்ய சமூக அடிப்படையில் கட்டாயமாகத் தேவைப்படும் உழைப்பின் அளவே ஆகும். அதாவது அப்பொருளை உற்பத்தி செய்ய சமூக ரீதியில் கட்டாயமாகத் தேவைப்படும் உழைப்பு நேரமாகும்".[5] இரண்டு அம்சங்களை இங்கே கவனத்தில் கொள்ள வேண்டும். முதலாவதாக மதிப்பைப் பொறுத்தவரை வெவ்வேறுவிதமான ஒரே சீரான தன்மையுடைய சமுதாயத்தின் பொதுவான உழைப்பின் பகுதிகளாகவே வெவ்வேறு வகைப்பட்ட உழைப்புகளைப் பார்க்க வேண்டும். அதாவது அவை சாரமாக அமைந்த சமூக உழைப்பின் பகுதிகளாகும். இதிலிருந்து மதிப்பின் அளவு சராசரி சமூக உழைப்பின் அடிப்படையிலும் அதற்குச் சமூக ரீதியில் கட்டாயமாகத் தேவைப்படும் உழைப்பு நேரத்தின் அடிப்படையிலும் என்று புரிந்துகொள்ளப்பட வேண்டும். "சமுதாய வழியில் அவசியமான உழைப்பு நேரம் என்பது இயல்பான உற்பத்தி நிலைமைகளிலும் அந்நேரத்தில் வழக்கில் உள்ள தேர்ச்சி மும்முரம் ஆகியவற்றைக் கொண்டும் ஒரு சரக்கை உற்பத்தி செய்ய தேவைப்படும் நேரமாகும்"[6]

இரண்டு சரக்குகளை ஒன்றுக்கு ஈடாக மற்றதைப் பரிவர்த்தனை செய்யும்போது எந்த விகிதத்தில் பரிவர்த்தனை செய்வது என்பதை எவ்வாறு தீர்மானிப்பது? என்ற கேள்விக்கு இன்னமும் விடை அளிக்கப்படவில்லை. பரிவர்த்தனை மதிப்பு என்பதிலிருந்து மதிப்பு என்பதற்கான உள்ளார்ந்த கோட்பாட்டுக்குச் சென்றோம். இறுதியாக மதிப்பின் அளவு அடிப்படை குறித்துப் பரிசீலித்தோம். இங்கே நாம் துவக்கத்தில் எழுப்பியுள்ள கேள்வி எளிதாக பதில் அளிக்கக்கூடிய அளவுக்குத் துல்லியமானதாக இல்லை. பரிவர்த்தனை விகிதத்தின் அடிப்படையில் விலையைப் புரிந்து கொள்ள நினைத்தால், ஒரு குறிப்பிட்ட சமயத்தில் அந்தச் சந்தை விலையைப் பற்றி ஒருவர் குறிப்பிட்ட விதத்தில் பதிலைப் பெறுவர். (முதலாளித்துவப் பொருளாதார வல்லுநர்கள் அதைத்தான் செய்கின்றனர்) அதே நேரத்தில் பரிவர்த்தனை மதிப்பு என்பதை பரிவர்த்தனை நிகழ்வில் வெளிப்படும் வடிவமாக மார்க்ஸ் காண்பதை ஏற்கெனவே குறிப்பிட்டோம். சந்தை விலைகளுக்குத் தொடர்பு இல்லாத ஒரு கோட்பாட்டு ரீதியிலான சாரமாக்கலாக அவர் கண்டார். அவ்வாறு இதனை அணுகினால் மேலே குறிப்பிட்ட கேள்விக்கு முற்றிலும் வேறுவிதமான விடை கிடைக்கும். இப்பிரச்சனை குறித்துக் கீழே அளிக்கப்படும் விளக்கங்களே இப்போதைக்குப் போதுமானவை. விரிவான விவாதத்துக்குள் நுழைவது இத்தருணத்திற்குப் பொருத்தமாக இருக்காது என்று நினைக்கிறோம்.

செவ்வியல் பொருளாதாரவியலாளர்களான ரிகார்டோவும் ஸ்மித்தும், 'சரக்கின் பரிவர்த்தனை மதிப்பை தீர்மானிக்கும் காரணி' அதில் அடங்கியிருக்கும் உழைப்பின் அளவுதான். ஆனால் குறிப்பிட்ட

சமயத்தில் குறிப்பிட்ட சந்தையில் சரக்கின் சந்தை விலையைத் தீர்மானிப்பதில், வழங்கல் மற்றும் வேண்டலின் (Supply & Demand) செல்வாக்கை அவர்கள் ஒருபோதும் புறக்கணித்துவிடவில்லை. வழங்கல் மற்றும் வேண்டலின் செல்வாக்கின் காரணமாகவே ஒரு சரக்கின் 'சந்தை விலை' அதன் இயற்கையான விலையிலிருந்து விலகி மாறுபடுகிறது என்றும், இந்த விலக்கத்தை புரிந்து கொள்ளவே வேண்டல் - வழங்கல், பயன்படுவதாகவுமே அவர்களின் வாதம் கூறுகிறது. செலுத்தப்படும் உழைப்பின் அளவினால் வெளிப்படையாகத் தீர்மானிக்கப்படும் இயல்பு விலை, ஒரு நங்கூரப் புள்ளியாக அமைந்து, அதனைச் சுற்றியே சந்தை விலையில் ஏற்றஇறக்கங்கள் ஏற்படுவதாக வாதிட்டனர்.

வழங்கல் - வேண்டலுக்கு இருக்கும் பங்கு பாத்திரம் குறித்தும் மூலதனம் தொகுதி IIIஇல் விவாதிக்கின்றார். மார்க்ஸ் செவ்வியல் பொருளாதாரக் கோட்பாடுகளில் சில கூறுகளை உள்வாங்கி அந்தக் கோட்பாடுகள் குறித்த தனது திறனாய்வு மூலம் தனது கோட்பாட்டை உருவாக்கினார். 'மதிப்பின் விதி' குறித்த தனது அருமையான வாதங்களையும் (இங்கு மதிப்பு உருவாக்கும் சமூக ரீதியிலான அவசிய உழைப்பின் பருமன் குறித்து இங்கு விளக்கப்படுகின்றது.)

மார்க்சின் நிலைப்பாட்டைப் பின்வருமாறு தொகுத்துக் கூறலாம். "சரக்குகள் அவற்றின் மதிப்பின் அடிப்படையில் விற்பனை செய்யப்படுகின்றன என்ற வாதத்தின் உட்பொருள் இதுதான். மதிப்பு என்பது புவிஈர்ப்பு மையம்போல் செயல்படுகிறது. அதனைச் சுற்றியே விலைகளின் ஏற்றமும் இறக்கமும் நிகழ்கிறது. அவற்றின் தொடர்ச்சியான ஏற்றங்களும் இறக்கங்களும் ஒன்றை ஒன்று சமப்படுத்தும் தன்மையில் அமைகின்றன[9]" இந்த வாதத்தை மேலும் முன்னெடுத்துச் செல்லக்கூடிய மதிப்பு குறித்த மார்க்சின் விதி குறிப்பிடுவதைக் கவனிக்க வேண்டும். சரக்குகள் அவற்றின் மதிப்பின் அடிப்படையில் விற்பனை செய்யப்படுவதாக அது குறிப்பிடவில்லை. மாறாக, உற்பத்தி விலைகளின் அடிப்படையில் சரக்குகள் பரிவர்த்தனை செய்யப்படுகின்றன என்று வேண்டுமானால் குறிப்பிடலாம் என்று அது கூறுகிறது. உற்பத்தியின் விலைகள் பற்றிய கருத்தாக்கம் குறித்து இந்நூலின் பிற்பகுதியில் விரிவாக விவாதிக்கவிருக்கிறோம். மூலதனத்திற்கு ஒரே சீரான (uniform) லாப விகிதத்தை உறுதி செய்யும் விதமாக ஈட்டும் நோக்கத்துடன் நடைபெறக்கூடிய முதலாளித்துவப் போட்டியின் போக்கினால் சரக்குகளின் மதிப்புகளில் ஏற்படும் மாற்றமாக இதனைப் புரிந்துகொள்ள வேண்டும்.

பிரிட்டனின் வரலாற்றில் முதலாளி வர்க்கம் ஒரு வளர்ந்துவரும் வர்க்கமாக இருந்த நேரத்தில் மதிப்பு பற்றிய தனது கோட்பாட்டை ரிகார்டோ உருவாக்கினார். அது நிலப்பிரபு வர்க்கத்திற்கு

எதிராகப் பயன்படுத்தப்படக்கூடிய ஒரு ஆயுதமாக இருந்தது. முதலாளித்துவ வர்க்க ஆட்சி பின்னர் பலமடைந்தது. அப்போது மதிப்பு குறித்த உழைப்புக் கோட்பாட்டை ரிகார்டோ சோஷலிஸ்டுகள் என்று அழைக்கப்பட்டவர்கள் புரட்சிகரமான முறையில் பயன்படுத்தினர். உழைப்பே அனைத்து மதிப்பையும் உருவாக்குவதால் உற்பத்திப் பொருள் அனைத்தும் உழைப்பாளரையே சென்றடைய வேண்டும் என்ற வகையில் அவர்கள் வலியுறுத்தினர். கூலியை மட்டுமே 'முறையான உரிமை' எனக் கூறலாம். லாபம் அப்படிப்பட்டதல்ல என்றும் அவர்கள் கூறினர். இதுவும் ஆளும் வர்க்கத்துக்கு எதிரான அபாயகரமான கருத்தாகவும் ஆளும் வர்க்க சித்தாந்தத்துக்குச் சங்கடம் ஏற்படுத்தும் வகையிலும் இருந்தது. அக்கருத்திற்கான எதிர்வினை விரைவில் வெளிப்பட்டது. உழைப்பு நேரத்தின் அடிப்படையில் புறவயமாக மதிப்பைத் தீர்மானிக்கும் கோட்பாட்டை முதலாளித்துவப் பொருளாதாரம் நிராகரித்தது. நவ செவ்வியல் பொருளாதாரக் கண்ணோட்டம் என்ற ஒன்று உருவாயிற்று. 19-ஆம் நூற்றாண்டின் பிற்பகுதியில் இப்படிப்பட்ட ஒரு கருத்தோட்டம் பிரிட்டனிலும் ஐரோப்பியப் பெருநிலப்பரப்பிலும் தோன்றியது. நவ செவ்வியல் பொருளாதாரக் கருத்து என்று இதனைக் குறிப்பிட்டது பொருத்தமானதாக இல்லை. ஏனெனில், இக்கருத்துக்கும் செவ்வியல் பொருளாதார வல்லுநர்களின் கருத்துக்கும் எத்தகைய தொடர்பும் இல்லை. சரக்குகளை நுகரும்போது தனிப்பட்ட நுகர்வோருக்கு ஏற்படும் தனிப்பட்ட திருப்தியே சரக்குகளின் விலையைத் தீர்மானிக்கின்றன என்று இந்த நவீன செவ்வியல் பொருளாதார வாதிகள் கூறி வந்தனர் தனிநபர் உணர்வுகள் எதனையும் சார்ந்திராமல் உழைக்கும் நேரத்தின் அடிப்படையில் மதிப்பைத் தீர்மானிக்கும் அடிப்படைக்குப் பதிலாக நுகர்வோரின் தனிப்பட்ட திருப்தியானது மதிப்பிற்கான அடிப்படையாக இவர்களால் மாற்றப்பட்டது. இந்தக் கருத்தாக்கம் மதிப்பு குறித்த அகவயக் கருத்தாக்கம் என்று கூறப்பட்டது. சில மாற்றங்களுடன் இக்கோட்பாடே இன்று நவீன விலைக் கருத்தாக்கங்களாக மேலாதிக்கம் செலுத்துகிறது. (இதில் மதிப்பு குறித்த கருத்தாக்கம் முழுமையாகக் கைவிடப்பட்டுள்ளது என்பதை முக்கியமாகக் கவனிக்க வேண்டும்). கருத்தாக்கம் என்ற பெயரில் அவர்கள் கூறியது [சிகப்பு என்பது சிகப்பாக இருக்கும் என்பது போன்ற] வெறும் ஒரு பொருள் சொல்லடுக்குகள்தான் (tautology) எனவும் வரலாற்று உணர்வில்லாத கருத்து என்பதையும், புகாரின், மொரிஸ் டாப் மற்றும் பலர் போதுமான அளவுக்கு நிலைநாட்டியுள்ளனர்.[9]

ஆய்வு வழிமுறை நிலைப்பாட்டின் அடிப்படையில் "திட்டவட்டமானது என்பது திட்டவட்டமானதாக ஆனதன்

காரணம், அது பல்வேறு தீர்மானிகளின் செறிவு, எனவே வேற்றுமைகளின் ஒற்றுமை" என்று மார்க்ஸ் குறிப்பிடுகிறார்.[10] இந்த வகையில் காணும்போது சந்தை விலை என்பது பல தீர்மானிக்கும் காரணிகளின் இணைவின் விளைவாக உருவாவது, அவற்றில் அடிப்படையானது மதிப்பாகும். தீர்மானிக்கும் காரணிகள் என்பவை பல வரையறைகளின் தொகுதி. எனவே, மதிப்பு என்பது சந்தை விலையின் ஒரு அடிப்படையான வரையறை என்று கூறலாம். ஆனால், அதைத் தவிர சந்தை விலையைத் தீர்மானிக்கக்கூடிய வேறு கூறுகளும் உள்ளன. அவை முக்கியத்துவத்தில் இரண்டாம் இடத்தை வகிப்பவை எனலாம். அதனால், பரிவர்த்தனை விகிதங்களின் அளவு குறித்த பிரச்சனையை அணுகுவதற்கு ஒருவர் மதிப்பின் பரிமாணத்திலிருந்து துவங்க வேண்டும். சந்தைவிலை பற்றிய கோட்பாட்டைத் தீர்மானிக்கும் காரணிகளின் சிக்கல் நிறைந்த முழுமை என்ற வகையில் மார்க்ஸ் வடிவமைக்கிறார். இதனை *மூலதனம்* நூலின் மூன்று தொகுதிகளும் தெளிவாக விளக்குகின்றன. அந்த வரையறைகள் எளிதில் புரிந்துகொள்ள முடியாதவையாகவும் சிக்கல் நிறைந்தவையாகவும் அமைந்தவை. மதிப்பு, உற்பத்தி விலை, மூலதன அங்கக இணைப்பாக்கம், உபரி மதிப்பு போன்றவற்றை இங்கே குறிப்பிடலாம். மதிப்பு மற்றும் மறைபொருளாய் அமைந்த உழைப்பு ஆகியவை குறித்த ஆய்வுக்கு மீண்டும் செல்வதற்கு முன்னர் ஒரு கருத்தை வலியுறுத்த வேண்டியுள்ளது. மதிப்பின் அளவு மற்றும் தன்மை ஆகிய அம்சங்களை விலையுடன் சேர்த்துப் பார்த்துக் குழப்பமடையக்கூடாது. கோட்பாட்டு ரீதியில் இவை இரண்டும் முற்றிலும் வேறான தளத்தில் அமைந்த இருவேறு பிரிவுகள்.

சரக்கு என்பதற்குப் பயன்மதிப்பு என்ற ஒன்றும் மதிப்பு என்ற ஒன்றும் இருப்பதை மேலே குறிப்பிட்டுள்ளோம். மதிப்பு என்பதில் சரக்கின் சமூகத்தன்மை பொதிந்துள்ளது. சரக்கை உற்பத்தி செய்வதில் சமுதாயத்தின் மொத்த உழைப்பின் ஒரு பகுதி செலவிடப்பட்டுள்ளது. சமுதாயத்தின் உழைப்பு என்பதில் சமுதாயத்தில் நிகழும் பல்வேறு விதமான உழைப்புகளை நாம் குறிப்பிடுவதில்லை. அதாவது நெசவு, கடைசல் பிடிப்பு, ஒரு உலோகத் துண்டைத்தேய்த்தல் போன்ற பல்வேறு குறிப்பிட்ட வேலைகளை நாம் தனியாக உணர்த்துவதில்லை. அவற்றின் கூட்டு மொத்தத்தை ஒரேமாதிரியான ஒரே வகையைச் சேர்ந்த பொதுவான மனித உழைப்பாகக் கருதுகிறோம். அவற்றின் வேற்றுமைகளை விலக்கி வைத்துவிட்டு அவற்றைப் பார்க்கிறோம் என்று கூறலாம். இவ்வாறுதான் சரக்கு என்ற கருத்தை எட்டுகிறோம். சாரமான உழைப்பு அமைந்த ஒரு வடிவம்தான் சரக்கு என்ற முடிவுக்கு வருகிறோம்.

இந்த இரண்டு பிரிவுகளின் உட்பொருளைப் புரிந்துகொள்ள சாரமான உழைப்பு என்ற கோட்பாட்டை ஆய்வு செய்வோம். முதலில் நாம் கவனிக்க வேண்டியது. இந்தக் கோட் பாட்டின் வரலாற்று ரீதியான குறிப்பிட்ட தன்மையாகும். சரக்கு உற்பத்திமுறை நன்கு வளர்ச்சி அடைந்த ஒரு சமுதாயத்தில் வெவ்வேறு விதமான உழைப்பினால் உருவாக்கப்படும் உற்பத்திப் பொருட்கள் ஒன்றுடன் ஒன்று நிரந்தரமான முறையில் ஒப்பிட்டுச் சமன்படுத்திப் பார்க்கப்படுகின்றன. இந்த விதத்தில் பல்வேறுவிதமான உழைப்புகளும் உண்மையில் சமமாகப் பாவிக்கப்படுகின்றன. (அவற்றின் பண்பும் ஒரே மாதிரியானவை என்பது போல பார்க்கப்படுகின்றன)[11] இது மார்க்சின் கற்பனையில் உதித்த கண்டுபிடிப்பு அல்ல. மாறாக, இது சமூக ரீதியான உண்மை நிலையை உணர்த்துவதாகும். இன்றைய தினம் வெவ்வேறு வகையான உழைப்பின் விளைவாக உற்பத்தி செய்யப்பட்ட பொருட்கள் சமநிலையில் வைக்கப்பட்டுச் சந்தையில் பரிவர்த்தனை செய்யப்படுகின்றன. இது மிகவும் சாமானியமாகி விட்டது. ஆனால், சரக்கு உற்பத்திமுறை விரிவான அளவில் வளர்ச்சி அடையாத நேரத்தில் இப்படிப்பட்ட நிகழ்வுகள் காணப்படவில்லை. செவ்வியல் பொருளாதார வல்லுநர்களின் உடனடி முன்னோடிகளான இயற்கையோடு இயைந்த ஆட்சியின் ஆதரவாளர்கள் மனித உழைப்பைப் பற்றிய ஒரு கோட்பாட்டை (Physiocrats) விளக்கி வந்தனர். மனித உழைப்பு என்பதை செல்வத்தை உருவாக்கும் நடவடிக்கையாக அவர்கள் வருணித்து வந்தனர். ஆனால், விவசாய உழைப்புக்கு மட்டுமே இந்தப் பண்பு உள்ளதாக அவர்கள் கருதினர். "செல்வத்தை உருவாக்கும் செயல் என்ற விளக்கத்துக்கு வரம்பு கட்டும் ஒவ்வொரு வரையறையையும் நிராகரித்த ஆடம் ஸ்மித்தின் நடவடிக்கை ஒரு மிகச் சிறந்த முன்னேற்றம்'' என்று மார்க்ஸ் குறிப்பிடுவார்.[12] உற்பத்தி, வர்த்தகம், விவசாயம் ஆகியவற்றுக்கு மட்டுமின்றி ஒவ்வொரு விதமான அதாவது பொதுவான உழைப்பு முழுமைக்கும் அவர் இதனைப் பொருத்தினார். சாரமான உழைப்பு என்ற கோட்பாடு எந்தச் சமுதாயத்தில் வளர-முடியும் என்பதைப் பரிசீலித்தால் பின்வரும் முடிவுக்கு ஒருவர் ரலாம். எந்தச் சமுதாயத்தில் மக்கள் ஒருவகையான உழைப்பிலிருந்து மற்றொரு வகையான உழைப்புக்கு எளிதாக மாற முடியுமோ அங்கேதான் - அதாவது நவீன முதலாளித்துவ சமுதாயத்தில் தான் அத்தகைய கோட்பாடு வளர முடியும். மார்க்சின் கருத்தை மீண்டும் மேற்கோள் காட்டினால் ''குறிப்பிட்ட உழைப்புகள் குறித்த அலட்சியப் போக்கு ஒரு குறிப்பிட்ட சமுதாய வடிவத்தில்தான் காணப்படும். அந்தச் சமுதாயத்தில் தனிநபர்கள் ஒருவிதமான உழைப்பிலிருந்து

வேறு ஒருவிதமான உழைப்புக்கு எளிதாக மாற முடியும். அந்தச் சமுதாயத்தில் எந்தவிதமான உழைப்பில் ஒருவர் ஈடுபடுகிறார் என்பது தற்செயலாக அமையக்கூடிய ஒன்றாக இருக்கும். எனவேதான், அது குறித்த ஒரு அலட்சியப் போக்கு வெளிப்படுகிறது.[13] ஒருவருடைய உழைப்புத் திறன் அதாவது உழைப்பு சக்தியே ஒரு சரக்காக, பிரித்துப் பார்க்கத்தக்கதாக, வாங்கவும் விற்கவும் கூடியதாக தனிநபரின் தனிச் சொத்தாகவும் மாறக்கூடிய சூழலில் இத்தகைய நிலை தெளிவாக வெளிப்படும். சரக்கு உற்பத்தியும் சாரமான உழைப்பும் ஒரு முதலாளித்துவ சமுதாயத்தில்தான் முழு வளர்ச்சி அடையும். சமூக நடைமுறையின் துல்லியமான பிரதிபலிப்பாக அந்தச் சமுதாயத்தில்தான் அவை வெளிப்படும்.

இதுபோலவே மதிப்பு என்பதும் ஒரு குறிப்பிட்ட சமுதாய நடைமுறையில் சுட்டிக் காட்டக்கூடிய வரலாற்றுத் தன்மை வாய்ந்த ஒரு குறிப்பிட்ட பிரிவு எனலாம். ஆனால், அந்த சொல் பல நேரங்களில் தவறாகப் புரிந்துகொள்ளப்படுகிறது. சாரமான உழைப்பு சரக்கிற்குள் உறைந்து கிடக்கிறது என்று மார்க்ஸ் கூறும்போது பொருளாதார வல்லுநர்கள் அக்கருத்துக்கு எதிர்ப்புத் தெரிவிக்கின்றனர். சரக்கை உற்பத்தி செய்ய உற்பத்திக் கருவிகளும் கச்சாப்பொருட்களும்கூட தேவைப்படுகின்றன என்று வாதிடுகின்றனர். பார்க்கப் போனால் அவர்கள் கூறுவது சரிதான். ஆனால், அவர்களின் கூற்று மார்க்சின் கருத்தை எந்தவிதத்திலும் நிராகரிக்கவில்லை. ஏனெனில், செல்வத்தை உற்பத்தி செய்ய ஆதாரமாக இருப்பது உழைப்பு மட்டுமே என்று மார்க்ஸ் கூறவில்லை என்பதை உறுதியாகக் கூற முடியும். சரக்குகளின் பயன் மதிப்பைப் பற்றிக் கூறும்போது மார்க்ஸ் ஒன்றைக் குறிப்பிடுகிறார். "சரக்குகளுக்குள் செலுத்தப்பட்ட பயனுள்ள உழைப்பை விலக்கிக் கொண்டால் பொருளியல் சார்ந்த ஒரு ஆதாரம் எப்போதுமே எஞ்சி நிற்கிறது. அது மனிதனின் துணையின்றி இயற்கையினால் வழங்கப்பட்ட பொருளாக இருக்கும். பொருட்செல்வத்திற்கு ஆதாரமாக உழைப்பு மட்டுமே அமைவதில்லை. அதேபோல் பயன்மதிப்பு என்பது உழைப்பினால் மட்டும் உருவாவது இல்லை. வில்லியம் பெட்டி குறிப்பிடுவதைப் போல "உழைப்புதான் தந்தை; பூமிதான் அதன் தாய்"[14] (உழைப்புச் சாதனங்களையும்கூட உழைப்பு மற்றும் இயற்கை அளித்த பொருட்கள் என்ற நிலையில் வைத்துப் பார்க்க முடியும்) மதிப்பு என்பதைப் பற்றிப் புரிந்துகொள்ளத் தவறுவதில் பொருளாதார வல்லுநரின் குழப்பம் அடங்கிவிடுகிறது. அதனை ஏதோ ஒரு நன்னெறிக் கோட்பாட்டின் அடிப்படையில் பார்க்கும் பார்வை காரணமாக உழைப்புக் கருவிகளையும் மூலதனத்துடன் தவறாக இணைத்துப் பார்க்கும் பார்வையும் அதனால்தான் அவையும் மதிப்பு மிக்கவை என்று குறிப்பிடும்

பார்வையும் வெளிப்படுகின்றன அல்லது மற்றொரு விதத்திலும் பார்க்கப்படுகிறது. மதிப்பு என்பது உண்மையில் கற்பனை நிலையில் உள்ளது என்பது போலவும் சந்தை விலைதான் அப்பொருளின் ஒரே எதார்த்தம் என்று பார்க்கும் பார்வையும் உள்ளது. சுதந்திர வர்த்தகத்தின் இத்தகைய நவீன தெரு விற்பனையாளர்களைப் பற்றிய மார்க்சின் கருத்து மிகப் பொருத்தமானது. "இவர்களைப் பொறுத்தவரை, மதிப்பு என்பதோ மதிப்பின் பரிமாணம் என்பதோ எதுவும் கிடையாது. மாறாக, சரக்குகளின் பரிவர்த்தனை உறவுகளின் போது வெளிப்படக்கூடிய அதாவது அவற்றின் அன்றாட விலைப்பட்டியல்தான் உண்மையானது".[15]

மார்க்சிய கண்ணோட்டத்தின்படி, மதிப்பு என்பது பொருட்களின் சமூகப்பண்பு. அதாவது ஒரு சமூக உறவு "சரக்குகளின் மதிப்புக்கு ஒரு உண்மையான சமூக எதார்த்தம் உண்டு". "அது அப்பொருளின் செப்பனிடப்படாத பருப்பொருட் தன்மைக்கு நேர் எதிரானது. அதன் கட்டமைப்பில் பொருளின் ஓரணுவும் இடம் பெறுவதில்லை".[16]

மேலே குறிப்பிடப்பட்டுள்ள கருத்துகளைப் பின்வருமாறு தொகுத்துக் கூறலாம். அனைத்துச் சமுதாயங்களிலும் மனித உழைப்பினால் உருவாகும் பொருள் ஒவ்வொன்றிற்கும் ஒரு பயன் மதிப்பு உள்ளது. ஆனால், சமூக வளர்ச்சியின் ஒரு குறிப்பிட்ட கட்டத்தில்தான், ஒரு குறிப்பிட்ட வரலாற்று சகாப்தத்தில்தான் இந்த உற்பத்திப் பொருட்கள் சரக்குகளாக மாறுகின்றன. அந்தப் பயன் மதிப்பின் உற்பத்திக்காகச் செலவழிக்கப்படும் உழைப்பு அப்பொருளின் புறநிலைப் பண்பாகக் குறிப்பிடுடப்படுகிறது. அதாவது அதன் மதிப்பாகக் குறிப்பிடப்படுகிறது. சரக்கின் பயன்பாட்டுத் தன்மை அதனை உற்பத்தி செய்யும்போது அதற்குள் செலுத்தப்படும் குறிப்பிட்ட திட்டவட்டமான உழைப்புக்கு ஏற்ற வகையில் அமைகிறது. (பஞ்சிலிருந்து நூல் நூற்பது, நூற்ற நூலை நெசவின் மூலம் துணி நெய்வது போன்றவற்றை உதாரணமாகக் குறிப்பிடலாம்). செலவழிக்கப்படும் மனித உழைப்புக்கு ஏற்ப மதிப்பு என்பது அமைகிறது. அதன் மதிப்பு, உற்பத்தியில் ஈடுபடுத்தப்பட்ட பொதுவான, அருவப்பட்ட சாரமான உழைப்புக்கு நிகராகிறது.. சரக்கு உற்பத்தி சகாப்தத்தில் மதிப்பு என்பதற்கு அந்த சகாப்தத்துடன் தொடர்புடைய ஒரு குறிப்பிட்ட சமூக வடிவம் உள்ளதுஎன்பதை நாம் முன்னரே அறிந்துள்ளோம். இந்நிலையில் மதிப்பு என்பதற்கும் மறைபொருளாய் அமைந்த உழைப்புக்கும் அல்லது பொதுவாக உழைப்பு என்பதற்கும் உள்ள தொடர்பைப் பின்வருமாறு விளக்கலாம்.

> *மதிப்பு என்ற கருத்தின் ரகசியம் யாதெனில் அனைத்து விதமான உழைப்பும் சமமானது, சமநிலையில் அமைந்தது. ஏனெனில், பொதுவாக மனித உழைப்பினைத் தனியாகப்பிரித்துப் பார்க்க முடி-*

யாது எனும் கருத்து ஏற்கப்படுவதற்கு மானுடத்தினர் அனைவரும் சமம் முன கருத்து இருப்பது முன் நிபத்னை ஆகும். உழைப்பின் மூலம் உற்பத்தி செய்யப்படும் பொருள் பெருமளவில் சரக்கு வடிவத்தைஎட்டக்கூடியஒருசமுதாயத்தில்தான்இதுசாத்தியமானது. இதன் விளைவாக இந்தச் சமுதாயத்தில் மனிதனுக்கும் மனிதனுக்குமிடையே உள்ள மேலாதிக்கம் செலுத்தக்கூடிய உறவு சரக்கு உரிமையாளர்களுக்கிடையேயான உறவாக இருக்கும்.[17]

சரக்குகளின் மாய்மாலம்?

சரக்கு பற்றிய மேலே கண்ட பகுப்பாய்வு சரக்கு உற்பத்தியின் தன்மையாக அமைந்த சமூக உறவை வெளியே கொண்டுவர உதவியுள்ளது. பரிவர்த்தனையை நோக்கமாகக் கொண்டு பொருட்கள் திட்டமிட்ட முறையில் உற்பத்தி செய்யப்படும்போதும் தனிப்பட்ட நபர்களின் காரணமாகவும் மனித உழைப்பினால் உற்பத்தி செய்யப்படும் பொருட்கள் சரக்குகளாகின்றன. சரக்குகளின் பரிவர்த்தனை விகிதம் தொடர்பாக அவற்றின் அளவு சார்ந்த பிரச்சனையுடன் மட்டும் நிறுத்திக் கொண்டிருந்தால், அல்லது சமூகத்தின் மேற்பரப்பில் தோன்றுபவை அல்லது நிகழ்பவைகளுடன் மட்டும் நிறுத்திக் கொண்டால் அவற்றின் பின்னணியாக அமைந்த சமூக உறவுகளைப் பற்றிய புரிதல் ஏற்பட்டிருக்காது. சரக்கு உற்பத்தி மேலாதிக்கம் வகிக்கும் சமுதாயத்தில், சமூக உற்பத்தி நிகழும்போது மக்களுக்கிடையே ஏற்படும் உறவு சமூகத்தில் வெளிப்படையான முறையில் தெரிவதில்லை. மாறாக, சரக்குகளுக்கிடையேயான பரிவர்த்தனை உறவாக வெளிப்படுகின்றன. சமுதாயத்தில் உள்ள பொருள் உற்பத்தியாளர்களின் உழைப்பின் விளைவாக உருவாகும் சரக்குகளுக்கிடையேயான உறவாகக் கருதப்படுகின்றன.[18] இந்த வகையில் சரக்கு என்ற வடிவம் உண்மை நிலையை மறைத்து ஒரு மாயத் தோற்றத்தை ஏற்படுத்துகிறது. அது உற்பத்தியாளர்களுக்கிடையேயான சமூக உறவுகளை அவர்கள் உற்பத்தி செய்யும் பொருட்களுக்கிடை யேயான உறவாகச் சித்திரிக்கிறது. மார்க்ஸ் இதனைப் பின்வரும் வகையில் விளக்கினார்.

“சரக்கு என்பது புரியாத புதிராக உள்ளது. உற்பத்தியாளர்களுக்கும் அவர்களுடைய ஒட்டு மொத்த உழைப்புக்கும் இடை-யேயான உறவானது உற்பத்தியாளர்களுக்கிடையே உள்ள சமூக உறவாக அல்லாமல் அவர்களுடைய உழைப்பினால் விளையும் உற்பத்திப் பொருட்களுக்கிடையேயான உறவாகத் தெரிகின்றது. அதாவது மனிதர்களுக்கிடையே ஏற்படும் ஒரு திட்டமான சமூக உறவு பொருட்களுக்கிடை யேயான உறவு என்ற கற்பனை வடிவத்தை மேற்கொள்கிறது. உழைப்பினால் உற்பத்திப் பொருட்கள் சரக்குகள் என்ற வடிவத்தை எடுக்கும்போது அவற்றுடன் ஒட்டிக்கொள்ளும் ஒன்றைச் சரக்குகளின்

மாய்மலம் என்று நான் அழைக்கிறேன். இது சரக்கு உற்பத்தியின் பிரிக்க முடியாத தன்மையாக விளங்குகிறது''.[19]

குறிப்பிடத்தக்க அளவுக்கு சரக்கு உற்பத்தி இல்லாத ஒரு சமூகத்தைப் பரிசீலனைக்கு எடுத்துக் கொண்டோமானால் சரக்கு தொடர்பான கருத்தை நன்கு புரிந்து கொள்ள முடியும். புராதன இந்தியாவின் தன்னிறைவு (self sufficient) வாய்ந்த ஊரகச் சமுதாயத்திலும் (community) சமூக வேலைப்பிரிவினை இருந்தது (social division of labour). அந்தச் சமூகத்தின் தச்சர், கொல்லர் போன்ற கைவினைஞர்களின் உழைப்பினால் உற்பத்தி செய்யப்படும் பொருட்கள் சரக்குகளாக மாறுவதில்லை. அவர்களுடைய உழைப்பு நேரடியாகவே சமூக உழைப்பாகக் கருதப்படுகிறது. அவ்வாறு கருதப்படுவதற்குப் பொருட்களுக்கு இடையேயான பரிவர்த்தனை மதிப்பு ஒரு அடிப்படையாகக் கொள்ளப்படுவதில்லை. இங்கே உற்பத்தியாளர்கள் ஒட்டுமொத்த கிராம சமுதாயத்திற்காக உழைக்கின்றனர். தனிப்பட்ட நபர்களுக்காகவும் சுயேச்சையான முறையிலும் அவர்களுடைய உழைப்பு செலவழிக்கப்படுவதில்லை. எனவே, சரக்கு வடிவம் என்ற இடைநிலை ஊடகத்தின் தேவை இன்றியே அவர்களுடைய உழைப்பு சமூக உழைப்பாகக் கருதப்படும் நிலை ஏற்படுகிறது. இந்தச் சமுதாயத்தில் உற்பத்தியாளர்களுக்கிடையேயான உற்பத்தி உறவு நேரடியானது, வெளிப்படையாகத் தெரியக்கூடியது. அவர்களுடைய உற்பத்திப் பொருட்களுக்கிடையேயான உறவாக அது கருதப்படுவதில்லை. மேலே குறிப்பிடப்பட்ட கருத்தை விளக்க மத்திய காலங்களின் ஐரோப்பிய பிரபுத்துவ அமைப்பை மற்றொரு உதாரணமாக விளக்கலாம். இந்தச் சமுதாயத்தில் தனிப்பட்ட முறையில் பிறரைச் சார்ந்திருக்கும் நிலை உற்பத்தியில் சமூக உறவுகளின் அடிப்படையாக உள்ளது. அதாவது பிரபுவுக்கும் பண்ணையடிமைக்குமிடையேயான உறவாகவும் ஆண்டான்-அடிமை உறவாகவும் இந்தச் சார்புத்தன்மை வெளிப்படுகிறது. பண்ணை அடிமை தனது நிலப்பிரபுவின் கீழ் நேரடியாகப் பணிபுரிகிறார். பண்ணை எஜமானருக்கும் அடிமைக்கும் உள்ள உறவு அடிமையின் உழைப்பினால் உற்பத்தி செய்யப்படும் பொருளின் மூலம் தீர்மானிக்கப்படுவதில்லை. மாறாக, அவை நேரடியாகவும் வெளிப்படையாகவும் காணப்படுகின்றன. ஆகவே, இந்த சமுதாயத்தில் உழைப்பில் ஈடுபடும் தனிநபர்களுக் கிடையேயான சமூக உறவுகள் உழைப்பினால் உருவாகும் உற்பத்திப் பொருட்களிடையிலான சமூக உறவுகளாக வேடம் பூணுவதில்லை.[20]

சமூக எதார்த்த நிலை மற்றும் நவீன முதலாளித்துவ சித்தாந்தத்தைப் புரிந்துகொள்ள சரக்குகளின் மாய்மாலம் எனும் உருவாக்கத்திற்கு முக்கிய பங்கு உண்டு. இந்த உய்த்துணர வேண்டிய பொருள் குறித்து ஒரு விரிவான அல்லது முழுமையான விளக்க உரை

எதனையும் நாம் அளிக்கப் போவதில்லை. அதற்குப் பதிலாக என்.ஜெராஸ் எழுதிய ஒரு அற்புதமான கட்டுரையை மேற்கோள் காட்டப் போகிறோம்.[21] சரக்குகளின் மாய்மாலம் இரண்டு விதங்களில் தனது விளைவுகளை வெளிப்படுத்திக்கொள்கிறது. அவையாவன, ஒன்று மருள வைக்கும் புதிர் போன்ற தன்மை. மற்றது ஆதிக்கம் செலுத்தும் தன்மை. நபர்களுக்கிடையேயான சமூக உறவுகளை பொருட்களுக்கிடையே உள்ள உறவுகளாகக் குறிப்பிடுவதன் மூலம் புரியாத புதிராக மாற்றும் போக்கு தோன்றுகிறது. (அவர்களின் உற்பத்திப் பொருட்கள் சரக்குகள் ஆகின்றன) வரலாற்று ரீதியிலான குறிப்பிட்ட உறவுகளை இயற்கையானதாகவும் (eternal) காலத்திற்கு அப்பாற்பட்ட உறவுகள் போலவும் சித்திரிப்பதில் புதிராக மாற்றும் தன்மை முக்கியமாக அடங்கியுள்ளது. முதலாளித்துவ பொருளாதாரத்தில் உள்ள மூலதனம் பற்றிய கோட்பாட்டை இதற்கு மிகச்சிறந்த உதாரணமாகக் குறிப்பிடலாம். முதலாளித்துவ அமைப்பில் உற்பத்திச் சாதனம் பொருளின் உடனடி உற்பத்தியாளரான தொழிலாளியிடமிருந்து பிரிக்கப்படுகிறது. முதலாளி வர்க்கம் உற்பத்திச் சாதனங்களின் ஏகபோக உரிமையாளராக மாறுகிறது. இந்த உற்பத்திச் சாதனங்களே இப்போது மூலதனமாக மாறுகிறது. மார்க்சிய கருத்தாக்கத்தில் மூலதனம் என்பதற்கு ஒரு குறிப்பிட்ட சமூக உறவு என்ற தெளிவான பார்வை உள்ளது. ஆனால், முதலாளித்துவ பொருளாதாரவாதிகள் முதலாளித்துவ சமூக அமைப்பை நிரந்தரமானதாகவும் இயற்கையானதாகவும் கருதுகின்றனர். அவ்வாறு நினைப்பதைக்கூட அவர் உணராமல் இருக்கலாம். அவர் உற்பத்தி சாதனத்தை மூலதனத்துடன் இணைத்துப் பார்க்கிறார். எந்தச் சமூக அமைப்பை ஆய்வு செய்கிறோம் என்பதைப்பற்றி அவர் கவலைப்படுவதில்லை. ஆரம்பகால வேட்டைக்காரர்களின் வில் அம்பாக இருந்தாலும் சரி, பண்டையகால மீன்பிடிப்பவரின் மீன்வலையாக இருந்தாலும் சரி, நவீனகால மூலதன உடைமை யாளருக்குச் சொந்தமான கடைசல் இயந்திரமானாலும் சரி, அவரைப் பொறுத்தவரை அவை மூலதனம்தான். இந்த வகையில் மூலதனம் என்னும் குறிப்பிட்ட சமூக உறவு உற்பத்திச் சாதனங்களின் இயற்கையான பண்பாகக் கருதப்படுகிறது. சரக்குகளைப் பொறுத்தவரையிலும்கூட இதேபோன்றதொரு கருத்து உள்ளது. சரக்கு உற்பத்தியின் ஆரம்ப காலத்தில் பொருளாதாரத்தில் சரக்குகள் என்ற தன்மை ஆதிக்கம் செலுத்துவதில்லை. எனினும், சரக்குகளின் வரலாற்று ரீதியான குறிப்பிட்ட தன்மையைத் தெளிவாகப் புரிந்துகொள்ள முடிந்தது. சரக்கு உற்பத்தி மேலும் வளர்ச்சி அடைந்து அந்த முறையே ஆதிக்கம் செலுத்தும் தன்மையுடன் வளர்ச்சி அடையும்போது,

“உற்பத்திப் பொருட்களை எத்தன்மைகள் சரக்குகளாக் கின்றனவோ, சரக்குகளின் சுற்றோட்டத்திற்கு எத்தன்மைகளை நிலைநாட்டுவது ஓர் அவசிய முன்னேற்பாடோ அத்தன்மைகள் இயல்பான தாமே விளங்கும் சமூக வாழ்க்கை வடிவங்களின் ஸ்திரத்தன்மையை அடைந்த பிறகு தான் மனிதன் அவற்றின் அர்த்தத்தை விரித்துரைக்க முனைகிறான். அவன் அவற்றின் வரலாற்றுத் தன்மையை விரித்துரைக்க முனைவதில்லை. ஏனெனில் அவனது பார்வையில் அவை மாற்ற முடியாதவை”.[22]

இந்த மேற்கோள் ஒரு முக்கியமான கருத்தை வலியுறுத்துகிறது. மருள வைக்கும் புதிரின் வேராக அமைவது பொருளாதார வல்லுநரின் புரிதலில் உள்ள போதாமை அல்ல. மாறாக, சமூக எதார்த்தத்திலேயே இது அமைந்துள்ளது. சொல்லப் போனால் சரக்குகள் அவற்றின் உற்பத்தியாளர்களின் கண்ணெதிரில் காணப்படும் உண்மையான பொருட்களாகும். முதலாளித்துவ சமூக அமைப்பில் உற்பத்திச் சாதனங்கள் மூலதனமாகத் தொழிலாளர்களை எதிர்கொள்கின்றன. கண்ணெதிரே காணப்படும் இந்த எதார்த்த நிலையை மீண்டும் மீண்டும் தொடர்ந்து சந்திக்கும்போது அவை இயற்கையான, எளிதில் புரிந்துகொள்ளக்கூடிய சமூக வாழ்க்கையின் வடிவம் என்ற நிலைத்த தன்மையைப் பெறுகின்றன. சரக்குகளின் மாய்மாலம் என்ற புதிரான தன்மையிலிருந்து மற்றொரு கருத்துக்கு நாம் வர வேண்டியுள்ளது.

முதலாளித்துவ சமுதாயத்தை அறிவியல் ரீதியாக ஆய்வு செய்ய வேண்டுமானால் எதார்த்த நிகழ்வுகளை மேலோட்டமாக ஆய்வு செய்தால் மட்டும் போதாது. பரிவர்த்தனை மதிப்பு போன்ற பிரிவுகளின் வெளித்தோற்றத்தை மட்டும் வைத்துப் பரிசீலிக்கக் கூடாது. அவற்றின் ஆழமான உள்ளார்ந்த மட்டங்களையும் ஆய்வு செய்ய வேண்டும். பரிவர்த்தனை மதிப்பை ஆய்வு செய்வதுடன் மார்க்ஸ் நின்று விடவில்லை. அதனை மதிப்பின் ஒரு நிகழ்வு வடிவமாக மட்டும் பார்த்தார். அந்த மதிப்புகளுக்கிடையே உள்ள உறவுகளை ஆய்வு செய்தார். இந்த முறையைப் பின்பற்றியதன் மூலம் சரக்குகளின் மாய்மாலத்தை அவர் கண்டுபிடித்தார். பரிவர்த்தனை மதிப்பு எந்தச் சமூக எதார்த்தத்தைப் பிரதிபலிக்கிறது என்பதைத் தீர்மானித்தார். இந்த மதிப்புகள் தொடர்பான உறவுகளில் உறையும் முடிவுகளை வெளிப்படுத்தினார்.

மூலதன உரிமையாளருக்கும் கூலி உழைப்பாளருக்கும் இடையே நிலவும் உறவுகளை ஆய்வு செய்வதன் மூலம் சரக்குகளின் மாய்மாலத்தின் மருள வைக்கும் தன்மையின் சித்தாந்த ரீதியான உட்பொருளைச் சுட்டிக் காட்ட முடியும். இந்த உறவின் வெளித் தோற்றத்தை மட்டும் பார்த்தால் இருவருக்குமிடையே சமத்துவ உறவு நிலவுவதுபோல் ஒருவருக்குத் தோன்றலாம். ஏனெனில், மூலதன

உடைமையாளரும் தொழிலாளியும் சுயேச்சையான தனிநபர்கள். வாங்குபவராகவும் விற்பனை செய்பவராகவும் சந்திக்கின்றனர். தொழிலாளி உழைப்புச்சக்தி என்ற தனது சரக்கை விற்பனை செய்கிறார். அதனை முதலாளி பணம் என்ற சரக்கைக் கொடுத்து விலைக்கு வாங்குகிறார். இருவரையுமே சமமான சுயேச்சையான சரக்கு உற்பத்தியாளர்களாக முதலாளித்துவச் சட்டம் பார்க்கிறது. அவர்கள் சுதந்திரமான முறையில் செயல்பட்டுத் தங்களுடைய சுயவிருப்பத்தின் அடிப்படையில் ஒப்பந்தம் செய்துகொள்வதாகக் கருதுகிறது. ஆனால், சமநிலையில் இருப்பதாகக் காணப்படும் தோற்றம் ஆனால் இது ஒரு மாய்மாலமே (fethish). ஏனெனில், தொழிலாளி உயிர் வாழ வேண்டுமானால் தனது உழைப்புச்சக்தியைக் கூலிக்காக விற்பதைத் தவிர வேறு வழியில்லை. உழைப்புச்சக்தி மட்டுமே அவனுக்குச் சொந்தமானதாக உள்ளது. உற்பத்தி சாதனங்கள் அவனுக்குச் சொந்தமானவை அல்ல. ஒரு முதலாளித்துவ சமுதாயத்தில் உற்பத்திச் சாதனங்கள் முதலாளி வர்க்கத்தின் ஏகபோக உரிமையாக உள்ளன. பரிவர்த்தனை மற்றும் சுற்றோட்ட முறைகளில் சமத்துவம் இருப்பது போலத் தோன்றினாலும் உற்பத்தி உறவுகளில் அதன் உண்மை நிலையைக் காண முடியும். கூலி உழைப்பாளியும் மூலதன உடைமையாளரும் இரண்டு வெவ்வேறான சமூக வர்க்கங்களைச் சேர்ந்தவர்கள். மூலதன உடைமையாளர் உற்பத்திச் சாதனத்தின் ஏகபோகமான சொந்தக்காரராக இருந்து அதனைக் கட்டி ஆளக்கூடிய வர்க்கத்தைச் சேர்ந்தவராக இருக்கிறார். ஆனால், தொழிலாளி உழைப்புச் சக்தியை மட்டுமே விற்கக்கூடிய ஒரு வர்க்கத்தைச் சேர்ந்தவராக இருக்கிறார்.

மருள வைக்கும் புதிர்த்தன்மை என்பது இந்த ஆதிக்கநிலையுடன் தொடர்புடையது. புரிந்துகொள்ள முடியாத ஒரு சமூக நிகழ்வு என்பது அன்னியத்தன்மை கொண்ட ஒரு சக்தியாக உள்ளது. சரக்கு உற்பத்திக்கு சுயேச்சையான தனியார் உற்பத்தியாளர்கள் தேவைப்படுகின்றனர். ஆனால், இந்த சுயேச்சையான தன்மை அதைவிட அடிப்படையான ஒரு எதார்த்தத்தின் ஒரு புதிரான வடிவமாகத் தோன்றுகிறது. அதாவது உற்பத்தியாளர்களுக்கிடையே ஒருவரையொருவர் பெருமளவில் சார்ந்திருக்கும் தன்மையின் புதிரான வடிவமாக உள்ளது. ஆனால், அது நிகழ்ந்த பிறகுதான் ஒருவரை ஒருவர் சார்ந்திருக்கும் தன்மை உணரப்படுகிறது. தனியான சரக்கு உற்பத்தியாளர் மற்றவர்களைச் சார்ந்து இல்லாமல் உழைக்கிறார். ஆனால், அந்த உற்பத்திப் பொருள் அவருக்கு எதனைக் கொடுக்கும் என்பது மற்ற உற்பத்தியாளர்களின் செயல்பாடுகளை முக்கியமாகச் சார்ந்துள்ளது. குறிப்பாக, அதே பொருளை உற்பத்தி செய்யும் பிற உற்பத்தியாளரைச் சார்ந்துள்ளது. இந்த சுயேச்சையான தனியார் உற்பத்தி என்ற குழப்பமான சூழலில் சரக்குகளின் பரிவர்த்தனை விகிதங்கள் "உற்பத்தியாளர்களின்

மனவிருப்பம், முன்னுணர்வு, செயல் ஆகியவற்றைச் சார்ந்து தொடர்ந்து மாறுபடுகின்றன. அவர்கள் புரியும் சமூகச்செயல் அவர்களுக்குப் பொருட்களின் செயலாகத் தோற்றமளிக்கிறது. *அப்பொருட்கள் உற்பத்தியாளர்களால் ஆளப்படுவதற்கு பதிலாக உற்பத்தியாளர்களை ஆளுகின்றன".*[23] பொதுவாகக் குறிப்பிட்டால் சரக்கு உற்பத்தியின் குறிப்பிட்ட சமூக வடிவங்களாக அமைவது நமது விருப்பத்தைச் சார்ந்திராத சமூக நிகழ்வுகள் வெளியில் இருந்து கொண்டு இந்தச் சமூக உறவுகளைத் தாங்கி நிற்பவர்களின் மீது தாக்கத்தை ஏற்படுத்துகின்றன. ஆதிக்கம் செலுத்துகின்றன. பின்னர் அவை முதலாளித்துவ உற்பத்தி முறையாக வளர்ச்சி அடைகின்றன. (இந்தச் சமூக உறவுகளைத் தாங்கி நிற்பவர்களை முதலில் சரக்கு உற்பத்தியாளர்கள் எனவும் பிறகு தொழிலாளி வர்க்கமாகவும் குறிப்பிடலாம்) *'மூலதனம்'* நூலில் சுதந்திரமான போட்டியைப் பற்றி மார்க்ஸ் குறிப்பிடுகிறார்: [இது]"முதலாளித்துவப் பொருளுற்பத்தியின் உள்ளார்ந்த விதிகளை வெளியிலிருந்து பலவந்தம் செய்து ஒவ்வொரு தனிப்பட்ட முதலாளியின் மீது அதிகாரம் செலுத்தும் விதிகளாய் உருவெடுக்கச் செய்கிறது".[24]

சரக்குகளின் மாய்மாலம் பற்றிய மார்க்சிய ஆய்வின் முக்கியத்துவம் போதுமான அளவுக்கு விளக்கப்பட்டுவிட்டது. ஒன்றை வலியுறுத்த வேண்டியுள்ளது. இத்தகைய மாயத் தோற்றம் காணப்படுவதால் முதலாளித்துவ சமூகத்தைப் பற்றி அறிவியல் ரீதியான ஆய்வை வெளித்தோற்றம் மற்றும் அதன் வெளிப்பாட்டை கவனத்தில் வைத்துக் கொள்வதுடன் நிறுத்திக்கொள்ளக் கூடாது. அதன் உள்மட்டத்தில் உறையும் சாரத்தை அதாவது வெளித்தோற்றத்தைத் தீர்மானிக்கக்கூடிய உட்பொருளுக்குள் செல்ல வேண்டும். இந்த வகையில் அதன் சாரமும் வெளித்தோற்றமும் ஆகிய இரண்டுமே மற்றும் அவற்றுக்கிடையேயான முரண்பாடுகளுமே சரக்குகளின் மாய்மாலமாக உள்ளன என்ற புரிதல் ஏற்படுகிறது. மதிப்பு பற்றிய மார்க்சின் கோட்பாடு, மதிப்புகளுக் கிடையேயான உறவுகள் பற்றிய அவரது பகுப்பாய்வு ஆகியவை இவற்றைப் புரிந்துகொள்வதற்கான அறிவியல் கருவிகள் என்று கருதப்படுகின்றன. அவைதான் குறிப்பிட்ட சமூக எதார்த்தநிலை பற்றிய சித்தாந்தத்தின் பிரதிநிதிகளாக அமைந்துள்ளன. இவற்றைப் பற்றி பின்னர் விரிவாகக் காண்போம்.

அடிக்குறிப்புகள்

1. Karl Marx, *Capital,* Vol.1, Moscow, 1967 p.42
2. அதே நூல் பக். 35
3. அதே நூல் அதே பக்கம்
4. அதே நூல் பக். 38
5. அதே நூல் ''சரக்குகளின் பரிவர்த்தனை மதிப்பில் தம்மை வெளிப்படுத்திக் கொள்ளும் பொதுவான அடிப்படைக்கூறு என்பது... மதிப்பாகும்'' (அழுத்தம் சேர்க்கப்பட்டது)
6 அதே நூல் பக். 39
7. அதே நூல் அதே பக்கம்
8. Karl Marx, *Capital, Vol.3. P. 178*
9. அதே நூல் பக். 178-199
10. *See N.I. Bukharin, The Economic Theory of Leissure Class, Monthly Review Press, 1973 and M.H. Dobb, Political Economy and Capitalism, Routledge and Kegan Paul, 1940; also Dobb and E.K. Hint and Jesse Schwartz (eds) Critique of Economic Theory, Penguin, 1974*
11. Karlmarx, *Grundrisse, Pelican 1973 p. 101*
12. ''நம்முடைய முதலாளித்துவ சமுதாயத்தில் மனிதகுல உழைப்பின் ஒரு குறிப்பிட்ட பகுதி, வேறுபடும் தேவைக்கேற்ப, ஒரு சந்தர்ப்பத்தில், ஆடை தைப்பு முறையில் வழங்கப்பட்டதாகவும் இன்னொரு சந்தர்ப்பத்தில் கை-நெசவு முறையில் வழங்கப்பட்டதாகவும் இருக்கிறது'' *Capital*, Vol.1, p.43
13. *Grundisse* பக். 105
14. அதே நூல் அதே பக்கம்
15. *Capital, Vol.1, p.43* (அழுத்தம் சேர்க்கப்பட்டது)
16. அதே நூல் பக். 61
17. அதே நூல் பக். 47
18. அதே நூல் பக். 60
19. இவ்வாறு ஒருவர் சந்தைக்குச் செல்லும்போது, அவர் ஒரு குறிப்பிட்ட அளவு பணத்தில் வாங்கக்கூடிய பல்வேறு வகையான பொருட்கள் எவ்வளவு என்ற பிரச்சனையுடன் சம்பந்தப்படுகிறார்; ஒருவர், சொத்து உறவுகள் மற்றும் அந்தப் பொருட்களைச் சரக்குகளாக்கும் சமூகரீதியான உழைப்புப் பிரிவினை ஆகியவற்றின் உள்ளார்ந்த அமைப்பு முறை குறித்துச் சிந்திப்பதில்லை.
20. *Captital, Vol.1, p.72*
21. அதே நூல், அதே பக். 77
22. *N. Geras, "Marx and Critique of Political Economy", in R. Blockburn (ed) Ideology in Social Science, 1973*
23. *Capital Vol.1, p.75*
24. அதே நூல், அதே பக்கம்
25. அதே நூல் பக். 270, இங்கே விவாதிக்கப்பட்ட மேலாதிக்கம் குறித்த கோட்பாடு, மார்க்ஸின் மற்றொரு கோட்பாடான அந்நியமாதல் என்பதுடன் நெருக்கமாகச் சம்பந்தப்பட்டதாகும். அன்னியமாதல் கோட்பாடு குறித்துச் சிறிது விளக்கமாகப் பின்னர் விவாதிப்போம்.

3

முதலாளித்துவப் பொருள் உற்பத்தி முறைபாட்டின் தோற்றம்

முதலாளித்துவ உற்பத்திமுறை பற்றிய மார்க்சின் ஆய்வு 'சரக்கு' பற்றிய ஆய்வுடன் தொடங்குகிறது. சரக்கு உற்பத்தி முதலாளித்துவ உற்பத்தியை விட பொதுவானது ஆகும். சரக்கு உற்பத்தியின் வரலாற்று ரீதியான வளர்ச்சியின் விளைவாக முதலாளித்துவ உற்பத்திமுறை உருவாகிறது. சாமானிய சரக்கு உற்பத்தியையும் முதலாளித்துவ சரக்கு உற்பத்தியையும் வேறுபடுத்திக் காட்டுவதன் மூலம் ஒருவரால் இதனைத் தெளிவாக விளக்க முடியும்.

சாமானிய சரக்கு உற்பத்திமுறை என்பது ஒரு சமூக உற்பத்தியின் முறையாகும். அந்த உற்பத்தி முறையில் (1) தனிப்பட்ட உற்பத்தியாளர்களே உற்பத்தி சாதனங்களின் உடைமையாளர்களாக உள்ளனர். (2) அவர்கள் தங்கள் உற்பத்திப் பொருட்களைப் பரிவர்த்தனை செய்து கொள்வதற்காக அவற்றைச் சந்தைக்குக் கொண்டு வருகின்றனர். (3) உழைப்பாளியின் திறன் அல்லது அந்தத் தனிநபரின் *உழைப்புச்சக்தி* விற்கப்படுவதோ வாங்கப்படுவதோ இல்லை.

எனவே, சாமானிய சரக்கு உற்பத்தி முறையில் சரக்கு உற்பத்தி யானது முழுமையான பொதுப்பட்ட வளர்ச்சி அடைவதில்லை. அங்கே உழைப்புச்சக்தியே ஒரு விற்பனைச் சரக்காக மாறுவதுமில்லை.

முதலாளித்துவ உற்பத்தி முறைக்கும் சாமானிய சரக்கு உற்பத்தி முறைக்குமிடையே உள்ள முக்கியமான வேறுபாடு இதுதான். இந்த உற்பத்தி முறையில் உழைப்புச் சக்தியே ஒரு சரக்கைப்போல வாங்கப்படுவதோ விற்கப்படுவதோ இல்லை. இந்த அம்சம் சாமானிய சரக்கு உற்பத்தியில் வெளிப்படையாகவே இல்லை என்பது குறிப்பிடத்தக்கது.

வரலாற்று ரீதியாக, நிலப் பிரபுத்துவத்தில் கருவுற்ற சாமானிய சரக்கு உற்பத்தியை அடியொற்றியே முதலாளித்துவ உற்பத்தி முறையின் ஆதிக்கமானது எழுச்சியுற்றது . சாமானிய உற்பத்தி முறையில் பிரதான பொருளாதார நடவடிக்கையாக இருப்பது பொருட்கள் உற்பத்தி செய்யப்படுவதாகும். இது சரக்குகளாகப் பரிவர்த்தனை செய்யப்படுகிறது. சாமானிய சரக்கு உற்பத்தி முறையில்

உழைப்புச் சக்தியைத் தவிர மற்றவை சரக்குகளாக வாங்கப்படுகின்றன, விற்கப்படுகின்றன. சரக்குகளைத் தொடர்ந்து பரிவர்த்தனை செய்துகொள்ள சுழற்சி ஒரு பொதுவான சாதனத்தின் குறுக்கீடு தேவைப்படுகிறது. எனவே, சாதாரண சரக்கு உற்பத்தி முறைக்குப் பணம் மற்றும் பண உறவுகளின் தோற்றமும் வளர்ச்சியும் தேவைப்படுகின்றன. சாதாரண சரக்கு உற்பத்திமுறையின் நல்ல உதாரணமாக அமைந்த ஒரு வணிக நடவடிக்கையில் பின்வரும் அம்சங்களைக் காண முடியும். (1) உற்பத்தியாளர் சரக்கை விற்பனை செய்வது. (2) அந்த விற்பனையில் கிடைக்கும் பணத்தைக் கொண்டு வேறு ஒரு சரக்கை வாங்குவது. முதலில் சரக்கு பணமாக மாறுகிறது. பிறகு பணம் மற்றொரு சரக்காக மாறுகிறது. ஒரு விவசாயி நெல்லை விற்கிறார். அதில் கிடைக்கும் பணத்தைக் கொண்டு உடைகளை விலைக்கு வாங்குகிறார். இவற்றைச் சரக்கு - பணம் - சரக்கு என்ற சொற்களின் முதல் எழுத்துகள் அடங்கிய 'ச-ப-ச^1 என்று குறியீடாகக் குறிப்பிடலாம். (C-M-C^1)

சாமானிய சரக்கு உற்பத்தி முறையும் முதலாளித்துவ சரக்கு உற்பத்தி முறையும்

ச-ப-ச^1 என்று அமைந்த இந்தச் சரக்குகளின் சுற்றில் சில குறிப்பிட்ட அம்சங்களை நாம் கவனத்துக்கு எடுத்துக்கொள்ளலாம். இந்த தொடர் நடவடிக்கையின் நோக்கம் ஒரு பயன்மதிப்பை மற்றொரு பயன்மதிப்புக்காகப் பரிவர்த்தனை செய்து கொள்வதாகும் என்பது தெளிவாகத் தெரிகிறது. 'ச' என்ற சரக்கை மற்றொரு பயன்மதிப்பான 'ச'வுக்காகப் பரிவர்த்தனை செய்துகொள்வது இங்கே பணம் ஒரு இடையீட்டாளராகத்தான் செயல்படுகிறது. ச-ப-ச^1 என்ற தொடர் வணிக நடவடிக்கையின் நோக்கம் பயன்மதிப்புகளை மாற்றிக் கொள்வதுதான். அதாவது இந்த நடவடிக்கையின் நோக்கம் நுகர்வு. அதன் இறுதி விளைவாகப் பயன்மதிப்பு பண்பு அடிப்படையில் மாற்றமடைகிறது. எனவே, ஒரு தனிப்பட்ட ச-ப-ச^1 நடவடிக்கையின் ஆயுள் அந்த நடவடிக்கையின் நோக்கத்தின் அடிப்படையில் வரம்புக்குட்பட்டதாக உள்ளது. அதாவது, ஒரு குறிப்பிட்ட பயன்மதிப்புள்ள சரக்கில் துவங்கி அவற்றுக்குப் பதிலாக வேறு ஒரு பயன் மதிப்பு அல்லது சில பயன்மதிப்புகளின் தொகுதியைப் பெறுவதாகும்.

முதலாளித்துவ உற்பத்திமுறை சாமானிய சரக்கு உற்பத்தி முறையிலிருந்து பண்பு அடிப்படையில் மிகவும் கூர்மையான முறையில் வேறுபட்டதாகும். சாதாரண உற்பத்தி முறையை ச-ப-ச^1 (C-M-C^1) என்ற குறியீட்டின் மூலம் சுட்டிக் காட்டலாம் எனில் முதலாளித்துவ உற்பத்தி முறைக்கான குறியீடு ப-ச-ப^1 (M-C-M^1) எனலாம். மூலதன உரிமையாளர் தனது வணிக நடவடிக்கையைப்

பணத்திலிருந்து துவங்குகிறார். இவ்வாறு 'ப'வுடன் துவங்கி அதை சரக்காக மாற்றுகிறார். பின்னர் அதனை விற்றுப் பணம் பெறுகிறார். இந்தச் சுற்று பணத்தில் துவங்கி பணத்தில் முடிவடைகிறது. இந்தத் தொடர் நடவடிக்கைகள் காரணமாக பயன்மதிப்புகளில் எத்தகைய குணரீதியான மாற்றமும் இல்லை. இந்த தொடர் வணிக நடவடிக்கையின் நோக்கம் நுகர்வு அல்ல என்பது தெளிவு. இதில் பொருளை வாங்குவதற்கு முதலில் பயன்படுத்தப்பட்ட பணத்தின் மதிப்பைவிட அந்தப் பொருளை விற்பனை செய்யும்போது கிடைக்கும் பணம் கூடுதலாக இல்லை என்றால், அந்தத் தொடர்வணிக நடவடிக்கையே பொருளற்றதாக இருந்துவிடும். பயன்மதிப்பு தொடர்பான பண்பு ரீதியான மாற்றம் எதுவும் இல்லாத நிலையில் முதலில் பயன்படுத்தப்பட்ட 'ப'வைவிட பின்னர் கிடைக்கும் 'ப' கூடுதலாக இருக்க வேண்டும் என்பதே இந்த வணிக நடவடிக்கைக்கான தூண்டுகோலாக இருக்கும். ப-ச-ப^1 (M-C-M^1) என்ற குறியீட்டின்படி அமைந்த தொடர்வணிக நடவடிக்கையில் பண ஆதாயமே அந்த வணிக நடவடிக்கையை இயக்கக்கூடிய சக்தியாக இருக்கிறது. எனவே 'ப' முதலில் உள்ள 'ப'வைவிட அதிகமாக இருக்கும் என்ற எதிர்பார்ப்புடன் இந்த நடவடிக்கை எடுக்கப்படுகிறது.

'ச-ப-ச' என்ற குறியீட்டுக்கும் ப-ச-ப^1 என்ற குறியீட்டுக்குமிடையே அடிப்படையான வேறுபாடு உண்டு. முந்தைய நடவடிக்கையின் நோக்கம் நுகர்வு அல்லது பயன்மதிப்பு என்று கூறலாம். பின்னதன் நோக்கம் முதலில் பயன்படுத்தப்படும் பணம் இந்தத் தொடர்வணிக நடவடிக்கை மூலம் அதிகரிப்பதாகும். நுகர்வு என்ற நோக்கத்துடனான முதல் நடவடிக்கை வரம்புக்குட்பட்ட நடவடிக்கையாகும். இரண்டாவது நடவடிக்கையின் நோக்கம் கூடுதலான பணம் என்பதால் இதற்குத் தர்க்க ரீதியான வரம்புகள் இருப்பதில்லை. நூறு ரூபாயைப் பயன்படுத்தி ஒருவர் ரூ.10/- ஆதாயம் அடைவார் என்றால் அந்த ரூ.110/-ஐ பயன்படுத்தி அதனை ஏன் ரூ.121/- ஆக ஆக்கக் கூடாது? எனவே, ப-ச-ப^1 என்ற குறியீட்டைக் கொண்ட தொடர்வணிக நடவடிக்கையின் ஆரம்பத்தில் பயன்படுத்தப்படும் பணம் மேலும் தானாக அதிகரிப்பதையே நோக்கமாகக் கொண்டுள்ளது. எனவே, இதற்குத் தர்க்க ரீதியான வரம்புகள் எதுவும் கிடையாது. சாமானிய சரக்கு உற்பத்தி முறையில் சமூக உற்பத்தியின் நோக்கம் பயன்மதிப்பு (நுகர்வு) என்ற வரம்புக்குட்பட்ட இயக்கத்தைக் கொண்டது. ஆனால், முதலாளித்துவ உற்பத்தி முறையில் மதிப்பு தானாக விரிவடைவதை அடிப்படையாகக் கொண்டது. அதன் உள்ளார்ந்த இயங்கும் சக்தி வரம்பற்றது. தானாக விரிவடையும் முறையில் அமைந்துள்ளது.

முதலாளித்துவ உற்பத்தி முறையில் ப-ச-ப[1] என்ற தொடர் நடவடிக்கையே தீர்மானகரமானதாக உள்ளது என்றபோதிலும், ச-ப-ச[1] என்ற தொடர்நடவடிக்கை மறைந்து போய்விடுவதில்லை. குறிப்பிட்டுச் சொன்னால் வாழ்வதற்காக தனது உழைப்புச் சக்தியை விற்க வேண்டிய கட்டாயத்துக்குட்பட்ட பெரும்பகுதி பாட்டாளிகள் உழைப்பாளர் ச-ப-ச[1] என்ற குறியீட்டுடன் கூடிய வணிக நடவடிக்கையிலேயே ஈடுபடுகின்றனர். அவர்கள் தங்களுடைய சரக்காகிய உழைப்புச் சக்தியைப் பணத்துக்கு விற்றுவிட்டு அந்தப் பணத்தைப் பயன்படுத்தி தாங்கள் வாழ்வதற்குத் தேவையான சரக்குகளை விலைக்கு வாங்குகின்றனர். முதலாளித்துவ வர்க்கத்தைப் பொறுத்தவரை, முதலாளித்துவ முறையை இயக்கும் விசையாக ப-ச-ப[1] (M-C-M^1) அமைந்துள்ளது. ச-ப-ச (C-M-C^1) என்னும் குறியீட்டைச் சரக்குக்கான சுற்றோட்டம் எனவும் ப-ச-ப[1] என்ற குறியீட்டை மூலதனத்துக்கான சுற்றோட்டம் என்றும் குறிப்பிடலாம்.

மூலதனச் சுற்றோட்டங்கள்

ப-ச-ப[1] என்ற குறியீடு ஆரம்பப் பணமதிப்பு கூடுதலடையும் தன்மையைக் கொண்டது. இது மூலதனத்துக்கான சுற்றோட்டத்தின் சாரமாக உள்ளது. இந்தச் சாரத்தைத் தோற்றுவிக்கும் தர்க்க ரீதியான மற்றும் வரலாற்று ரீதியான பல சாதனங்கள் உள்ளன. ஒரு சரக்கைக் குறைவான விலைக்கு வாங்கிக் கூடுதல் விலைக்கு விற்கும்போது ப-ப[1](M-M^1) என்ற வகையில் பண ஆதாயம் கிடைக்கிறது. வரலாற்று ரீதியாகப் பார்க்கும்போது வணிக மூலதனம் அல்லது வர்த்தக மூலதனமாக இதனைக் காணலாம். இவற்றுடன் கந்துவட்டி முறையும் இணைந்து செயல்பட்டு இத்தகைய வடிவத்தில்தான் மூலதனம் முதலில் வரலாற்று ரீதியாகத் தன்னை முன்னிலைப்படுத்திக் கொள்கிறது. கந்துவட்டி கடன் முறையில் சரக்கை வாங்கி விற்கும் வேலை கூடக் கிடையாது. ப-ச-ப[1] (M-C-M^1) என்பதற்குப் பதிலாகப் பணம், கூடுதலாகப் பணம் என்பதைக் குறிக்கும் ப-ப[1](M-M^1) என்ற குறியீடு பொருத்தமானதாகிறது.

கந்துவட்டி மற்றும் வணிக மூலதனம்தான் வரலாற்று அடிப்படையில் மூலதனத்தின் ஆரம்ப வடிவம் என்றாலும் முதலாளித்துவ உற்பத்தி முறையில் அதுவே மிகவும் குறிப்பிடத்தக்க வடிவமாகக் கூற முடியாது. உற்பத்தி அல்லது தொழில் மூலதனச் சுற்றோட்டம்தான் முதலாளித்துவப் பொருளுற்பத்தி முறையில் முக்கிய இடத்தைப் பெறுகிறது. அந்தத் தொடர்நடவடிக்கை கீழ்க்கண்ட கட்டங்களைக் கொண்டது.

(1) மூலதன உடைமையாளர் பணத்தைப் பயன்படுத்திச் சரக்கை விலைக்கு வாங்குகிறார். அதனை ப-ச (M-C) என்ற குறியீட்டால் சுட்டலாம்.

(2) மேலே குறிப்பிட்ட முறையில் வாங்கிய சரக்கின் மீது *உற்பத்திமுறை* ஒன்றை மூலதன உடைமையாளர் செயல்படுத்துகிறார். அதன் காரணமாக ச^{1} என்ற வேறு ஒரு சரக்கு உருவாகிறது. இந்த வணிக நடவடிக்கையை ச-உ-ச^{1} (C-P-C^{1}) என்று குறிப்பிடலாம். இதில் ‘உ’ என்பது உற்பத்தி முறையைச் சுட்டுகிறது. (3) இறுதியாக மூலதன உடைமையாளர் சந்தையில் புதிய சரக்கை (ச^{1}) விற்றுக் கூடுதல் பணத்தைப் (ப^{1}) பெறுகிறார்.

இரண்டாவது நடவடிக்கையில் மூலதன உடைமையாளர் மற்றொரு சரக்கை விலைக்கு வாங்கவில்லை. உண்மையில் அவர் *உழைப்புச் சக்தியையும்* (உச) *உற்பத்தி சாதனத்தையும்* (உசா) விலைக்கு வாங்குகிறார். வேலை செய்வதற்காக வாடகைக்கு அமர்த்திய தொழிலாளியைக் கொண்டு உற்பத்தி சாதனத்தைப் பயன்படுத்தச் செய்து புதிய சரக்கை (ச^{1}) உருவாக்குகிறார். எனவே, உற்பத்தி மூலதனத்தைக் கீழ்க்கண்ட குறியீட்டின் மூலம் சுட்டலாம்.

/ உச

ப - ச ------------ உ- - ச^{1} - ப^{1}

\ உசா

இந்த வணிக நடவடிக்கைச்சுற்றின்போது உற்பத்தி மூலதனம் ஒருமுறை பணமாகவும் மற்றொருமுறை சரக்குகளாகவும் தோன்றுகிறது. மூலதனத்துக்கான தொடர் நடவடிக்கையில் பொதுவான முறையாக இருப்பது ப-ச-ப^{1}(M-C-M^{1}) என்று குறிப்பிடலாம். மார்க்ஸ் பின்வருமாறு குறிப்பிடுகிறார். ப-ச-ப^{1} (M-C-M^{1})என்ற சுற்றோட்டத்தில் பணம், சரக்கு இரண்டுமே மதிப்பின் இரு வேறு நிலைகளைக் குறிக்கின்றன. பணம் அதன் பொதுவான நிலையையும் சரக்கு அதன் குறிப்பான அல்லது ஒருவிதத்தில் மாறுவேடம் பூண்ட நிலையையும் குறிக்கின்றன''[1] அல்லது வேறுவிதமாகக் குறிப்பிட்டால் மூலதனம் என்பதே பணம்; மூலதனம் என்பது சரக்கு உண்மையில் *மதிப்பு என்பதுதான் முனைப்பான காரணி. ஆரம்ப மதிப்பு தன்னெழுச்சியாக விரிவடைகிறது.''*[2]

மூலதனச்சுற்றின் ஆய்வின் முடிவில் வரும் ப-ச-ப^{1} என்ற குறியீட்டில் மதிப்பு தானாக விரிவடைவது சாரமாக அமைந்துள்ளது. எனினும், மூலதனத்தின் இந்தப் பொது விதியான ப-ச-ப^{1} என்ற குறியீட்டில் சில முரண்பாடுகள் உள்ளன.

பசப^{1} சுற்றில் காணப்படும் முரண்பாடுகள்

ச-ப-ச^{1} என்ற குறியீட்டை பற்றி ஒருவகையில் கூறினால், ச-ப-ச^{1} தொடரைத் திருப்பிப் போட்டால் கிடைப்பதே ஆகும். முதலில் உள்ள முறையில் சரக்கை விற்றுப் பணம் பெறப்படுகிறது. அந்தப் பணத்தைக் கொண்டு மற்றொரு சரக்கு வாங்குவதில் அந்தச் சுற்று முடிவடைகிறது.

இரண்டாவதில் பணத்தைக்கொண்டு சரக்கை வாங்கி பிறகு அந்த சரக்கை விற்றுப் பணம் பெறுவதில் முடிவடைகிறது. இப்போது எழுகின்ற கேள்வி இதுதான். இப்படிப்பட்ட சாதாரண மாற்றம் பண்பு அடிப்படையில் இத்தகைய கூர்மையான மாற்றத்தை எப்படி எட்டுகிறது என்பதே. அதாவது ப-ச-ப[1] என்ற குறியீட்டில் முதலில் பயன்படுத்தும் பணம் கூடுதலான பணமாக உபரி மதிப்பாக எவ்வாறு மாறுகிறது என்ற கேள்வி எழுகிறது.

சரக்குகளின் சாதாரணமான பரிமாற்றத்தை எடுத்துக் கொள்வோம். ஒரு விவசாயி நகரத்திற்குச் சென்று தனது நெல்லை விற்று ஒரு தையல்காரரிடமிருந்து உடைகளை விலைக்கு வாங்குகிறார். பயன் மதிப்பைப் பொறுத்தவரை விவசாயி, தையல்காரர் ஆகிய இருவருமே ஆதாயம் அடைகின்றனர். அவர்கள் இருவருக்குமே தாங்கள் கொடுத்த பொருட்களைவிட கிடைத்த பொருள் கூடுதலான பயனை அளிக்கிறது. அந்த விவசாயி நெல் விளைவிப்பதிலும், தையல்காரர் தைப்பதிலும் சிறந்திருக்கும் காரணத்தால் இதில் கூடுதல் ‘ஆதாயமும்’ இருக்கிறது. ஆனால், பரிவர்த்தனை மதிப்பைப் பொறுத்தவரையில் நிலைமை வேறாக உள்ளது.

சரக்குகளைப் பற்றிய நமது ஆய்வை நினைவுபடுத்திக் கொள்வோம். சரக்குகளின் பரிவர்த்தனை மதிப்பைத் தீர்மானிக்கும் அடிப்படையாக அமைந்தது, அவற்றின் மதிப்புகள் என்று வாதிட்டிருந்தோம். மேலும் ஒரு அடி எடுத்து வைத்து சரக்குகள் அவற்றின் மதிப்பின் அடிப்படையில் பரிவர்த்தனை செய்யப்பட்டன என்று வைத்துக் கொள்வோம். (பின்னால் நாம் இது குறித்து ஆய்வு செய்யும்போது சரக்குகளின் பரிவர்த்தனை மதிப்பும் அவற்றின் மதிப்புகளும் சமமானவை அல்ல என்பதைக் காண்போம்) உடனடியான எதார்த்த நிலையை இது சரியாகப் பிரதிபலிக்கிறது என்ற அடிப்படையில் இந்த அநுமானம் செய்யப்படவில்லை. உண்மையில் வேறு ஒரு அடிப்படையில் இதனைச் செய்கிறோம். சமமான பரிவர்த்தனையின்போதும் - அதாவது சரக்குகள் அவற்றின் மதிப்பின் அடிப்படையில் பரிவர்த்தனை செய்யப்படும்போதும் உபரி மதிப்பு சாத்தியமானதே என்பதை சுட்டிக்காட்டவே இதனைச் செய்கிறோம். அந்த உபரி மதிப்பு உற்பத்தியின்போது எழுகிறது. சொல்லப் போனால் அது வரலாற்று ரீதியான சில குறிப்பிட்ட உற்பத்தி உறவுகளின் காரணமாகத் தோற்றுவிக்கப்படுகிறது. ஆனால், மார்க்ஸ் ஒருபோதும் ஒரு குறிப்பிட்ட உண்மையை கவனிக்கத் தவறவில்லை. சரக்கின் மதிப்புதான் பரிவர்த்தனை மதிப்புக்கு (விலை) தீர்மானி (determinant) ஆக உள்ளது என்பதையும் அதே நேரத்தில் பரிவர்த்தனை மதிப்பு (அல்லது விலை) அந்தச் சரக்கின் மதிப்புக்குச் சமமானது அல்ல என்பதையும் மார்க்ஸ் காணத் தவறவில்லை. இங்கே பின்வருமாறு குறிப்பிடுவது பொருத்தமானதாக

இருக்கும். பொருளாதாரத்தை ஒட்டுமொத்தமாக எடுத்துக் கொள்ளும்போது சில மதிப்புகளின் கூட்டுத்தொகையை (செலவழிக்கப்பட்ட உழைப்பு நேரத்தின் குறிப்பிட்ட அளவை) வெறுமனே பரிவர்த்தனை செய்வதன் மூலம் அதிகரிக்க முடியாது. எனவே சரக்குகளின் பரிவர்த்தனை மதிப்பைத் தீர்மானிப்பது இந்த ஒட்டுமொத்த வரம்புக்குள் நிகழ்கிறது என்று கூறலாம். சரக்குகள் அவற்றின் மதிப்பின் அடிப்படையில் பரிவர்த்தனை ஆகின்றன என்ற அநுமானம் உபரி மதிப்பின் சாரத்தைப் புரிந்துகொள்வதற்காகவே செய்யப்படுகிறது எனலாம்.

மேலே அளிக்கப்பட்டுள்ள விளக்கத்தின் அடிப்படையில் சரக்குகளின் சுற்றோட்டத்தின்போது உபரிமதிப்பு தோன்றுவதாகக் காரணம் கற்பிக்க முயல்வதுண்டு. அதிலும், பரிவர்த்தனை நடவடிக்கையே உபரிமதிப்புக்குக் காரணமாகக் கூறப்படுவதுண்டு. பயன்மதிப்பு மற்றும் பரிவர்த்தனை மதிப்பையும் புரிந்துகொள்வதில் ஏற்படும் குழப்பத்தினால் இது ஏற்படுவதாகக் கருதலாம். இதேபோன்ற அணுகுமுறையில் மற்றொரு வகையும் உண்டு. பயன்மதிப்பில் ஏற்படும் ஆதாயங்கள் மூலம் பரிவர்த்தனை மதிப்பை விளக்கும் அணுகுமுறையாகும். அதாவது உபரிமதிப்பு (இதன் ஒரு பகுதியே லாபமாகும்) வர்த்தகத்தின் மூலம் ஏற்படுகிறது என்ற வாதமாகும். ஒரே பொருள் விற்பனையாளரிடம் இருப்பதைவிட உபயோகிப்பாளரிடம் இருக்கும்போது அதிக மதிப்புடன் இருப்பதனால் வர்த்தக நடவடிக்கையின் போதுதான் பொருட்களின் மதிப்பு அதிகரிக்கிறது என்ற வாதத்தைக் குறிப்பிட்டு மார்க்ஸ் மிகவும் சரியாகவே குறிப்பிடுகிறார். "பொருளை வாங்குபவர் உண்மையில் ஒரு உற்பத்தி நடவடிக்கையில் ஈடுபடுகிறார் என்று கூடக் கூறிவிடலாம். காலுறைகளைப் பணமாக மாற்றும்போது இவ்வாறு குறிப்பிட்டு விடலாம்".[3] பார்க்கப் போனால் விற்பனை செய்பவருக்குத் தனது சரக்கைவிட பணம் கூடுதலான அளவில் பயன் அளிக்கக்கூடியது.

உபரி மதிப்பை (அதாவது லாபத்தை) விளக்குவதற்கு முன் வைக்கப்படும் மற்றொரு உதாரணம் சரக்கின் மதிப்பைவிட கூடுதலான விலைக்கு விற்பது அல்லது சரக்கின் மதிப்பைவிட குறைவான விலைக்கு வாங்குவது என்று கூறும் வாதமாகும். இந்த நிகழ்வு பொதுவானதாக இருக்கக்கூடும். அதாவது அனைத்து சரக்குகளும் அவற்றின் மதிப்பைவிட கூடுதலான விலைக்கு விற்கப்படுகின்றன. இந்த உதாரணத்தில் விற்பனை செய்பவர் என்ற முறையில் அடையும் ஆதாயத்தின் அளவுக்கு வாங்குபவர் இழப்பைச் சந்திக்கிறார். அதே சமயம் அனைத்து வர்த்தக நடவடிக்கைகளையும் ஒட்டுமொத்தமாக எடுத்துக்கொண்டால் எவரும் மதிப்பில் நிகர லாபமோ நஷ்டமோ அடைவதில்லை. இது விற்பது மற்றும்

வாங்குவதில் ஈடுபடும் அனைத்து சரக்கு உடைமையாளர்களுக்கும் பொருந்தும். தனிப்பட்ட நபரின் அடிப்படையிலோ சமூக மட்டத்திலோ உபரி மதிப்பு குறித்து விளக்கம் எதுவுமில்லை என்பது தெளிவு. மற்றொரு சாத்தியக்கூறும் உண்டு. 'அ' என்ற விற்பனையாளர் 'ஆ' என்ற வாங்குபவரிடம் தனது பொருளைப் புத்திசாலித்தனமான முறையில் அப்பொருளின் மதிப்பைவிடக் கூடுதல் விலைக்கு விற்கிறார். ஆனால், 'ஆ' என்பவர் தனது பொருளை 'அ'வுக்குப் பொருளின் மதிப்புக்குச் சமமான விலைக்கு விற்கிறார். இந்த வர்த்தக நடவடிக்கையின்போது 'அ' ஆதாயம் அடைகிறார். 'ஆ' இழக்கிறார். ஆனால், 'அ' மற்றும் 'ஆ' இருவருடைய வர்த்தக நடவடிக்கைகளையும் சேர்த்துக் கணக்கிட்டால் நிகர ஆதாயமோ, நிகர இழப்போ இருப்பதில்லை. ஒரு தனிப்பட்ட சரக்கு உடைமையாளருக்குக் கிடைக்கக்கூடிய உபரிமதிப்பை விளக்க இந்த உதாரணத்தைப் பயன்படுத்தலாம். ஆனால், சமுதாயத்தை ஒட்டுமொத்தமாக எடுத்துக்கொண்டால் அதற்குக் கிடைக்கும் உபரி மதிப்பை இது விளக்காது. சுற்றோட்டத்தில் உள்ள மொத்த மதிப்பில் மாற்றம் ஏற்பட்டுள்ளதையே இது குறிப்பிடுகிறது. அதுதான் நிகழ்ந்துள்ளது ('அ'வுக்கு அதிகமாகவும் அதே அளவில் 'ஆ'வுக்குக் குறைவாகவும்) மார்க்ஸ் குறிப்பிடுகிறார். "சுற்றோட்டத்திலுள்ள மதிப்புகளைப் பங்கிடுவதில் மாற்றம் செய்வதால் அம்மதிப்புகளின் மொத்த அளவு பெருக முடியாது". "சுற்றோட்டம் அல்லது சரக்குப் பரிவர்த்தனை எவ்வித மதிப்பையும் ஈன்றெடுப்பதில்லை".[4]

இதுவரை நடைபெற்றுள்ள விவாதத்தின் மூலம் உருவாகும் அடிப்படைக்கருத்து இதுதான். சரக்குகளின் பரிவர்த்தனையின் போது அவற்றின் மதிப்புக்குச் சமமாகப் பரிவர்த்தனை செய்யப்பட்டாலும், செய்யப்படாவிட்டாலும் சமூக எதார்த்தமாகக் கருதப்படக்கூடிய உபரிமதிப்பு (அதாவது லாபம்) எதுவும் அவற்றை சுற்றோட்டத்தில் விடுவதால் ஏற்படுவதில்லை. இதற்கு நேர்மாறான மற்றொரு புரிதலையும் குறிப்பிடலாம். சரக்கைக் குறைவான விலைக்கு வாங்கி கூடுதலான விலைக்கு விற்பதால் லாபம் ஏற்படுகிறது என்ற கருத்தாகும். மூலதனமானது சில வடிவங்களில் இருக்கும்போது இவை போன்ற தோற்றம் ஏற்படுகிறது. உதாரணங்களாக வர்த்தக மூலதனம் மற்றும் லேவாதேவி மூலதனத்தைக் குறிப்பிடலாம். இந்த இரண்டுவித வடிவங்களிலும் புழக்கத்தின் காரணமாக லாபம் ஏற்படுவது போன்ற தோற்றம் ஏற்படும். வர்த்தக மூலதனத்தில் இடையில் ஏற்படும் உற்பத்திக் கட்டம் - (உற்பத்தி மூலதனத்தில் இதனை நாம் கண்டுள்ளோம்) நீக்கப்படுகிறது. ப-ச-ப[1] என்ற வர்த்தக நடவடிக்கை மட்டுமே நேரடியாக அதாவது மலிவான விலைக்கு வாங்கிக் கூடுதல் விலைக்கு விற்பது நிகழ்கிறது. லேவாதேவி மூலதனத்தில் விற்பனை மற்றும் வாங்குதல் என்ற இடைப்பட்ட நடவடிக்கைகள்

திரையிடப்பட்டுப் பணம் கூடுதல் பணமாகக்கூடிய அதாவது ப-ப[1] என்ற தொடர் நடவடிக்கையே தெரிகின்றது. வர்த்தக மூலதனத்தில் சுற்றோட்டத்தின் காரணமாகவே லாபம் ஏற்படுவது போன்ற பிரமை ஏற்படுகிறது என்றால் லேவாதேவி மூலதனத்தில் அதையும்விட அதிகமான பிரமை - அதாவது உபரி மதிப்பின் தோற்றம் மருள வைக்கும் மாய நடவடிக்கையாகக் காணப்படுகிறது. உபரி மதிப்பைப் பணமே உருவாக்குவது போன்ற தோற்றம் ஏற்படுகிறது. அதாவது தன்னைத்தானே மறுஉற்பத்தி செய்துகொள்ளும் மாயமந்திர ஆற்றல் கொண்டதாகப் 'பணம்' கருதப்படுகிறது. வர்த்தக மூலதனம் மற்றும் லேவாதேவி மூலதனம் ஏற்படுத்தக்கூடிய பிரமை அல்லது மாயையைத் தவிர்ப்பதற்காகவே மூலதனம் குறித்த பொதுவான விதி குறித்து மார்க்ஸ் அக்கறை செலுத்தினார். சமத்துவமற்ற பரிவர்த்தனை முறை, மதிப்புகளிலிருந்து விலகி ஏற்படும் அன்றாட விலை மாற்றங்கள் ஆகியவற்றுக்கு அப்பால் சென்று உபரி மதிப்பு குறித்த பொதுவான மற்றும் அடிப்படையான விளக்கத்தைக் கண்டறிய முனைந்தார்.

பொதுவான உபரிமதிப்பு என்பது சுற்றோட்டத்தின்போது தோன்றுவதில்லை என்பதை விளக்க நாம் முயன்றுள்ளோம். ஆனால், அதில் ஒரு பிரச்சனை எழுகிறது. "சரக்குடைமையாளர்கள் இடையிலான உறவுகள் அவர்களது சரக்குகளால் தீர்மானிக்கப்பட்டுக் கொண்டிருக்கும் வரை சுற்றோட்டம் என்பது அந்த உறவுகள் அனைத்தின் ஒட்டுமொத்தம் தானே?[5] இதுதான் உள்ள நிலை என்றால் வேறு எங்கிருந்து உபரிமதிப்பு தோன்றக்கூடும்? மார்க்ஸ் விளக்குகிறார்: "சரக்கு உற்பத்தியாளர் பிற சரக்கு உடைமையாளர்களுடன் தொடர்புகளை ஏற்படுத்திக் கொள்ளாமல் சுற்றோட்டம் என்ற வட்டத்துக்கு வெளியே இருந்துகொண்டு மதிப்பைப் பெருக்குவதும் ஆதலால் பணம் அல்லது சரக்குகளை மூலதனமாக மாற்றுவதும் முடியாத காரியம்"[6]

மூலதனம் பற்றிய பொது விதியில் உள்ள முரண்பாடுகள் ஒரு புதிர் மிக்க பிரச்சனையாக மாறிவிடுகிறது. சரக்குகளை அவற்றின் மதிப்பின் அடிப்படையில் பரிவர்த்தனை செய்யும்போதுதான் உபரிமதிப்பின் தோற்றத்தைக் கண்டுபிடிக்கலாம். உபரி மதிப்பின் தோற்றம் சுற்றோட்டத்தில் இருக்க வேண்டும். அதே சமயம் சுற்றோட்டத்தின்போது இல்லாமலும் இருக்க வேண்டும்.[7]

[சுற்றோட்டத்தில் உருவாகிறது; ஆனால் சுற்றோட்டத்தால் உருவாகவில்லை]

உபரி மதிப்பின் தோற்றுவாய்

இந்தப் புதிரை ஆய்வு செய்வதற்கு உற்பத்தி மூலதனம் தொடர்பான சுற்றை எடுத்துக்கொள்வோம். முதலாளித்துவ உற்பத்திமுறையில்

மேலாதிக்கம் செலுத்தக்கூடிய மூலதன வடிவம் உற்பத்தி மூலதனமே. அந்த வடிவத்தின் சுற்று பின்வருமாறு விளக்கப்பட்டது;

உ.ச

ப-ச- ---------- உ - ச^{1} - ப^{1}

உ.சா

பணம் சரக்காக மாறுவதும் கூடுதல் மதிப்புள்ள சரக்கு கூடுதல் பணமாக மாறுவதும் வெறும் பரிவர்த்தனை நடவடிக்கைகளே. நமது பிரச்சனையின் நிலையைப் பரிசீலிக்கும்போது இந்த இரண்டுவித நடவடிக்கைகளின்போதும் மதிப்பில் மாற்றம் எதுவும் ஏற்படாது.

உ.ச

ச ----------- உ - - - ச^{1}

உ.சா

(உ.ச- உழைப்புச் சக்தி)

(உ.சா- உற்பத்திச் சாதனம்)

உற்பத்தி மூலதனத்தின் தொடர் நடவடிக்கையாக அமைந்த மேலே குறிப்பிடப்பட்ட சுற்றில் உபரி மதிப்பின் தோற்றுவாயைக் கண்டுபிடிக்க வேண்டும்.

ப-ச என்ற நடவடிக்கையை ப-உ.ச மற்றும் ப-உ.சா என்று பிரிக்கலாம். அதாவது உழைப்புச் சக்திக்காகப் பரிவர்த்தனை செய்யப்பட்ட பணம் மற்றும் உற்பத்திச் சாதனத்துக்காகப் பரிவர்த்தனை செய்யப்பட்ட பணம் என்று பிரிக்கலாம். இவற்றில் ஒவ்வொரு வணிக நடவடிக்கையும் மதிப்பு அடிப்படையில் சமமானதாக இருப்பதால் மதிப்பில் மாற்றத்துக்கான (ப^{1}-ப) தோற்றுவாயை விலைக்கு வாங்கும் சரக்குகளின் பயன்மதிப்பில் காண முயல வேண்டும். பணத்தின் ஆரம்ப மதிப்பை அதிகப்படுத்தும் தந்திரத்தைக் கண்டுபிடிக்க வேண்டும். எந்தச் சரக்கைப் பயன்படுத்தும்போது அந்தச் சரக்கின் மதிப்பைவிட கூடுதலான மதிப்பை உற்பத்தி செய்யமுடியும் என்பதைக் கண்டுபிடிக்க வேண்டும். இதில் சரக்குகளின் பரிவர்த்தனை மதிப்பு சமமானதாக இருக்கலாம். ஆனால், இந்தச் சிறப்பான சரக்கைப் பயன்படுத்துவதன் மூலம் கூடுதல் மதிப்பை உருவாக்க முடியும். அது புதிய சரக்கின் வடிவத்தில் இருக்கும். இந்தச் சிறப்பான குணத்தைக்கொண்ட சரக்கு உழைப்புச்சக்திதான் என்பது மார்க்சின் வாதம். ஒரு குறிப்பிட்ட நேரத்துக்கு உழைப்புச்சக்தியைப் பயன்படுத்தும்போது அதனை மறுஉற்பத்தி செய்வதற்குத் தேவையான மதிப்பைவிடக் கூடுதல் மதிப்பை அது தருகிறது.

இந்தக் கருத்தைத் தொடர்ந்து பின் செல்வோம். உழைப்புக்கும் உழைப்புச் சக்திக்குமிடையே உள்ள வேறுபாட்டை இங்கே முக்கியமாகக் கவனிக்க வேண்டும். கூலித்தொழிலாளி மூலதன உடைமையாளரிடம் நேரடியாக உழைப்பை விற்பதில்லை. உழைக்கும் திறனை விற்கிறார். தொழிலாளி ஒரு கூலி ஒப்பந்தத்தின் மூலம் தனது உழைப்புத்திறனை ஒரு குறிப்பிட்ட நேரத்துக்கு மூலதனஉடைமையாளர்விருப்பம்போலப்பயன்படுத்திக்கொள்வதற்கு விட்டுவிடுகிறார். அந்த வேலை நடைபெறும்போது உழைக்கும் திறன் பயன்படுத்தப்படுகிறது. அதனை ஒவ்வொரு நாளும் மறுஉற்பத்தி செய்ய வேண்டி உள்ளது. தொழிலாளிக்கு உணவு மற்றும் பிற அடிப்படைத் தேவைகளைப் பூர்த்தி செய்வதன் மூலம் இந்த உழைக்கும் திறன் மறு உற்பத்தி செய்யப்படுகிறது. உழைக்கும் இத்திறனைத்தான் மார்க்ஸ் உழைப்புச்சக்தி என்று குறிப்பிடுகிறார். உழைப்புச்சக்தியை வேறு சொற்களில் பின்வருமாறு விளக்கலாம். உழைப்பாளியின் மனஆற்றல் மற்றும் உடல்ரீதியான ஆற்றலின் கூட்டுத்தொகைதான் உழைப்புச்சக்தி எனலாம். ஒரு தொழிலாளியைக் குறிப்பிட்ட நேரத்துக்கு மூலதன உடைமையாளர் கூலிக்கு எடுக்கும்போது (நாட்கூலித் தொழிலாளியை ஒரு குறிப்பிட்ட நாளில் 10 மணி நேரத்துக்கு என்று உதாரணமாக வைத்துக் கொள்வோம்) அந்தத் தொழிலாளியின் ஆற்றலை அந்தக் குறிப்பிட்ட நேரத்துக்குத் தான் விரும்பியபடி பயன்படுத்திக் கொள்ளும் உரிமையைப் பெறுகிறார். இந்த உழைப்புச் சக்தி ஒரு சரக்காகும். முதலாளித்துவ உற்பத்திமுறையில் கூலித்தொழிலாளி இந்த உழைப்புச் சக்தியைத் தனி உடைமையாகக் கொண்டிருக்கிறார். இதனைத் தனது விருப்பப்படி அவர் பயன்படுத்திக்கொள்ள முடியும். உண்பது, உடை அணிவது, இயற்கைக் கூறுகளிலிருந்து தன்னைப் பாதுகாத்துக்கொள்வது ஆகியவற்றின் மூலம் இந்தச் சரக்கை உற்பத்தி செய்து தன்னுடையதாக வைத்திருக்கிறார். மூலதன உடைமையாளருக்கு இதனை விற்பனை செய்வதற்காக வைத்திருக்கிறார். இந்த இலக்கணத்தின் அடிப்படையில் உழைப்புச் சக்தி ஒரு சரக்கு ஆகும். எனவே, இதற்கென்று ஒரு மதிப்பும் பயன்மதிப்பும் இருக்க வேண்டும். உழைப்புச்சக்தியின் பயன்மதிப்பு அல்லது உபயோகமான குணம் என்பது மற்ற சரக்கின் மதிப்பைப் போன்றது. அதனை உற்பத்தி செய்ய சமூக ரீதியில் தேவைப்படும் அவசிய உழைப்பு நேரமே அந்தச் சரக்கின் மதிப்பாகும். அப்படியானால் இதன் பொருள் என்ன? உழைப்புச் சக்தியின் மதிப்பு உடல் ரீதியாகத் தீர்மானிக்கப்படுகிறதா?

இந்தக் கேள்விக்கு 'இல்லை' என்று அழுத்தம் திருத்தமாக மார்க்ஸ் பதில் அளிக்கிறார். உழைப்புச் சக்தியை மறுஉற்பத்தி செய்ய குறைந்தபட்சம், உயிர் வாழ்வதற்கான இன்றியமையாத பொருட்களின்

உற்பத்தி தேவைப்படுகிறது. உழைப்புச்சக்தியை மறுஉற்பத்தி செய்ய நிறைவேற்றப்பட வேண்டிய தேவைகள் எந்த அளவிற்கு இயற்கையானவையோ அந்த அளவு சமூக ரீதியானவையும் ஆகும். இதனை மார்க்சின் சொற்களில் பின்வருமாறு விளக்கலாம்:

"... அவரது அவசியத் தேவைகள் என்பவற்றின் தொகையும் அளவும் அதே போல் அவற்றை நிறைவு செய்கிற முறைகளும் வரலாற்று வளர்ச்சியில் விளைகிறவை. எனவே அவை பெருமளவுக்கு நாகரிக வளர்ச்சியில் நாடு எந்நிலையை அடைந்துள்ளது என்பதையும் இன்னும் குறிப்பாக எப்படிப்பட்ட நிலைமைகளில் சுதந்திரமான தொழிலாளர் வர்க்கம் உருவானது என்பதையும் பொருத்தது. அதாவது, எம்மாதிரியான பழக்க வழக்கங்களுடனும் வசதிகளின் வளர்ச்சிநிலையுடனும் சுதந்திரத் தொழிலாளர்களின் வர்க்கம் உருவெடுக்கிறது என்பதைப் பொறுத்தது"[8] *இதிலிருந்து மற்றொரு கருத்தும் ஏற்படுகிறது. அதாவது உழைப்புச் சக்தியைத் தீர்மானிப்பதில் வரலாற்றுரீதியான மற்றும் அறம் சார்ந்த கூறுகள் நுழைகின்றன.*[9] *ஒரு குறிப்பிட்ட சமுதாயத்தில் ஒரு குறிப்பிட்ட நேரத்தில் ஒரு சராசரித் தொழிலாளியை மறுஉற்பத்தி செய்யத் தேவையான பல்வேறு விதமான பொருட்கள் மற்றும் பணிகளின் தொகுப்பு தேவைப்படுகிறது.*[10]

உபரிமதிப்பின் ரகசியம் தானே விரிவடையும் மதிப்பாக மூலதனம் ஆவது பின்வருமாறு அமைகிறது. உழைப்புச் சக்தியை தினமும் மறுஉற்பத்தி செய்வதற்காகச் செலவிடப்படும் உழைப்பு நேரம் தொழிலாளி உழைக்கும் நேரத்தின் அளவைவிடக் குறைவானதாக இருக்கிறது என்ற உண்மையில் இந்த ரகசியம் அடங்கியுள்ளது. தொழிலாளி உழைக்கும் நேரம் 10 மணிநேரம் என்று வைத்துக்கொள்வோம். ஒரு தொழிலாளிக்கு அன்றாடம் தேவைப் படுகின்ற பல்வேறு பொருட்கள் மற்றும் தேவைகளின் சராசரித் தேவைகள் நமக்குத் தெரிவதாக வைத்துக் கொள்வோம். அப்போது பயன்படுத்தப்படும் தொழில்நுட்ப அடிப்படையில் தொழிலாளிக்கு அன்றாடம் தேவைப்படும் பொருட்கள் மற்றும் பணிகளை உற்பத்தி செய்ய சமூக ரீதியாகத் தேவைப்படும் நேரத்தை ஒருவரால் கணக்கிட முடியும். இதுதான் உழைப்புச் சக்தியின் மதிப்பு அன்றாட மதிப்பு ஆகும். இது ஆறுமணி நேரம் என்று வைத்துக் கொள்வோம். உழைப்புச் சக்தி என்ற சரக்கை மூலதன உடைமையாளர் ஆறுமணி உழைப்பின் மதிப்பின் அடிப்படையில் விலைக்கு வாங்குகிறார். ஆனால் தொழிலாளி 10 மணி நேரம் உழைக்கிறார். இந்த வகையில் 4 மணிநேர உழைப்பு மூலதன உடைமையாளருக்குக் கிடைக்கிறது. ஒரு பொருள் குறிப்பிட்ட வடிவத்தில் அது வெளிப்படுகிறது. உழைப்புச்சக்தியை அதன்மதிப்பை விட குறைவான விலைக்கு வாங்கியதன் மூலம் தொழிலாளியை ஏமாற்றி விடவில்லை என்பது முக்கியமாக கவனிக்கப்பட வேண்டும். மூலதன உரிமையாளர்

தொழிலாளிக்கு உழைப்புச்சக்தியின் முழு மதிப்பைக் கொடுத்தாலும், அதாவது மிகவும் சரியான முறையில் சமமான பரிவர்த்தனை மதிப்பின் அடிப்படையில் உழைப்பைப் பெற்றாலும் உபரிமதிப்பு உருவாவது சாத்தியமானதே. உழைப்புச்சக்தியின் மதிப்பை விடக்கூடுதலான கால அளவுக்கு மூலதன உரிமையாளர் உழைப்புச் சக்தியைப் பயன்படுத்தும் வரை இது சாத்தியமானதே. அதாவது உழைப்புச்சக்தியின் மதிப்பைவிட கூடுதலான நேரத்துக்கு உழைப்பாளி தினமும் உழைக்கும் வரை மூலதன உடைமையாளரும் கூலித்தொழிலாளியும் இம்முறையில் இருக்கும் வரை சமமான பரிவர்த்தனை முறை நிலவினாலும் உற்பத்தியின் போது மூலதன உடைமையாளருக்கு உபரிமதிப்பு உருவாகிறது.

முதலாளித்துவ உற்பத்தி முறையின் வரலாற்று ரீதியான முன் நிபந்தனைகள்

மேலே கூறப்பட்டுள்ள கருத்தில் முதலாளித்துவ உற்பத்தி முறையின் வரலாற்று ரீதியான குறிப்பிட்ட தன்மை கூர்மையான முறையில் சுட்டிக் காட்டப் பட்டுள்ளது. சரக்கு உற்பத்தி நடைபெறும் காலத்தில் உபரிமதிப்பு உருவாக வேண்டுமானால் குறிப்பிட்ட வரலாற்றுச் சூழல்கள் நிலவ வேண்டும். மனிதச் சமூகத்தின் அனைத்துச் சமுதாயங்களிலும் சரக்கு உற்பத்திமுறை ஒரே மாதிரியாகக் காணப்படும் ஒன்றல்ல என்பதை முன்னரே குறிப்பிட்டுள்ளோம். ஆனால், பல சமூக வடிவங்களிலும் சரக்கு உற்பத்தி ஒரு குறிப்பிட்ட விதத்தில் இருந்து வந்துள்ளது. ஆனால், பிற அம்சங்களில் ஒன்றிலிருந்து மற்றொன்று பலவிதங்களிலும் பெருமளவில் வேறுபட்டுள்ளதாக இருந்துள்ளது. அவை பல்வேறு விதமான வரலாற்றுச் சகாப்தங்களுடன் சொல்லப்போனால் சம்பந்தப் பட்டவையாக இருந்துள்ளன. "ஆனால் மூலதனத்தின் வரலாற்று ரீதியான வாழ்வுக்குப் பணம் மற்றும் சரக்குகளின் சுற்றோட்டம் மட்டுமே எவ்விதத்திலும் போதுமானவை அல்ல".[11]

அப்படியானால் முதலாளித்துவ உற்பத்திமுறையில் அடிப்படையான முன்நிபந்தனைகள் எவை? பணம் மூலதனமாக மாறுவதற்கு ப-ச-ப[1] என்ற சுற்றுமதிப்பு தானாக விரிவடைவது உழைப்புச்சக்தி ஒரு சரக்காகக் கிடைக்கும் வரைதான். இது சமூகரீதியில் சாத்தியமாகிறது என்பதைக் கண்டோம். உழைப்புச்சக்தி ஒரு சரக்காக மூலதன உடைமையாளரால் தொழிலாளியிடமிருந்து தடையின்றி வாங்கப்படுகிறது. இந்தத் தொழிலாளியைப் பொறுத்தவரை இரண்டுவிதமான நிபந்தனைகள் பூர்த்தி செய்யப்பட வேண்டும். முதலாவதாக, உழைப்பாளி தன் உழைக்கும் திறனின் வில்லங்கமற்ற உடைமையாளராக இருக்க வேண்டும்.[12] தனது உழைப்புச்சக்தியைத் தனது தனிச் சொத்தாக உழைப்பாளி கொண்டிருக்க வேண்டும். அதனால், தனது விருப்பப்படி அதனைச்

செலவழிக்கும் நிலையில் இருக்க வேண்டும். இதன் பொருள் யாதெனில் பிரபுத்துவம் மற்றும் முதலாளித்துவத்துக்கு முந்தைய காலத்துக்குரிய தடைகளான பண்ணை அடிமைமுறை அல்லது கொத்தடிமை முறை இல்லாமல் இருக்க வேண்டும். அது மட்டுமல்ல, தொழிலாளி தனது உழைப்புச் சக்தியை ஒரு குறிப்பிட்ட கால அளவுக்கு மட்டுமே விற்பனை செய்ய வேண்டும். அவ்வாறு இல்லை என்றால் தொழிலாளி ஒரு அடிமையாகவோ பண்ணை அடிமையாகவோ மாறிவிடுவார். இரண்டாவதாக, அந்தத் தொழிலாளி தனது சொந்த உற்பத்திச் சாதனம் மற்றும் உழைப்புச் சக்தியைப் பயன்படுத்தி ஏதாவது சரக்கை சுயேச்சையாகத் தயாரிக்கும் நிலையில் இருக்கக்கூடாது. வேறு சொற்களில் கூறினால் வாழ்வதற்காக தனது உழைப்புச்சக்தியை விற்க வேண்டிய கட்டாயத்தில் இருக்கவேண்டும். மார்க்ஸ் பின்வருமாறு கூறுகிறார்.

> *"தனது பணத்தை மூலதனமாக மாற்றுவதற்குப் பணத்தின் சொந்தக்காரன் சுதந்திரமான தொழிலாளியை விற்பனைச் சந்தையில் சந்தித்தாக வேண்டும். சுதந்திரமான தொழிலாளி என்பதன் இரண்டு விதமான பொருளின் அடிப்படையிலும் அவன் சுதந்திரமானவனாக இருக்க வேண்டும். ஒரு சுதந்திர மனிதன் என்கிற முறையில் தனது சொந்த சரக்கான உழைப்புச் சக்தியை விற்கக்கூடிய சுதந்திரமுடையவனாக இருக்க வேண்டும். மறுபுறம் இந்தச் சரக்கைத் தவிர விற்பதற்கு அவனிடம் வேறு எதுவும் இருக்கக்கூடாது. அவன் தனது உழைப்புச் சக்தியை ஈடேற்றிக் கொண்டு பயனுள்ளதாக்கத் தேவையான எந்தவொன்றையும் இல்லாதவனாக இருக்க வேண்டும்.*[13]

எனவே, முதலாளித்துவ உற்பத்தி முறைக்கு ஒருபுறம் பணத்தின் சொந்தக்காரர்களும் உற்பத்திச் சாதனங்களும் இருக்க வேண்டும். மறுபுறம் தங்களுடைய உழைப்புச் சக்தியைத் தவிர வேறு எந்த சொத்துமில்லாத மக்கள் கூட்டம் இருக்க வேண்டும். இயற்கையால் விதிக்கப்பட்ட ஒரு சூழ்நிலையாக இது இருக்க முடியாது என்பதை நாம் உடனடியாகப் புரிந்துகொள்ள முடியும். இது ஒரு குறிப்பிட்ட வரலாற்று மற்றும் சமூக நிலையாகும். மார்க்ஸ் கூறுவார்: "ஒருபுறம் பணம் அல்லது சரக்குகளுக்குச் சொந்தக்காரர்களையும் மறுபுறம் தங்கள் உழைப்புச் சக்தியைத் தவிர வேறு எதனையும் தங்கள் உடைமையாகக் கொண்டிராத மனிதர்களை இயற்கை படைப் பதில்லை. இந்த உறவு முறைக்கு ஒரு இயற்கையான அடிப்படை இருப்பதில்லை. அல்லது அதன் சமூக அடிப்படை எல்லா வரலாற்றுக் காலங்களுக்கும் பொதுவானதாக இருப்பதில்லை.[14]

முதலாளித்துவ உற்பத்தி முறையில் வரலாற்று ரீதியான குறிப்பிட்ட தனித்தன்மையையும் மாற்றமடையும் தன்மையையும் வலியுறுத்தியுள்ளோம். இந்த வகையில் கூலி உழைப்பு மற்றும்

மூலதனத்திற்கிடையே உள்ள உறவுகளைக் குறிப்பிட்டுள்ளோம். அன்றாட அனுபவங்கள் நமது புரிதலை கட்டியமைப்பது இந்த உண்மையை நாம் காணாமல் போய்விட வாய்ப்பு உண்டு. சரக்கு உறவுகளின் மாய்மாலம் தொடர்பான மார்க்ஸின் மகத்தான கண்டுபிடிப்பு - சரக்கு உற்பத்தி முறையில் சமூக எதார்த்தம் வெளித்தோற்றம் உண்மையாக இருப்பதில்லை என்பதையும் தவறான புரிதலுக்கு இட்டுச் செல்வதையும் இந்த உற்பத்தி முறையில் இந்தத் தவறான வெளித்தோற்றத்திற்கும் ஒரு புறவயமான அடிப்படை இருக்கிறது என்பதையும் இந்தக் கண்டுபிடிப்பு சுட்டிக்காட்டுகிறது. முதலாளித்துவப் பொருளாதாரம் வரலாற்றுக் கண்ணோட்டத்துடன் இல்லை என்று மார்க்சியவாதிகளாக இல்லாத சில பொருளாதார வல்லுநர்கள் விமர்சித்துக் கூறும்போது, வரலாற்றை அதற்குள் கொண்டுவர முயலும்போது அவர்களிடம் உள்ள வரலாற்றுப்பார்வை மிகவும் குறுகியதாக உள்ளது. முதலாளித்துவ மூலதன தொழில் முனைவோரின் நிறைவேற்றப்படாத எதிர்பார்ப்புகளை இதற்கு உதாரணமாகக் குறிப்பிடலாம். எனினும், மார்க்சிய சிந்தனையில் உள்ள வரலாற்றியல் ரீதியான குறிப்பிட்ட தன்மையானது அடிப்படையில் புரட்சிகரமான உள்ளடக்கத்தைக் கொண்டது. தற்போது நிலவும் சமூக வடிவமும் தற்போது நடப்பாட்சியிலுள்ள மேலாதிக்கம் செலுத்தும் உற்பத்திமுறையும் முந்தைய உற்பத்தி முறைகளைப் போல மாறும் தன்மையுடையவை. அவை கால வெள்ளத்தில் மறைந்து போய்விடும்.

தொகுப்புரை: சாமானிய சரக்கு உற்பத்திக்கும் முதலாளித்துவ உற்பத்திமுறைக்குமிடையே உள்ள வேறுபாடு தொடர்பான கருத்துடனும் இந்தப் பகுதியைத் துவக்கினோம். முதலாளித்துவ உற்பத்தி முறையில் தனிப்பட்ட நபரின் உழைப்புச்சக்தி, அதாவது உழைப்புத்திறனே ஒரு சரக்காக மாறி விடுகிறது. சாமானிய உற்பத்திமுறையில் அவ்வாறு இருப்பதில்லை என்பதே இரண்டு முறைக்குமிடையே உள்ள வேறுபாடு. இந்த வேறுபாடு முக்கியமான ஒன்று. அதிலும் குறிப்பாக, வர்த்தக மயமான பொருளாதாரங்கள் சிலவற்றில் உழைப்புச்சக்தியை ஒரு சரக்காக விற்பதும் வாங்குவதும் நிகழும். அதே நேரத்தில், கூலி உழைப்பாளிமுறை இல்லாமல் இருக்கும் (சர்வதேசச் சந்தையுடனான இணைப்பின் மூலம் வர்த்தக மயமாகும் பொருளாதாரத்தை உதாரணமாகக் குறிப்பிடலாம்).

சாமானிய சரக்கு உற்பத்திமுறை மற்றும் முதலாளித்துவ உற்பத்திமுறை ஆகியவற்றில் காணப்படும் சுற்றுக்களான ச-ப-ச^1; ப-ச-ப^1 ஆகியவற்றைப் பரிசீலித்தோம். ச-ப-ச^1 என்ற சுற்றுக்குப் பயன்மதிப்பைப் (நுகர்வு) பெறுவது குறிக்கோளாக இருக்கும். ப-ச-ப^1 என்ற தொடர் வணிக நடவடிக்கையில் மதிப்பின் அதே வடிவமான பணத்தின் அளவு அதிகரிப்பது நோக்கமாக இருக்கும். ப-ச-ப^1 என்ற

சுற்று தர்க்க ரீதியாக வரம்பற்ற ஒன்றாகக் காணப்படும். இந்த அடிப்படையில் முதலாளித்துவ உற்பத்திமுறை உள்ளார்ந்த இயங்குவிசையைப் பெற்றதாகவும் தானே விரிவடையும் தன்மையைக் கொண்டதாகவும் அமைந்திருக்கும். மூலதனம் முதலில் வணிக மூலதனம் மற்றும் லேவாதேவி மூலதனம் ஆகிய வடிவங்களில் வரலாற்று ரீதியாகத் துவக்கத்தில் முன்னுக்கு வருகிறது. ஆனால், மதிப்பு சமூக மட்டத்தில் தானாக விரிவடைய இந்த வடிவங்கள் பே-ாதுமானவையாக இருப்பதில்லை. (ப என்பது கூடுதல் பணமான $ப^1$வாக அதிகரிப்பதைச் சுட்டிக் காட்டியுள்ளோம்.) முதலாளித்துவ உற்பத்திமுறையில் உற்பத்தி மூலதனம் மேலாதிக்கம் செலுத்துகிறது. அதற்கான குறியீடு,

உ.ச

ப - ச - ----------------உ---$ச^1$-$ப^1$.

உ.சா

இங்கே மூலதன உடைமையாளர் உழைப்பு சக்தி,

உற்பத்திச் சாதனம் ஆகியவற்றை விலைக்கு வாங்குகிறார். கூடுதல் மதிப்பைக் கொண்ட புதிய சரக்கைப் பெறுகிறார். இதனை விற்பதன் மூலம் மதிப்பு தானாகவே அதிகரிக்கும் முறை நிகழ்கிறது (ப என்பது கூடுதல் பணமான $ப^1$வாக மாறுகிறது).

மதிப்பு தானாக அதிகரிக்கும் முறையைச் சித்தாந்த அடிப்படையில் ஆய்வு செய்யும்போது, வேண்டல் - வழங்கல் போன்ற தாக்கங்களை ஏற்படுத்தும் அம்சங்களையும் குறைவான விலைக்கு வாங்கி அதிக விலைக்கு விற்கக்கூடிய சமத்துவமற்ற பரிவர்த்தனை முறை போன்றவற்றைத் தற்காலிகமாக ஒதுக்கி வைக்கிறோம். இவை மொத்த மதிப்பை மறு பகிர்மானம் செய்கின்றனவே அன்றி, மதிப்பை அதிகரிப்பதோ, புதிதான உற்பத்திக்குக் காரணமாவதோ இல்லை. சரக்குகளை அவற்றின் மதிப்பின் அடிப்படையில் பரிவர்த்தனை செய்வதாக வைத்துக்கொண்டு உபரி மதிப்பின் தோற்றுவாயை ஆய்வு செய்தோம். அதாவது (பணம் (ப) கூடுதல் பணமாக ($ப^1$) அதிகரிப்பது. உழைப்புச்சக்தி என்ற சரக்கின் பயன்மதிப்பிலேயே மதிப்பின் தோற்றுவாய் என்ற சிறப்பியல்பு இருக்கிறது. அதுவே, உழைப்பின் மறு வடிவமாக இருக்கிறது. இதன் தொடர்விளைவாக மதிப்பு உருவாகிறது" என்பதைக் கண்டோம்.[15] இந்த வாதத்தை 10 மணிநேர வேலைநாளின் உதாரணத்தின் மூலம் விளக்கினோம். அதில் உழைப்புச்சக்தியின் மதிப்பு 6 மணிநேர வேலையாக இருந்தது. உழைப்புச்சக்தியின் மதிப்பில் பிற சரக்குகளைப் போலன்றி வரலாற்று ரீதியான மற்றும் தார்மீகக் கூறு ஒரு காரணமாக இடம் பெறுகிறது. அது தொழிலாளியின் உடலியல் ரீதியான மறு உற்பத்திக்குப் போதுமான குறைந்தபட்ச அளவாக இருந்தது. உழைப்புச்சக்தி கோட்பாடு

மார்க்சின் பிற கோட்பாடுகளைப் போல சமூக சராசரியையே குறிக்கிறது. அதில் தொழிலாளி வர்க்கத்தின் மறு உற்பத்திக்கு அதாவது தொழிலாளிகள் மற்றும் அவர்களின் குடும்பத்தினரின் மறு உற்பத்தியும் இதில் அடங்கியுள்ளது என்பதைத் தெளிவாகக் குறிப்பிட வேண்டும்.

பின்னர் மூலதனம் வாழ்வதற்கு வேண்டிய வரலாற்று ரீதியான முன்நிபந்தனைகளை ஆய்வு செய்தோம். நீண்ட தொடர்ச்சியான பொருளாதார வடிவங்களில் வரலாற்று ரீதியில் உருவான ஒன்றுதான் மூலதனம்-கூலி உழைப்பின் உறவு என்பதையும் கண்டோம். தொடர்ச்சியாக இருந்த அப்பொருளாதார வடிவங்கள் மாறும் தன்மை கொண்டவையாக ஒன்றை நிராகரித்து மற்றது தோன்றியதையும் கண்டோம். உழைப்புச்சக்தியைத் தவிர வேறு எதனையும் உடைமையாகக் கொண்டிராத ஒரு தெளிர்க்கப் பிரிவினர் ஒருபுறமும் உற்பத்திச் சாதனங்கள் (ஏகபோகமாக) மற்றும் புழங்கும் தன்மையுடைய பணத்தையும் உடைமையாகக் கொண்ட மற்றொரு வர்க்கத்தினர் உருவாவதும் மூலதன வளர்ச்சிக்கு முன்நிபந்தனைகளாக அமைந்திருந்தன. இப்பிரச்சனை குறித்த வேறு சில அம்சங்களை மேலும் பரிசீலிக்க பின்னர் நமக்கு வாய்ப்பு கிடைக்கலாம். உபரி மதிப்பு உருவாகும் முறை குறித்து இன்னமும் முழுமையாகப் பரிசீலிக்கவில்லை என்பதை இறுதியாகக் கூற வேண்டியுள்ளது. அடுத்து அதனைச் செய்வோம். உபரிமதிப்பின் தோற்றுவாயை தர்க்கரீதியான வாதத்தின் மூலம் நாம் சுட்டிக்காட்டுவதை மட்டும் செய்துள்ளோம். உபரிமதிப்பு உருவாகும் முறையை நாம் ஆய்வு செய்யும்போது மூலதனம் ஒரு சமூக உறவு என்ற தன்மை தெளிவாகப் புரியும்.

அடிக்குறிப்புகள்

1. *Capital*, Vol.1, Moscow, 1967 p.*153*
2. *அதே நூல், அதே பக்கம்*
3. *அதே நூல், பக். 160*
4. *அதே நூல், பக். 163*
5. *அதே நூல், பக். 165*
6. *அதே நூல் அதே பக்கம்*
7. *சரக்குகளின் மதிப்புகளில் அவை பரிவர்த்தனை செய்யப்படுகின்றன என்ற யூகமானது, மதிப்பு என்பது சரக்குகளின் பரிவர்த்தனை மதிப்புகளின் அடிப்படையான தீர்வான அம்சம் என்று கருதப்படுவதாலும் இந்தப் பகுதியின் (3வது பகுதியின்) தொடக்கத்தில் கொடுக்கப்பட்டுள்ள ஏனைய விளக்கங்கள் கராணமாகவும் மட்டுமே மேற்கொள்ளப்படுகிறது; இதன்றி அன்றாட 'யதரார்த்த உலகின்' சந்தையில் நிலவும் சூழ்நிலையால் (ஏறத்தாழ கூட) அல்ல என்பதை தெளிவாக புரிந்து கொள்ளவேண்டும், வேண்டல், வழங்கல் ஆகியவற்றின் ஒரு முக ஆற்றல்கள் முதலாளித்துவ பொருளாதார இயலுக்கு விருப்பமானதாகும்; இவை, உண்மையான பரிவர்த்தனை விகிதங்களை பங்கு வகிக்கின்றன; ஆனால், இது பிறதொன்றிலிருந்து உருவாவதும் சரக்குகளுக்கிடையேயான மதிப்பு உறவுகளால் தீர்மானிக்கப் படுவதுமாகும். வேண்டல் வழங்கலின் செயல்பாடானது பின்னர் தெளிவுபடுத்தப்படும். இது குறித்து பார்க்கவும்: முக்கியமாக மூலதனம் தொகுதி* I *பக். 166 மற்றும் தொகுதி* III *பக். 177-200.*
8. Capital Vol.I, p.171
9. *அதே நூல், பக்கம்*
10. *உதாரணமாக, ஐக்கிய அமெரிக்க நாட்டில் தொழிலாளர் புள்ளிவிவர அமைப்பானது, ஒரு 4 பேர் கொண்ட குடும்பத்தின் அளவான வாழ்க்கை மட்டத்திற்குத் தேவையான வருடாந்திர வருமானங்களை வெளியிடுகிறது.*
11. Capital, Vol I, p. 170
12. *அதே நூல், பக். 168*
13. *அதே நூல், பக். 169*
14. *அதே நூல், அதே பக்கம்*
15. *அதே நூல், பக். 167*

4

உபரி மதிப்பின் தோற்றுவாய்

முதலாளித்துவ உற்பத்தி என்பது பரவலாக்கப்பட்ட முழுமையான வளர்ச்சி அடைந்த சரக்கு உற்பத்திமுறை ஆகும். அதில் உழைப்புச்சக்தியே ஒரு சரக்காக மாறுகிறது. அநேகமாக அனைத்துப் பொருட்களுமே சரக்குகளாக உற்பத்தி செய்யப்படுகின்றன. இவ்வகையில் சமூக உற்பத்தியானது மதிப்பை உற்பத்தி செய்யும் தன்மையைப் பெறுகிறது. சரக்குடன் தொடர்புபடுத்திப் பார்க்கும்போது மதிப்பு என்பதில் இரண்டு அம்சங்கள் அடங்கியுள்ளன. ஒரு சமுதாயத்தின் மொத்த உழைப்பு நேரத்தின் ஒரு குறிப்பிட்ட பகுதியைச் செலவிடுவதன் மூலம் சரக்கு உற்பத்தி ஆகும் பண்பினை அது கொண்டுள்ளது. அதாவது, பண்பின் அடிப்படையில் ஒரு குறிப்பிட்ட அளவு உழைப்பு - அதாவது பொதுவான மானுட உழைப்பு அதில் அடங்கியிருக்கிறது. அளவின் அடிப்படையில் பார்க்கும்போது சரக்கை உற்பத்தி செய்வதற்குச் சமூகரீதியில் செலவழிக்கப்படும் உழைப்பு நேரத்தின் அளவே மதிப்பின் அளவாகும். வரலாற்றுப்பொருள் முதல்வாத அணுகுமுறையின் தனித்தன்மையைப் போல முதலாளித்துவ உற்பத்திமுறையின் வரலாற்று ரீதியான தனித் தன்மையை மார்க்சின் ஆய்வு வலியுறுத்துகிறது. இங்கே உற்பத்தி என்பது சரக்கு (மதிப்பு) உற்பத்தியாக அமைந்துள்ளது. உழைப்புச்சக்தி என்பதும் ஒரு சரக்காக மாறிவிடுகிறது. ஆனால் இவற்றில் மட்டும் முதலாளித்துவப் பொருள் உற்பத்தி முறையின் வரலாற்று ரீதியான தனித்தன்மை அடங்கியிருக்கவில்லை. உபரி மதிப்பு உற்பத்தியாவதிலும் இது அடங்கியுள்ளது. மூலதனத்தின் சாரம் என்பது மதிப்பு தானாக விரிவடைவதில் அமைந்துள்ளது. முதலாளித்துவ உற்பத்திமுறையின் அடிப்படையான புரட்சிகரத் தன்மையும் வரலாற்று ரீதியான அதன் மாற்றம் அடையும் தன்மையும் இதில்தான் அடங்கியுள்ளது.

முதலாளித்துவ உற்பத்தி முறையின் கீழ் *உற்பத்திமுறை* - அதாவது உழைப்பு நிகழும் முறை - பற்றிய மார்க்சின் ஆய்வை இப்பகுதியில் பரிசீலிப்போம். பொதுவாக, உழைப்பு நிகழும் முறையை - அதாவது பயன் மதிப்புகளின் - உற்பத்தியாகவும் - முதலில் விவாதிப்போம். பிறகு முதலாளித்துவ உற்பத்தி முறையில் உழைப்பின் நிகழ்முறை பற்றிய ஆய்வும் தொடர்கிறது. உபரி மதிப்பின் தோற்றுவாயும் மூலதனம் விரிவடையும் ஒழுங்கமைவின் சாரம் பற்றியும் இந்த ஆய்வு விளக்கமளிக்கிறது.

மூலதன உரிமையாளர் தொழிலாளிகளை வேலைக்கு எடுத்துக் கொள்வதன் மூலம் அவர்களின் உழைப்புச் சக்தியை விலைக்கு வாங்குகிறார். உற்பத்திச் சாதனங்களையும் கச்சாப் பொருட்களையும் அவர்களிடம் கொடுத்து அவர்கள் வேலை செய்வதற்கு ஏற்பாடு செய்கிறார். மூலதன உடைமையாளரின் கட்டுப்பாட்டில் உழைப்பு நிகழும் முறைக்கு ஒரு குறிப்பிட்ட சமூகத்தன்மை இருக்கிறது. ஆனால், உற்பத்திமுறை என்பது அனைத்து சகாப்தங்களின் உற்பத்தி முறைகளிலும் காணப்படும் பொதுவான தன்மைகளைக் கொண்டுள்ளது. "உற்பத்தி என்பது பொதுவாகப் பகுத்தறிவு ரீதியில் அமைந்த கருத்து. பொதுவான கூற்றினை உண்மையில் வெளிப்படுத்துவதாலும், நிலைநிறுத்துவதாலும் இவ்வாறு கூறலாம்" என்று மார்க்ஸ் கருதுகிறார்.[1] தனித்தன்மையுடன் கூடிய சமூகநிலைகளைக் கவனத்தில் கொள்ளாமல் உழைப்பு நிகழ்முறை பற்றித் தனியாக முதலில் ஆய்வு செய்வோம்.

பயன் மதிப்பு உற்பத்தி என்ற வகையில் உழைப்பு நிகழ்முறை

உழைப்பு நிகழும் முறையின் முதல் அம்சம் யாதெனில், அது இயற்கையின் மீது மனிதன் செயலாற்றும் முறையாகும். அவ்வாறு இயற்கையோடு மனிதன் ஊடாடும் முறை மூலம் மனிதன் தன்னைச் சுற்றியுள்ள உலகை மாற்றி அமைக்கிறான். அது நிகழும்போது அவன் தன்னையும் மாற்றிக் கொள்கிறான். மார்க்ஸ் கூறுவதைப் போல, "தன்னுள் உறங்கும் சக்திகளை வளரச் செய்து அவற்றை அவன் தனது ஆளுகைக்குக் கட்டுப் பட்டுச் செயல்படுமாறு கட்டாயப்படுத்துகிறான்"[2]

மேலே குறிப்பிட்டுள்ள முதல் கருத்திலிருந்து ஒன்றை உணர-முடியும். அதாவது உழைப்பு நிகழ்முறையின்போது மனிதன் தன்னுணர்வின் அடிப்படையிலும் ஒரு நோக்கத்துடனும் அமைந்த செயலில் ஈடுபடுகிறான். கீழ்க்கண்ட பகுதியில் மார்க்ஸ் இக்கருத்தை வலியுறுத்துகிறார்:

> *"படுமோசமான கட்டடக் கலைஞரையும் தலைசிறந்த தேனீக்களையும் வேறுபடுத்திக்காட்டுவது யாதெனில், கட்டடக்கலைஞர்தான் நிர்மாணிக்கவிரும்பும் கட்டடத்தின் கட்டுமானத்தை உண்மையில் கட்டுவதற்கு முன்னால் தனது கற்பனையில் அதனை நிர்மாணிக்கிறார். உழைப்பு நிகழ்முறை ஒவ்வொன்றின் முடிவிலும் கிடைக்கும் விளைவு அந்நிகழ்முறையின் தொடக்கத்திலேயே உழைப்பாளியின் மனதில் இருந்ததுதான். அவர் தாம் வேலை செய்யும் மூலப்பொருளில் வடிவ மாற்றத்தை உண்டாக்குவதோடு தமது குறிக்கோளையும் நிறைவேற்றிக் கொள்கிறார். இந்தக் குறிக்கோள் அவரது வேலை முறையின் நெறியை*

> *நிர்ணயிக்கிறது. இவர் இக்குறிக்கோளுக்கு தமது சித்தத்தைக் கீழ்படுத்திக் கொள்ள வேண்டும்”.*[3]

மூன்றாவதாக உழைப்பு நிகழ்முறையில் உழைப்பவனுடைய தனிப்பட்ட செயல்பாட்டுடன் உழைப்புக்கருவிகளும் உழைப்புக்கான பொருளும் அடங்கியுள்ளன. உழைப்புக்கான பொருள் என்பது இயற்கையினால் நேரடியாக அளிக்கப்பட்டதாக இருக்கலாம். அல்லது ஏற்கெனவே நிகழ்த்தப்பட்ட உழைப்பு முறையில் உற்பத்தியானதாக இருக்கலாம். முதல் வகைக்கு உதாரணம் ஒரு இயற்கை நீர்நிலையில் உள்ள மீன். இரண்டாவதற்கு உதாரணமாகச் சுரங்கத்திலிருந்து வெட்டி எடுக்கப்பட்ட செப்பனிடப்படாத தாதுவைக் குறிப்பிடலாம். ஏற்கெனவே உழைப்பு செயல்முறை செலுத்தப்பட்ட உழைப்புப் பொருட்களைக் கச்சாப்பொருட்கள் என்று மார்க்ஸ் அழைக்கிறார். மானுட நாகரிகம் ஒரு குறிப்பிட்ட நிலையை எட்டும்போது மானுட உழைப்பு செலுத்தப்படுவதன் காரணமாகத் தோன்றியவைதான் உழைப்புக் கருவிகள். ஆனால், மானுட சமூகத்தில் ஆரம்பகாலப் பிரிவினருக்கு இயற்கையில் கிடைத்த கற்களே உழைப்புக் கருவிகளாகப் பயன்பட்டுள்ளன. மார்க்சுடன் சேர்ந்து ஒருவர் கூறலாம், “உழைப்புச் சாதனங்களின் உபயோகமும் புனைவும் மானுட உழைப்பு நிகழ்முறைக்கே உரித்தான தனிச் சிறப்புகளாகும்.”[4]

உழைப்பு நிகழ்முறையின் மூன்று அடிப்படைக் கூறுகளான மனிதர், உழைப்புக்கான பொருள், உழைப்புக்கருவி ஆகியவற்றின் (relative) ஒப்பீட்டு ரீதியிலான பங்கு பற்றிய கேள்வி இயல்பாக எழுகிறது. முதலாளித்துவ சித்தாந்தமும், முதலாளித்துவ பொருளாதாரமும் இந்த மூன்று கூறுகளை ஒரே மாதிரியானவையாகக் கருதுகின்றன. உயிருடன் கூடிய மானுட உழைப்பையும் உழைப்பு நிகழ்முறையில் உற்பத்திச் சாதனமாக அழைக்கப்படுகிற மற்ற இரண்டு கூறுகளையும் வேறுபடுத்திப் பார்ப்பதில்லை. வரலாற்றுப் பொருள் முதல்வாத அடிப்படையில் அமைந்த மார்க்சின் நிலைப்பாடு முதலாளித்துவ நிலைபாட்டுக்கு நேர் எதிரானது. மார்க்சின் கருத்துப்படி மனிதர்களின் செயல்பாடு உழைப்பு நிகழ் முறையை இயக்கும் கூறு ஆகும். உழைப்பு நிகழ்முறையின் மூலம் உற்பத்தி ஆகும் பொருளில் இந்த செயல்பாடு அல்லது இயக்கம் உறைநிலையில் காணப்படுகிறது. மார்க்ஸை மேற்கோள் காட்டினால்,

> *“உழைப்பு நிகழ்முறையில் மனிதர்களின் செயல்பாடு உழைப்புச்சாதனங்களின் உதவியுடன் வேலைக்குள்ளாகும் பொருளில் தொடக்கத்திலிருந்தே திட்டமிட்ட மாற்றத்தை ஏற்படுத்துகிறது. உழைப்பு நிகழ்முறை உற்பத்திப் பொருளில் மறைந்து விடுகிறது,.... முன்பு உழைப்பாளியிடம் இயங்குவதாக இருந்தது, இப்போது உற்பத்திப் பொருளில் இயங்கா நிலைப்*

பண்பாகிறது. உழைப்பு நிகழ்முறை முழுவதையும் அதன் பலனாகிய உற்பத்திப் பொருளின் கோணத்திலிருந்து ஆராய்ந்தால் உழைப்புச்சாதனங்கள், உழைப்பின் இலக்குப் பொருள் இரண்டுமே உற்பத்திச் சாதனங்கள் ஆகும் என்பதும் மானுட உழைப்பே புதிதாய் உருவாக்கும் ஆற்றல் என்பதும் தெளிவாகும்".[5]

"மார்க்ஸைப் பொறுத்தவரை" தொழிலாளி தன்னுணர்வு மற்றும் நோக்கத்துடன் ஈடுபடும் செயல்தான் உழைப்பு நிகழ்முறையில் இயங்கும் கூறு ஆகும். மனிதன் இயற்கையோடு இணைந்து வேலை செய்து, இயற்கையை மாற்றி அமைத்து அச்செயலின்போது தானும் மாறுகிறான். அப்போதே கற்றுக்கொள்வதுடன் உற்பத்தி சக்திகளை வளர்க்கிறான். இதன் மூலமே மனித சமூக வளர்ச்சி ஏற்படுகிறது என்ற வரலாற்றுப் பொருள் முதல் வாதக் கண்ணோட்டத்தின் தர்க்க ரீதியான நிலைப்பாடுதான் மேலே குறிப்பிடப்பட்டுள்ளது. மனிதர் என்று பேசும்போது உற்பத்திச் செயல்முறையின்போது மனித உயிர்களுக்கிடையேயான உறவுகளிலிருந்து இதனை ஒரு சாரமாகக் கண்டறிகிறோம். உற்பத்தி உறவுகளின் இந்த அம்சம் - இதன் உடனுடன் இணைந்து எழும் வர்க்கப் போராட்டமும் - மார்க்சிய கண்ணோட்டத்தின் மிகவும் மையமான அம்சமாகும். அதனை விட்டுவிடுவதோ உற்பத்தி சக்திகளுடன் தொடர்பின்றித் தனியாகப் பரிசீலிப்பது என்பதோ இயலாத செயலாகும்.

பின்வருமாறு மார்க்ஸ் கூறுவதே, தற்காலிகமாக நாம் இவற்றிலிருந்து விலகிய சாரமான நிலையை எடுத்துக்கொள்வதற்கான ஒரே நியாயப்பாடு.

"உழைப்பு நிகழ்முறையை அதன் சாமானிய ஆரம்பக் காரணிகளாக பகுக்கும்போது அது பயன் மதிப்புகளை உற்பத்தி செய்வதை நோக்கமாகக் கொண்ட மனிதச் செயல் ஆகும்... மனித இனம் என்ற ஒன்று இருப்பதற்கு இயற்கை விதித்த நிரந்தர நிபந்தனை ஆகும். ஆகவே மனித இனம் அவ்வப் போது இருக்கும் சமூகக்கட்டம் எதனையும் சாராமல் அனைத்திலும் இருப்பது அல்லது சமூகக் கட்டங்கள் யாவற்றுக்குமே பொதுவானது எனலாம். ஆகவே நமது உழைப்பாளிகளை ஏனைய உழைப்பாளிகளுடன் தொடர்புபடுத்திக் காட்ட அவசியம் ஏற்படவில்லை. ஒரு பக்கம் மனிதனும் அவனது உழைப்பும், மறுபக்கம் இயற்கையும் அதன் பொருட்களும் என்பதே போதுமானது."[6]

உழைப்பு நிகழ்முறை பற்றியஆய்வில் 'மனிதர்' என்ற சொல்லை மார்க்ஸ் பயன்படுத்தும்போது மானுடவியல் அடிப்படையில் விளக்கக்கூடிய 'மனித இயற்கை' என்ற பொருளில் அல்ல. மனிதகுலம்

உயிர் வாழ்வதற்காகக் "காலங்காலமாக இயற்கை விதித்துள்ள நியதி என்பதை உணர்த்தும் முறையில் அச்சொல் பயன்படுத்தப் பட்டுள்ளது". ஒரு குறிப்பிட்ட நோக்கத்துடனான மனித உழைப்பின் குறுக்கீடு இல்லை எனில், உழைப்புக் கருவிகள் துருப்பிடித்து வீணாய்ப் போகும்; இயற்கையின் உற்பத்திப் பொருட்களோ வீணாகிப் போய்விடும். மார்க்ஸ் கூறுவதைப் போல, "இரும்பு துருப் பிடிக்கிறது; மரம் உளுத்துப்போகிறது; நெய்வதற்கோ பின்னுவற்கோ உபயோகிக்க வில்லை என்றால் அது விரயமான பஞ்சே. உயிருள்ள உழைப்பு இந்த பொருட்களைக் கொண்டு அவற்றை சாவையொத்த உறக்கத்திலிருந்து எழுப்பிப் பயன்மதிப்புகளாகக் கூடியவையாய் மட்டுமே இருப்பவற்றை மெய்யான பயனுள்ள செய்திறனுள்ள பயன்மதிப்புகளாக மாற்ற வேண்டும்".[7]

தனது சொந்த நுகர்வுக்காப் பயன்மதிப்புகளை உற்பத்தி செய்வதில் மூலதன உடைமையாளருக்கு அக்கறை இல்லை. சரக்குகளை உற்பத்தி செய்யவும், உபரி மதிப்பைப் பெறவுமே மூலதன உடைமையாளர் உழைப்புச் சக்தியையும் உழைப்புச் சாதனத்தையும் விலைக்கு வாங்குகிறார். இது முதலாளித்துவ உழைப்பு நிகழ்முறைக்கு அதற்கென்ற தனிச் சமூகப் பண்புகளை அளிக்கிறது.

முதலாளித்துவ உழைப்பு நிகழ்முறை

உழைப்பு நிகழ்முறையின் முதன்மையான, முக்கியமான தனியான முதலாளித்துவ அம்சம் யாதெனில் - தொழிலாளி எந்த முதலாளியிடம் தனது உழைப்புச் சக்தியை விற்கிறானோ, அந்த முதலாளியின் கட்டுப்பாட்டின் கீழ் வேலை செய்கிறான். முதலாளி தனது கட்டுப்பாட்டை நேரடியாகச் செலுத்தலாம் அல்லது பல படிநிலைகளைக் கொண்ட மேற்பார்வையாளர் குழுவின் மூலம் கட்டுப்பாட்டைச் செலுத்தலாம். இது எப்படி இருந்தாலும் முதலாளியின் கட்டுப்பாட்டின் கீழ் உழைப்பாளி வேலை செய்கிறான் என்ற நிலை மாறி விடுவதில்லை. இப்போதும் உழைப்பு ஒரு குறிப்பிட்ட நோக்கத்துடன்கூடிய செயலாக இருக்கிறது. ஆனால், நோக்கத்தைத் தீர்மானிப்பதும், அதாவது செயலைக் கட்டுப்பாட்டில் வைத்திருப்பதும் மூலதன உடைமையாளர்தானே தவிர உழைப்பவன் அல்ல. இரண்டாவது உண்மை - முன்னதைப் போலவே முக்கியமான உண்மை யாதெனில் தொழிலாளி உழைப்பைச் செலுத்துவதால் உருவாகும் உற்பத்திப்பொருள் "முதலாளியின் சொத்தாகி விடுகிறது. அப்பொருளின் நேரடி உற்பத்தியாளரான தொழிலாளிக்குச் சொந்தமானதல்ல".[8] முதலாளித்துவ சொத்துடைமை உறவுகளின்கீழ் உழைப்புச்சக்தி என்ற சரக்கை முதலாளி ஒரு குறிப்பிட்ட காலத்துக்கு (ஒரு நாளைக்கு என்று வைத்துக் கொள்வோம்) விலைக்கு வாங்கிவிடுவதால் அதனைத் தனது விருப்பப்படி சுதந்திரமான முறையில் பயன்படுத்திக் கொள்ளலாம். அதன்

விளைவாக உற்பத்தி செய்யப்படும் பொருள் அவனுக்குச் சொந்தமானது.

முதலாளித்துவ உழைப்பு நிகழ்முறையில் தொழிலாளி இரண்டு விதங்களில் ‘அன்னியப்படுகிறான்’ என்று கூற வேண்டும். உழைப்பு நிகழ்முறையின் மீதான கட்டுப்பாட்டிலிருந்து உழைப்பாளி அந்நியப்படுகிறான். அதுமட்டுமல்ல, அவனது சொந்த உழைப்பினால் உருவான உற்பத்திப் பொருளிலிருந்து அவன் அன்னியப்படுத்தப்படுகிறான். ஏனெனில், அந்த உற்பத்திப்பொருள் மூலதன உடைமையாளரின் சொத்தாக மாறுகிறது. முதலாளித்துவ அமைப்பு முறையில் இந்த அன்னியப்படுதல் என்ற நிகழ்வு உழைப்பு நிகழ்முறையுடன் நின்று விடுவதில்லை. பொருளாதார, சித்தாந்த - மற்றும் அரசியல் ஆகிய அனைத்து மட்டங்களிலும் வேர்விடுகிறது. உண்மையில் ஏற்கெனவே விவாதிக்கப்பட்ட சரக்கு உறவுகளின் மாய்மால நிகழ்வில் இது ஒரு அம்சமாக அமைகிறது. பொதுப்பட்ட சரக்கு உற்பத்தி முறையில் சமூக உற்பத்தி முறையின்மீது தன்னுணர்வு சமூகக் கட்டுப்பாடு இருப்பதில்லை. இதுவே பொதுவாகப் பார்க்கும்போது அன்னியப்படுதலுக்கான காரணமாகிறது. இந்த வகையில் இது ஒரு வரலாற்று ரீதியான குறிப்பிட்ட நிகழ்வு என்பதைச் சுட்டிக் காட்டுகிறது. அது எந்த விதத்திலும் நவீனத் தொழில்நுட்பத்தின் விளைவாகவோ அல்லது மனிதனை அவனது உண்மையான மனித மானுடவியல் சார்ந்த சாரத்திலிருந்து பிரித்துப் பார்ப்பதோ அல்ல.[9]

முதலாளித்துவ உழைப்பு நிகழ்முறையின் நோக்கம் “பயன்மதிப்பை உற்பத்தி செய்வது மட்டுமல்ல, மதிப்பை உற்பத்தி செய்வதுமாகும். மதிப்பை மட்டுமல்ல உபரி மதிப்பையுமாகும்.[10] மதிப்பை உற்பத்தி செய்யும் உழைப்பு நிகழ்முறை பற்றி நாம் பரிசீலிப்போம்.

மூலதன உடைமையாளர் தனது தொழிலாளர்களைக் கொண்டு இரும்பில் சுத்தியல் தயாரிக்க விரும்புகிறார் என்று வைத்துக் கொள்வோம். அவர் அதற்குத் தேவையான இரும்புத் தகடுகளையும் கருவிகளையும் விலைக்கு வாங்குகிறார். அவற்றைப் பயன்படுத்தி இரும்பு சுத்தியல்கள் தயாரிக்க ஏற்பாடு செய்கிறார். இந்தக் கச்சாப் பொருட்களையும் கருவியையும் அவற்றின் மதிப்பின் அடிப்படையில் வேறு மூலதன உடைமையாளர்களிடமிருந்து விலைக்கு வாங்குகிறார். நீளம், அகலம், கனம் ஆகியவற்றில் ஒரே தரத்தில் அமைந்த ஒவ்வொரு தகட்டிலிருந்தும் நான்கு சுத்தியல்களை ஒவ்வொரு தொழிலாளியும் உற்பத்தி செய்கிறார் என்று வைத்துக் கொள்வோம். பணிநாள் எட்டு மணிநேரம் என்றும் கொள்வோம். இந்த உழைப்பு நிகழ்முறையின் துவக்கத்தில் இரும்புத்தகடுகள் மாற்றப்படும் பணி நடைபெறும்போது கச்சாப்பொருளான எஃகுத்தகடுகள் இருக்கின்றன. ஒவ்வொரு இரும்புத்தகடும் ஒரே அளவில் அமைந்தவை. ஏற்கெனவே

வேறு எங்கேயோ நடைபெற்ற உழைப்புச் செயல்முறையின் மூலம் உருவானவை. எனவே, அவற்றுக்குள் ஒரு குறிப்பிட்ட அளவிலான உழைப்பு நேரம் உள்ளடங்கியிருக்கிறது. இதுதான் அந்தத் தகட்டின் மதிப்பு. அதனை 4 மணிநேர சமூக ரீதியான அவசிய உழைப்பு நேரமாகக் கொள்வோம். சுத்தியல்களைக் கச்சாப் பொருட்களிலிருந்து உற்பத்தி செய்யும்போது தொழிலாளி அதற்கான கருவியைப் பயன் படுத்துகிறார். இதனால் அதில் ஓரளவு தேய்மானம் ஏற்படுகிறது. அந்த இயந்திரத்தின் மொத்த மதிப்பில் ஒரு குறிப்பிட்ட பகுதி ஒரு நாள் உழைப்பில் 4 சுத்தியல்களைத் தயாரிக்கும்போது பயன் படுத்தப்படுகிறது. ஒரு நாளைக்கு 4 சுத்தியல்களைத் தயாரித்தால் அந்த இயந்திரம் 300 வேலை நாட்களுக்குப் பயன்படும் என்று வைத்துக் கொள்வோம். அந்த 300 வேலை நாட்களின்போது அந்த இயந்திரம் காலாவதி ஆகவில்லை என்று (அதாவது அதைவிட உயர் ரகக் கருவி எதுவும் சந்தைக்கு வரவில்லை என்று) வைத்துக்கொள்வோம். எனவே, ஒவ்வொரு வேலை நாளின்போது அந்த இயந்திரத்தின் மதிப்பில் சராசரியாக 300-ல் 1 பங்கு தினமும் பயன்படுத்தப்படுகிறது. இந்த இயந்திரத்தை உருவாக்க 1200 மணி நேரத்துக்கான சமூக ரீதியான அவசிய- உழைப்பு நேரம் சராசரியாகப் பயன்படுத்தப்பட்டுள்ளது என்று கொள்வோம். எனவே, ஒரு வேலைநாளின்போது அது 4 மணி நேர மதிப்பை இழக்கிறது.

மதிப்பு உருவாக்கப்படுதல்

உழைப்பு நிகழ்முறை என்பது மதிப்பை உருவாக்கும் செயல் என்பது மார்க்சிய கருத்து; அதனைப் பின்வருமாறு விளக்கலாம். உழைப்பு நிகழ்முறைக்கு உள்ளாகும் கச்சாப்பொருளில் ஒரு குறிப்பிட்ட அளவு உழைப்பு நேரம் ஏற்கனவே செலுத்தப் பட்டுள்ளது. அதாவது குறிப்பிட்ட அளவு மதிப்பு அடங்கியுள்ளது. அந்தப் பொருளைச் சுத்தியலாக மாற்றும்போது மேலும் சில மணிநேர உழைப்புநேரம் தொழிலாளியால் நேரடியாகச் செலுத்தப்படுகிறது. இங்கே தகடு சுத்தியலாக மாற்றப்படுகிறது. இதனைச் செய்யும் போது தொழிலாளி இயந்திரத்தைப் பயன்படுத்துகிறான். அது உற்பத்திப் பொருளுக்கு ஒரு குறிப்பிட்ட அளவு மதிப்பை விட்டுக் கொடுக்கிறது. இயந்திரமும் கச்சாப்பொருளைப் போலவே உழைப்புச் செயல்முறைக்கு வரும்போது ஒரு குறிப்பிட்ட அளவிலான மதிப்புடன் வருகிறது. அதனை உற்பத்தி செய்ய சமூக ரீதியாகத் தேவைப்படும் அவசிய உழைப்பு நேரத்தின் அடிப்படையில் அதன் மதிப்பு தீர்மானிக்கப்படுகிறது. கச்சாப்பொருள் மற்றும் இயந்திரம் ஆகியவற்றின் மதிப்புகள் இப்போது நடைபெறும் உழைப்பு நிகழ்முறையின்போது (அதாவது தகடுகளைச் சுத்தியல்களாக மாற்றும்போது) தீர்மானிக்கப்படுவதில்லை. அவற்றை உற்பத்தி

செய்வதற்காக நடைபெறும் உழைப்பு நிகழ்முறையின்போது தீர்மானிக்கப்பட்டுவிட்டது. இப்போதைய உழைப்புச் செயல் முறையில் இயந்திரமும் கச்சாப்பொருட்களும் புதிய மதிப்பு எதையும் உருவாக்கப் பங்களிப்புச் செய்வதில்லை. சொல்லப் போனால் இப்போதைய உழைப்பு நிகழ்முறையில் செயல்படும் கூறாக உள்ள தொழிலாளியின் உயிருள்ள உழைப்பு மூன்று செயல்களைச் செய்கிறது. (1) உற்பத்திப் பொருளுக்குப் பயன்படுத்தப்படும் கச்சாப்பொருளின் மதிப்பைப் பாதுகாக்கிறது (2) இயந்திரத்தின் மதிப்பின் ஒரு பகுதியை உற்பத்திப் பொருளுக்கு மாற்றுகிறது (3) நேரடியான உழைப்பின் மூலம் உற்பத்திப்பொருளுக்குப் புதிய மதிப்பைச் சேர்க்கிறது. நாம் மேலே குறிப்பிட்டுள்ள உதாரணத்தில் ஒரு வேலைநாளில் உற்பத்தியாகும் 4 சுத்தியல்களில் பயன்படுத்தப் பட்டுள்ள கச்சாப்பொருட்களின் மதிப்பு 16 மணி உழைப்பு நேரத்துக்குச் சமமானது. (ஒரு தகட்டுக்கு 4 மணிநேரம் என்ற அடிப்படையில்) இயந்திரத்தின் மதிப்பின் ஒருபகுதியும் இந்த உற்பத்திப் பொருளுக்குத் தொழிலாளியால் மாற்றப்பட்டுள்ளது. அது 4 மணி உழைப்பு நேரத்துக்குச் சமமானது (1200 மணி நேரத்தை 300-ஆல் வகுப்பதால் கிடைக்கும் ஈவு)

அப்படியானால் நாள்முடிவில் நம்மிடம் மிஞ்சியுள்ள 4 சுத்தியல்களின் மதிப்பு என்ன? அதற்கான பதில் யாதெனில் இயந்திரத்திலிருந்து மாற்றப்பட்ட மதிப்பு பொருட்களின் மதிப்பு + (ஒரு நாள் உழைப்பின் மூலம் தொழிலாளியால்) புதிதாகச் சேர்க்கப்பட்ட மதிப்பு. நமது உதாரணத்தின்படி இது 4+16+8=28 மணி நேரங்கள் - 4 சுத்தியல்களுக்கு. ஒரு சுத்தியலுக்கு என்று தனியாகக் கணக்கிட்டால் அது 7 மணி நேரமாக இருக்கும். அதில் இயந்திரத்திலிருந்து ஒரு மணி நேரமும், இரும்புத் தகட்டில் ஏற்கெனவே அடங்கியுள்ள 4 மணி நேரமும் தகட்டைச் சுத்தியலாக மாற்றும்போது செலுத்தப்படும் நேரடியான உழைப்பு 2 மணி நேரமும் அடங்கியுள்ளன. மதிப்பை உருவாக்கும்போது உற்பத்திச் சாதனத்தின் பங்களிப்பு என்ன என்பதை மார்க்சின் கருத்தின் மூலம் விளக்க முடியும்.

பஞ்சை நூலாக மாற்றும் செயலின் உதாரணத்தைக் குறிப்பிடும் போது, “எனவே கச்சாப்பொருளிலும் உழைப்புச் சாதனங்களிலும் அடங்கியுள்ள உழைப்பை நூல்நூற்றலின் முந்தைய கட்டத்தில் அதாவது நூல் நூற்பதற்கான உழைப்பு துவங்குவதற்கு முன்னரே செலுத்தப்பட்டதாகக் கருத வேண்டும்”[11] என்று மார்க்ஸ் கூறும்போது மேற்கண்ட குறிப்பைச் சிறப்பாகத் தொகுத்துரைப்பதாக அமைகிறது.

உபரி மதிப்பு

நமது ஆய்வின்படி, ஒரு சரக்கின் மதிப்பைக் கணக்கிடுவதில் அதை உற்பத்தி செய்யும்போது நேரடியாகவும் மறைமுகமாகவும்

செலவிடப்படும் உழைப்பு நேரத்தின் கூட்டுத்தொகையின் அடிப்படையில் கணக்கிட வேண்டும். ஆனால், முதலாளித்துவ உழைப்பு நிகழ்முறையில் மதிப்பு மட்டுமே உருவாவதில்லை. உபரி மதிப்பும் உருவாகிறது. எனவே, ஒரு கேள்விக்கு இன்னமும் பதில் கிடைக்க வேண்டியுள்ளது. உபரி மதிப்பு எவ்வாறு உருவாக்கப் படுகிறது. இக்கேள்விக்குப் பதில் அளிக்க உழைப்புச் செயல் முறையின் (passive) இயங்காக் கூறுகளிலிருந்து (அதாவது உற்பத்திச் சாதனத்திலிருந்து) உயிருள்ள உழைப்பு என்னும் இயங்கும் கூறுகளுக்குச் செல்ல வேண்டும்.

ஒருநாள் வேலை நேரத்தின்போது 8 மணிநேர அளவுக்குப் புதிய மதிப்பைத் தொழிலாளி சேர்க்கிறார் என்பதைக் கண்டோம். மூலதன உடைமையாளர் தொழிலாளியிடமிருந்து விலைக்கு வாங்கிய சரக்கின் மதிப்பு என்ன? வேறு வார்த்தைகளில் கூறினால் (நாளின் துவக்கத்தில்) இந்த உழைப்பு நிகழ்முறையில் இயங்கும் கூறின் ஆரம்ப மதிப்பு என்ன? இங்கே மூலதன உடைமையாளர் தொழிலாளியின் உழைப்புச் சக்தியை அதன் மதிப்பின் அடிப்படையில் விலைக்கு வாங்கியுள்ளார். உழைப்புச் சக்தியின் மதிப்பு என்பது அதனை உருவாக்கத் தேவைப்படும் சமூக ரீதியான நேரம் என்பதாகும். அதில் வரலாற்று ரீதியான மற்றும் தார்மீகக் கூறுகள் என்று கூறப்படுபவையும் அடங்கியுள்ளன. ஒரு குறிப்பிட்ட வரலாற்றுச் சூழலில் ஒரு தொழிலாளியை மறு உற்பத்தி செய்ய சராசரியாக இந்த அளவிலான உழைப்பு நேரம் தேவைப்படுகிறது. (குடும்பத் தேவைகளைக் கணக்கில் கொண்டு நிகழ்கால மற்றும் எதிர்கால உழைப்புச் சக்தியை மறு உற்பத்தி செய்யத் தேவைப்படும் உழைப்பு நேரம் அதாவது ஒட்டுமொத்தமான தொழிலாளி வர்க்கத்தை மறுஉற்பத்தி செய்வதற்கான உழைப்புநேரம்). இவ்வாறு தேவைப் படுவது சராசரியாக 4 மணிநேரம் என்று கொள்வோம். இதன் பொருள் என்ன? 4 மணிநேரங்கள் உழைப்பதன் மூலம் தொழிலாளி புதிய மதிப்பை ஏற்படுத்துகிறான் (அது உற்பத்திப் பொருளின் உள்ளே அடங்கியுள்ளது) இந்த உழைப்புச்சக்தியின் மதிப்பே மூலதன உடைமையாளர் அதை வாங்குவதற்குக் கொடுக்கும் மதிப்புக்குச் சமமானது. ஆனால், தொழிலாளி அத்துடன் நின்று விடுவதில்லை. அவன் மூலதன உடைமையாளருடன் செய்துகொண்ட ஒப்பந்தப்படி நாள் முழுவதும் - அதாவது 8 மணிநேரம் வேலை செய்கிறான். இவ்வாறு கூடுதலாக நான்கு மணி நேரங்களுக்கு மதிப்பை உற்பத்தி செய்கிறான். அது அவன் உற்பத்தி செய்யும் பொருளுக்குள் அடங்கி விடுகிறது. எனவே, மூலதன உடைமையாளருக்குச் சொந்தமானதாகி விடுகிறது. ஒரு வேலைநாளில் முதலாளியின் ஏற்பாட்டின்படி உருவாகும் மொத்த மதிப்பு, 16 மணி நேரங்கள் (உலோகத்தகடு) + 4 மணி நேரங்கள் (இயந்திரத் தேய்மானம்) + 4 மணி

நேரங்கள் (உழைப்புச்சக்தி) இது ஒருபுறமிருக்க மறுபுறத்தில் உருவாக்கப்பட்ட சரக்கின் மதிப்பு (நான்கு சுத்தியல்கள்) மணிக்கணக்கில் 16+4+8 மணிகள் இங்கேதான் உபரி மதிப்பின் தோற்றுவாயின் ரகசியம் அடங்கியுள்ளது.

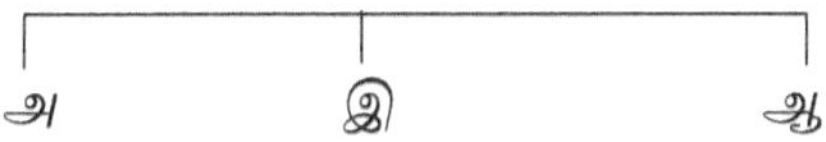

மேலே காட்டப்பட்ட நேர்கோட்டில் அ, ஆ என்பது வேலை நாளின் அளவைக் குறிக்கிறது. இ, ஆ என்பது மூலதன உடைமை யாளருக்குத் தொழிலாளியிடமிருந்து இலவசமாகக் கிடைக்கக்கூடிய உபரி மதிப்பைக் குறிக்கிறது. அ, இ என்பதை அவசிய உழைப்பு என்று மார்க்ஸ் அழைக்கிறார். நிகழ்கால வரலாற்றுச்சூழல் மற்றும் உற்பத்தி சக்திகளின் வளர்ச்சிமட்ட அடிப்படையில் தொழிலாளி தனது உயிர் வாழ்வுத் தேவைகளைப் பூர்த்தி செய்து கொள்ள அந்த அளவுக்கு உழைப்பைச் சராசரியாகச் செலவிட்டால் போதும். வேலைநாளின் மிச்ச நேரத்தில் மூலதன உடைமை யாளருக்காக தொழிலாளி உபரி உழைப்பைச் செலுத்துகிறான். இந்த உபரி உழைப்புதான் உற்பத்திப் பொருளில் மீண்டும் தோன்றுகிறது. மூலதன உடைமையாளருக்குச் சேரும் உபரி மதிப்பாக அமைகிறது.

நாம் தொப்பியிலிருந்து முயலை வரவழைக்கும் மந்திரஜால வேலை எதிலும் ஈடுபட்டோமா? உபரி மதிப்பு உருவாகும் விதம் பற்றிய விளக்கம் மிகவும் எளிமையானது. இக்கருத்தின் சாரம் இதுதான் “(1)உழைப்புச் சக்தியில் அடங்கியுள்ளது கடந்தகால உழைப்பும், இப்போது செயல்படுமாறு வைக்கப்பட்ட உயிருள்ள உழைப்பும்; (2) உழைப்புச் சக்தியைப் பராமரிக்க அன்றாடம் ஆகும் செலவு, மற்றும் உழைக்கும் போது அதனை தினமும் செலவிடுவது ஆகிய இரண்டும் இரு வெவ்வேறான விஷயங்கள். முதலில் கூறப்பட்டுள்ளது உழைப்புச் சக்தியின் பரிவர்த்தனை மதிப்பு, இரண்டாவதாகக் குறிப்பிடப்படுவது அதன் பயன் மதிப்பு.”[13]

சமமான பரிவர்த்தனை மதிப்பு விதிமுறைகளை மீறாமல் உபரி மதிப்பு உருவாக்கப்படும் விதம் விளக்கப்பட்டுள்ளது என்பதை வலியுறுத்திக் கூற வேண்டியுள்ளது. மூலதன உடைமையாளர் தகடுகள் மற்றும் இயந்திரங்களை அவற்றின் மதிப்புகளின் அடிப்படையில் விலைக்கு வாங்கினார். அதேபோல உழைப்புச் சக்தியையும் அவற்றின் மதிப்பின் அடிப்படையில் விலைக்கு வாங்கினார். சமமற்ற பரிவர்த்தனை மூலம் உபரிமதிப்பு உருவாக்கப்படவில்லை. உழைப்புச்சக்தி என்ற சரக்கின் சிறப்பான குணத்தின் மூலமாகவே உபரிமதிப்பு உருவாயிற்று.[14]

இக்கருத்தை மார்க்சின் சொற்களில் தொகுத்துக் கூறினால், "பணம் மூலதனமாக மாறும் இந்த உருமாற்றம் சுற்றோட்டத் துறைக்கு உள்ளேயும் வெளியேயுமாக நடைபெறுகிறது. உழைப்புச் சக்தியைச் சந்தையில் வாங்க வேண்டிய நிபந்தனைக்கு உட்படுவதால் இந்த உருமாற்றம் சுற்றோட்டத் துறையினுள் நடைபெறுவதாகிறது. என்றாலும் உள்ளே நடைபெறுவதெல்லாம் உபரி மதிப்பின் உற்பத்திக்கு வழி அமைப்பது மட்டுமே. உபரி மதிப்பின் உற்பத்தி நிகழ்முறை பொருளுற்பத்தித் துறையிலேயே நிகழ்வது என்பதால் இந்த உருமாற்றம் சுற்றோட்டத் துறைக்கு வெளியே நடைபெறுவதாகிறது."

உபரி மதிப்பின் விகிதம்

இப்போது மதிப்பு மற்றும் உபரி மதிப்பின் உற்பத்தி நிகழ் முறையைக் கூர்மையாக ஆய்வு செய்வோம். இந்த நிகழ்முறையின் போது பயன்படுத்தப்பட்ட உற்பத்திச் சாதனத்தை உயிருள்ள உழைப்பு தக்க வைக்கிறது என்றும் அந்த மதிப்பை உற்பத்திப் பொருளுக்கு மாற்றுகிறது என்றும் குறிப்பிட்டோம். இப்போது பின்வரும் கேள்விகள் எழுகின்றன. உயிருள்ள உழைப்பு இதனை எவ்வாறு செய்கிறது? உற்பத்திச் சாதனங்கள், கச்சாப்பொருட்கள் (உழைப்பு செலுத்தப்படும் பொருட்கள்) மற்றும் துணைப் பொருட்களான பாய்லர் எரிவதற்குப் பயன்படுத்தப்படும் கரி மற்றும் உழைப்புக்கருவிகள் ஆகிய வெவ்வேறு தனியான கூறுகளின் பங்களிப்பு என்ன?

உயிருள்ள உழைப்பு இரண்டுவிதங்களில் வேலை செய்கிறது. நேரடியாக உழைப்பைச் செலுத்துவதன் மூலம் புதிய மதிப்பை உற்பத்தி செய்வதால், மதிப்பை உருவாக்கும் உழைப்பாக மட்டும் அது கணக்கிடப்படுகிறது. அதாவது பொதுவான மனிதகுல உழைப்பு அல்லது சாரமான உழைப்பு என இதனைக் குறிப்பிடலாம். இங்கே பஞ்சை நூலாகத் திரித்தல் என்பது போன்ற ஒரு குறிப்பிட்ட வகையான உழைப்புக்கு முக்கியத்துவம் அளிப்பதில்லை. உற்பத்திச் சாதனத்தின் மதிப்பைப் பராமரிப்பது மற்றும் மாற்றி அமைக்கும் மற்றொரு பணியை உயிருள்ள உழைப்பினால் (அது ஒரு குறிப்பிட்ட வகையான உழைப்பாக இல்லாமலிருந்தால்) செய்யமுடியாது. உலோகத்தைப் பற்ற வைத்தல் என்ற குறிப்பிட்ட வகையான உழைப்பின்மூலம் பஞ்சை நூலாக மாற்றமுடியாது. நூல் நூற்பதன்மூலம்தான் பஞ்சை நூலாக மாற்ற முடியும். உற்பத்திச் சாதனத்தின் பயன்படுத்தப்பட்ட உழைப்பு என்ற வகையில்தான் புதிய பயன் மதிப்பு அடங்கியுள்ளது. எனவே, அது பராமரிக்கப்படுகிறது. உற்பத்திச் சாதனத்தின் மதிப்பைப் பராமரிப்பது மற்றும் மாற்றித் தருவது என்ற செயலில் உயிருள்ள உழைப்பு ஒரு குறிப்பிட்ட வகை உழைப்பாகக் கருதப்படுகிறது.

உற்பத்திச் சாதனங்களைப் பொறுத்தவரை அவை உற்பத்திப் பொருளில் மாறிய வடிவத்தில் மீண்டும் தோன்றுகின்றன. பஞ்சு நூலின் வடிவில் தோன்றுவதையும் தகடு சுத்தியலாக மாறுவதையும் உதாரணமாகக் குறிப்பிடலாம். எரிபொருளாகப் பயன்படுத்தப்படும் கரி போன்ற துணைப்பொருட்கள் காணாமல் போய்விடுகின்றன. ஆனால், அவற்றின் மதிப்பு பொருளுக்குள் அடங்கி விடுகிறது. உழைப்புக்கருவிகள் (கைக்கருவி மற்றும் இயந்திரங்கள் போன்றவை) தங்களுடைய வடிவத்தை இழப்பதில்லை. அவற்றின் மதிப்பில் ஒரு பகுதி மட்டும் உற்பத்திப்பொருளுக்கு மாறிவிடுகிறது. வாரங்கள், மாதங்கள், வருடங்கள் என்று தொடர்ந்து நடைபெறும் உற்பத்தி நடவடிக்கைகளின்போது அவை உற்பத்திப் பொருட்களைத் தொடர்ந்து வெளியே தள்ளி வருவதால் அவை தங்கள் மதிப்பை படிப்படியாகத்தான் இழக்கின்றன. ஆனால், அனைத்து உற்பத்திச் சாதனங்களுக்கும் பொதுவான குணம் ஒன்று உள்ளது. அவை உற்பத்தியாகும் முறையில் அவற்றின் மதிப்பு தீர்மானிக்கப்படுகிறது. அவை உற்பத்தி சாதனங்களாகச் செயல்படும் உழைப்பு நிகழ்முறையில் அவை மதிப்பை நிகழ்முறையின் துவக்கத்திலேயே அளித்து விடுகின்றன. பின்னர் எந்த மாற்றத்தையும் அவை அடைவதில்லை. இக்கருத்தை வலியுறுத்த உற்பத்திச் சாதனத்தை மூலதனத்தின் நிரந்தரப்பகுதி அதாவது மாறா மூலதனம் என்று மார்க்ஸ் அழைக்கிறார்.

முன்வைக்கப்படும் மூலதனத்தின் மற்றொரு பகுதி உழைப்புச்சக்தி. இந்த அம்சம் தனது மதிப்பை உருவாக்குவதுடன் உபரி மதிப்பையும் உருவாக்குகிறது. இதுதான் மூலதன மதிப்பில் மாற்றத்தை ஏற்படுத்துகிறது. மூலதனம் மாறுவதற்குக் காரணமான அம்சம் இதுதான். இச்செயல்முறையின் துவக்கத்திலான உழைப்புச் சக்தியின் மதிப்புடன் உபரி மதிப்பையும் சேர்த்து உருவாக்குகிறது. இது இவ்வாறு மாறுகிறது. எனவே, இந்த மூலதனப் பகுதியை மாறும் மூலதனம் என்று மார்க்ஸ் குறிப்பிடுகிறார்.

உற்பத்திப் பொருளில் அடங்கியுள்ள மாறா மாறா மூலதனத்தின் மதிப்பை 'C' என்ற எழுத்தின் மூலமும், மாறும் மூலதனத்தின் மதிப்பை 'V' என்ற எழுத்தின் மூலமும் குறிப்பிட்டால் வேலைநாளின் இறுதியில் உற்பத்தியாகும் பொருளின் மதிப்பு C+V+S என்பதற்குச் சமமானதாக இருக்கும். இதில் 'ஏ' என்பது உபரி மதிப்பாகும் - அதாவது உழைப்புச்சக்தியின் மதிப்புக்கு சமமான அளவுக்கு வேலை செய்த பிறகு தொழிலாளி மூலதன உடைமையாளருக்காகச் செலவிடும் கூடுதல் உழைப்பு நேரமாகும்.[15] ஏற்கெனவே நாம் குறிப்பிட்டுள்ள சுத்தியல் உதாரணத்தில் நான்கு சுத்தியல்களின் மதிப்பு 28 மணிநேரம். அவற்றில்,

C = (16+4) = 20 மணி நேரம்

V = 4 மணி நேரம்

S =(8-4) = 4 மணி நேரம்

உழைப்புச் சக்தியின் மதிப்புக்கும் உபரி மதிப்புக்கும் இடையே உள்ள உறவை இப்போது ஆய்வு செய்வோம். ஒரு குறிப்பிட்ட சமூக மற்றும் வரலாற்றுப் பின்னணியில் உற்பத்திச் சக்திகள் ஒரு குறிப்பிட்ட அளவில் வளர்ச்சி அடைந்துள்ள நிலையில், உழைப்புச் சக்தியின் மதிப்பு உள்ளபடியாகக் கொடுக்கப்பட்டுள்ளதாகக் கொள்வோம். இதற்குச் சமமான மதிப்பை உற்பத்தி செய்ய ஒரு வேலை நாளின் பகுதி எடுத்துக் கொள்ளப்படுகிறது என்பதைக் கண்டோம். இதை அவசியமான உழைப்பு என்று அழைப்போம். இங்கே உழைப்புச் சக்தியின் மதிப்பு அவசியமான உழைப்பு நேரத்துக்குச் சமமானது (தினமும் மறு உற்பத்திக்காக இது செலவிடப்படுகிறது) செலவிடப்படும் உபரி உழைப்பு நேரம் உபரி மதிப்புக்குச் சமமானது. உபரி உழைப்புக்கும் அவசிய உழைப்புக்குமிடையேயான விகிதத்தை உபரி மதிப்பின் விகிதம் என்று மார்க்ஸ் குறிப்பிடுகிறார்.

$$\text{உபரி மதிப்பின் விகிதம்} = \frac{\text{உபரி உழைப்பு}}{\text{அவசிய உழைப்பு}} = \frac{\text{உபரி மதிப்பு}}{\text{உழைப்புச்சக்தியின் மதிப்பு}}$$

இந்த உபரி மதிப்பின் விகிதம் மூலதன உடைமையாளர் உழைப்பாளியைச் சுரண்டும் விகிதத்தை அளவிடுவதற்கான அளவைத் தருகிறது. இதில் சுரண்டல் என்பது ஒரு பகுப்பாய்வுக் கருத்தாக்கம் மட்டுமே. இது உழைப்பாளியிடமிருந்து எடுக்கப்பட்ட உபரி உழைப்பைக் குறிப்பிடுகிறது. உழைப்பாளி சுயேச்சையான முறையில் தன்னை மறு உற்பத்தி செய்துகொள்ளத் தேவையான கால அளவுடன் இந்த உபரி என்பது தொடர்புடையது. இந்த வகையில் உபரிமதிப்பின் விகிதத்தை சுரண்டலின் விகிதம் என்று மார்க்ஸ் குறிப்பிடுகிறார். சுத்தியல்கள் தயாரிக்கும் உதாரணத்தில் உபரி மதிப்பின் விகிதம் 4/4 = 100% இதில் வேலை நாளின் பாதியை மூலதன உடைமையாளருக்கு உபரி மதிப்பை உற்பத்தி செய்வதற்காகத் தொழிலாளி செலவிட்டுள்ளார்.

மாறும் மூலதனத்துக்கும் உபரி மதிப்புக்குமிடையேயான விகிதம் பற்றி தனிப்பட்ட மூலதன உடைமையாளர் உடனடியாக அக்கறை காட்டுவதில்லை. உண்மையில் உழைப்பு நிகழ்முறையை மதிப்பு மற்றும் உபரி மதிப்பு என்ற அடிப்படையில் மூலதன உடைமையாளர் பார்ப்பதில்லை. அவனுடைய மொத்த முதலீட்டுடன் ஒப்பிட்டுப் பார்த்து ஏற்படும் உபரி மதிப்பின் மீது அவர் கவனம் செலுத்துகிறார். அதனைச் சற்று எளிமையாகக் கூறினால் லாப விகிதமாகத்தான் பார்க்கிறார்கள். உபரிமதிப்பு விகிதமாக பார்ப்பதில்லை. நாம் இங்கே

முதலாளி வர்க்கம் மற்றும் தொழிலாளி வர்க்கத்துக்கிடையேயான உறவை ஒட்டுமொத்தமாகப் பரிசீலிக்கிறோம். இந்த மட்டத்தில் மதிப்புகளுக்கிடையே உள்ள உறவுகளில்தான் நாம் கவனம் செலுத்துகிறோம். மிகவும் சிக்கலான கோட்பாடாகிய லாபத்தை மார்க்ஸ் எப்படி வளர்த்தெடுக்கிறார் (develops) என்பதை நாம் பின்னர் காண்போம். உபரி மதிப்புக்கும் அதற்கான விகிதத்துக்குமிடையே உள்ள உறவுகளை ஒருபுறமும் லாபம் மற்றும் அதன் விகிதத்தை மறுபுறமும் வடிவமைக்கிறார் என்பதைக் காண்போம்.

அறுதி உபரி மதிப்பு

பிரிட்டனில் முதலாளித்துவப் பொருளுற்பத்தி முறை வளர்ச்சி பெற்று வந்த ஆரம்பக்கட்டத்தில் மூலதனமானது பல்வேறு உற்பத்திக் கிளைகளிலும் படிப்படியாகவும், சமச்சீரற்ற முறையிலும் தான் தனது ஆதிக்கத்தை நிலைநாட்டி வந்தது. இக்கட்டத்தில் ஒரு உற்பத்திப் பிரிவில் புகுத்தப்படும் பொருளாதார அமைப்பு மற்றும் உற்பத்தி உறவுகளின் முதலாளித்துவ வடிவங்களை, உழைப்பு மூலதனத்துக்கு வடிவ அளவில் கீழ்ப்படுதல் என்று மார்க்ஸ் குறிப்பிடுவார். அவ்வகை வடிவங்களுக்கான உதாரணங்களை நாம் நம் நாட்டில் இன்று காண முடிகிறது. தீக்குச்சி செய்யும் குடிசைத் தொழில்களை நாம் எடுத்துக் கொள்ளலாம். இங்கே உழைப்பு நிகழ்முறையை மூலதன உடைமையாளர் நேரடியாகக் கட்டுப்படுத்துவதில்லை. எனவே இங்கே உழைப்பானது மூலதனத்துக்கு வடிவ அளவில் கீழ்ப்பட்டதாக இருக்கிறது. இங்கே மூலதன உடைமையாளர் கச்சாப்பொருட்களைத் தொழிலாளர் களிடம் கொடுத்து விடுகிறார். பின்னர் அவர்களுக்குக் கூலியைக் கொடுத்து விட்டு உற்பத்திப் பொருளை அவர்களிடமிருந்து சேகரித்துக் கொள்கிறார். தொழிலாளர்களும் அவர்களின் குடும்ப உறுப்பினர்களும் தங்கள் வீடுகளிலேயே இருந்து கொண்டு தீக்குச்சிகளைத் தயாரிக்கின்றனர். இப்படிப்பட்ட குடிசைத் தொழில் முறையிலிருந்து தொழிலாளர்களை ஒரு கூரையின் கீழ் அமர்த்தி மேற்பார்வையாளர்களின் கட்டுப்பாட்டில் வேலை வாங்கும் முறையை மூலதன உடைமையாளர்கள் படிப்படியாகக் கொண்டு வந்தனர். அப்போது உருவான கூட்டு வேலையின் எளிய வடிவம், பின்னர் வேலை இடத்தில் நிகழும் வேலைப் பிரிவினை முறையாக வளர்ச்சி பெற்றது. பின்னர் பட்டறைத் தொழிலாக வளர்ந்து இறுதியாக நவீன தொழில் துறையின் வடிவம் பெற்றது. பட்டறைத் தொழில் மற்றும் நவீன தொழில் துறையின் முன்னேறிய வடிவங்கள் வளர்ச்சி அடைவதற்கு முன்னர், வழிவழியாக வந்த முதலாளித்து வத்துக்கு முந்தைய மற்றும் புராதன உற்பத்தித் தொழில் நுட்பங்களைப் பயன்படுத்தும் தன்மையிலேயே முதலாளித்துவ உற்பத்தி முறை அமைந்திருந்தது. தொழிற்சாலைகளில் காணப்

பட்டக் கூட்டு வேலையும் வேலைப் பிரிவினையும் ஓரளவுக்கு முன்னேறிய அம்சமாகக் காணப்பட்டது.

முதலாளித்துவப் பொருள் உற்பத்தி முறை என்பது உபரி மதிப்பை உற்பத்தி செய்யும் முறைதான். நாம் மேலே சுருக்கமான முறையில் குறிப்பிட்டுள்ள வரலாற்றுக் கட்டத்தில் உபரி மதிப்பை எவ்வாறு விரிவடையச் செய்வது? உற்பத்தித் தொழில்நுட்பங்கள் இருந்த நிலையில் (இக்கட்டத்தில் அவை ஒப்பளவில் தேக்க நிலையிலும் மாற்றமின்றியும் இருந்து வந்தன) உழைப்புச் சக்தியின் மதிப்பின் அளவை அறியலாம். அவசிய உழைப்பு அளிக்கப்படுவதால் வேலைநாளை நீட்டிப்பதன் மூலமே உபரி உழைப்பையும், ஒவ்வொரு தொழிலாளி உற்பத்தி செய்யும் உபரி மதிப்பையும் அதிகரிக்க முடியும். ஏனென்றால் வேலைநாளின் நீளத்திலிருந்து உழைப்புச்சக்தியின் மதிப்பைக் கழிப்பதன் மூலம் வருவதே ஒவ்வொரு தொழிலாளியின் உபரி மதிப்பாக இருக்கும். முதலீடு செய்யும் குறிப்பிட்ட மூலதனத் தொகையில் மாறும் மூலதனத்துக்கு எவ்வளவு ஒதுக்குவது? மாறா மூலதனத்துக்குஎவ்வளவு ஒதுக்குவது என்பதை அக்காலத்தில் நிலவும் தொழில்நுட்ப நிலையே தீர்மானிக்கும். எனவே வேலைநாளை நீட்டிப்பது, நீண்ட நேரத்துக்குத் தொழிலாளியை முழுமையாகச் சுரண்டுவது ஆகியவற்றின் மூலமே உபரி மதிப்பை அதிகரிக்க முடியும். இவ்வாறு வேலை நாளை நீட்டிப்பதன் மூலம் உற்பத்தி செய்யப்படும் கூடுதல் உபரி மதிப்பினை அறுதி உபரி மதிப்பு உற்பத்தி என்று மார்க்ஸ் குறிப்பிடுகிறார். பின்னர் முதலாளித்துவப் பொருளுற்பத்தி முறையின் புரட்சிகரத்தன்மை மேலோங்கும்போது உற்பத்தித் தொழில்நுட்பத்தில் முன்னேற்றங்கள் விரைவாக நிகழ்கின்றன. பின்னர் ஒரு குறிப்பிட்ட கால அளவிலான வேலை நாளை அவசிய உழைப்பு, உபரி உழைப்புக் காலமாகப் பிரிக்கும்போது உபரி உழைப்புக்கு ஆதரவான மாற்றம் ஏற்படுகிறது. இது தான் ஒப்பீட்டு உபரி மதிப்பு உற்பத்தியாகும். இது குறித்துப் பின்னர் விரிவாகப் பரிசீலிப்போம்.

நலன்களுக்கிடையே மோதல்? (Clash)

உபரி மதிப்பை அதிக அளவில் பெற வேண்டும் என்ற முதலாளி வர்க்கத்தின் வேட்கை, வேலை நாளின் அளவைத் தன்னிச்சையாகவும் கொடூரமான முறையிலும் அதிகரிப்பதில் வெளிப்படுகிறது. ஆரம்பகாலங்களில் வர்க்க சக்திகளுக்கிடையே காணப்பட்ட சமத்துவமற்ற நிலை இதனை நடைமுறை சாத்தியமாக்கியது. பிரிட்டிஷ் உதாரணத்தை எடுத்துக் கொண்டால் அங்கு தொழிலாளி வர்க்கம் அப்போதுதான் உருவாகி வந்த நேரம். அதனுடைய அணி சேர்க்கையில் தங்கள் இடங்களிலிருந்து வெளியேற்றப்பட்ட கைவினைஞர்கள், பண்ணை அடிமைகள்,

அனைத்தும் பறிபோன நிலையில் இருந்த சிறு விவசாயிகள் ஆகிய பிரிவினரே அங்கம் வகித்து வந்தனர். தொழிலாளி வர்க்கத்தின் பாதுகாவல் அமைப்புகளான தொழிற்சங்கங்கள் குழந்தைப் பருவத்தில்தான் அப்போது இருந்து வந்தன. ‘வேலை நாள்’ பற்றிய அத்தியாயத்தில் ‘மூலதனம்’ நூல் முதலாளித்துவத்தின் இத்தாக்குதல் பற்றி விரிவாக விளக்குகிறது.16 இந்தத் தாக்குதலும், முதலாளித்துவ உற்பத்தி முறையின் உள்ளார்ந்த தர்க்க இயலும் தொழிலாளி வர்க்க இயக்கம் உருவாவதற்கு வழிவகுக்கிறது. இந்த இயக்கம் வளர்ச்சியடையும்போது வேலை நாளின் நேரத்தை அதிகரிப்பதற்கு எதிரான போராட்டம் தீவிரமடைந்து வலுப்பெறுகிறது. தொழிலாளி வர்க்கத்தின் வரலாற்றுப் புகழ்மிக்க வளர்ச்சியானது உபரி மதிப்பை அதிகரிப்பதற்கான இந்த முறையைப் பயன்படுத்துவதை பிரிட்டிஷ் முதலாளி வர்க்கத்திற்குக் கடினமாக்கியது. இவை தவிர வேறு சில குறிப்பிட்ட வரலாற்றுக்கூறுகளும் தங்கள் பங்குக்குச் செயல்படுகின்றன. ‘மூலதனம்’ நூலில் இடம் பெற்றுள்ள வேலைநாள் பற்றிய அத்தியாயத்தில் இவை மிகச் சிறப்பாகவும் ஒரு ஆய்வுரையாகவும் விளக்கப்பட்டுள்ளன. வேலை நாளை முரட்டுத்தனமான முறையில் அதிகரிப்பதும் அதன்மூலம் முழுமையான உபரி மதிப்பைக் கசக்கிப் பிழிவதுமான போக்கு உலகின் பல பகுதிகளிலும் இன்றும் தொடர்கிறது. இந்தியாவில் தீப்பெட்டி உற்பத்தி, கயிறு, முந்திரி போன்ற தொழில்களில் இந்த முறை காணப்படுகிறது.

முதலாளித்துவ முறை வளர்ச்சி அடையும்போது தொழிலாளர் இயக்கமும் வலுப்பெறுகிறது. வேலைநாளை வெளிப்படையான முறையில் அதிகரித்து அறுதி உபரி மதிப்பை அதிகரிப்பதை மிக மிக கடினமானதாக ஆக்கிவிடுகிறது. இந்நிலையில் உழைப்பைத் தீவிரப்படுத்துவதற்கான வழிகளை முதலாளித்துவம் புகுத்துகிறது. முந்தைய வளர்ச்சிக் கட்டங்களில் பயன்படுத்தப்பட்ட முறைகளையும் பல்வேறு கூலி வடிவங்களையும் (நேரவீதக் கூலி, பயன்வீதக் கூலி போன்றவை) மற்றும் ஒப்பீட்டு உபரி மதிப்பு முறை ஆகியவற்றையும் பயன்படுத்தி அறுதி உபரி மதிப்பை அதிகரிப்பதில் அது ஈடுபடுகிறது. வரலாற்று ரீதியாக முதலாளித்துவ வளர்ச்சியில் ஏற்பட்ட உற்பத்தியுடன் தொடர்புடைய தொழில்நுட்ப மாற்றங்கள் விளக்க முடியாதவையோ, தானாக நடைபெற்றனவோ அல்லது சொர்க்கத்தில் தீர்மானித்ததோ அல்ல. தொழிலாளி வர்க்கத்துக்கும் முதலாளி வர்க்கத்துக்குமிடையே நடைபெற்ற வர்க்கப் போராட்டங்கள் காரணமாக அவை உற்பத்தியானவை. சில குறிப்பிட்ட வரலாற்று ரீதியில் தீர்மானிக்கப்பட்ட நிலைகளில் முதலாளி வர்க்கத்தாரிடையே நடைபெற்ற போட்டிப் போராட்டங்களின் விளைவாக ஏற்பட்டவையே.[17]

தொகுப்புரை

உழைப்பு நிகழ்முறை பற்றிய ஆய்வுடன் இந்தப் பகுதியைத் துவக்கினோம். முதலாளித்துவ உற்பத்தி முறையில் அமைந்த உழைப்பு நிகழ்முறை பற்றி உண்மையில் கவனம் செலுத்தினாலும், அனைத்து சமூக சகாப்தங்களுக்கும் பொதுவான உழைப்பு நிகழ்முறை அம்சங்கள் குறித்தும் நம் பார்வையைச் செலுத்தினோம். மனித உயிர்களுக்கிடையே அல்லது மனிதனுக்கும் இயற்கைக்குமிடையே நடைபெறும் செயல்- எதிர்ச்செயல்தான் உழைப்பு நிகழ் முறையில் உள்ள அடிப்படையான 'பொதுத்தன்மை'யாகும். இச்செயல்முறையில் மனித உழைப்பு ஒரு நோக்கத்துடனும் தன்னுணர்வு அடிப்படையிலும் செயல்படுவதை நாம் கண்டோம். இந்த உழைப்பு நிகழ்முறையில் உயிருள்ள உழைப்பு உற்பத்திச் சாதனங்களைப் பயன்படுத்துகிறது. இயற்கையில் கிடைக்கும் பொருட்களையும் கச்சாப் பொருட்களையும் கைக்கருவிகள் போன்ற வற்றையும் பயன்படுத்துகிறது. உற்பத்திப்பொருளின் பயன்மதிப்பில் மனித உழைப்பு ஒரு அங்கமாக மாறி விடுகிறது. உழைப்பு நிகழ் முறையில் உயிருள்ள உழைப்பு இயங்கும் கூறாக அமைகிறது.

பின்னர் முதலாளித்துவ உற்பத்தி முறையைத் தனியாக ஆய்வு செய்தோம். மதிப்பு மற்றும் உபரி மதிப்பை உற்பத்தியாக்கும் செயல்முறை இது என்பதைக் கண்டோம். இச்செயல் முறையில் தொழிலாளி இரண்டு விதங்களில் அன்னியப்படுகிறான். (1) முதலாளித்துவ உழைப்பு நிகழ்முறையை மூலதன உடைமையாளர் கட்டுப்படுத்துகிறார். உழைப்புச் செயலின் நோக்கம், அதனைச் செயல்படுத்தும் முறை ஆகியவற்றை அவரே தீர்மானிக்கிறார். (2) தொழிலாளியின் உழைப்பின் மூலம் உற்பத்தியாகும் பொருளை முதலாளி அபகரித்துக் கொள்கிறான். இதன் மூலம் உழைப்புச் செயல்முறை மற்றும் உற்பத்திப்பொருள் ஆகிய இரண்டிலிருந்துமே தொழிலாளி அன்னியப்படுத்தப்படுகிறான். இவ்வாறு அன்னியப் படுதலை ஒரு தெளிவற்ற மானுடவியல் கருத்தாகவோ, வரலாற்றுக் கண்ணோட்டமற்ற மானுடசாரம் என்பதன் அடிப்படையாகவோ, தொழில் மயம்/தொழில்நுட்ப வளர்ச்சியின் விளைவாகவோ கருதவில்லை. மாறாக வரலாற்று அடிப்படையிலான ஒரு குறிப்பிட்ட கருத்தாக்கமாகவே காண்கிறோம். விருப்பு வெறுப்புக்கு அப்பாற்பட்ட புறவய விளைவாக பின்வரும் பண்புகளைக் கொண்ட சமூகத்தில் நிகழ்வதாகக் கண்டோம்.

(1) முதலாளித்துவப் பொருளுற்பத்தி முறையானது சமூக உற்பத்தி மற்றும் சமூக வாழ்க்கையின் மீது தன்னுணர்வின் அடிப்படையில் உருவான சமூகக் கட்டுப்பாட்டிற்குள் வராத சரக்கு உற்பத்தி முறைபாடு. (சந்தையின் அராஜகம் என்ற சொற்றொடர் போதுமான விளக்கமாக இருக்காது)

(2) இந்த முதலாளித்துவ உற்பத்தி முறையில் தொழிலாளி வர்க்கம் உழைப்பு நிகழ்முறையிலிருந்தும் உற்பத்திப் பொருளிலிருந்தும் அன்னியப்படுத்தப்படுகிறது. இந்த உற்பத்திமுறை மீது முதலாளி வர்க்கமே ஆதிக்கம் செலுத்துகிறது. உற்பத்தியின்போது உபரி மதிப்பு உருவாகிறது என்பதை நாம் கண்டோம். உழைப்புச் சக்தியின் மதிப்புக்கும் மூலதன உடைமையாளர் உழைப்புச் சக்தியைப் பயன்படுத்திக்கொள்ளும் கால அளவுக்கு (வேலை நாள்)மிடையே உள்ள இடைவெளி காரணமாகவே இது உருவாகிறது. எட்டுமணி நேர வேலைநாளைக் கொண்ட தொழிலாளி, தான் அன்றாடம் வாழ்வதற்கும், தன்னைப் புதுப்பித்துக் கொள்வதற்கும் தேவையான பல்வேறு சரக்குகளின் மதிப்புக்கு ஈடான மதிப்பை உற்பத்தி செய்வதற்காக முதல் நான்கு மணிநேரம் வேலை செய்கிறான். எஞ்சியுள்ள நேரத்தில் மூலதன உடைமையாளருக்காகச் சம்பளம் பெறாமல் பணி ஆற்றுகிறான்.

உற்பத்திச் சாதனங்களின் பங்களிப்பு செயலூக்கமானதாக இல்லை. பொருத்தமான குறிப்பிட்ட வகை உழைப்பை அளிப்பதன் மூலம் (பஞ்சிலிருந்து நூல் நூற்றாலை உதாரணமாகக் கொள்க) உற்பத்திச் சாதனங்களின் மதிப்பைப் பராமரிக்கிறான். அதனை உற்பத்திப் பொருளுக்கு மாற்றுகிறான். உற்பத்தி சாதனங்கள் எங்கே உற்பத்தி செய்யப்படுகிறதோ அங்கே நடைபெறும் உற்பத்தி நிகழ் முறையில் அவற்றின் மதிப்பு தீர்மானிக்கப்படுகிறது. அவை உற்பத்தி சாதனங்களாகப் பயன்படுத்தப்படும்போது அல்ல. எனவே, அவற்றின் மதிப்பு மாறுவதில்லை. கையால் பயன்படுத்தப்படும் ஒரு கருவி தேய்மான அளவுக்கு தனது மதிப்பை இழக்கிறது. ஆனால், அதன் மதிப்பு செலுத்தப்பட்ட உழைப்பின் மூலம் உற்பத்திப் பொருளுக்கு மாறுகிறது. எனவே, இச்செயலின்போது எத்தகைய இழப்போ ஆதாயமோ ஏற்படுவதில்லை) இதனை மார்க்ஸ் மாறா மூலதனம் என்று அழைக்கிறார். இதே வகையான சிந்தனையின் மூலம் உழைப்புச் சக்தியை வாங்குவதற்காகச் செலவிடப்படும் மூலதனப் பகுதி மாறும் மூலதனம் என்று அழைக்கப்படுகிறது. மாறா மூலதனம் என்பது உயிரற்ற உழைப்பாகவும் மாறும் மூலதனம் உயிருள்ள உழைப்பு எனவும் நாம் குறிப்பிடலாம்.

வேலைநாள் என்பது இரண்டு பகுதிகளை உள்ளடக்கியது. அவை அவசிய உழைப்பு (அன்றாட உழைப்புச் சக்தியின் மதிப்பிற்கு ஈடானது) மற்றும் உபரி உழைப்பு ஆகியவை. அவசிய உழைப்புக்கும் உபரி உழைப்புக்குமிடையேயான விகிதமே முதாளித்துவ சுரண்டலை அளிப்பதற்கான அளவுகோலாகும். உபரி மதிப்பின் விகிதத்தை சுரண்டலின் விகிதம் என்று மார்க்ஸ் அழைக்கிறார்.

முதலாளித்துவ வளர்ச்சியின் ஆரம்பக் கட்டத்தில் வேலைநாளை நீட்டிப்பதன் மூலம் மட்டுமே உபரி மதிப்பு அதிகரிக்கப்படுகிறது. உற்பத்தித்திறனை அதிகரிப்பதன் மூலம் அல்ல. இதனை அறுதி உபரி

மதிப்பு உற்பத்தி என்று மார்க்ஸ் அழைக்கிறார். இதனைத் தொடர்ந்து தொழிலாளி வர்க்கம் முதலாளி வர்க்கத்திற்கு எதிரான வர்க்கப்போராட்டத்தில் ஈடுபடுகிறது. இதனால் உபரி மதிப்பு விரிவடைவது கடினமாகி விடுகிறது. இதனைத் தொடர்ந்து ஒப்பீட்டு உபரிமதிப்பு உற்பத்திக்கு இட்டுச் செல்கிறது. இதனை அடுத்து வரும் பகுதியில் பரிசீலிப்போம்.

அடிக்குறிப்புகள்

1. Karl Marx, *Grundrisse,* Pelican, 1973 p. 35 *(அழுத்தம், மூலப்பபடிவத்தில் உள்ளது)*
2. Karl Marx, *Capital,* Vol.I, Moscow *1967,* p. *177*
3. *அதே நூல், பக். 178*
4. *அதே நூல், பக். 179*
5. *அதே நூல், பக். 180-181 (அழுத்தம் சேர்க்கப்பட்டது)*
6. *அதே நூல், பக். 183-184 (அழுத்தம் சேர்க்கப்பட்டது)*
7. *அதே நூல், பக். 183*
8. *அதே நூல், பக். 185*
9. *மனித குலத்தின் வளர்ச்சி குறித்து முதலாளித்துவ ஆய்வாளர்களும் (உதாரணமாக எல்.பிலான்டர்) மனித இன இயற்பண்பாய்வாளர்களும் (உதாரணமாக, எரிக் ஃப்ரோம்) முறையே, இந்தக் கட்டுரை மூலத்தில் குறிப்பிடப்பட்டுள்ள இரு தவறுகளைச் செய்கிறார்கள். இது குறித்த செழிப்பான விளக்கங்களுக்குப் பார்க்க வேண்டிய நூல்கள்:* E. Mandel, ***The Formation of Karl Marx's Economic Thought,*** Monthy Review 1972, and N. Geras in R.Blackburn (ed), *Ideology in Social Science,* Vintage, 1972
10. *Capital,* Vol.1, *பக். 186*
11. *அதே நூல், பக். 188*
12. *அதே நூல், பக். 193*
13. *அதே நூல், அதே பக்கம்*
14. *அதே நூல், பக். 194-195*
15. *எந்தவொரு பொருள் உற்பத்தித் தொழிலும் முதலாளிகளால் முதலீடு செய்யப்பட்டுள்ள மூலதனத்தின் ஒரு பகுதியானது நீடித்து உழைக்கக்கூடிய இயந்திரங்களை கொண்டுள்ளது; இவை, பொருளாதாரத்தில் 'நிலையான மூலதனம்'* (Fixed Capital) *என அழைக்கப்படுவதாகும். முதலீடு செய்யப்பட்டுள்ள மொத்த மூலதனத்தை பொறுத்தவரையில் நிலையான மூலதனத்தின் ஒரு துண்டுப்பகுதி நிரந்தர மூலதனத்தின்* (constant capital) *ஒரு மூலக்கூறாகத் தனியொரு நாளின் உற்பத்தியில் நுழைகிறது. 'நிலையான' மூலதனம், மூலப்பொருட்கள் ஆகிய இரண்டும் நிரந்தர மூலதனத்தின் பகுதியாக உருவாகின்றன. ஏனென்றால், 'நிலையான', 'வேறுபட்ட' ஆகிய சிறப்புப்பெயர் குறிப்புகள், முறையே செயலற்றுப்போன (அல்லது கடந்தகால) உழைப்பு என்றும் ஜீவனுள்ள உழைப்பு என்றும் வேறுபடுத்திக்*

காட்டுகின்றன. விஷயங்களை எளிமைப்படுத்துவதனால், தற்போதைக்கு நாம் நிரந்தர மூலதனம் அனைத்தும், ஒரு தனியொரு உற்பத்திக் காலத்தில் அதாவது ஒரு நாளில் பயன்படுகின்றன. பொருளாதார துறைக்கான வழக்குச் சொற்களில் தற்போதைக்கு 'சுழலும் மூலதன மாதிரி' என்ற ஒன்றைப் பயன்படுத்திக் கொண்டிருக்கிறோம்; ஆனால்; இது, நம்முடைய விளைபயன்களை எந்தவொரு அடிப்படையான வழிமுறையிலும் பாதிக்கப் போவதில்லை.

16. Capital, Vol I, chap X, pp 231-302

17. வரலாறு என்பது 'தொழில்னுக்கம்' 'நிறுவனங்கள்' ஆகியவற்றின் உற்பத்தியே யாகும் என்ற கோட்பாடாக மார்க்சிஸத்தை மார்க்சிஸ்ட் அல்லாதவர்கள் தவறாக எடுத்துரைக்கிறார்கள். உற்பத்தி சக்திகளுக்கும் உற்பத்தி உறவுகளுக்கு மிடையேயான பிரதான குவிமையம், அதாவது வரலாற்றின் அடிப்படையான தீர்வுக்கூறு என்பது வர்க்கப் போராட்டமேயாகும். எனவே, உற்பத்தி சக்திகளை 'தொழில் நுணுக்கம்' என்பதாகச் சுருக்கவோ உற்பத்தி உறவுகளை 'நிறுவனங்கள்' என்பதாகச் சுருக்கவோ முடியாது.

5

அறுதி உபரி மதிப்பும் ஒப்பீட்டு உபரி மதிப்பும்

உபரி மதிப்பை அதிகரிக்க வேண்டும் என்ற தணியாத தாகம் கொண்ட முதலாளிவர்க்கம் வேலைநாளை முடிந்தவரை அதிகரிக்க முதலில் முயற்சி செய்யும். இதனை அறுதி உபரி மதிப்பு உற்பத்தி என்று மார்க்ஸ் குறிப்பிட்டார் என்பதை நினைவுபடுத்திக் கொள்வோம். ஆரம்பகட்ட முதலாளித்துவ உற்பத்தி முறையில் தொழில்நுட்பம் பெரிய அளவுக்கு மாற்றமின்றி இருந்தது. முதலாளித்துவ உற்பத்தி முறையானது உழைப்பு நிகழ்முறையை அதன் ஆணிவேர் வரை கைப்பற்றி இருக்காது. இத்தகைய சூழல் அறுதி உபரி மதிப்பு என்பது ஆரம்பகட்ட முதலாளித்துவ உற்பத்தி முறையின் பண்பாக இருந்திருக்கும். இக்கட்டத்தில் உழைப்புச் சக்தியின் மதிப்பும் - அவசிய உழைப்பும் ஒப்பளவில் மாற்றமின்றிக் காணப்படும். எனவே, வேலைநாள் அளவை அதிகரிப்பதன் மூலமே உபரி உழைப்பு அல்லது உபரி மதிப்பை அதிகரிக்க முடியும்.

தொழிலாளி வர்க்கத்துக்கும் முதலாளி வர்க்கத்துக்குமிடையே நடைபெறும் வர்க்கப் போராட்டம் இம்முறையில் உபரி மதிப்பை அதிகரிப்பதற்குக் கடுமையான வரம்புகளை ஏற்படுத்தும். வேலைநாளை அதிகரிப்பதற்கு எதிரான போராட்டத்தைத் தொழிலாளி வர்க்கம் நடத்தும்போது உடனடியாகவோ அல்லது சற்றுத் தாமதமாகவோ அதில் வெற்றிபெறும் (இங்கே பொதுவான முறையில் இதனைக் குறிப்பிடக் காரணம் யாதெனில் உலகின் பல நாடுகளில் தொழிலாளி வர்க்கம் இப்போராட்டத்தை இன்னமும் வெற்றிகரமாக முடிக்கவில்லை.) வேலைநாளை ஒரு குறிப்பிட்ட அளவில் வைத்திருக்கும் போது அவசிய உழைப்பு நேரத்தைக் குறைப்பதன் மூலம்தான் உபரி மதிப்பை அதிகரிக்க முடியும். உழைப்புச் சக்தியைவிடக் குறைவான அளவுக்குக் கூலியைக் குறைக்கக்கூடிய சாத்தியக்கூறுகளை இங்கே கணக்கில் எடுத்துக் கொள்ளவில்லை. அதுவும்கூட முதலாளித்துவ முறையில் முக்கியமான பங்கினை அளிக்கிறது.

மேலே குறிப்பிடப்பட்டுள்ள அ ஆ என்ற கோட்டை வேலைநாள் என்று வைத்துக்கொள்வோம். அஇ என்பது அவசிய உழைப்பு என்றும் இஆ என்பது உபரி மதிப்பைக் குறிக்கும். அஆ என்பது = 10 மணிகள் எனவும் அஇ என்பது = 6 மணி எனவும் வைத்துக் கொண்டால் இஆ = 4 மணிகள் ஆகும்.

இந்த உதாரணத்தில்—உபரி மதிப்பு விகிதம் 4/6 = 662/3 சதவீதம். இப்போது வேலை நாளை 11 மணிநேரம் (அதாவது அஈ = 11 மணி வைத்துக்கொள்வோம். அப்போது அறுதி உபரி மதிப்பு கிடைக்கும். அதற்குப் பதிலாக அஆவை 10 மணி நேரமாகவே வைத்துக் கொண்டால் உபரி மதிப்பை அதிகரிப்பதற்குத் தேவைப்படும் உழைப்பு நேரத்தைக் குறைப்பதுதான் ஒரே வழி. அப்போது அவசிய உழைப்பு நேரம் /அஇ/க்குப் பதிலாக அஉ ஆகக் குறையும். உழைப்பாளியின் உழைப்புச் சக்தியை அன்றாடம் புதுப்பிக்கத் தேவையான பொருட்கள் மற்றும் பணிகளை உற்பத்திச் செய்வதற்குத் தேவையான நேரத்தைக் குறைப்பது - உற்பத்தித் திறனை அதிகரிப்பதன் லம் இவ்வாறு குறைக்கலாம். தேவையான உழைப்பு நேரத்தை இ = 6மணி என்பதற்குப் பதிலாக அஉ = 5மணிகளாக ஆக்கிவிடலாம். ப்போது உபரி மதிப்பு விகிதம் 4/6க்குப் பதிலாக 5/5ஆக மாறும். அதாவது 66 2/3 சதத்துக்குப் பதிலாக 100 சதமாக மாறும். இதனை ஒப்பீட்டு உபரி மதிப்பு உற்பத்தி என்று மார்க்ஸ் கூறுவார். அவருடைய சொற்களில் கூறினால் “வேலை நாளை நீட்டிப்பதன் மூலம் உற்பத்தியாகும் உபரி மதிப்பை அறுதி உபரி மதிப்பு என்று நான் அழைப்பேன். இதற்கு மாறாக அவசிய உழைப்பு நேரத்தைக் குறைப்பதன் மூலமும் வேலைநாளின் இரு அங்கங்களின் கால அளவும் இதற்கொப்ப மாறுவதன் மூலமும் கிடைக்கும் உபரி மதிப்பை ஒப்பீட்டு உபரி மதிப்பு என்று அழைப்பேன்”.[1]

ஒப்பீட்டு உபரி மதிப்பு உற்பத்தி

உழைப்புச் சக்திக்கு அதன் மதிப்பின் அடிப்படையில் பணம் கொடுக்கும் நிலை தொடரும்வரை உற்பத்தித்திறன் அதிகரிப்பதன் மூலம்தான் ஒப்பீட்டு உபரி மதிப்பு உருவாகும் என்பதை மேலே அளித்துள்ள விளக்கம் தெளிவுபடுத்தும். பொதுவாக உற்பத்தித்திறன் அதிகரிப்பது மட்டும் போதுமானதல்ல. தொழிலாளிகள் நேரடியாகப் பயன்படுத்தும் நுகர்வுப்பொருட்கள் மற்றும் பணித்துறைகள் போன்ற உற்பத்திப் பிரிவுகளில் உற்பத்தித்திறன் அதிகரிக்க வேண்டும் அல்லது அப்பொருட்களை உற்பத்தி செய்யும் உற்பத்திச் சாதனங்களின் உற்பத்தித்திறன் அதிகரிக்க வேண்டும். தொழிலாளியின் உழைப்புச் சக்தி மறுஉற்பத்தி செய்ய தேவையான அவசிய உழைப்பு நேரம் குறையும்போதுதான் வேலைநாளில் அதற்குரிய பகுதியின் அளவு குறைகிறது.

இக்காரணத்தால்தான் அது வலியுறுத்தப்படுகிறது. தொழிலாளியின் உழைப்புச் சக்தியின் மறு உற்பத்திக்கு நேரடியாகவோ மறைமுகமாகவோ தொடர்பில்லாத ஒரு துறையில் உழைப்பின் உற்பத்தித்திறன் அதிகரிப்பதால் தொழிலாளியின் வேலைநாளில் அவசிய தேவையான உழைப்பு நேரம் மற்றும் உபரி மதிப்புக்கான உழைப்பு நேரத்தின் அளவு மாறாமல் முன்பு போலவே நீடிக்கும். இதனால் உபரி மதிப்பு விகிதமும் மாறாமல் நீடிக்கும்.

ஒப்பீட்டு உபரி மதிப்பு முறையை பகுப்பாய்வு செய்யும்போது அது எந்த முறையில் உருவாகிறது என்பதைப் பரிசீலிக்க வேண்டும். தொழிலாளியின் உழைப்புச்சக்தியை மறுஉற்பத்தி செய்வதற்கான பொருட்களின் உற்பத்தித் துறைகளில் உற்பத்தித்திறன் அதிகரிப்பதுதான் ஒப்பீட்டு உபரி மதிப்பு உற்பத்தியாவதற்கு அவசியமான மற்றும் போதுமான காரணம் என்பதை ஏற்கெனவே விளக்கியுள்ளோம். ஆனால், தனிப்பட்ட மூலதன உடைமையாளர் அறுதி உபரி மதிப்பு, ஒப்பீட்டு உபரி மதிப்பு, உழைப்புச் சக்தியை மலிவாக்குவது போன்ற கோட்பாடுகளின் அடிப்படையில் செயல்படுவதில்லை. மதிப்பு, உபர்மதிப்பு ஆகியவற்றை உள்ளடக்கி மேலெழும் விவரங்களின் அடிப்படையில்தான் சிந்திக்கிறார். சந்தையில் நிகழும் போட்டிப் போராட்டம் பற்றித்தான் மூலதன உடைமையாளர் கவனம் செலுத்துகிறார். தான் உற்பத்தி செய்யும் சரக்கு எதுவானாலும் அதன் உற்பத்தி முறையை முன்னேற்றுவதற்கு முயல்கிறார். தனது போட்டியாளர்களுடன் ஒப்பிட்டுப் பார்த்து அவர்களுக்கு ஆகும் உற்பத்திச் செலவைவிட தனது உற்பத்திச் செல-வைக் குறைக்க முயல்கிறார். தொழிலாளிக்கு அவனது உழைப்பின் மதிப்புக்கு ஈடாக முழுமையாக அளிக்க வேண்டும் என்ற நிலை இருக்குமானால் உற்பத்தித்திறனை அதிகரிப்பதன்மூலமே அவரால் உற்பத்திச் செலவைக் குறைக்க முடியும். வேலைப்பிரிவினை முறையை மாற்றி அமைப்பது, புதிய தொழில்நுட்பத்தைப் புகுத்துவது போன்ற வற்றின் மூலம் அவர் உற்பத்திச் செலவைக் குறைக்க முடியும். ஒரு வேலைநாளின் அளவுக்குள் தான் உற்பத்தி செய்யும் சரக்குகளின் அளவை முன்பைவிட அதிகரிப்பதுதான் இதன் நிகர விளைவாக இருக்கும். போட்டி இருப்பதனால் அதே சரக்கை உற்பத்தி செய்யும் பிற உற்பத்தியாளர்களும் செலவு குறைவான முன்னேறிய உற்பத்தி முறையைக் கொண்டுவருவார்கள். இந்த முறை முழுமையடையும் போது சரக்கின் மதிப்பும் - அதை உற்பத்தி செய்வதற்குச் சமூக அடிப்படையில் தேவைப்படும் அவசிய உழைப்பு நேரமும் குறையும். தொழிலாளர்கள் பயன்படுத்தும் பொருட்களின் தொகுதியில் இந்தச் சரக்கும் இடம்பெறும்போது அல்லது நுகர்வுப் பொருட்களை உற்பத்தி செய்யும் உற்பத்தி சாதனங்களில் இந்த சரக்கு இடம் பெறும் போது - உழைப்புச் சக்தியின் மதிப்பு குறைகிறது. இந்த வகையில் தேவைப்படும் அவசிய உழைப்பு குறைகிறது. தேவைப்படும்

அவசிய உழைப்புக்கும் உபரி உழைப்புக்குமிடையேயான விகிதம் அதிகரிக்கிறது. அதே சமயம் வேலை நாளின் அளவு மாறாமல் தொடர்கிறது. அதனால் ஒப்பீட்டு உபரி மதிப்பு உருவாகிறது.

புதிய தொழில்நுட்பம்

தொழிலாளி வர்க்கம் நுகரும் சரக்குகளை நேரடியாகவோ மறைமுகமாகவோ உற்பத்தி செய்யும் துறைகளில் உற்பத்தித்திறன் அதிகரிக்கும்போது ஒப்பீட்டு உபரி மதிப்பு உருவாகிறது. எனினும், இவையல்லாத சரக்குகளை உற்பத்தி செய்யும் மூலதன உடைமையாளரும் தனது உற்பத்திச் செலவைக் குறைப்பதன் மூலம் ஆதாயம் அடைகிறார். மார்க்ஸின் கருத்துகளை மேற்கோள் காட்டினால் தனது சொந்த தொழிற்சாலையில் உற்பத்தித்திறன் அதிகரிப்பதால் உபரி மதிப்பு அதிகரிக்கும்போது,

> "அந்த உபரிமதிப்பை மூலதன உடைமையாளர் தனது பைக்குள் போட்டுக்கொள்கிறார். அவர் உற்பத்தி செய்யும் சரக்கு தொழிலாளியின் வாழ்க்கைத் தேவைகளுடன் தொடர்புடையதாகவோ தொடர்பற்றதாகவோ இருக்கலாம். உழைப்புச்சக்தியின் பொதுமதிப்பைத் தீர்மானிப்பதில் பங்களிக்காததாக இருக்கலாம். எனவே, உழைப்புச்சக்தியின் பொதுமதிப்பில் பங்களிக்காத சரக்கு உற்பத்தியாக இருந்தாலும் உழைப்பின் உற்பத்தித் திறனை அதிகமாக்கித் தன் சரக்குகளுக்கு ஆகும் செலவைக் குறைக்க வேண்டுமென்ற நோக்கத்தால் ஒவ்வொரு தனிப்பட்ட முதலாளியும் உந்தப்படுகிறார்."[2]

சில உதாரணங்களின் மூலம் இக்கருத்தை விளக்கலாம். ஒரு தொழிலாளி அணியும் சாதாரண பருத்தித்துணிச் சட்டைக்கான உற்பத்தி நேரத்தைக் கால்பங்கு குறைக்கக்கூடிய ஒரு புதிய தொழில் நுட்பம் புகுத்தப்படுவதாக வைத்துக் கொள்வோம். ஜவுளித்துறையில் உள்ள போட்டி காரணமாக இத்தொழில்நுட்பம் விரிவாகப் பயன்படுத் தப்படுகிறது என்று வைத்துக் கொள்ளலாம். தொழிலாளியின் வாழ்க்கைத் தேவையின் செலவு குறைவதால் உழைப்புச் சக்தியின் மதிப்பும் குறையும். எனவே, ஒப்பீட்டு உபரி மதிப்பு அதிகரிக்கும். இந்தியா போன்ற நாடுகளில் தொலைக்காட்சிப் பெட்டி உற்பத்தியில் புதிய தொழில்நுட்பம் புகுத்தப்பட்டு அதன் விலை குறையுமானால், தொழிலாளியின் உழைப்புச்சக்தியின் மதிப்பில் எந்தத் தாக்கத்தையும் ஏற்படுத்தாது. தொலைக்காட்சி உற்பத்தித்துறையைச் சேர்ந்த பிற உற்பத்தியாளர்களைவிட புதிய தொழில்நுட்பத்தைப் புகுத்திய இந்த உற்பத்தியாளரின் லாபம் அதிகரிக்கும் என்பதும் உண்மையாகும். இந்த இரண்டு நிகழ்வுகளுக்குமிடையே உள்ள தொடர்பை மார்க்ஸ் தெளிவான முறையில் பின்வருமாறு விளக்குகிறார். "மேம்பட்ட உற்பத்தி முறையைக் கையாளும் முதலாளி அதே தொழிலிலுள்ள ஏனைய முதலாளிகளை விட வேலை நாளின் அதிகமான பகுதியை உபரி

உழைப்புக்கு உரித்தாக்குகிறார், ஒப்பீட்டு உபரி மதிப்பை உற்பத்தி செய்வதில் ஈடுபட்டுள்ள முதலாளிகளின் முழுத் தொகுதியும் கூட்டாகச் செய்வதை அவர் தனியாகச் செய்கிறார்."[3] என்றாலும்,

> "இதன் காரணமாக உபரி மதிப்பின் பொது விகிதம் இறுதியில் பாதிக்கப்படுகிறது. எனவே உழைப்பின் உற்பத்தித் திறனிலான அதிகரிப்பு அவசிய வாழ்வுச் சாதனங்களுடன் தொடர்புள்ள உற்பத்திக் கிளைகளை ஆட்கொண்டு அவ்வாழ்வுச் சாதனங்களின் பகுதிகளாக அமைபவையும் ஆதலால் உழைப்புச் சக்தியின் மதிப்பின் கூறுகளான அந்த சரக்குகளை மலிவாக்கிய பிறகுதான் இது நிகழ்கிறது.[4]

உழைப்புத்திறன் அதிகரிக்கும்போது சரக்குகள் விலையும் அதனால் அவற்றின் மதிப்பும் குறையும் நிலை ஏற்படுகிறது என்பதை நாம் கண்டோம். ஆனால், முதலாளித்துவ உற்பத்தி முறையை முன்னோக்கிச் செலுத்தும் சக்தியாக மதிப்பும் உபரி மதிப்பும் உள்ளன. இதில் காணப்படும் முரண்பாடு ஒப்பீட்டு உபரி மதிப்புக் கோட்பாட்டின் மூலம் தீர்த்து வைக்கப்படுகிறது. ஒப்பீட்டு உபரி மதிப்பு உற்பத்தித்திறன் அதிகரிப்பை அடிப்படையாகக் கொண்டது. அதுவே ஒப்பீட்டு உபரி மதிப்பு உற்பத்திக்கான தவிர்க்க முடியாத அம்சமாக உள்ளது. வர்க்கப் போராட்டத்தின் வளர்ச்சி மற்றும் முதலாளித்துவப் போட்டியின் காரணமாக இது ஏற்படுகிறது. சரக்குகளின் மதிப்பு குறைவதற்கு இட்டுச் செல்கிறது. மூலதன உடைமையாளரைப் பொறுத்தவரை மதிப்பிற்குக் காட்டும் அக்கறையைவிட உபரி மதிப்புக்கே அதிக அக்கறை காட்டுகிறார்.

உபரிமதிப்புக் கோட்பாட்டை இதுவரை வடிவமைத்துள்ள நாம், அதன் உற்பத்திக்கான காரணங்களாக அமைந்த மற்றவையாக மார்க்ஸினால் இனங்காணப்பட்டவற்றை ஆய்வு செய்வோம். கூட்டுவேலை, வேலைப்பிரிவினை, பட்டறைத் தொழில், இறுதியாக இயந்திரங்களும் நவீன தொழில்துறையும் இவற்றில் அடங்கும். அவை ஒவ்வொன்றையும் வரிசையாகப் பரிசீலிப்போம்.

ஒத்துழைப்பு

பல்வேறு உற்பத்திகளை முதலாளித்துவ உற்பத்திமுறை கைப்பற்றும் ஆரம்பக் கட்டத்தை உழைப்பை மூலதனத்துக்கு மறைமுகமாக கீழ்பணியச் செய்தல் என்பார் மார்க்ஸ். சில பணிகளை ஒப்பந்த முறையில் (யீரவவபைேடிரவ) வெளியில் அளிப்பது குறித்து முந்தைய பகுதியில் குறிப்பிட்டுள்ளதை ஒரு உதாரணமாகக் கொள்ளலாம். முதலாளித்துவ உற்பத்திமுறை மேலும் வளர்ச்சி அடையும்போது, மூலதன உடைமையாளர் ஏராளமான தொழிலாளர்களை ஒரு கூரையின் கீழ் அணி திரட்டுகிறார். உழைப்பு நிகழ்முறையை நேரடியாக மேற்பார்வையிடுதல் மற்றும்

கட்டுப்படுத்தும் வேலையைச் செய்கிறார். இந்த எளிமையான கூட்டு வேலை முறையில் ஒரு கூரையின்கீழ் திரட்டப்பட்ட தொழிலாளர்கள் மூலதன உடைமையாளரின் கூர்மையான கண்காணிப்பின்கீழ் பணிபுரிகின்றனர். ஏற்கெனவே உழைப்பு மூலதனத்திற்குக் கீழ்ப்படிந்து நடப்பது என்பது மறைமுகமான பொதுப்படையான நிலையில் இருந்தது என்பதிலிருந்து இப்போது உண்மையான முதலாளித்துவ உற்பத்திமுறை துவங்குகிறது.5

இந்த மிக மிக எளிமையான கூட்டு வேலை வடிவமும் சில உடனடி விளைவுகளை ஏற்படுத்துகிறது. ஒரு பெரிய தொழிலாளர் குழுவையும் இயந்திரங்களையும் ஓரிடத்தில் இருக்கும் வகையில் தொழிற்சாலைக் கட்டடம் என்ற உற்பத்திச்சாதனம் கட்டப்படுவதால். இருபது நெசவாளர்களையும் இருபது தறிகளையும் தாங்கிக்கொள்ளக் கூடிய இடவசதி கொண்ட ஒரு கட்டடத்திற்கு ஆகும் செலவானது, இரண்டு நெசவாளர்கள் வேலை செய்யக்கூடிய பத்து தறிக்கூடங்களைக் கட்டுவதைவிட குறைவானதே! உற்பத்திச் சாதனம் இவ்வாறு குறைவான பொருட்செலவுடன் அமைக்கப்படும்போது அவற்றில் உற்பத்தியாகும் சரக்குகளின் அடக்க விலையும் குறைகிறது. அது அவசிய உழைப்பின் அடிப்படையிலான உபரி மதிப்பு விகிதத்தை அதிகரிக்கிறது. [உபரி மதிப்பு/அவசிய உழைப்பு அதிகரிக்கின்றது. மொ-பெ]

ஏராளமான தொழிலாளர்கள் அருகருகே இருந்துகொண்டு ஒரே மாதிரியான பணியை, ஒருவருக்கொருவர் தொடர்புடன் அமைந்த பணிகளைச் செய்கின்றனர். இந்தக் கூட்டுவேலையினால் தொழிலாளர்களிடையே உள்ள தனித்தனியான வேற்றுமைகள் இல்லாது போய் இவ்வாறு நடைபெறும் கூட்டு உழைப்பு சராசரி சமூக உழைப்பின் தன்மையை அடைகிறது.

ஒவ்வொரு தொழிலாளியும் தனித்தனியாக வேலை செய்யும்போது ஏற்படும் விளைவுகளின் வெறும் கூட்டுத்தொகை மட்டுமே அந்தத் தொழிலாளர்கள் கூட்டாகச் செயல்படும்போது ஏற்படும் என்று கருதக் கூடாது. முழுமை பகுதிகளின் கூட்டல் தொகையைக் காட்டிலும் மேலானது. The whole is more than the sum of the parts - மொ.பெ] பெரிய அளவில் உற்பத்தி நடைபெறும் போது ஏற்படும் சிக்கனம் பற்றிக் குறிப்பிட்டோம். அது இப்போது வெளிப்படுகிறது. தனித்தனியாக வேலை செய்வதற்கும் கூட்டாக வேலை செய்வதற்குமிடையே உள்ள வேறுபாடும் வெறும் அளவில் மட்டும் காணப்படுவதல்ல. ஏனென்றால் கூட்டுவேலை ஒரு சமூக ஆற்றலை உருவாக்கு கிறது. "இங்கு நாம் கூட்டு வேலையின் மூலம் தனி நபரின் உற்பத்தித் திறன் அதிகமாவதை மட்டும் காண்பதில்லை. ஒரு புதிய சக்தி வெகு ஜனங்களின் கூட்டுச்சக்தி உதித்தெழுவதைக் காண்கிறோம்."

சாலை அமைத்தல், நீர்ப்பாசன வசதிகள் அமைத்தல், வெள்ளத் தடுப்பு நடவடிக்கைகள் போன்றவை ஒரு விரிவான பரப்பில் நிகழ்கின்றன. இந்தக் கூட்டு உழைப்புமுறையில் காணப்படும் ஒத்துழைப்பு பணி நடப்பதற்கான இடம், தொழிற்சாலை கட்டிடம் போன்றவற்றில் சிக்கனத்தைக் கொண்டு வருகின்றது.

கூட்டு வேலையின் உற்பத்தி விளைவுகளைத் தொகுத்துக் கூறினால் அது உழைப்பின் இயந்திர ஆற்றலை அதிகரிக்கிறது. கூடுதலான இடப்பரப்புக்கு அதன் செயற்களத்தை விரிவுபடுத்து கிறது. உற்பத்தியின் அளவுக்கேற்ப உற்பத்திக் களத்தைச் சுருக்குகிறது. தக்க தருணத்தில் ஏராளமான தொழிலாளர்களை வேலை செய்ய வைக்கிறது. தனிப்பட்ட நபர்களுக்கிடையே உணர்வுகளைத் தூண்டிவிடுகிறது. மிருக உணர்வை வளர்க்கிறது. ஒரே நேரத்தில் பலவிதமான செயல்களை நிறைவேற்ற வைக்கிறது. தனிப்பட்ட உழைப்புக்குச் சராசரி சமூக உழைப்பின் தன்மையை அளிக்கிறது".[7]

உற்பத்தி உறவுகள்

உற்பத்தித்திறன் மீது கூட்டுவேலை ஏற்படுத்தக்கூடிய விளைவு களைப் பற்றித்தான் இதுவரை விவாதித்தோம். "உற்பத்தி உறவுகளும் அதாவது கூட்டு வேலையின் வர்த்தகத் தன்மை முக்கியமானவை. ஒருபுறம் இந்தக் கூட்டு வேலை வரலாற்று ரீதியான முற்போக்கான தன்மையுடன் அமைகிறது. சமூக உழைப்பின் உற்பத்தி ஆற்றலை இது வளர்க்கிறது". "உழைப்பாளி முறையாகக் கூட்டு வேலைகளை அறுத்தெறிந்து விட்டுத் தன் இன ராசியின் ஆற்றல்களை வளர்த்துக் கொள்கிறார்".[8] ஆனால், மறுபுறம் அந்தக் கூட்டு வேலையில் முதலாளித்துவத் தனித்தன்மையும் காணப்படுகிறது. அது குறித்துத்தான் இப்போது கவனம் செலுத்துகிறோம்.

ஏராளமான தொழிலாளர்களின் கூட்டு வேலை நடைபெறும் ஒரு உழைப்பு நிகழ்முறையின்போது முதலாளியைப் பொறுத்தவரை கணிசமான அளவுக்கு மாறா மூலதனத்தையும் (கட்டடங்கள், உழைப்புக் கருவிகள், கச்சாப்பொருட்கள் போன்றவை) மாறும் மூலதனத்தையும் (ஏராளமான தொழிலாளர்களைக் கூலிக்கமர்த்திக் கொள்வது) முதலீடு செய்ய வேண்டியிருக்கும். கூட்டு வேலை முறையில் தனிப்பட்ட மூலதன உடைமையாளரின் கரங்களில் மூலதனம் குவிந்திருக்கும் நிலை ஒரு முன் நிபந்தனையாக இருக்கும்.

கூட்டு வேலைமுறை வளரும்போது ஒரு மாற்றம் ஏற்படுகிறது. உழைப்பு மூலதனத்துக்கு கீழ்ப்படிந்து செயல்படுவது என்பது வெறும் மறைமுகமாக இருந்த நிலையிலிருந்து உண்மையான நேரடி-யான கீழ்ப்படிதல் நடைபெறும் நிலைக்கு மாறி விடுகிறது.

"ஏராளமான கூலித் தொழிலாளர்களின் கூட்டுவேலையின் மூலம் மூலதனத்தின் ஆளுமை அவசியத் தேவையாக உற்பத்தியின் மெய்யான

அவசியத் தேவையாக வளர்கிறது. போர்க்களத்தில் தளபதி ஆளுமை செலுத்துவது எப்படி அவசியமோ அதே போல உற்பத்திக்களத்தில், முதலாளி ஆளுமை செலுத்துவது அவசியமாகிறது.” [9]

மேலும் கூட்டு வேலையுடன் அமைந்த உழைப்பு நிகழ் முறையில் ஒருங்கிணைப்பும் மேற்பார்வையும் இன்றியமையாத வகையில் தேவைப்படுகிறது. முதலாளித்துவ உற்பத்தி உறவுகளில் இக்கடமைகளும் செயல்பாடுகளும் மூலதனத்தின் சிறப்புரிமை ஆகிறது. இந்தச் செயல்முறை ஒரு தனியான வர்க்கத் தன்மையைப் பெறுகிறது. மூலதன உடைமையாளர் அல்லது அவரால் நியமிக்கப்பட்ட நிர்வாகம் செய்கின்ற ஒருங்கிணைப்பு, வழிகாட்டுதல், மேற்பார்வை ஆகியவையெல்லாம் ஒத்துழைப்புத் தன்மையின் அடிப்படையில் மட்டும் இல்லை. தொழிலாளர்களிடமிருந்து அதிகபட்சமான உபரி உழைப்பைக் கசக்கிப் பிழியும் தேவையின் அடிப்படையில் அமைகின்றன.

> *“முதலாளி செலுத்துகிற கட்டுப்பாடு சமுதாய உழைப்பு நிகழ்முறையின் இயல்பிலிருந்து விளைவதும் அந்த நிகழ்முறைக்கே உரித்தானதுமாகி தனிவீதப் பணி என்பதோடு சமுதாய உழைப்பு முறையைச் சுரண்டுகிற பணியும் ஆகும். ஆதலால் இக்கட்டுப்பாடு சுரண்டுபவருக்கும் அவர் சுரண்டுகிற உயிருள்ள உழைக்கிற கச்சாப் பொருளுக்கும் இடையிலான தவிர்க்க முடியாத பகைமையில் வேர் கொண்டதாகும்.”* [10]

அதிகாரப் படிநிலையும் பகைமைப் போக்கும்

உழைப்பு நிகழ்முறையின் கூட்டுவேலைத் தன்மைக்கு ஒருங்கிணைப்பு ஏற்பாடுகள் மட்டுமே தேவைப்படுகின்றன. ஆனால், முதலாளித்துவத் தன்மைக்கு அதிகாரப் படிநிலையும் சர்வாதிகாரக் கட்டுப்பாடும் தேவைப்படுகிறது. ஒரு இராணுவத்தின் அதிகாரப் படிநிலையில் அதிகாரிகள், சார்ஜெண்டுகள், காலாட்படை வீரர்கள் இருப்பது போல் முதலாளியின் அதிகாரப் படிநிலையில் நிர்வாகிகள், மேற்பார்வையாளர்கள் மற்றும் சுரண்டப்பட்ட தொழிலாளர்கள் அடங்குவர். முதலாளித்துவ ஜனநாயகத்தின் பாசாங்குத் தன்மைகள் முதலாளித்துவ உழைப்பு நிகழ்முறையின் இராணுவக் கட்டமைப்பின் மூலம் முழுமையாக அம்பலமாகிவிடுகின்றன. இந்த அமைப்பு முறை, வடிவம் கூட்டுச் செயல்முறைக்கு உள்ளார்ந்த தன்மையாக இருக்காது. முதலாளித்துவ பொருளாதார வல்லுநர்கள் இதனைக் காணத் தவறி விடுகின்றனர். “உழைப்பு நிகழ் முறையின் கூட்டு வேலைத் தன்மையால் அவசியமாகிற கட்டுப்படுத்தும் வேலையும் அந்த நிகழ் முறையின் முதலாளித்துவத் தன்மையாலும் முதலாளியின் நலன்களுக்கும் தொழிலாளியின் நலன்களுக்கும் இடையிலான பகைமையாலும் அவசியமாகிற வேறுவிதமான கட்டுப்படுத்துதல் வேலையும் ஒன்றெனக் கருதுகிறார்.” [11]

ஏராளமான தொழிலாளர்களின் வேலையில் கொண்டு வரப்படும் ஒத்துழைப்புத்தன்மை, மூலதனத்துக்கும் உழைப்புக்குமிடையே உறவில் ஒரு மருட்சியை ஏற்படுத்துகிறது. மூலதன உடைமையாளர் தான் தொழிலாளர்களை ஒரே இடத்திற்குக் கொண்டு வருகிறார். இதற்கு முன்னால் தங்கள் உழைப்புச் சக்தியை விற்கும் தனித்தனி நபர்களாகத்தான் தொழிலாளர்கள் இருக்கின்றனர். கூட்டு வேலையின் காரணமாக உழைப்பின் உற்பத்தித்திறன் அதிகரிக்கும் போது கூடுதலான உற்பத்தி சக்தியானது மூலதனத்தின் வேலையைப் போலத் தோற்றமளிக்கிறது.

"கூட்டாக வேலை செய்யும்போது தொழிலாளி உருவாக்கும் உற்பத்தித் திறன் மூலதனத்தின் உற்பத்தித்திறன் ஆகிறது... தொழிலாளிகள் குறிப்பிட்ட நிலைகளில் வைக்கப்பட்டு இந்நிலைமைகளில் அவர்களை வைப்பது மூலதனமாக இருக்கும் போதெல்லாம் இந்தத்திறன் இலவசமாக உருவாக்கித் தரப்படுகிறது. ஏனென்றால், இந்த ஆற்றலுக்காக மூலதனம் எதையும் செய்வதில்லை. தனது உழைப்பு மூலதனத்துக்குச் சொந்தமாவதற்கு முன்னால் தொழிலாளி இந்த ஆற்றலை வளர்த்துக் கொள்ளவில்லை. இயற்கை மூலதனத்துக்கு அளித்துள்ள ஆற்றலாக மூலதனத்துக்குள் இயற்கையாக அமைந்த உற்பத்தி ஆற்றலாக இது காணப்படுகிறது."[12]

கூட்டு வேலை குறித்து நமது விவாதத்தைத் தொகுத்துக் கூறி அதனை வரலாற்றுப் பின்புலத்தில் வைக்க வேண்டியுள்ளது. மூலதனம் உழைப்புச் செயல்முறையைத் தனது கைவசப்படுத்திக் கொள்ளும் போது அது முதலில் செய்யும் மாற்றம்தான் கூட்டு வேலை என்பது. அது உழைப்பின் உற்பத்தித்திறனை அதிகரிக்க உதவுகிறது. இந்த வகையில் ஒப்பீட்டு உபரி மதிப்பை உற்பத்தி செய்யும் முறையாக அது அமைந்துள்ளது. முதலாளித்துவ முறையில் தனித்தன்மையுடன் கூடிய கூட்டு வேலையின் கீழ் அமைந்த உழைப்புச் செயல்முறையில் மூலதனத்துக்கும் உழைப்புக்குமிடையேயான அடிப்படைப் பகைமை வெளிப்படுகிறது.

கூட்டுவேலை என்பது முதலாளித்துவ உற்பத்தி முறைக்கே உரிய சிறப்பியல்பு அல்ல. மனிதகுல நாகரிகம் துவங்கிய காலத்திலேயே இது இருந்தது. ஆனால், அப்போது அதன் வர்க்கத்தன்மை முற்றிலும் வேறுபட்டதாக இருந்தது. புராதன சமூகங்களில் உற்பத்திச் சாதனங்கள் பொது உடைமையாக இருந்ததை அடிப்படையாகக் கொண்டிருந்தது. தனிநபர்கள் கணம் அல்லது சமூகத்தின் அடையாளமாக இருந்தனர். அதற்கு நேர்மாறாக முதலாளித்துவ கூட்டு வேலையில் சுயேச்சையான கூலித் தொழிலாளியும் உற்பத்தி சாதனங்களில் தனி உடைமையும் தேவைப்படுகிறது. மார்க்சின் கருத்துப்படி, "ஆனால் வரலாற்றில் இவ்வடிவம் விவசாயியின் பயிர்த்தொழிலுக்கும், கைவினைச்

சங்கங்களில் ஆனாலும் அவற்றில் இல்லாவிட்டாலும் சுயேச்சையான கைத்தொழில்கள் நடைபெறுவதற்கும் எதிரான ஒன்றாகவே வளர்க்கப்படுகிறது."[13]

இறுதியாகக் கூறுமிடத்து அனைத்துவிதமான முதலாளித்துவ உற்பத்தி முறைக்கும் கூட்டு வேலை அடிப்படையானது என்றாலும், அதன் ஆரம்ப வடிவில் இது முதலாளித்துவ உற்பத்தி முறையின் முன்னேறிய வடிவங்களான பட்டறைத்தொழில் மற்றும் நவீன தொழில்துறையில் இது இரண்டாவது நிலையில் தனது பங்களிப்பைச் செய்கிறது.

பட்டறைத் தொழிலும் வேலைப் பிரிவினையும்

கூட்டு வேலை என்பது இரண்டு விதங்களில் அமையலாம். ஆரம்பகட்ட வடிவம் அல்லது சாதாரண கூட்டு வேலை இம்முறையில் ஒரு பொருளை முழுமையாக ஆரம்பம் முதல் முடிவு வரை ஒரே தொழிலாளி உற்பத்தி செய்கிறான். இதனைவிட வளர்ச்சி அடைந்த வடிவத்தில் அமைந்த கூட்டு வேலையில் தொழிலாளிகளிடையே வேலைப்பிரிவினை இருக்கிறது. ஒவ்வொரு தொழிலாளியும் ஒன்று அல்லது சில குறிப்பிட்ட செயல்களைச் செய்துவிட்டு அப்பொருளை மேலும் செழுமைப்படுத்த அடுத்த தொழிலாளியிடம் அனுப்பி விடுகிறான். வேலைப்பிரிவினை முறை வளர வளர ஆரம்பகட்ட வடிவத்தில் இருந்த இம்முறை பலதரப்பட்டதாக மாறுகிறது. பட்டறைத் தொழில்முறை இரண்டுவிதமான வகைகளில் உருவாகலாம். ஒரு தொழிற்சாலையின் கூரையின் கீழ் ஒரு முதலாளியால் இணைக்கப்படும் சுயேச்சையான கைவினைஞர்கள் இணைந்து நின்று ஒரே கச்சாப்பொருளின் மீது வெவ்வேறான செயல்களின் மூலம் அடுத்தடுத்து செயல்பட்டுப் பொருட்களை உற்பத்தி செய்யலாம். இதற்கு மாறாக ஒரு ஊசி தயாரிக்கும் தொழிற்சாலையில் ஒவ்வொரு தொழிலாளியும் அருகருகே இருந்துகொண்டு ஒரு முழு ஊசியைத் தயாரிக்கலாம். அதனைத் தயாரிக்கும்போது அதில் உள்ள வெவ்வேறு செயல்களை வெவ்வேறு தொழிலாளிகளின் பொறுப்பில் விடலாம். பட்டறைத் தொழில்முறை எவ்வாறு உருவாகி இருந்தாலும் முதலாளித்துவ முறைக்கு முன்பிருந்த சமுதாயத்தில் கைவினைஞர்களுக்கு இருந்த சுதந்திரம் காணாமல் போய்விடுகிறது என்பதைப் புரிந்துகொள்ள வேண்டும். சுயேச்சையான கைவினைஞர்கள் தனித்தனியாகத் தங்கள் கைத்தொழில்களைச் செய்வதற்குப் பதிலாக பொருளின் சிறுசிறு கூறுகளை உற்பத்தி செய்யும் தொழிலாளர்களாக மாறுகின்றனர். அதே நேரத்தில் உற்பத்திப் பொருட்களில் உழைப்பின் சமூக வடிவம் அடங்கியுள்ளது என்பது மேலும் மேலும் வெளிப்படையாகத் தெரிகிறது.

கூட்டு வேலையின் மூலம் பட்டறைத் தொழில் வளர்ச்சி அடையும் போது உற்பத்தித்திறன் மேலும் அதிகரிக்கிறது. ஒவ்வொரு

தொழிலாளியும் இப்போது ஒரேயொரு குறிப்பிட்ட வேலையைச் செய்கிறான். அதன் மூலம் அதை அவன் மிகவும் சிறப்பாகச் செய்ய முடிகிறது. செயல்படும்போது கற்றுக்கொள்ளும் இம்முறை காரணமாக உற்பத்தித்திறன் அதிகரிக்கிறது. பட்டறைத் தொழில் முறையில் முன்னேறிய உழைப்புக்கருவி - அதாவது தொழிலாளியின் கைக்கருவிகளில் ஏற்படும் முன்னேற்றங்களாலும் உற்பத்தித்திறன் அதிகரிக்கிறது. பட்டறைத் தொழிற் காலம் ஒவ்வொரு நுணுக்கத் தொழிலாளியின் தனிப்பட்ட சிறப்புப்பணிகளுக்கும் உழைப்புக் கருவிகளை தகவமைப்பதன் மூலம் அக்கருவிகள் எளிமைப்படவும், மேம்படவும், பல்கிப் பெருகவும் வழி செய்கிறது.[14]

பட்டறைத் தொழில் முறையில் பொருள் உற்பத்தியின் ஒவ்வொரு சிறு கூறுக்கான வேலையும் மனித உழைப்பினால் செய்யப்படுகிறது என்பதைக் குறிப்பிட வேண்டியுள்ளது. இந்த வகையில் இது கைத்தொழில்களின் தன்மையை ஒத்தது. எனவே, கைக்கருவிகளைக் கையாள்வதில் "ஒவ்வொரு தனிப்பட்ட தொழிலாளியின் வலிமை, திறமை, விரைவு மற்றும் உறுதியைப் பொறுத்தது".[15] பட்டறைத் தொழில் முறையில் கைக்கருவிகளைச் சிறு கூறுகளாக அமைந்த பணி-களைச் செய்வதற்கு ஏற்ற வகையில் தொழிலாளி கையாள்கிறான். கருவிகள் தொழிலாளியைக் கையாள்வதில்லை. நவீனத் தொழில் துறையில் இந்த இரண்டு அம்சங்களுமே மேலே குறிப்பிட்டுள்ள பட்டறைத் தொழில்முறைக்கு நேர் எதிரான வகையில் அமைந் திருக்கும் என்பதை நாம் பின்னர் காண்போம்."

பட்டறைத் தொழில் உற்பத்திமுறை - ஏற்கெனவே தயாரிக்கப்பட்ட பல்வேறு பாகங்களைப் பூட்டி ஒரு புதிய பொருளை உருவாக்கும் முறையாக இருக்கலாம் அல்லது அடிப்படையான கச்சாப்பொருள் அல்லது பணியின் மீது அதனுடன் தொடர்புடைய பல்வேறு செயல்முறைகள் தொடர்ந்து நிறைவேற்றப்படும் உற்பத்தி முறையாக இருக்கலாம். இரண்டாவதாகக் குறிப்பிடப்பட்டது முன்னேறிய அல்லது நிறைவு செய்யப்பட்ட பட்டறைத் தொழில் முறையாகக் கருதப்படலாம். தொழிலாளியிடமும் வேலையிலும் ஒரு குறிப்பிட்ட தொடர்ச்சியான தன்மையையும் சீரான தன்மையையும் இரண்டு வடிவங்களுமே, அதிலும் குறிப்பாக இரண்டாவது வடிவம் வளர்க்கிறது எனலாம். ஒரு தொழிலாளி ஒரு பொருள் மீது ஒரு குறிப்பிட்ட செயலை நிறைவேற்றியபின் அது அடுத்த தொழிலாளியின் கச்சாப்பொருளாக மாறுகிறது. ஒரு தொழிலாளி மற்றொரு தொழிலாளியைச் சார்ந்திருக்கும் நிலை ஏற்படுவதால் தனது பணிக்காகத் தேவைப்படும் நேரத்தைவிட அதிகமாகச் செலவி-டாத வகையில் ஒவ்வொரு தொழிலாளியும் கட்டாயப்படுத்தப்படுகிறான். "இவ்வாறு சுயேச்சையான கைத்தொழிலிலோ அல்லது சாமானியக் கூட்டு வேலையிலோ கூடக்

காணக்கூடியதிலிருந்து முற்றிலும் வேறு வகையான தொடர்ச்சியும் சீர் நிலையும் முறைப்பாடும் ஒழுங்கும் ஏன் உழைப்பின் மும்முரமும் கூட பெறப்படுகின்றன".[16] ஒப்பீட்டு உபரி மதிப்பின் மீது இம்முறை ஏற்படுத்தும் விளைவுகள் வெளிப்படையானவை.

பட்டறைத்தொழில் முறையே பல்வேறு கைத்தொழில்கள் இணைந்த ஒன்றாகும். அது வெவ்வேறு வகையான உற்பத்தி முறைகளிலும் இணைப்பை உருவாக்குவதற்கு வழிவகுக்கிறது. ஆரம்பகட்டத்தில் காணப்பட்ட ஒருவிதமான செங்குத்தான இணைப்பு முறையில் ஒரு பெரிய உற்பத்தியாளர் தனது உற்பத்திக்குத் தேவைப்படும் சில கருவிகளையும் தனது தொழிற்சாலையிலேயே உற்பத்தி செய்கிறார். கண்ணாடி உற்பத்தியாளர் ஒருவரின் உதாரணத்தை மார்க்ஸ் சுட்டிக்காட்டுகிறார். "கண்ணாடியை ஊதி உப்ப வைக்கும் முன் உருக்குவதற்குத் தேவையான மண்பானைகளைத் தாங்களே உற்பத்தி செய்த ஆங்கிலே கண்ணாடி உற்பத்தியாளர் களைப் பற்றி மார்க்ஸ் குறிப்பிடுகிறார். குறுகிய கைத்தொழில் அடிப்படையில் அமைந்த பட்டறைத்தொழில் வளர்ச்சி வரம்புக்குட்பட்டதாக இங்கே உள்ளது.

உழைப்பின் சமூகப்பிரிவினை

உழைப்பின் உற்பத்தித்திறன் மற்றும் ஒப்பீட்டு உபரி மதிப்பு அதிகரிப்பில் உற்பத்தி முறைகளின் பங்களிப்பைப் பின்வருமாறு குறிப்பிடலாம். வேலைப்பிரிவினை காரணமாக ஒரு உற்பத்தி முறையின் சிறு கூறில் தொடர்ந்து பணியாற்றுவதனால் அந்தச் சிறு கூறு உற்பத்தியில் மிகவும் திறமை படைத்தவராக அந்தக் கைவினைஞர்கள் மாறி விடுகின்றனர். இத்துடன் கைக்கருவிகளில் ஏற்படுத்தப்படும் சில முன்னேற்றங்களும் சேரும்போது அந்த உற்பத்தி முறையில் உற்பத்தித்திறன் அதிக அளவுக்கு உயர்கிறது. இதில் உள்ள தடைகள் மற்றும் வரம்புகளைப் பின்னர் பரிசீலிப்போம். உற்பத்தி முறையில் உள்ள வேலைப்பிரிவினைக்கும் சமூகத்தில் உள்ள வேலைப் பிரிவினைக்குமிடையே உள்ள உறவை இப்போது பரிசீலிப்போம்.

பட்டறைத் தொழில் முறையில் வேலைப்பிரிவினை இரண்டுவிதமான துவக்கத்தைக் கொண்டிருப்பதைப் போல சமூக வேலைப் பிரிவினையிலும் இரண்டுவிதமான தோற்றுவாய்கள் காணப்படு கின்றன. குலக்குழுக்களிடையே இயற்கையாகவோ உடற்கூறு அடிப்படையிலோ உருவாகும் வேலைப்பிரிவினைகள் வயது, பாலினம் போன்றவற்றின் அடிப்படையில் இது முறையான சமூக வேலைப் பிரிவினையாக அமைந்திருக்கும். மற்றது சமூகங்களிடையே பொருள் உற்பத்தி மற்றும் பரிவர்த்தனை உறவுகள் படிப்படியாக வளர்வதனால் உழைப்பின் சமூகப்பிரிவினை

உருவாகலாம். மறுபுறம் சமுதாயத்தில் ஏற்படும் சமூக வேலைப் பிரிவினையிலும் பட்டறையில் ஏற்படும் வேலைப்பிரிவினையிலும் உற்பத்திச் சக்திகள் ஒரு குறிப்பிட்ட அளவுக்கு வளர்ச்சி அடைவதை அடிப்படையாகக் கொண்டவை. இவை குறித்த வரலாற்று ரீதியான ஒரு சுவையான செய்தியை மார்க்ஸ் சுட்டிக்காட்டுகிறார். பட்டறை முறை உற்பத்திக்காலம் தொழிற்பட்டறையில் வேலைப் பிரிவினையை வளர்க்கிறது எனில், காலனி அமைப்பு முறையும் உலகச்சந்தையின் வளர்ச்சியும் (இவை இரண்டுமே பொருள் உற்பத்தி முறையை வளர்க்கின்றன) சமுதாய வேலைப் பிரிவினையை விரைவுபடுத்து கின்றன. ஆனால், இவை இரண்டுக்குமிடையே முக்கியமான வேறுபாடுகள் உள்ளன. முதலில் சமூக வேலைப் பிரிவினையின் போது உற்பத்தியாகும் பொருட்கள் சரக்குகளாக இருக்கின்றன. தோலைப் பதப்படுத்துபவர் மற்றும் காலணி உற்பத்தியாளர்களின் உற்பத்திப் பொருட்கள் சரக்குகளாக இருக்கின்றன. ஆனால், ஒரு பொருளின் குறிப்பிட்ட சிறு பகுதியை வேலைப் பிரிவினை அடிப்படையில் உழைக்கும் நுணுக்கத் தொழிலாளி ஒரு சரக்கை உற்பத்தி செய்வதில்லை என்ற உண்மை பட்டறை உற்பத்தி முறையில் அடிப்படையாக அமைந்த முக்கிய உண்மையாகும்".[17] மேலும், சமூக வேலைப் பிரிவினை முறையில் பல்வேறு உற்பத்திக் கிளைகளில் உற்பத்தியாகும் பொருட்களை வாங்குவது மற்றும் விற்பது ஆகியவற்றின் மூலமே சமூக வேலைப்பிரிவினை சாத்திய மாகிறது. ஆனால், பட்டறை வேலைப்பிரிவினை முறையில் பல்வேறு விதமான தொழிலாளர்கள் அனைவரும் ஒரே முதலாளியிடம் தங்கள் உழைப்புச் சக்தியை விற்கின்றனர். முதல்முறையில் உழைப்புச் சாதனங்கள் பல்வேறு சரக்கு உற்பத்தியாளர் களிடம் பரவிக் கிடக்கின்றன. ஆனால், இரண்டாவது முறையில் உற்பத்திச் சாதனங்கள் தனிப்பட்ட மூலதன உடைமையாளரின் கரங்களில் குவிந்து கிடக்கின்றன. பட்டறை உற்பத்தி வேலைப்பிரிவினை முறையில் முன்கூட்டியே திட்டமிட்டு வேலை செய்யும் முறை காணப்படுகிறது. ஆனால், சமூக வேலைப்பிரிவினை முறையில் பல்வேறு உற்பத்திப் பிரிவுகளுக்கிடையே உழைப்பைப் பிரித்து அளிப்பதில் குழப்பநிலை காணப்படுகிறது. இது இரண்டு முறைகளுக்கு மிடையே உள்ள முரண்பட்ட தன்மை ஆகும். மார்க்ஸ் குறிப்பிடுவார்: "பட்டறையிலான உழைப்புப் பிரிவினையில் வருவது அறிந்து முன் கூட்டியே புனையப்படும் திட்டத்தின்படி யாவும் முறையாக நடைபெறுகின்றன. ஆனால் சமுதாயத்திலான உழைப்புப் பிரிவினையில் இதற்கு மாறாக இயற்கையால் விதிக்கப்பட்டுப் பிற்பாடே தெரியவரும். அவசியமானது உற்பத்தியாளர்களது நியதியற்ற சபலங்களைக் கட்டுப்படுத்தி ஆளுகிறது. சந்தை விலைகள் என்னும் பாரமானிப் பதிவுகளின் ஏற்ற இறக்கங்களாக இந்த அவசியம் வெளிப்படுகிறது."[18]

முதலாளித்துவ சித்தாந்தத்தின் முரண்பாடான அபத்தமான தன்மையினை இக்கருத்து தொடர்பாக விளக்க முடியும்.

> "பட்டறை உழைப்புப் பிரிவினையும் தொழிலாளியை ஒரு பகுதி வேலையோடு ஆயுட்காலம் பிணைத்து அவரை மூலதனத்துக்கு முழுமையாகக் கீழ்ப்படுத்துவதையும் உழைப்பை ஒழுங்கமைப்பதாகும் என்றும் இந்த ஒழுங்கமைப்பு உழைப்பின் உற்பத்தித் திறனை உயர்த்துகிறது என்றும் முதலாளித்துவ சிந்தனை போற்றிப் புகழ்கிறது. இதே முதலாளித்துவ சிந்தனை உழைப்பு நிகழ்முறையைச் சமுதாய வழியில் கட்டுப்படுத்தி ஒழுங்காக்குவதற்கு உணர்வுப்பூர்வமாய் செய்யப்படும் ஒவ்வொரு முயற்சியையும் சொத்துரிமைகள் மற்றும் தனிப்பட்ட முதலாளி தங்கு தடையின்றிச் சுதந்திரமாக செயல்படுதல் போன்ற புனிதங்களின் மீதான தாக்குதல் என்று கூறி அதே அளவு வேகத்துடன் கண்டிக்கிறது".[19]

பல்வேறு சமூக வடிவங்களை வரலாற்று ரீதியாக ஆய்வு செய்யும் போது சமுதாயத்துக்குள் வேலைப்பிரிவினை என்ற அம்சம் அவற்றில் எல்லாம் பொதுவானதாக இருப்பதைக் காண முடிகிறது. ஆனால், பட்டறை வேலைப்பிரிவினை முறை என்பது பொருள் உற்பத்தி முறைக்கு மட்டுமே சிறப்பாகப் பொருந்தக்கூடியதாக முதலாளித்துவ உற்பத்தி முறையின் தனிப்பட்ட உற்பத்திப் பொருளாக அமைகிறது. முன்பு கைத்தொழிலை அடிப்படையாகக் கொண்ட உழைப்பு நிகழ்முறையைப் பட்டறை உற்பத்தி முறை வேலைப்பிரிவினை என்பதன் மூலம் ஒரு பொருளின் சிறுசிறு கூறுகளை கவனிக்கும் உழைப்பு முறையாக மாற்றுகிறது. முதலாளித்துவ சமூக அமைப்புக்கு முந்தைய காலத்தில் இருந்த கைவினைஞர் என்ற பிரிவையே அழித்து விடுகிறது. இந்தக் கைவினைஞர்கள் சிறு சிறு தனிப்பணிகளைச் செய்யும் தொழிலாளர்களாக இப்போது மாறிவிடுகின்றனர். ஒரு பகுதியை மட்டுமே அறிந்தவர்களாக ஒட்டுமொத்த வளர்ச்சியில் குறைபாடு உடையவர்களாக மாறி விடுகின்றனர். அதே சமயம் பட்டறையின் அனைத்துத் தொழிலாளர்களையும் ஒட்டுமொத்தமாகப் பார்க்கும்போது அந்தக் கூட்டுத் தொழிலாளி மேலும் அதிகத் திறமையுடையவராக உற்பத்தித்திறன் உடையவராகவும் மாறிவிடுகிறார். பட்டறைத் தொழில் முறைக்கு எளிமையான உழைப்பும் சிக்கலான உழைப்பும் தேவைப்படுகிறது. எனவே, பட்டறைத் தொழில்முறை வளர்ச்சி அடையும்போது கல்வி மற்றும் பயிற்சியில் பல்வேறு மட்டங்களைக் கொண்ட தொழிலாளர்கள் தேவைப்படுகின்றனர். மார்க்சின் கருத்துப்படி, "ஆகவே பட்டறைத் தொழில் உழைப்புச் சக்திகளின் படிவரிசை ஒன்றை வளர்த்தெழச் செய்கிறது, கூலி விகிதங்களும் இதற்கொப்ப அமைகின்றன."[20]

பட்டறைத் தொழில் முறையில் சில மிக எளிதான பணிகள் உள்ளன. அவற்றுக்கு எத்தகைய பயிற்சியும் தேவையில்லை. இவை அனைத்துப் பொருள் உற்பத்தி முறைகளிலும் பொதுவாகக் காணப்படும். இதன் காரணமாகத் திறனற்ற தொழிலாளர்கள் என்ற ஒரு பிரிவினர் வளர்கின்றனர். அவர்களுக்குக் கல்வி அறிவே தேவை இல்லை. கைத்தொழில்களில் இத்தகைய பிரிவினர் கிடையாது. முதலாளித்துவ உற்பத்தி முறையின் தனியான படைப்பாக இவர்களைக் குறிப்பிடலாம்.

பட்டறைத் தொழில் முறையின் வர்க்கத்தன்மை

இந்த இரண்டு வளர்ச்சிப் போக்குகளின் அரசியல் மற்றும் சித்தாந்த விளைவுகள் உண்மையில் முக்கியமானவை. உழைப்புச் சக்தியின் படிநிலை அடுக்கு மற்றும் திறன் மிக்க தொழிலாளர், திறனற்ற தொழிலாளர்கள் ஆகிய இருப்பிரிவினராக பிரிக்கப்படுதலும் ஆகும். தொழிலாளி வர்க்க இயக்கத்தில் காணப்படும் சந்தர்ப்பவாத மற்றும் சீர்திருத்தவாதப் போக்குகளுக்கும் இவையே அடிப்படையாக உள்ளன என்பதை எவரும் புரிந்து கொள்ளலாம். மேலும் இப்படிப்பட்ட தனித்திறனற்ற தொழிலாளர் பிரிவினர் உருவாவது ஒப்பீட்டு உபரி மதிப்பின் கூடுதலான உற்பத்திக்கு நேரடியாகப் பங்களிக்கிறது. உழைப்புச்சக்தியைப் புதுப்பிப்பதற்கான செலவு குறைகிறது. (பயிற்சிக்கான செலவும் மிச்சமாகிறது).

உற்பத்தி பிருமாண்டமான அளவில் நடைபெறுவதைப் பட்டறைத் தொழில் உற்பத்திமுறை சாத்தியமானதாக்குவதுடன் அவசியமான-தாகவும் ஆக்குகிறது. (வேலைப்பிரிவினை காரணமாக) கூடுதலான எண்ணிக்கையில் தொழிலாளர்களை வேலைக்கு அமர்த்தவும் கச்சாப் பொருட்கள் மற்றும் துணைப்பொருட்களை விலைக்கு வாங்கவும் அதிக அளவில் பணத்தை ஒதுக்க வேண்டிய நிலை மூலதன உடைமையாளருக்கு ஏற்படுகிறது. (உற்பத்தித்திறன் அதிகரிக்கும்போது ஒரு குறிப்பிட்ட நேரத்தில் நுகரப்படும் பொருட்களின் அளவும் அதிகரிக்கிறது)

எனவே, பட்டறைத் தொழில் பொருள் உற்பத்தி முறையில் ஒவ்வொரு மூலதன உடைமையாளரின் கரங்களிலும் கூடுதலான மூலதனம் பெரிய அளவில் குவிவது அதிகரிக்கிறது. தொழிலில் ஈடுபடுவதற்குத் தேவையான குறைந்தபட்ச முதலீடு தொடர்ந்து அதிகரிக்கிறது. மூலதனம் குவியும் போக்கின் பொருள் யாதெனில் ‘சமூக உற்பத்திச் சாதனங்களும் வாழ்வுச் சாதனங்களும் மூலதனமாக மாற்றமடையும் போக்கு மேலும் விரிவடைந்து கொண்டே இருக்கும்.’ பொருள் உற்பத்தி வளர வளர உற்பத்தி முறை மேலும் மேலும் சமூ

கத்தன்மையுடனும் அதிக அளவில் முதலாளித்துவத் தன்மையுடையதாகவும் உடனடியாக மாறுகிறது.

பட்டறைத் தொழில் உற்பத்திமுறை உருவாகும்போது அதனுடன் இணைந்து வேலைப்பிரிவினை முறையும் அதிகரிக்கிறது. இது தொழிலாளி தனது சுதந்திரத்தை முழுமையாக இழக்கும் நிலைக்கு இட்டுச் செல்கிறது. இந்தப் பொருள் உற்பத்தி முறை படிநிலை அடுக்குகள் அடிப்படையிலான உழைப்பை உருவாக்குவதுடன் திறன்மிக்க தொழிலாளியைத் தனித்தனியான சிறு சிறு பணிகளைச் செய்பவனாக மாற்றுவதுடன் மற்றொரு மாற்றத்தையும் ஏற்படுத்துகிறது. தனது உழைப்புச் சக்தியை மூலதன உடைமையாளருக்கு விற்காவிட்டால் அது பயனற்றதாகிவிடும் என்ற நிலையை ஏற்படுத்துகிறது. "பட்டறைத் தொழிலாளி சுயேச்சையாக எதையும் தயாரிக்க இயல்பாகவே தகுதியற்றவர். அவர் முதலாளியினது பட்டறையின் ஒட்டுவாலாக அமைந்தே உற்பத்திச் செயல்திறனை வளர்த்துக் கொள்கிறார்."[21]

முதலாளித்துவ பொருள் உற்பத்தி முறையின் ஒரு மிக முக்கியமான விளைவு யாதெனில், கரங்களின் மூலம் நடைபெறும் உழைப்புக்கும் கருத்து ரீதியான உழைப்புக்குமிடையேயான பகைமையை அது மேலும் வளர்க்கிறது. வேலைப்பிரிவினை முறையை வளர்ப்பதற்கும், வேலைமுறையை ஒழுங்குபடுத்துவதற்கும் அறிவுத்திறமை தேவைப்படுகிறது. அதனை மேம்படுத்த வேண்டிய தேவை உருவாகிறது. அதே சமயத்தில் சிறு சிறு தனிவேலைகளைச் செய்யும் நுணுக்கத் தொழிலாளர்களின் வேலைகள் மந்தமானதாகவும் சலிப்பை ஏற்படுத்துவதாகவும் விருப்பாற்றலுக்கு உட்பட்ட இயந்திரகதிச் செயலாகவும் மாறிவிடுகிறது. முதலாளித்துவ உற்பத்தி உறவு முறையானது அறிவுப்பூர்வமான உழைப்பு மற்றும் அறிவியலைப் பயன்படுத்துதல் ஆகியவற்றை ஒருபுறமும் எளிதான உடல் உழைப்பை மறுபுறமும் நிறுத்தி பகைமைப்போக்கை உருவாக்கி அதிகரிக்கிறது.

> "பொருளுற்பத்தி நிகழ்முறையின் அறிவாற்றல்கள் வேறொருவரது சொத்தாகவும் தொழிலாளி மீது ஆட்சி செலுத்தும் சக்தியாகவும் ஆகிவிடுவது பட்டறைத் தொழில் உழைப்புப் பிரிவினையின் விளைவாகும், இப்படிப் பிளவுறும் நிகழ் முறை சாமானியக் கூட்டு வேலையில் ஆரம்பமாகிறது. இதில் தனியொரு தொழிலாளிக்குக் கூட்டு உழைப்பின் ஒருமைப்பாட்டையும் சித்தத்தையும் முதலாளியானவர் குறித்து விடுகிறார். தொழிலாளியை நுணுக்கத் தொழிலாளியாகக் குறுக்கி விடுகிற பட்டறைத் தொழிலில் இது வளர்ச்சியடைகிறது. உழைப்பிலிருந்து வேறுபட்ட ஒரு உற்பத்தி சக்தியாக விஞ்ஞானத்தை ஆக்கி, மூலதனச் சேவையில் ஆழ்த்துகிற நவீனத் தொழில்துறையில் இது நிறைவு பெறுகிறது.[22]

இதுவரை விளக்கப்பட்டதைத் தொகுத்துக் கூறினால் பட்டறைத் தொழில் உற்பத்தியின் வரலாற்று ரீதியான பங்களிப்பு இரண்டு விதங்களில் அமைந்துள்ளது. ஒரு புறம் வேலைப்பிரிவினை முறையை வளர்த்து, உழைப்புக் கருவிகளின் மீது தனிக்கவனம் செலுத்தி முன்னேற்றுதல், சிறு சிறு கூறுகளான பணிகளைச் செய்யும் நுணுக்கத் தொழிலாளர் செயல்பாடுகளை உரிய வகையில் மாற்றி அமைத்தல் போன்றவற்றின் மூலம் பட்டறை உற்பத்தி முறை உற்பத்தி சக்திகளை வளர்க்கிறது. சமூக ஒழுங்கமைவு மற்றும் வேலைப் பிரிவினை முறையை மாற்றி அமைப்பதன் மூலம், அதாவது புதிய உற்பத்தி உறவுகளை வளர்ப்பதன் மூலம் புதிய உற்பத்தி சக்திகளை அது உருவாக்குகிறது. இவ்வாறு முற்போக்கான பாத்திரத்தை நிறைவேற்றும் நேரத்திலேயே முதலாளித்துவ உற்பத்தி முறை என்ற வகையில் அது தனது தனியான வர்க்கத்தன்மையை வெளிப்படுத்துகிறது. “உழைப்பின் சமுதாய உற்பத்தித் திறனைத் தொழிலாளியின் நன்மைக்காக அல்லாமல் முதலாளியின் நன்மைக்காக அதிகப்படுத்துவது மட்டுமல்லாமல் தனிப்பட்ட தொழிலாளர்களை முடமாக்கியே இதனைச் செய்கிறது. உழைப்பின் மீது மூலதனம் கோலோச்சுவதற்கான புதிய நிலைகளை அது தோற்றுவிக்கிறது.”[23]

பட்டறைத் தொழில் முறையின் வரம்புகள்

ஒப்பீட்டு உபரி மதிப்பை உற்பத்தி செய்யும் முறை என்ற வகையில் பட்டறைத் தொழில் உற்பத்தி முறை முக்கியமான பங்களிப்பை ஆற்றுகிறது என்பதில் ஐயமில்லை. பிரிட்டிஷ் உதாரணங்களை மார்க்ஸ் ஆய்வு செய்தபோது பட்டறைத் தொழிலின் தனித்தன்மை காரணமாக ஒப்பீட்டு உபரி மதிப்பை ஏற்படுத்துவதில் அதன் ஆற்றல் சில குறிப்பிட்ட வரம்புகளுக்குட்பட்டது என்பது தெரிய வந்தது. தொழிலாளிகளைத் திறன் மிக்க தொழிலாளிகள் மற்றும் திறனற்ற தொழிலாளிகள் என்று பட்டறைத் தொழில் முறை பிரித்தது. அத்துடன் திறனின் அடிப்படையில் அமைந்த பல்வேறு படிநிலை அடுக்குகளை உருவாக்கியது. ஆனால், இத்திசை வழியில் நீண்ட தூரம் அதனால் செல்ல முடியவில்லை. திறன் மிக்க தொழிலாளர்களின் எண்ணிக்கையுடன் ஒப்பிட்டுப் பார்க்கும்போது திறனற்ற தொழிலாளிகள் எண்ணிக்கை மிகக் குறைவானதாகவே இருந்தது. எளிதான தனித்தனி செயல்களைப் பெண்களையும் குழந்தைகளையும் பயன்படுத்திக் குறைவான கூலி கொடுத்து நிறைவேற்றலாம். ஆனால், இதற்கு ஆண் தொழிலாளர் மத்தியிலிருந்து கடுமையான எதிர்ப்புத்தோன்றுவதனால் இந்த வாய்ப்பைப் போதிய அளவு பயன்படுத்திக் கொள்ள முடியவில்லை. பட்டறைத் தொழில் உற்பத்திமுறையில் கைத்தொழில் திறனே அடிப்படையாக நீடித்ததால் சுரண்டலைத் தீவிரப்படுத்தி உபரி மதிப்பை அதிகரிக்கும் முயற்சியைத் தொழிலாளி

வர்க்கத்தால் எதிர்க்க முடிந்தது என்பது மிக முக்கியமான அம்சமாகும். 'இதனால் தொழிலாளர்களின் கீழ்ப்படியாமைக்கு எதிராக' மூலதன உடைமையாளர்கள் தொடர்ந்து மோத வேண்டிய கட்டாய நிலையில் வைக்கப்பட்டனர்.[24] தொழில்நுட்ப அடித்தளமும் குறுகியதாக இருந்தது. கைத்தொழில் திறனுக்குத் தொடர்ந்து முக்கியத்துவம் அளிக்க வேண்டியிருந்ததால் உழைப்பு நிகழ்முறையை அறிவியல் ஆய்வின் மூலம் முன்னேற்றுவது சாத்தியமற்றதாயிற்று. 'ஏனெனில் உற்பத்திப் பொருள் கடந்து வருகிற நுணுக்க நிகழ்முறை ஒவ்வொன்றும் கையால் செய்யப்படவும், தன் வழியில் ஒரு தனிக் கைத் தொழிலாக அமையவும் வல்லதாயிருக்க வேண்டும்.'[25]

பட்டறைத் தொழில் உற்பத்தி முறைக்கு உள்ள வரம்புகள் காரணமாகவும், அது வளர்ச்சி அடையும்போது உருவான புறநிலைகள் காரணமாகவும் ஒப்பீட்டு உபரி மதிப்பை உற்பத்தி செய்யக்கூடிய அதிக வலிமை படைத்த முறை வரலாற்று ரீதியாக உருவெடுத்தது. அதனை 'இயந்திர சாதனமும் நவீன தொழில் துறையும்' என்று மார்க்ஸ் குறிப்பிடுவார். அது பற்றி அடுத்த பகுதியில் ஆய்வு செய்வோம்.

அடிக்குறிப்புகள்

1. *Capital* Vol.I Moscow, 1967 p. 315
2. அதே நூல், பக். 317
3. அதே நூல், பக். 318-319
4. அதே நூல், பக். 319
5. இது, முதலாளியால் முன்னீடு செய்யப்பட்ட மொத்த மூலதனத்திற்கான உபரி மதிப்பின் விகிதாசாரத்தைப் பாதிக்கவும் செய்யும்; இது, பின்னர் விவாதிக்கப்படவுள்ளது
6. *Capital*, Vol I, p. 326
7. அதே நூல், பக். 329
8. அதே நூல், அதே பக்கம்
9. அதே நூல், பக். 330
10. அதே நூல், பக். 331
11. அதே நூல், பக். 332
12. அதே நூல், பக். 333
13. அதே நூல், பக். 334

14. *அதே நூல், பக். 341*
15. *அதே நூல், பக். 338*
16. *அதே நூல், பக். 345*
17. *அதே நூல், பக். 355*
18. *அதே நூல், பக். 356*
19. *அதே நூல், அதே பக்கம்*
20. *அதே நூல், பக். 349*
21. *அதே நூல், பக். 360-361*
22. *அதே நூல், பக். 361,* See also in this connection Harry Braverman, *Labour and Monopoly Capital,* Monthly Review Press, New York, 1974
23. *அதே நூல், பக். 364*
24. *அதே நூல், பக். 367*
25. *அதே நூல், பக். 338-339*

6

இயந்திரங்களும் நவீன தொழிற்சாலையும்

பட்டறையில் சாமானிய கூட்டுவேலை தொட்டு, அறுதி உபரிமதிப்பின் ஆதிக்கத்திலிருந்து ஒப்பீட்டு உபரி மதிப்பிற்கான மாற்றம் தொடங்கி விடுகிறது. தொழிற்சாலை உற்பத்தி முறையில் இது மேலும் விரைவாக வளர்ந்து முன்னேறுகிறது. அந்த முறையில் உள்ள விரிவான மற்றும் தீவிரமான வேலைப்பிரிவினை முறை இந்த வளர்ச்சிக்கு அடிப்படையாக இருந்தது. இது உற்பத்தித் திறனை அதிகரித்தது என்றபோதிலும் பட்டறைத் தொழில் உற்பத்தி முறையில் உள்ள சில குறைபாடுகள் ஒப்பீட்டு உபரி மதிப்பு மேலும் அதிக அளவில் விரிவடைவதற்குத் தடையாக இருந்தது. இதில் காணப்பட்ட மிக முக்கிய குறைபாடு யாதெனில், பட்டறைத் தொழில் உற்பத்திமுறை கைத்தொழில் திறனையே இன்றியமையாத வகையில் சார்ந்திருந்தது. தொழில்நுட்ப அடிப்படை குறுகலாக இருந்தது. அதனால் தனிப்பட்ட உழைப்பு நிகழ்முறையை அறிவியல் ரீதியாக முறையாக ஆய்வு செய்ய முடியவில்லை. உழைப்பின் உற்பத்தித்திறனை மேலும் வளர்ப்பதற்கு இவ்வாறு அமைந்த தடைகளும் ஒப்பீட்டு உபரி மதிப்பு உற்பத்தி மேலும் வளர்வதற்கான தடைகளும் மார்க்சின் காலத்தில் மிக முன்னேறிய முதலாளித்துவ நாடாகிய பிரிட்டனில் வரலாற்று ரீதியாக வெற்றி கொள்ளப்பட்டது. இதனை வெல்வதற்கு அடிப்படையாக அமைந்தது மார்க்சின் கூற்றுப்படி, 'இயந்திர சாதனமும் அமைப்பும் நவீன தொழில் துறையும்' என்று குறிப்பிடவேண்டும்.

மனித ஆற்றலில் உள்ள வரம்புகள் மற்றும் போதுமானவையாக இல்லாத கைத்தொழில் திறன்கள் என்ற தடைகளிலிருந்து உற்பத்தி முறையை விடுதலை செய்ததே இந்த மாற்றத்தின் அடிப்படையாக இருந்தது. மார்க்சியக் கண்ணோட்டத்தில் இதனை ஆய்வு செய்யலாம். இயந்திரம் என்பது பொதுவாக மூன்று பகுதிகளை உள்ளடக்கியது. 1. விசையூட்டும் இயங்கமைப்பு (Motor Mechanism) (இயக்குவது) 2. விசை செலுத்தும் இயங்கமைப்பு (Transmitting mechanism) 3. கருவி அல்லது வேலைப் பொறி (Tool working machine) (உ.ம் தகடுகளை வெட்டும் இயந்திரத்தின் வெட்டுக்கருவி). இயந்திர அமைப்பும் நவீன தொழிலும் உருவானதைத் தொடர்ந்து (இதில் இயந்திரமே

துவக்க கட்டமாகும்) உற்பத்தித் தொழில்நுட்பத்தில் இரண்டு பிரதானமான விளைவுகள் ஏற்பட்டன. பல்வேறு கருவிகளை ஒரு இயந்திரத்தால் ஒரே நேரத்தில் இயக்க முடியும். ஒரேயொரு விசைப்பொறியை (மோட்டார்) பயன்படுத்துவதன்மூலம் இதனைச் செய்யமுடியும். இதன்மூலம் கைவினைஞரின் உடல் உறுப்புகளின் எண்ணிக்கையால் ஏற்படும் வரம்புகளிலிருந்து தப்பிக்கமுடியும்.[1] தனித்திறன் படைத்த கைவினைஞரின் கையால் இயக்கப்படும் கருவி என்ற நிலையிலிருந்து இயந்திரத்தின் கருவியாக இதன் மூலம் மாற்றம் அடைகிறது. "விசையூட்டும் இயங்கமைப்பும் மனித வலிமையின் வரம்புகளிலிருந்து முற்றிலும் விடுவிக்கப்பட்டு சுயேச்சை வடிவம் பெறலாயிற்று."[2] இந்த வளர்ச்சியின் காரணமாகப் பல இயந்திரங்களை ஒரே சமயத்தில் இயங்கச் செய்யும் இயந்திரவிசை சாத்தியமாகிறது. ஒரேயொரு ஆற்றல் ஆதாரத்தைக்கொண்டு அதனைச் செலுத்தும் முறை மற்றும் கைக்கருவியைப் பயன்படுத்துவதன் மூலம் பல இயந்திரங்களை ஒரே நேரத்தில் இயக்க முடியும். இவற்றைச் சிக்கலான இயந்திர அமைப்புமுறை என்று குறிப்பிடலாம்.

இயந்திரம் உருவாக்கல் தொழில்நுட்பம்

இயந்திர சாதனம் மற்றும் நவீன தொழில் துறையானது அதன் ஆரம்பக் கட்டத்தில் அதன் பட்டறைத் தொழில் உற்பத்தி அடித்தளத்தைச் சார்ந்திருந்தது. அதன் முக்கிய உறுப்பாகிய ஆக்கக்கூறு இயந்திரம் கைத்தொழிலை அடிப்படையாகக் கொண்டிருந்தது. மார்க்சின் சொற்களில் கூறினால்,

> " நவீனத் தொழில் துறைக்கே உரித்தான உற்பத்திக் கருவியாகிய இயந்திரமானது, மனிதனது நேரடியான வலுவாலும் தேர்ச்சியாலும் உருவானதாய் இருந்தவரை பட்டறைத் தொழில்களில் நுணுக்கத் தொழிலாளர்களும் கைத்தொழில்களில் கையுழைப்பாளர்களும் தங்கள் சின்னஞ்சிறு கருவிகளைக் கையாண்டதில் அவர்களுக்கு உதவிய தசை வளர்ச்சி, கூரிய பார்வை, கைத்திறம் ஆகியவற்றைச் சார்ந்ததாய் அது இருந்தவரை நவீனத் தொழில் துறையும் முழு வளர்ச்சி பெறாமல் ஊனப்பட்டதாகவே இருந்தது".[3]

உயரிய தனித்திறன் கொண்ட தொழிலாளர்கள் போதிய அளவில் இல்லாததால் இயந்திரங்களின் உற்பத்தி அளவில் தடைகள் இருந்தன. இதனால் உற்பத்திச்செலவு அதிகமாகவும் உற்பத்தி அதிகரிப்பு விகிதம் குறைவாகவும் இருந்தது. நவீன தொழில்துறை மேலும் வளர்ச்சி அடைவதற்கும் பெரிய பிரதான இயக்கிகள், கியர்கள் மற்றும் திசை மாற்றத்துக்கான கருவிகள், கைக்கருவிகள் போன்றவை பெரிய அளவில் தேவைப்பட்டன. அப்போது பட்டறைத் தொழில் உற்பத்தி

முறையிலும் கைத்தொழிலிலும் நிலவிய தொழில்நுட்ப அடித்தளம் இவற்றை உற்பத்தி செய்ய இயலாதவையாக இருந்தன. அதேபோல,

> "பட்டறைத் தொழிற்காலம் விட்டுச் சென்ற தொடர்பு மற்றும் போக்குவரத்து சாதனங்கள், உற்பத்தியின் வேக அவசரம் பிரும்மாண்டமான விரிவு, மூலதனத்தையும் உழைப்பையும் உற்பத்தியின் ஒரு மண்டலத்திலிருந்து இன்னொரு மண்டலத்துக்கு இடைவிடாது பந்தாடுதல், உலக முழுமையின் சந்தைகளுடன் புதிதாக ஏற்படுத்தப்பட்ட தொடர்புகள் ஆகியவற்றுடன் கூடிய நவீன தொழில் துறைக்குச் சகிக்க வொண்ணாத தளைகளாக விரைவில் மாறின".[4]

காலப்போக்கில் தொடர்ச்சியான புதி ய தொழில்நுட்ப கண்டுபிடிப்புகள் அறிமுகப்படுத்தப்பட்டன. - அதிலும் மிக முக்கியமான வழுக்கு உளிதாங்கி மற்றும் நீராவி இயந்திரம் கண்டுபிடிக்கப்பட்டது. இது எந்த அளவுக்குமான உந்துசக்தியைச் செலுத்தும் திறன் படைத்த முக்கிய இயக்கியாகவும் அதே நேரத்தில் நுணுக்கமான கட்டுப்பாடு உடையதாகவும் இருந்தது.[5] இதன் காரணமாக இயந்திரங்களை மற்ற இயந்திரங்களே ஒப்பிட்டுப் பார்த்து திறனற்ற தொழிலாளர்களைப் பயன்படுத்தி உருவாக்கும் நிலையும் ஏற்பட்டது. இந்த வளர்ச்சியின் காரணமாக இங்கிலாந்தின் பெரும்பாலான உற்பத்தித் துறைகளை நவீன தொழில்துறை படிப்படியாகக் கைப்பற்றும் நிலை ஏற்பட்டது. அதே சமயம் உலகின் ஏராளமான பகுதிகளைக் கைப்பற்றியதன் மூலம் இங்கிலாந்தானது மிகவும் முன்னேறிய முதலாளித்துவ நாடாக மாறியது. இயந்திரங்களினால் ஏற்படும் உற்பத்தி தொடர்பான தொழில்நுட்ப அம்சங்களின் சுருக்கமான துறை அறிமுகத்துடன் அவற்றின் பல்வேறு விதமான விளைவுகள் குறித்துப் பரிசீலிப்போம்.

இயந்திரங்கள் புகுத்தப்பட்டதும், நவீன தொழில் வளர்ச்சி அடைந்ததும், உழைப்பின் உற்பத்தித்திறனைப் பெரிய அளவுக்கு அதிகரிக்கிறது. அதே சமயம் இந்த இயந்திரங்களையும் பிற உழைப்புக் கருவிகளையும் உருவாக்குவதற்கு ஏராளமான உழைப்பு பயன் படுத்தப்படுகிறது. ஒருபுறம் உற்பத்தித்திறன் அதிகரிப்பதன் காரணமாக சரக்குகளின் விலை குறையும். மறுபுறம் இயந்திரங்களும் நவீன கருவிகளும் பயன்படுத்தும்போது மாறும் மூலதனத்துடன் (உயிருள்ள உழைப்பு) ஒப்பிடும்போது நவீன தொழில் துவக்கப்படுவதற்கு முன்பைவிட மாறா மூலதனத்தின் (உயிரற்ற உழைப்பு) முக்கியத்துவம் அதிகரிக்கும். மதிப்புகளின் மீது இவை என்ன விளைவுகளையும் ஏற்படுத்தும் என்பதும் சரக்குகளின் உள்ளடக்க மதிப்பு எவ்வாறு அமையும் என்றும் கேள்விகள் எழுகின்றன.

மதிப்பு இணைப்பாக்கத்தின் மீது ஏற்படும் தாக்கம்

சரக்கின் உற்பத்திச்செலவு குறையும் என்றால்தான் உற்பத்தியில் இயந்திரங்கள் புகுத்தப்படுவது நிகழ்கிறது. உற்பத்தியில் நவீன தொழில்முறைகள் பயன்படுத்தப்படும்போது சரக்கின் மதிப்பும் (அதனை உற்பத்தி செய்ய சமூக ரீதியாக நேரடியாகவும் மறைமுகமாகவும் தேவைப்படும் அவசிய உழைப்பு நேரமும்) நிச்சயம் குறைகிறது. சரக்கின் மதிப்பின் உள்ளடக்கத்தில் மாற்றம் ஏற்படுகிறது. அதாவது அவற்றை உற்பத்தி செய்வதில் செலுத்தப்படும் உள்ளார்ந்த உயிரற்ற உழைப்புக்கும் உயிருள்ள உழைப்புக்குமிடையேயான விகிதத்தைக் கவனமாகப் பரிசீலிக்க வேண்டியுள்ளது. எண்ணிக்கை விவரங்கள் அடங்கிய ஒரு உதாரணத்தைப் பயன்படுத்துவோம். கையால் நெய்த ஒரு குறிப்பிட்ட அளவு மற்றும் தரத்துடன் கூடிய துணியை எடுத்துக் கொள்வோம். அதில் 15 மணி நேர உழைப்பு செலுத்தப்பட்டிருக்கலாம். அதில் அதனை நெய்வதற்கு 5 மணிநேர நேரடி உழைப்பு நேரம் செலவிடப் பட்டிருக்கலாம். உழைப்பு நிகழ்முறை (கச்சாப் பொருள்கள்)யின் பங்கு 5 மணி உழைப்பு நேரமாகவும், எஞ்சிய 5 மணிநேரம் நெய்வதற்காகப் பயன்படுத்தப்பட்ட உழைப்புக் கருவிக்கான நேரமாகவும் இருக்கலாம். நவீன நெசவு இயந்திரம் புகுத்தப்படும் போது அதே துணியை உற்பத்தி செய்யத் தேவைப்படும் மொத்த உழைப்பு நேரம் 10 மணி நேரமாகக் குறையலாம். அதில் 2 மணிநேரம் நெசவு செய்வதற்கான நேரடி உழைப்பு நேரமாகவும் புதிய உழைப்புக் கருவியின் (இயந்திரத்தின்) பயன்பாட்டு நேரம் மூன்று மணியாகவும் வைத்துக் கொள்ளலாம். உழைப்பு நிகழ்முறைக்கான பொருள் உற்பத்தி நிகழ்முறையில் மாற்றம் இல்லாத நிலையில் உழைப்புச் செலுத்தப்படும் பொருளின் அதாவது (கச்சாப்பொருள் - அதாவது நூல்), முன்பு போலவே 5 மணிநேரமாக நீடிக்கும். இப்போது இந்த இரண்டு சூழல்களையும் ஒப்பிட்டுப் பார்ப்போம். நெசவு இயந்திரம் புகுத்தப்படுவதற்கு முன்னர் மறைமுக உழைப்புக்கும் நேரடி உழைப்புக்குமிடையேயான விகிதம் 2:1ஆக இருந்தது. இயந்திரம் புகுத்தப்பட்ட பிறகு, அந்த விகிதம் (5+3):2 அதாவது 4:1ஆக மாறுகிறது. அதே நேரத்தில் துணி உற்பத்திக்கான மறைமுக உழைப்பின் மொத்த மதிப்பு 10 (5+5) மணி நேரங்களிலிருந்து, 8(5+3) மணியாகக் குறைகிறது. எனவே, இயந்திரத்தின் மூலம் துணியை உற்பத்தி செய்வதன் விளைவாக (1) சரக்கின் மதிப்பு குறைகிறது (2) இந்த மதிப்பில் மாறா மூலதனத்தில் உள்ள அடக்க அறுதி மதிப்பும் குறைகிறது. இவை தவிர (3) மாறா மூலதன உள்ளடக்கம் ஒப்பீட்டளவில் அதிகரிக்கிறது (நேரடியான உழைப்புக்கூறுடன் ஒப்பிடும்போது) இம்முறையில் பயன்படுத்தப்படும்

கச்சாப்பொருளின் மதிப்பு மாறாமல் இருப்பதால் மார்க்ஸின் பின்வரும் கருத்துடன் நாம் உடன்படலாம்.

"கைத்தொழில்கள் அல்லது பட்டறைத் தொழில்கள் மூலம் உற்பத்தி செய்யப்படும் சரக்குகளின் விலைகளையும் இயந்திர சாதனங்கள் மூலம் உற்பத்தி செய்யப்படும் அதே சரக்குகளின் விலைகளையும் பகுத்தாய்ந்து ஒப்பு நோக்கும்போது பொதுவாகத் தெரிவதுயாதெனில் இயந்திர சாதனங்களின் உற்பத்திப் பொருளில் உழைப்புச் சாதனங்களால் விளையும் மதிப்பு ஒப்பளவில் அதிகரிக்கிறது. ஆனால் அறுதியாகக் குறைகிறது."[6]

இயந்திரங்களைப் பயன்படுத்துவதால் சரக்குகளை உற்பத்தி செய்வதற்கான மொத்த நேரம் (நேரடி மற்றும் மறைமுக நேரம்) குறையும் என்றால்தான் அந்த இயந்திரம் பயன்படுத்தப்படும் என்ற வாதத்தை ஏற்கெனவே முன் வைத்துள்ளோம். இதன் பொருள் யாதெனில், அந்த "இயந்திரத்தை உற்பத்தி செய்வதற்காகப் பயன்படுத்திய நேரமானது அதனைப் பயன்படுத்துவதால் வெளியேற்றப்படும் உழைப்பைவிட குறைவானதாக இருக்க வேண்டும்."[7] முதலாளித்துவ உற்பத்தி முறையில் இயந்திரத்தைப் பயன்படுத்துவதற்கு மற்றொரு தடையும் உள்ளது. உழைப்புச் சக்தியின் மதிப்பின் அளவுக்கு மட்டுமே மூலதன உடைமையாளர் தொழிலாளிக்குக் கூலியாக அளிக்கிறார். எண்ணிக்கை விவரங்கள் அடங்கிய ஒரு உதாரணத்தை நாம் மீண்டும் பயன்படுத்துவோம். ஒரு இயந்திரத்தைத் தயாரிக்க 100 மணி நேரங்கள் ஆகிறது என்று வைத்துக்கொள்வோம். இதில் உபரி மதிப்பு விகிதம் 100 சதம் என்றும் வைத்துக்கொள்வோம். எனவே உழைப்பாளி செலுத்திய ஒவ்வொரு மணி நேர உழைப்புக்கும் அரை மணி நேர மதிப்பே அவனுக்கு அளிக்கப்படுகிறது. சரக்குகள் அவற்றின் மதிப்பின் அளவுக்கு விற்கப்படுவதாக நாம் அனுமானிப்பதால் அந்த இயந்திரத்தை மூலதன உடைமையாளர் விலைக்கு வாங்குவதற்கு நூறுமணி நேர மதிப்பைச் செலவிடுகிறார் என்பது பொருள். ஆனால், தொழிலாளர்களை வேலைக்கு அமர்த்திட அதே மதிப்பைப் பயன்படுத்தும் அவர் தொழிலாளர்கள் 200 மணிநேர நேரடி உழைப்பைச் செலவிடுமாறு செய்துவிடுகிறார். எனவே, இயந்திரத்தை விலைக்கு வாங்கினால் அதன் பயன் மதிப்புக்கு மேலாக அது 200 மணி நேர நேரடி உழைப்பை மிச்சம் செய்யும் என்றால் தான் அதனை விலைக்கு வாங்குவது பயனளிக்கக் கூடியது என்று மூலதன உடைமையாளர் கருதுவார். மார்க்ஸ் குறிப்பிடுகிறார் - "மூலதன உடைமையாளர் இயந்திரத்தைப் பயன்படுத்தும் வரம்பு அந்த இயந்திரத்தின் மதிப்புக்கும் அதனால் நீக்கப்படும் உழைப்புச் சக்திக்குமிடையேயான வேறுபாட்டின் அடிப்படையில் நிர்ணயிக்கப்படுகிறது."[8]

வேலை நிலைகளின் மீது ஏற்படும் விளைவு

இயந்திரம் மற்றும் நவீன தொழில்துறையானது தொழிலாளி வர்க்கத்தின் மீது ஏற்படுத்தக்கூடிய தாக்கங்களை நாம் இப்போது பரிசீலிப்போம். இயந்திரங்கள் வளர்ச்சி அடையும்போது உழைப்புமுறை எளிதாகிறது. திறனுக்கான தேவைகள் குறைகின்றன அல்லது அகற்றப்படுகின்றன. பெண்கள் மற்றும் குழந்தைகளை வேலைக்கமர்த்தும் வாய்ப்புகள் அதிகரிக்கின்றன. இதனால் உழைப்புச்சக்தி வழங்கலைப் பெரிய அளவில் அதிகரிக்கிறது. ஒவ்வொரு தொழிலாளிக்கான கூலிச்செலவு குறைகிறது. இயந்திரம் புகுத்தப்படுவதற்கு முன்னால் உழைப்புச் சக்தியின் மதிப்பு - மூலதன உடைமையாளர் தொழிலாளிக்குக் கூலியாகக் கொடுப்பது - தொழிலாளியும் அவனது குடும்பமும் மறு உற்பத்தி செய்வதற்கு தேவையானதற்குச் சமமானது. இயந்திரம் பயன்படுத்தப்படும்போது தொழிலாளியின் குடும்பம் முழுவதும் மூலதன உடைமையாளருக்காக உழைக்கிறது. ஆனால், பெண் களுக்கும் குழந்தைகளுக்கும் மிகக் குறைவான அளவு கூலியே கொடுக்கப்படுகிறது. ஏனென்றால், உழைப்புச்சக்தியின் வழங்கல் பெரிய அளவில் அதிகரிப்பதும் இயந்திர மயமாக்கியதைத் தொடர்ந்து அதற்கான தேவை குறைவதும் காரணமாகும். இதனால் ஆண் தொழிலாளர்களின் கூலியும் குறைகிறது. தொழிலாளியின் குடும்பத்தினர் அனைவரும் உழைப்பதால் தொழிலாளிக் குடும்பத்தின் மொத்தக்கூலி அதிகரிக்கும். ஆனால், தொழிலாளியின் குடும்பம் மூலதன உடைமை யாளருக்காகச் செலவிடும் உழைப்பின் அளவுடன் ஒப்பிடும்போது அந்தக் கூலி வருவாய் மிகக் குறைவான-தாகவே இருக்கும். எனவே, இயந்திர முறை புகுத்தப்படுவதால் தொழிலாளி வர்க்கத்தினால் முதலாளி வர்க்கத்துக்காகச் செய்யப் படும் உபரி உழைப்பு கணிசமாக அதிகரிக்கிறது. உழைப்பின் உற்பத்தித்திறன் அதிகரிப்பு மற்றும் கூடுதலான கூலி உழைப்பு அளிக்கப்படுதல் ஆகிய இரண்டின் காரணமாகவும் இயந்திர முறையில் சுரண்டலின் அளவு அதிகரிக்கிறது.

வரலாற்று ரீதியாகப் பார்க்கும்போது வேலைநாளை நீட்டிப்பதற் கான தேவையை இயந்திர சாதனம் உருவாக்குகிறது. அந்தத் தேவையும் வெற்றிகரமாகப் பூர்த்தி செய்யப்படுகிறது. மிகவும் மதிப்பு வாய்ந்த இயந்திரங்கள் ஒரு நிமிடம் கூட வீணாக இருக்கக்கூடாது என மூலதன உடைமையாளர்கள் கவலைப்படுகின்றனர். ஒவ்வொரு நிமிடமும் இயந்திரம் தேய்மானம் அடைகிறது. வேறு நவீன இயந்திரங்கள் உருவாகும்போது தற்போது பயன்படும் இயந்திரங்கள் பயனற்றவை ஆகிவிடுகின்றன. இயந்திரசாதனம் காரணமாக உற்பத்தித்திறன் அதிகரிப்பதுடன் மொத்த மூலதனத் தொகையில் மாறா மூலதனத்துக்கும் மாறும் மூலதனத்துக்குமிடையேயான விகிதமும்

அதிகரிக்கிறது. இதில் ஒரு அடிப்படை முரண்பாடு ஏற்படுகிறது. உற்பத்தித்திறன் அதிகரிப்பதால் உபரி மதிப்பின் அளவும் அதிகரிக்கிறது. ஆனால், மாறா மூலதனத்துக்கும் மாறும் மூலதனத்துக்குமிடையேயான விகிதாசாரம் அதிகரிப்பதானது இதற்கு எதிராகச் செயல்படுகிறது. மொத்த மூலதனமான ரூ.1000-த்தில் ரூ.600 மாறா மூலதனமாகவும் ரூ.400 மாறும் மூலதனமாகவும் இருந்தபோது 50 தொழிலாளர்களைச் சுரண்டுவதற்கான வாய்ப்பு ஏற்படுகிறது. அதே அளவு மூலதனத்தில் மாறா மூலதனம் ரூ.800 ஆகவும் மாறும் மூலதனம் ரூ.200ஆகவும் இருக்கும்போது 25 தொழிலாளர்களை மட்டுமே சுரண்ட முடியும். இந்த முரண்பாடானது தன்னை அறியாமலே வேலை நாளை அளவுக்கு அதிகமாக அதிகரிக்குமாறு மூலதன உடைமையாளரைத் தூண்டுகிறது. சுரண்டப்படும் தொழிலாளர்களின் ஒப்பீட்டு எண்ணிக்கைக் குறைவை ஒப்பீட்டு உபரி உழைப்பை மட்டுமல்லாமல், அறுதி உபரி உழைப்பையும் அதிகமாக்குவதன் மூலம் ஈடு செய்யும் பொருட்டு வேலை நாளை அளவுக்கு அதிகமாக நீட்டும் வேலைக்கு முதலாளி நெருக்கித் தள்ளப்படுவது இந்த முரண்பாட்டினால் தான்.[9]

உழைப்பை மும்முரமாக்குதல்

இயந்திரத்தின் பயன்பாடும் நவீனத் தொழிலும் ஒப்பீட்டு உபரி மதிப்பை உற்பத்தி செய்வதற்காகப் பயன்படுத்தும்போது அறுதி உபரி மதிப்பை அதிகரிப்பதற்கான நிர்பந்தமும் உருவாகிறது. இது வேலைநாளை அதிகரிப்பதன் மூலம் நிறைவேற்றப்படுகிறது. அதே நேரத்தில் தொழிலாளி வர்க்க அமைப்பு வர்க்கப் போராட்டத்தின் மூலம் உருவாகிறது. முதலாளித்துவ உற்பத்திமுறை தன்னை விரிவான அளவில் மறுஉற்பத்தி செய்து கொள்ள தொழிலாளி வர்க்கம் தன்னை மறுஉற்பத்தி செய்துகொள்ள வேண்டிய தேவை ஏற்படுகிறது. இவற்றின் காரணமாக வேலைநாளை நீட்டிப்பதில் உள்ளார்ந்த வரம்புகள் உருவாகின்றன. இதற்கு மாற்றாக வரலாற்றில் மற்றொருமுறை பின்பற்றப்படுகிறது. அதுதான் உழைப்பை மும்முரப்படுத்துதல். இது உழைப்பின் அளவில் புதிய பரிமாணத்தை உண்டாக்குகிறது. பொதுவாக உற்பத்தித்திறன் அதிகரிக்கும்போது ஒப்பீட்டு உபரி மதிப்பு உருவாகிறது. அதாவது ஒரே அளவிலான உழைப்பைச் செலுத்தி கூடுதலான அளவு உற்பத்தி செய்யப்படுகிறது. ஆனால், இங்கே 'இனக்கலப்பு' விதை போன்ற ஒன்று உருவாகிறது. இதில் உற்பத்தித்திறன் அதிகரிப்புடன் இணைந்த 'மும்முர உழைப்பும்' காணப்படுகிறது. குறிப்பிட்ட நேரத்துக்குள்ளேயே செலுத்தப்படும் உழைப்பின் அளவு அதிகரிக்கிறது. வேலைநேரம் குறையும்போதுதான் கூடுதலான தீவிர உழைப்பு உடல் ரீதியாகச் சாத்தியமாகிறது. புதிய சராசரியையும்விடக் கூடுதல் அளவுக்கு இந்தத் தீவிர உழைப்பை மேலும் மும்முரப்படுத்த மூலதன வர்க்கம் மீண்டும் முயலும்போது

வேலைநாள் குறைக்கப்பட வேண்டும் என்ற நிர்பந்தம் உருவாகிறது. இதனை மார்க்ஸ் நறுக்குத் தெறித்தாற்போல் பின்வருமாறு குறிப்பிடுவார்:

> *"உழைப்பு நேரத்தை நீட்டிப்பது முடிவாகத் தடை செய்யப் பட்டதுமே உழைப்பின் மும்முரத்தைத் திட்டமிட்டு உயர்த்து வதன் மூலம் ஈடு தேடிக் கொள்வதற்கும் இயந்திர சாதனத்தின் ஒவ்வொரு மேம்பாட்டையும் தொழிலாளியை மேலும் ஒட்டப் பிழிவதற்கான வழி வகையாக மூலதனத்தைத் தூண்டுகிற போக்கானது உழைப்பு நேரத்தின் குறைப்பு மீண்டும் தவிர்க்க முடியததாகும் நிலைமைக்கு சீக்கிரமே இட்டுச் சென்றாக வேண்டும் என்பதில் துளியும் சந்தேகமில்லை."*[10]

நவீன தொழில்துறைக் கட்டத்தின் உற்பத்திக்கான அடிப்படை அளவாக மேலாதிக்கம் செலுத்தும் வடிவமாக இருப்பது தொழிற்சாலையே. இங்கு கூட்டு வேலை மற்றும் சமூக உழைப்பு என்ற அற்புதமான முறையின் மூலம் உற்பத்தி நிகழ்கிறது. ஆனால், அதன் முதலாளித்துவத் தன்மை காரணமாக உழைப்பைத் திறமையான முறையில் சுரண்டும் அசுர சக்தியாக அந்த உற்பத்தி அமைப்புமுறை அமைந்துவிடுகிறது. உயிருள்ள உழைப்புக்கும் உயிரற்ற உழைப்புக்கு மிடையேயான உறவுமுறையைப் பரிசீலித்தால் உயிரற்ற உழைப்பே ஆதிக்கம் செலுத்துவதைக் காண முடியும். பட்டறைத் தொழில் உற்பத்தி முறைக்கும் இதற்கும் வேறுபாடு உண்டு. இப்புதிய உற்பத்தி முறையில் இயந்திர சாதன இயக்கம் உயிருள்ள உழைப்பின் இயக்கத்தின் மீது முழுமையான ஆதிக்கத்தைச் செலுத்துகிறது. இது பற்றி மார்க்ஸ் பின்வருமாறு குறிப்பிடுகிறார்: "அனைத்து முதலாளித்துவ உற்பத்தி முறையிலும் உழைப்புக் கருவியைத் தொழிலாளி வேலை வாங்குவதில்லை. மாறாக, உழைப்புக் கருவிதான் தொழிலாளியிடமிருந்து வேலை வாங்குகிறது. இந்தத் தலைகீழான மாற்றம் தொழிற்சாலை உற்பத்திமுறையில்தான் முதன்முறையாகத் தொழில்நுட்ப எதார்த்தமாக உணரும் நிலையை எட்டுகிறது."[11]

இயந்திர சாதனமும் வேலைப் பிரிவினையும்

கைவினைஞரின் திறமை மற்றும் கைத்திறனை இயந்திரசாதனம் வெளியேற்றிவிடுகிறது. இவ்வாறு பட்டறைத் தொழில் முறையின் அடையாளமாக இருந்த வேலைப்பிரிவினை முறையை அது அழித்துவிடுகிறது. படிநிலை அடிப்படையில் திறன் கொண்ட தொழிலாளர்கள் என்ற நிலைமை மறைந்துபோய் ஒரே மாதிரியான தொழிற்சாலை உழைப்பாளர்களாக அனைவரையும் மாற்றுகிறது. அனைவரையும் சமஅளவில் மிகச் சிறிய அளவிலான திறன் கொண்டவர்களாக ஆக்குகிறது. கைத்தொழில்களின் காலத்தில் திறன் படைத்த தொழிலாளர், திறனற்ற தொழிலாளர்கள் என்ற வேறுபாடு இல்லாமல் இருந்தது. பட்டறை உற்பத்திமுறை இதனைப்

புகுத்தியது. ஆனால், தொழிற்சாலை உற்பத்தி முறையில் அனைத்து உடல் உழைப்பாளர்களுமே திறன் அற்ற தொழிலாளர்களாகும் நிலை ஏற்படுகிறது. உடல் உழைப்பு ரீதியான மற்றும் கைத்திறன் அடிப்படையிலான சில வகையான திறன்கள் நீக்கப்படுகின்றன என்றாலும் அதற்கு நேர்எதிரான வகையில் திறன் கொண்ட புதிய வகை உழைப்பாளர்கள் உருவாக்கப்படுகின்றனர். கருத்தால் உழைக்கும் தொழிலாளி, கரத்தால் உழைக்கும் தொழிலாளி என்ற பிரிவினை மேலும் அதிகரிக்கிறது. பொறியாளர்துறை மற்றும் தொழில்நுட்பத் திறன்கள் வளர்கின்றன. இதற்கு முறையான கல்வியும் செய்முறைப் பயிற்சியும் தேவைப்படுகிறது. நவீன முதலாளித்துவத் தொழில்துறையில் அறிவியலையும் தொழில்நுட்பத்தையும் திட்டமிட்ட முறையில் பயன்படுத்துவதும் விரைவுபடுத்துவதும் தேவைப்படுகின்றன. இதற்காக உழைக்கும் மக்களின் ஒரு பகுதிக்கு அறிவியல் கல்வியைப் போதிக்க வேண்டியுள்ளது. முதலாளித்துவ தொழில் உற்பத்திக்கான தொழில்நுட்பம் விரைவாக மாறிக்கொண்டே இருக்கிறது. இதன் தேவைகளைப் பூர்த்தி செய்ய ஒரே இடத்தில் நிலைத்திருக்காமல் இயங்கும் தன்மை கொண்ட நெகிழ்வுத்தன்மையுள்ள உழைப்புக்கான வழங்கல் ஏற்படுகிறது. இதனால் பொதுக்கல்வியும் விரிவடைகிறது. தொழிலாளி வர்க்கம் நடத்தும் வர்க்கப்போராட்டத்தின் பகுதியாகப் பொதுக் கல்வியை விரிவுபடுத்த வேண்டும் என்ற கோரிக்கையும் இருந்து வருகிறது. புதிதாக உருவாகக்கூடிய விரிவான தொழிலாளி வர்க்கப் பகுதியினைத் தனித்திறன் அற்றவர்களாக நவீன முதலாளித்துவ உற்பத்திமுறை மாற்றும் அதே வேளையில் தொழிலாளி வர்க்கத்துக்குள்ளேயும் புதிய பிளவையும் பகைமைப் போக்கையும் உருவாக்குகிறது. அதேபோல தொழிலாளி வர்க்கத்துக்கும் தொழில்துறைப் பணிகளில் ஈடுபடும் குட்டி முதலாளித்துவ வர்க்கத்துக்குமிடையே பிளவையும் பகைமைப்போக்கையும் வளர்க்கிறது. இயந்திர சாதனத்தின் சீரான இயக்கங்களுக்குத் தொழிலாளியின் இயக்கங்களும் கீழ்ப்படிய வேண்டியுள்ளது என்பது நவீன தொழிற்சாலையின் உழைப்பு நிகழ் முறையாக உள்ளது. இந்த முறை தொடர்ந்து செயல்படுவதற்கு உழைப்பாளர் மத்தியில் கடுமையான ஒழுங்கு கட்டுப்பாடு நிலவ வேண்டியுள்ளது. இதனைத் தொழிலாளர்கள் மத்தியில், கண்காணிகள் மற்றும் மேற்பார்வையாளர்கள் என்ற சிறுபான்மைப் பிரிவினருக்கும் மிகப் பெரும்பான்மையினரான சுரண்டப்படும் செயல் வீரர்களுக்குமிடையேயான பிளவின் மூலம் நிறைவேற்றப்படுகிறது. இதனை மார்க்ஸ் “தொழிலாளர்களாகவும் மேற்பார்வையாளர் களாகவும் ஒரு தொழில் துறை பட்டாளத்தின் சாதாரண சிப்பாய்களாகவும் சார்ஜென்டுகளாகவும் பிரிக்கிறது” என்று குறிப்பிடுவார்.[12]

"தொழிலாளி வர்க்கத்தின் பாதுகாப்புக் கேடயமான வேலை நிறுத்தங்களை அவற்றுக்கு எதிரான முதலாளி வர்க்கம் பயன்படுத்தக்கூடிய சக்தி வாய்ந்த கருவியாக இயந்திர சாதனம் மாற்றி விடுகிறது. அடுத்த சுற்றுப் போராட்டத்தில் தங்கள் கோரிக்கைகளை வலியுறுத்துவற்காகத் தொழிலாளர்கள் வேலை நிறுத்தத்தில் ஈடுபடும்போது அவர்களைத் தேவையற்றவர்களாக இயந்திர சாதனம் மாற்றிவிட்டது என்பதை மூலதன உடைமையாளர் மீண்டும் மீண்டும் நிரூபிக்கிறார். உற்பத்தித் தொழில் நுட்பத்திலும் உற்பத்திப் பிரிவுகளுக்கிடையேயான உறவுகளிலும் முதலாளித்துவ உற்பத்தி முறை விரிவான விரைவான மாற்றங்களைக் கொண்டு வருகிறது, இதன் மூலம் தொழிலாளர்களைப் பயனற்றவர்களாகவும் வேலை யற்றவர்களாகவும் மாற்றி விடுகிறது. இது முதலாளித்துவ உற்பத்தி முறையிலும் அன்னியப்படும் தன்மையை அதிகரிக்கிறது. "எனவேதான் மொத்தத்தில் முதலாளித்துவப் பொருளுற்பத்தி முறை ஒருபுறம் தொழிலாளிக்கும் மறுபுறம் உழைப்புச் சாதனங்கள். உற்பத்திப் பண்டம் ஆகியவற்றுக்கும் இடையே ஏற்படுத்தும் பிளவும் பிணக்கும் இயந்திர சாதனத்தின் பயனாய் முழுப் பகைமையாக முற்றி வளர்கிறது."[13]

வேலை இன்மை பிரச்சனை

இயந்திரங்கள் தொழிலாளர்களை வெளியேற்றுவதில்லை என்று மார்க்ஸ் காலத்திய முதலாளித்துவ பொருளாதாரவாதிகள் வாதிட்டனர். உற்பத்தியின் ஒரு பிரிவில் பயன்படுத்தப்படும் இயந்திரம் அப்பகுதித் தொழிலாளர்களை வெளியேற்றினாலும் அது ஒரு குறிப்பிட்ட அளவு மூலதனத்தையும் விடுவிக்கிறது. அது வெளியேற்றப் பட்ட தொழிலாளர்களை வேலைக்கு அமர்த்திக்கொள்ளப் போதுமானதாக இருக்கும் என்றும் அவர்கள் வாதிட்டனர். இந்த வாதம் தவறானது என்பதை மார்க்ஸ் உடனடியாகச் சுட்டிக் காட்டினார். வெளியேற்றப்பட்ட தொழிலாளர்கள் உயிர்வாழ்வதற் காகப் பயன்படுத்தப்பட்ட மதிப்பைத்தான் இப்போது விடுவிக்கப் பட்ட மூலதனம் என்று இந்த முதலாளித்துவ பொருளாதார வல்லுநர்கள் குறிப்பிடுகின்றனர். வெளியேற்றப்பட்ட இதே தொழிலாளர்களுக்கு வேலை கொடுக்க இதே மூலதனம் முதலீடு செய்யப்பட வேண்டும் என்பதற்கான காரணம் எதுவுமில்லை. இவர்களுக்கு வேலை கொடுக்க வேண்டுமென்றால், இந்தத் தொகையில் ஒருபகுதி கச்சாப் பொருட்கள் மற்றும் உழைப்புக் கருவிகளுக்காகப் (அதாவது மாறா மூலதனத்துக்காக) பயன் படுத்தப்பட வேண்டும். எனவே, இந்தத் தொகை மீண்டும் முதலீடு செய்யப்பட்டாலும் அனைத்துத் தொழிலாளர்களுக்கும் வேலையளிக்க முடியாது.

இயந்திர சாதனம் நேரடியாகத் தொழிலாளர்களை வெளியேற்று கிறது என்பதை மார்க்சின் ஆய்வு சரியாகச் சுட்டிக்காட்டுகிறது.

ஒரே நேரத்தில் பல உற்பத்திக் கிளைகளில் கணிசமான எண்ணிக்கையிலான தொழிலாளர்கள் ஆரம்பகட்டத்தில் வெளியேற்றப்பட்டால் அவர்களின் வாங்கும் சக்தி குறைந்துவிடும். அதனால் நுகர்பொருட்களுக்கான தேவையும் குறையும். அதனால், வேலை இன்மை மேலும் அதிகரிக்கும். மற்றொரு சாத்தியக்கூறையும் கவனத்தில் கொள்ள வேண்டும் என்று மார்க்ஸ் சுட்டிக் காட்டுகிறார். தொழிலாளர்களை இயந்திரம் வெளியேற்றுவதால் உற்பத்திச் செலவு கணிசமாகக் குறைந்து விடும். அதன் காரணமாக உற்பத்தியின் அளவு குறிப்பிடத்தக்க வகையில் அதிகரிக்கலாம். இது வேலையின்மையால் ஏற்படும் பாதிப்பை ஓரளவுக்குச் சரிகட்டக்கூடும். இணை விளைவுகள் என்ற நிகழ்வும் ஏற்படலாம். இயந்திர சாதனங்களைப் பயன்படுத்தும் போது உற்பத்தி இரண்டுவிதங்களில் விரிவான முறையில் அதிகரிக்கிறது. (1) இயந்திரங்களை வழங்கும் துறையில் உற்பத்தி அதிகரிக்கும். அதனால் அங்கு ஓரளவு வேலைவாய்ப்பு உருவாகும். (2) இயந்திரங்கள் மூலம் சரக்கு உற்பத்தியாகும்போது உற்பத்தித்திறன் அதிகரிக்கும். இந்தச் சரக்குகள் தொழில்துறைக்குத் தேவையான கச்சாப்பொருளாகப் பயன்படுத்தப்படும்போது அவை அத்தொழில்களுக்குக் கூடுதலான அளவில் கிடைக்கும். அந்தத் தொழில்களில் கூடுதல் வேலை வாய்ப்பை ஏற்படுத்தும். ஜவுளித் துறையில் இயந்திரங்கள் பயன்படுத்தப்படும் போது ஜவுளித்துறை இயந்திரங்களுக்கான தேவை அதிகரிக்கிறது. அதனால், அந்த இயந்திரங்களைத் தயாரிக்கும் துறையில் வேலைவாய்ப்பு அதிகரிக்கிறது. இது முதல் வகைக்கு உதாரணமாகும். நூல் தயாரிக்கும் பணி இயந்திரங்கள் மூலம் நடைபெறும்போது நூல் விலை குறைகிறது. இதனால் ஜவுளித்துறையில் நெசவு வேலை அதிகரிப்பதன் மூலம் அங்கு வேலைவாய்ப்பு அதிகரிக்கிறது.

இவ்வாறு இயந்திரங்கள் புகுத்தப்படும்போது நேரடியான வெளியேற்றத்தைப் போதுமான அளவுக்கு ஈடுசெய்யக்கூடிய மறைமுகமான வேலைவாய்ப்புகள் சில நேரங்களில் ஏற்படலாம். ஆனால், மார்க்சின் அடிப்படையான கருத்து இதுதான். இயந்திரப் புகுத்தலால் வேலைகளிலிருந்து வெளியேற்றப்பட்டவர்களுக்கு வேறு இடங்களில் வேலை கிடைக்கலாம். "முதலீட்டை நாடிக் கொண்டிருக்கும் புதிய கூடுதலான மூலதனத்தைக் கொண்டு இது நிகழ்கிறதே தவிர, முன்னதாக அவர்களுக்கு வேலை கொடுத்துப் பின்னர் இயந்திர சாதனமாக மாற்றப்பட்ட மூலதனத்தைக் கொண்டு அல்லவே அல்ல"[14]

சந்தைப் போட்டியும் தொழில்துறைச் சகடமும்

இயந்திர சாதனங்கள் மூலம் உற்பத்தி செய்யும்போது உபரியான உற்பத்திப் பொருள் ஏராளமான அளவுக்கு அதிகரிக்கிறது. அத்தியாவசியமற்ற ஆடம்பரப் பொருட்களின் உற்பத்தி

அதிகரிக்கவும் வழிவகுக்கிறது. இயந்திரங்களின் மூலம் முதலாளித்துவ உற்பத்திமுறை விரிவடையும்போது மூலதன உடைமையாளர்கள் மற்றும் அவர்களைச் சார்ந்திருப்பவர்களின் எண்ணிக்கை அதிகரிக்கிறது. சார்ந்திருப்பவர்கள் யார் யார் என்றால் - இந்த உற்பத்திப் பொருட்களுக்குச் சந்தை ஏற்படுத்தித் தரக்கூடிய - ஆனால் உற்பத்தி நடவடிக்கைக்குத் தொடர்பில்லாத குட்டி முதலாளித்துவப் பிரிவினர் ஆவர். "சொகுசுப் பண்டங்களின் உற்பத்தி அதிகரிக்கிறது. செப்பஞ் செய்யப்பட்ட பல்வேறு உற்பத்திப் பண்டங்களுக்கு உலகச் சந்தை களுடன் புதிய உறவுகளும் காரணமாகும். இவ்வுறவுகளை நவீனத் தொழில்துறை தோற்றுவிக்கிறது"15 இவை போன்றவற்றாலும் பிற வளர்ச்சிப் போக்குகளாலும் இயந்திரங்களின் மூலம் செய்யப்படும் உற்பத்தி அதிகரிக்கிறது. வீட்டு வேலைகள் சில வகையான சேவைப் பிரிவுகள் போன்ற உற்பத்தி சாராத வேலைவாய்ப்புகளும் விரிவடைகிறது.

முதலில் பட்டறை உற்பத்தி முறையும் கைத்தொழில்களும் இருந்து வந்தன. அவற்றை அகற்றிவிட்டுத் தொழிற்சாலை உற்பத்திமுறை தனது ஆதிக்கத்தை விரிவுபடுத்திக்கொண்டு நவீன தொழில் துறையாக உருவாயிற்று. இயந்திரங்கள் உற்பத்தி செய்வதே இயந்திர மயமாக்கப்பட்டு நவீன தொழில் உற்பத்தி முறைக்கான பொதுவான சூழ்நிலைகள் நிறுவப்பட்டன. "இந்த உற்பத்தி முறை கச்சாப் பொருள் கிடைப்பதிலும் உற்பத்தியான பண்டத்தை விற்பதிலும் ஏற்படக் கூடியதே தவிர வேறு தடையேதுமில்லாமல் மடை திறந்தாற் போல விரைந்து விரிவாக வளரும் ஆற்றலைப் பெறுகிறது."[16]

இது ஒரு புதிய சர்வதேச வேலைப்பிரிவினைக்கு இட்டுச் செல்கிறது. "நவீன தொழில்துறையின் பிரதான கேந்திரங்களின் தேவைகளுக்குப் பொருத்தமான உழைப்புப் பிரிவினை உதித்தெழுகிறது. அது இவ்வுலகின் ஒருபகுதியைப் பிரதானமாகத் தொழிற் பிரதேசமாக இருக்கும் மறுபகுதிக்குத் தேவையானவற்றை வழங்கும் பொருட்டு பிரதானமாக விவசாயப் பிரதேசமாக மாற்றி விடுகிறது."[17]

முதலாளித்துவ நவீனத் தொழில் நெகிழ்ச்சித் தன்மை கொண்டது. விரைவாக வளரும் தன்மை பெற்றது. இது உலகளாவிய (உலகச் சந்தையைச் சார்ந்திருத்தல்) அளவில் ஆளுகை கொண்டதாகிறது. இவற்றின் காரணமாகக் கடுமையான ஏற்ற இறக்கங்களுக்கு இலக்காகிறது. வேறு வார்த்தைகளில் கூறினால் முதலாளித்துவ உற்பத்திமுறையின் நெருக்கடிக்குள்ளாகும் தன்மை, பகைமைத்தன்மை கொண்ட முரண்பாடுகளும் மேலும் மேலும் அதிக அளவில் வெளிப்படுகிறது.

> மிதமான செயல்பாடு, செழிப்பு, அளவுக்கு அதிகமான உற்பத்தி நெருக்கடி, தேக்கநிலை என்ற தொடர்ச்சியான கால வட்ட வரிசையைக் கொண்டதாக நவீன தொழில்துறையின்

வாழ்நாள் அமைகிறது. "இயந்திரசாதனம் தொழிலாளர்களின் வேலைவாய்ப்பிலும் வாழ்க்கை நிலைகளிலும் தோற்றுவிக்கிற நிச்சயமின்மையும் நிலையின்மையும் தொழிற் சகடத்தின் இந்த காலவட்ட மாற்றங்களின் காரணத்தால் சகஜமாகி விடுகின்றன. செழிப்புக் காலங்கள் தவிர முதலாளிகளிடையே சந்தைகளில் அவரவர் பங்குக்காக மூர்க்கப் போர் நடைபெறுகிறது."[18]

இயந்திரங்கள் மூலம் உற்பத்தியைக் கொண்ட நவீன தொழில்துறை முந்தைய பட்டறை உற்பத்திக் காலத்திலிருந்து பெற்ற வேலைப் பிரிவினை முறையில் தீவிரமான மாற்றத்தைக் கொண்டு வருகிறது என்பதைக் கண்டோம். கைவினைஞர்களின் திறமை மற்றும் புத்திக்கூர்மைக்கு ஏற்ற வகையில் கைக்கருவிகள் உற்பத்தி என்ற வகையில் தன்னிலை சார்ந்ததாக இருந்த போக்கில் நவீன தொழில்துறை பெரும் மாற்றத்தைக் கொண்டு வந்தது. "மனிதக் கரங்கள் அதனை நிறைவேற்றி வைக்கும் பிரச்சனையோடு தொடர்பில்லாமலே புறவயமாக ஆராயப்படுகிறது. அது அதிலடங்கிய கட்டங்களாகப் பகுக்கப்படுகிறது. ஒவ்வொரு நுணுக்க நிகழ்முறையையும் நிறைவேற்றி அவை அனைத்தையும் முழுமையாக இணைப்பது எப்படி என்ற பிரச்சனை இயந்திரங்கள், இரசாயனம் போன்றவற்றின் துணை கொண்டு தீர்க்கப்படுகிறது."[19] மனிதகுல வரலாற்றில் மிகவும் ஆற்றல் வாய்ந்த மிகப்பெரும் முன்னேற்றமாக இது அமைகிறது. ஆனால், அதன் முதலாளித்துவத் தன்மை காரணமாக உழைப்பின் பளுவைக் குறைப்பதாகவோ அல்லது மேலும் சுவையானதாக ஆக்குவதாகவோ இருப்பதில்லை. நேர் எதிரான வகையில் செயல்படுகிறது. பட்டறை உற்பத்தி முறையில் இருந்த வேலைப்பிரிவினை முறையில் தொழிலாளி ஒரே மாதிரியான அலுப்பூட்டும் சிறு வேலையைச் செய்யும் நிலையை அகற்றி விடுகிறது. ஆனால் தொழிலாளியை இயந்திரத்தின் ஒரு இணைப்புப் பொருள்போல மாற்றி விடுகிறது. அதே சமயத்தில் பல்வேறு விதமான பணிகளைத் தொழிலாளி சர்வசாதாரணமாகச் செய்யும் நிலையையும் ஏற்படுத்துகிறது. பாதுகாப்புச் சூழல்களைப் புறக்கணிப்பதன் மூலமும் உழைப்பைத் தீவிரப்படுத்துவதன் மூலமும் முதலாளித்துவத் தொழிற்சாலை உற்பத்திச் சாதனங்களில் சிக்கனத்தை ஏற்படுத்துகிறது. இயந்திரங்களைப் பயன்படுத்தும்போது வேலைநாள் நீட்டிப்புக்கு இட்டுச்செல்கிறது. ஆனால், வேலை நாளைக் குறைப்பதுதான் ஒருவிதத்தில் அது பகுத்தறிவுக்குட்பட்டதாக இருக்கும் என்றபோதிலும் அது அவ்வாறு செய்கிறது. வேலைநாள் அதிகரிப்பதால் வேலை இன்மை அதிகரிக்கிறது. கூர்மையான, அடிக்கடி நிகழக்கூடிய நெருக்கடிகள் காரணமாகத் தனது சூழலின்மீது தனக்கு கட்டுப்பாடு எதுவுமில்லை என்ற உணர்வை ஏற்படுத்துகிறது.

தொலைநோக்குப் பார்வையில் நவீன தொழில்துறை

முதலாளித்துவ நவீன தொழிலின் பிற முரண்பாடுகளை ஒருவர் பட்டியலிட்டுக் கொண்டே செல்லலாம். தொழிற்சாலை அமைப்பு முறையை ஆதரிக்கும் முதலாளித்துவ ஆதரவாளர்களுக்கு எதிராக மார்க்ஸ் தெரிவித்த காட்டமான சூடான கருத்துகளை இங்கே மேற்கோள் காட்டுவது பொருத்தமானது.

> இயந்திர சாதனம் அதனளவில் உழைப்பு நேரத்தைக் குறைக்கிறது. ஆனால் மூலதனத்துக்குப் பணி செய்யும் போது உழைப்பு நேரத்தை நீட்டுகிறது. அதனளவில் உழைப்பை இலகுவாக்குகிறது. ஆனால் மூலதனத்தால் ஈடுபடுத்தப்படும் போது உழைப்பின் மும்முரத்தை உயர்த்துகிறது. அதனளவில் இயற்கைச் சக்திகள் மீது மனிதன் கண்ட வெற்றியாகத் திகழ்கிறது. ஆனால் மூலதனத்தின் கையிலிருக்கையில் மனிதனை அச்சக்திகளின் அடிமையாக்குகிறது. அதனளவில் உற்பத்தியாளர் களின் செல்வத்தை அதிகரிக்கிறது. ஆனால் மூலதனத்தின் கையிலிருக்கையில் அவர்களை ஓட்டாண்டிகள் ஆக்குகிறது. இவற்றையும் ஏனைய பல நிலைகளையும் வைத்து முதலாளித்துவ பொருளாதார அறிஞர் கூறுகிறார். இந்த முரண்பாடுகளெல்லாம் உள்ளபடியோ தத்துவார்த்தமாகவோ நிலவுகிறவை அல்ல. மூலதனத்தால் அன்றி இயந்திர சாதனத்தை வேறு எவ்வகையிலும் பிரயோகிப்பது சாத்தியமானதன்று. அவரது கருத்துப்படி தொழிலாளியைப் பயன்படுத்திக் கொள்வதும் இயந்திரத்தைத் தொழிலாளி பயன்படுத்திக் கொள்வதும் ஒன்றே"[20]

இயந்திர சாதனங்களை மூலதன உடைமையாளர் பயன்படுத்துவதில் உள்ள பகைமைப்போக்கு மற்றும் முரண்பாடான தன்மையை ஈவிரக்கமற்ற முறையில் மார்க்ஸ் அம்பலப்படுத்துகிறார். எனினும், அது எந்த வகையிலும் அதன் முற்போக்கான தன்மையை நிராகரிக்கும் கருத்தோ அல்லது (முந்தைய) கைத்தொழில் மற்றும் அறிவியலற்ற அறிவியல் முன்னேற்றத்துக்கு முந்தையகால உற்பத்தி முறைகளை விமரிசனமின்றிப் புகழ்பாடும் போக்கோ அல்ல. பார்க்கப் போனால், "இந்தச் சுரண்டல் பட்டறைத் தொழில்களை விட வீட்டுத் தொழில் எனப்படுவதில் இன்னும் அதிக வெட்கக்கேடான முறையில் நடை பெறுகிறது" என்ற முக்கிய கருத்தை மார்க்ஸ் வெளிப்படுத்தியுள்ளார். ஏனெனில் தொழிலாளர்களின் எதிர்ப்புச் சக்தி அவர்கள் பரவிச் சிதறுண்டு போவதற்கேற்ப குறைந்து செல்கிறது. கொள்ளைக்கார ஒட்டுண்ணிகளின் முழு வரிசையொன்று வேலை கொடுப்பவருக்கும் தொழிலாளிக்குமிடையே நுழைந்து விடுகிறது.[21] ஆனால் பட்டறை உற்பத்தி முறையோ தொழிலாளியை வாழ்நாள் முழுவதும் நுணுக்க வேலை செய்பவனாக மாற்றி முடக்கிப் போட்டு விடுகிறது.

இயந்திர முறையை மார்க்ஸ் கண்டிக்கவில்லை. அதேபோல முதலாளித்துவத்துக்கு முந்தைய மற்றும் புராதன முதலாளித்துவச் செயல்முறைகளைக் கற்பனை கலந்து புகழ் பாடவில்லை. மாறாக சுமையிலிருந்து விடுதலை செய்வதற்கான மகத்தான சாத்தியக் கூறுகள் நவீன தொழில்துறையின் உள்ளார்ந்த தன்மை என்பதை மீண்டும் மீண்டும் கவனப்படுத்தினார். முதலில் அது உற்பத்தியை அறிவியல் பூர்வமாக ஆய்வு செய்வதைச் சாத்தியமாக்கியது. "மனிதனிடமிருந்து உற்பத்தியில் அவனது சமூகத்தன்மையை மூடி மறைத்த திரையை நவீனத் தொழில் கிழித்தெறிந்தது. அது கடைப்பிடித்த கோட்பாடு ஒவ்வொரு நிகழ்முறையையும் அதில் அடங்கிய இயக்கங்களாக - அவற்றை மனிதக்கரத்தால் நிறைவேற்றும் சாத்தியப்பாட்டைக் கருதாமலே பகுப்பது தொழில் நுட்பவியல் என்ற நவீன கால விஞ்ஞானத்தைத் தோற்றுவித்தது."[22]

இரண்டாவதாக விரைவான தொழில்நுட்ப மாற்றம் மற்றும் அடிக்கடி நிகழும் நெருக்கடிகள் காரணமாக உற்பத்திக் கட்டு மானத்தை (உற்பத்தியின் வெவ்வேறு துறைகளின் ஒப்பீட்டு அளவின் முக்கியத்துவத்தை) மாற்றி அமைப்பதன் மூலம் நவீன தொழில்துறை கொண்டு வரும் மாற்றங்ளை மார்க்ஸ் பின்வருமாறு விளக்குகிறார்:

> "இன்றைய நுணுக்கத் தொழிலாளிக்கு பதிலாய் ஒரே சிறு திறவேலையை ஆயுள் முழுவதும் திரும்பத் திரும்பச் செய்வதால் ஊனமாகி இவ்விதத்தில் குறை மனிதனாகத் தாழ்ந்து போயிருக்கும் இந்தத் தொழிலாளிக்குப் பதிலாக நவீன தொழில் துறையானது முழு வளர்ச்சி பெற்ற தனி மனிதனைத் தோற்றுவிக்குமாறு - இல்லையேல் மடியவே நேரிடும் என்று அச்சுறுத்தி சமுதாயத்தை மெய்யாகவே கட்டாயப்படுத்துகிறது. முழு வளர்ச்சி பெற்ற தனி மனிதன் விதவிதமான வேலைகளைச் செய்யும் தகுதி பெற்றவனாகவும் உற்பத்தியில் ஏற்படும் எந்த மாற்றத்தையும் சமாளிக்க வல்லவனாகவும் சமுதாயத்தில் தான் ஆற்றும் வெவ்வேறு பணிகளைத் தனது இயற்கைத் திறன்களுக்கும் முயன்று பெற்ற திறன்களுக்கும் தடையற்ற வாய்ப்பினை வழங்கும் அத்தனை வழிகளையும் கொண்டவனாகவும் இருப்பான்."[23]

தொழில்நுட்ப மற்றும் விவசாயப் பள்ளிகள் துவக்கப்படுவது இந்த முறையின் துவக்கமாக இருக்கும் என்பது மார்க்ஸின் கருத்து. இது உடல் உழைப்பையும் ஓரளவு அறிவியல் தொழில்நுட்பப் பயிற்சியையும் இணைப்பதற்கான முயற்சியாக இருக்கும். எனினும், இந்த நடைமுறையின் புரட்சிகரத்தன்மை முதலாளித்துவ உறவுமுறை களுடன் நேரடியாக முரண்பட்டது. ஆனால், மார்க்சின் ஆய்வு முறையில் அமைந்த தடை ஆணையை இது வலியுறுத்துகிறது.

“ஒரு குறிப்பிட்ட உற்பத்தி வடிவத்தின் உள்ளார்ந்த பகைமைகளின் வரலாற்று வளர்ச்சியே அந்த உற்பத்தி வடிவம் கலைக்கப்பட்டுப் புதிய வடிவம் நிறுவப்படுவதற்கான ஒரே வழியாகும்” என்று மார்க்ஸ் குறிப்பிடுவார்.[24]

மூன்றாவதாக முதலாளித்துவ நவீனத்தொழில் பெண்களையும் குழந்தைகளையும் தொழிற்சாலைக்கே உரிய வழக்கமான மிருகத்தனத்துடன் சுரண்டுகிறது.

> நவீன தொழில் துறையானது உற்பத்தி நிகழ்முறையில் ஒரு முக்கியப் பங்கை வீட்டு வட்டத்துக்கு வெளியே பெண்களுக்கும், இளம் வயதினருக்கும் இருபாலருமான குழந்தைகளுக்கும் ஒதுக்குவதன் மூலம் குடும்பம் மற்றும் ஆண் - பெண் உறவுகளின் இன்னுமுயர்ந்த வடிவத்துக்கான புதிய பொருளாதார அடித்தளத்தைப் படைக்கிறது. தவிரவும் கூட்டு வேலைக்குழு இரு பாலரும் சகல வயதினருமான தனியாட்களால் ஆனது என்ற வண்ணம் பொருத்தமான நிலைகளில் அவசியமாகவே மனித நேய வளர்ச்சிக்கு ஒரு ஆதாரமாய் திகழ்ந்தாக வேண்டும் என்பது கண்கூடு”[25]

இதேபோல விவசாயத்தின்மீது நவீன தொழில்துறை இரண்டு விதமான தாக்கங்களை ஏற்படுத்துகிறது. இது ஒரே சமயத்தில் அழிவுத் தன்மை கொண்டதாகவும் எதிர்காலக் கண்ணோட்டத்தில் முற்போக்கானதாகவும் அமைகிறது. விரைவாகவும் எத்தகைய விதிகளுக்குட்படாமலும் நகரமயமாவதைத் தோற்றுவிக்கிறது. “மனிதனுக்கும் மண்ணுக்குமிடையில் நடைபெறும் பொருளின் சுற்றோட்டத்தை இது குலைக்கிறது, அதாவது உணவு, உடையின் வடிவில் மனிதனால் நுகரப்பட்ட மண்ணின் கூறுகள் மண்ணுக்குத் திரும்பிச் செல்வதைத் தடுக்கிறது”[26] ஆகவே மண் வளம் நிலைத்து நீடிப்பதற்கு அவசியமான நிலைமைகளைக் கெடுக்கிறது. தீவிரமான அழிவுத்தன்மை கொண்ட சுரண்டல் காரணமாக தொழிலில் முன்னேற்றம் ஏற்படுவதைப் போலவே முதலாளித்துவ விவசாய முறையிலும் ஏற்படுகிறது. “அனைத்துச் செல்வங்களுக்கும் தோற்றுவாயாக அமையும் மண் மற்றும் தொழிலாளியின் உயிர்ச்சாற்றை ஒட்ட உறிஞ்சிவிடுகிறது.”[27] ஆனால், அதே சமயம் மக்களைப் பெரிய மையங்களில் குவியச் செய்வதன் மூலம், தொழிலாளி வர்க்கம் அமைப்பு ரீதியாகத் திரட்டப்படுவதைச் சாத்தியமாக்குகிறது. ஒரு சமூகப் புரட்சியையும் அதனைத் தொடர்ந்து ஒரு புதிய சமுதாயம் பிறக்க வழி வகுப்பதன் மூலம், இது எதிர்காலத்தில் பூமியும் மனிதனும் தனது ஆரோக்கியத்தை மீண்டும் பெறுவதற்கான வாய்ப்பை ஏற்படுத்துகிறது. இந்தப் புதிய சமுதாயம் “மனித இனத்தின் முழுமையான வளர்ச்சிக்குப் பொருத்தமான வகையில் மீட்டமைப்பதை அவசியமாக்குகிறது.”[28]

தொகுப்புரை

முந்தைய பகுதியில் ஒப்பீட்டு உபரிமதிப்பு என்ற கோட்பாட்டை அறிமுகப்படுத்தினோம். முதலாளித்துவ வளர்ச்சியின்போது முதலாளிகள் மத்தியில் நிகழும் கடுமையான போட்டி போராட்டங்களாலும் வேலைநாளை நீட்டிப்பதற்கு எதிராக நடைபெறும் தொழிலாளி வர்க்கப் போராட்டங்கள் ஏற்படுத்தக்கூடிய வரம்புகள் காரணமாகவும் ஒப்பீட்டு உபரிமதிப்பு உற்பத்தியாக வேண்டிய தேவை ஏற்படுவதைப் பற்றிக் குறிப்பிட்டோம். ஒப்பீட்டு உபரி மதிப்பு உற்பத்தியாவதற்கான முக்கிய வழிமுறைகளான எளிமையான கூட்டு வேலை, வேலைப்பிரிவினை, பட்டறைத் தொழில், இயந்திர சாதனம் மற்றும் நவீன தொழில்துறை ஆகியவற்றை இப்பகுதியில் பரிசீலனை செய்தோம். மேலும் சில விளக்கங்கள் தேவைப்படுகின்றன. அறுதி உபரி மதிப்பு, ஒப்பீட்டு உபரி மதிப்பு ஆகியவற்றை ஒன்றைத் தொடர்ந்து ஒன்றாக ஆய்வு செய்தோம். ஆனால், அதன் காரணமாக அவற்றை அதே மாதிரியான கால வரிசைப்படியான வரிசை முறையைக் கடைப் பிடிக்க வேண்டும் என்ற கருத்தில் அவ்வாறு பரிசீலிக்கவில்லை. முதல் நவீன முதலாளித்துவ நாடான பிரிட்டனைப் பொறுத்தவரை இந்த வரிசைமுறை தர்க்க ரீதியாகவும் வரலாற்று ரீதியாகவும் பொருத்த மானதாகவே இருந்தது. ஆனால், முதலாளித்துவ சக்திகள் சர்வதேச மயமாகும்போது அறுதி உபரி மதிப்பு மேலாதிக்கம் செலுத்தும் நிலையிலிருந்து ஒப்பீட்டு உபரி மதிப்பு மேலாதிக்கம் தன்னிச்சையான மாற்றங்கள் இருக்க வேணடியதில்லை என்பதை நாம் புரிந்துகொள்ள வேண்டும். ஏகாதிபத்திய யுகத்தில் மேலாதிக்கத்துக்கு உட்பட்ட நாடுகளில் முதலாளித்துவ வளர்ச்சியின் தன்மை தொடர்பான பிரச்சனைகளுடன் இதுள நெருக்கமான தொடர்பினைக் கொண்டது. இப்போது முன்னேறியுள்ள முதலாளித்துவ நாடுகளைப் போலவே மேலாதிக்கத்துக்குட்பட்ட நாடுகளிலும் ஒப்பீட்டு உபரி மதிப்பின் மூலம் முதலாளித்துவ சக்திகள் உற்பத்தி சக்திகளை வளர்க்கின்றனவா என்பதைப் பொறுத்து இது அமைகிறது.

ஒப்பீட்டு உபரி மதிப்பு உற்பத்தி முறையின் வழிமுறைகளில், மார்க்ஸ் வகைப்படுத்திய முறையைப் பின்பற்றியுள்ளதன் மூலமே இந்த வழிமுறைகள் அதே கால வரிசைப்படிதான் நிகழும் என்ற பொருளில் நாம் அவ்வாறு வரிசைப்படுத்தவில்லை. கைத்தொழில்களிலிருந்து நவீன தொழில்துறை முறைக்கு மாறும் ஏராளமான வடிவங்கள் அனைத்தையும் கூறி முடித்து விட்டதாகவும் பொருள் கொள்ளக் கூடாது. 'கலவையாக அமைந்த மாறும் வடிங்கள்' என்று இதனை மார்க்ஸ் குறிப்பிடுகிறார். ஆனால் பிரிட்டனைப் பொறுத்தவரை இந்தப் பல்வேறு விதமான வடிவங்கள் முறைப்படியான

ஆலைத் தொழிலாக மாற்றமடையும் போக்கை மறைத்து விடவில்லை என்றும் மார்க்ஸ் குறிப்பிடுகிறார்.[29] அறிவியலிலும் தொழில்நுட்பத்திலும் பிரும்மாண்டமான முன்னேற்றம் ஏற்பட்டுள்ளது. அனல் மின்சக்தி, புனல் மின்சக்தி, அணுசக்தி மூலம் மின்சக்தி உள்ளிட்ட மின்சாரத் தயாரிப்பில் பெரும் முன்னேற்றம் ஏற்பட்டுள்ளது. எண்ணெய் மற்றும் பெட்ரோலிய வேதியியல் தொழில்கள், மின்னணு, தானியங்கி அமைப்புமுறை போன்றவைகளையும் குறிப்பிடலாம். ஆனால், மார்க்சின் அடிப்படைக் கருத்து தொடர்ந்து சரியானதாகவே நீடிக்கிறது. ஒப்பீட்டு உபரி மதிப்பு மற்றும் அறுதி உபரி மதிப்பை மேலும் மேலும் அதிக அளவில் பெறுவதற்கான மூலதனத்தின் தணியாத தாகம்; இயந்திரச் சாதனமும் தொழில்நுட்ப முன்னேற்றமும் உழைக்கும் மக்களின் வேலையை எளிதாக்குவதற்காகப் பயன்படுத்தப்படுவதில்லை. மாறாக, அவர்களின் வேலையைத் தீவிரப்படுத்தவே பயன்படுத்தப்பட்டு வருகின்றன. (மெக்சிகோ, தைவான், தென்கொரியா போன்ற மூன்றாம் உலக நாடுகளில் பன்னாட்டு நிறுவனங்கள் அமைத்துள்ள தறிகெட்ட வேகத்தில் இயங்கும் மின்னணு ஆலைகள், மற்றும் குறைவான கூலி கொடுத்து தொழிலாளர்களைக் கசக்கிப் பிழியும் நிறுவனங்கள் ஆகியவற்றை உதாரணங்களாகக் குறிப்பிடலாம்) இப்படிப்பட்ட தொழிற்சாலை களில் பாதுகாப்பு ஏற்பாடுகள் அலட்சியப்படுத்தப் படுகின்றன. இதன் காரணமாக உயிரிழப்போர் மற்றும் காயமடைவோர் எண்ணிக்கை ஒவ்வொரு ஆண்டும் பெருமளவில் அதிகரிக்கின்றன. உலகை ஒட்டுமொத்தமாகச் சூறையாடுவதும் உலகச் சுற்றுச்சூழலை அழிக்கும் வேலைகளும் நடைபெறுகின்றன. இவற்றில் அமெரிக்கா முன்னணிப் பாத்திரம் வகிக்கிறது. இவ்வாறு நிகழும் என்பதை மிகச்சிறந்த தொலைநோக்குப் பார்வையுடன் மார்க்ஸ் குறிப்பிட்டுள்ளார். (அமெரிக்கா போன்ற ஒரு நாடு நவீன தொழில்துறை அடித்தளத்தின் மீது கூடுதலான அளவில் வளர்ச்சியைத் துவக்கும்போது அழிவு வேலையும் அதிவிரைவாக நடைபெறுகிறது) அதே நேரத்தில் பொதுக்கல்வி வளருகிறது. வளர்ச்சி சமச்சீரற்றதாகத் தான் இருக்கும் என்பதும் உண்மை. பொருளாதார மற்றும் பண்பாட்டுத் தரத்தில் முன்னேற்றம் ஏற்படும். அதுவும் சமச்சீரற்ற முன்னேற்றமாகவே இருக்கும். மிகவும் முக்கியமானதொரு முன்னேற்றத்தைப் பற்றியும் மார்க்ஸ் குறிப்பிட்டுள்ளார்.[30] வலிமை மிக்க தொழிலாளி வர்க்க மற்றும் சோஷலிச இயக்கங்கள் முன்னேற்றம் அடையும். அது எதிர்காலத்தில் மனிதனுக்கும் இயற்கைக்குமிடையே யான உறவில் இணக்கத்தை ஏற்படுத்தும் வல்லமை பெற்றதாக இருக்கும். மனிதநேய உணர்வுகளை வளர்க்கும் தன்மையுடையதாகவும் அது இருக்கும். ஒப்பீட்டு உபரி மதிப்பு உற்பத்தி பற்றிய மார்க்சின்

ஆய்வு விளக்கப்பட்டுள்ளது. அது தானாகவே நிகழும் செயல் திறனைக் கொண்டது என்றோ, எல்லாச் சூழலுக்கும் பொருந்தக் கூடியது என்றோ, புரிந்து கொள்ளக்கூடாது. உழைப்பாளர்களின் உற்பத்தித்திறன் வளர்ச்சியின் குறிப்பிட்ட வடிவம் மற்றும் அறிவியல் தொழில்நுட்ப முன்னேற்றத்துடன் நெருக்கமான தொடர்பு உள்ளதை நமது விவாதம் வெளிப்படுத்தியுள்ளது. அதாவது குறிப்பிட்ட வரலாற்றுச்சூழல், வர்க்கப் போராட்டத்தின் நிலை மற்றும் அதன் இயக்க ஆற்றல் ஆகியவற்றுடன் தொடர்புடையது. சர்வதேச பொருளாதாரத்துடன் சமூக அமைப்புக்கு உள்ள தொடர்பு போன்றவற்றுடன் நெருக்கமான இணைப்பைப் பெற்றுள்ளது.[31]

அடிக்குறிப்புகள்

1. *Capital*, Vol. 1 Moscow, 1967, *பக். 374*
2. *அதே நூல், பக். 378*
3. *அதே நூல், பக். 384*
4. *அதே நூல், பக். 384*
5. *அதே நூல், பக். 385*
6. *அதே நூல், பக். 390*
7. *அதே நூல், பக். 394*
8. *அதே நூல், அதே பக்கம்*
9. *அதே நூல், பக். 407*
10. *அதே நூல், பக். 417*
11. *அதே நூல், பக். 423*
12. *முதலாளித்துவ தொழிற்சாலையில் தலைமை அதிகாரம், அதிகாரப் படி நிலை, ஆதிக்கம் ஆகியவற்றின் தொடர்புகள் முதலாளித்துவ தத்துவார்த்தத்தின் கபடத்தனத்திற்கு ஒரு தெளிவான உதாரணமாகும். மார்க்ஸின் வார்த்தையில் கூறுவதானால், தொழிற்சாலையின் விதித்தொகுப்புதான் மூலதனம், பொறுப்பு பிரிவினை பின்பற்றப்படாத தொழிலாளர் மீது மேலாதிக்கத்தை ஏற்படுத்துகிறது; இந்த விதித் தொகுப்பு, முதலாளிகளால் பெரிதும் ஏற்றுக்கொள்ளப்பட்ட ஏனைய விவகாரங்களில் பொறுப்பு பிரிவினையிலிருந்து தனித்து விடப்பட்டதாகும்; மேலும், அதிக அளவில் அங்கீகரிக்கப்பட்ட பிரதிநிதித்துவ முறையிலிருந்தும் தனித்து விடப்பட்டதாகும்; இந்த விதித்தொகுப்பானது, உழைப்பு நடவடிக்கைகள் குறித்த சமூக ஒழுங்கு முறை குறித்த முதலாளித்துவ நையாண்டியாகவே உள்ளது; ஏனெனில் இந்த ஒழுங்குமுறையானது, ஒத்துழைப்பில் பெருமளவிலும் பொதுவாக வேலைவாய்ப்புகளிலும் உழைப்புக் கருவிகளிலும் குறிப்பாக இயந்திரங்களில் அவசிய மானதாகிறது''* (Capital, Vol I, P. 424)

13. *Capital*, Vol I, p.432
14. அதே நூல், பக். 440
15. அதே நூல், பக். 445
16. அதே நூல், பக். 450-451
17. அதே நூல், பக். 451
18. பிரிட்டிஷ் முதலாளித்துவ வளர்ச்சியின் தனிச்சிறப்பான விஷயத்தில், மார்க்ஸ், முதலாளிகளுக்கிடையேயான போட்டியானது காலனி நாடுகளின் சந்தைகள் மற்றும் வெளிச் சந்தைகளின் வளர்ச்சி, தொழிற்சாலை ஒழுங்குமுறைகள் (இவை தொழிலாளி வர்க்கம் போராடிப் பெற்றவை) ஏனைய காரணிகள் ஆகியவை எப்படி பொருள் உற்பத்தி, கைவினைப் பொருட்கள் ஆகியவற்றின் சரிவுக்கு இட்டுச் சென்றன என்பதையும் இயந்திரங்கள் கொண்டு நடத்தப்பட்ட உற்பத்தி சம்பந்தமான எதிரெதிரான நிலைகளில் பெயரளவிலான உள்நாட்டுத் தொழில்களின் சரிவுக்கு இட்டுச் சென்றன என்பதையும் காட்டுகிறார்.
19. Capital, vol I, p.380
20. அதே நூல், பக். 441
21. அதே நூல், பக். 462
22. அதே நூல், பக். 486
23. அதே நூல், பக். 488
24. அதே நூல், அதே பக்கம்
25. அதே நூல், பக். 488-490 (அழுத்தம் சேர்க்கப்பட்டது)
26. அதே நூல், பக். 505
27. அதே நூல், பக். 507
28. அதே நூல், பக். 506
29. அதே நூல், பக். 473
30. இந்த மேற்கோள், *Capital*, Vol, p 506-லிருந்து எடுக்கப்பட்டதாகும்.
31. இங்கே கூறப்பட்ட விஷயமானது, 'உற்பத்தி முறை' குறித்த கோட்பாட்டுக்கும் 'சமூகரீதியான செயலாக்கம்' குறித்த கோட்பாட்டிற்குமிடையேயான வேறுபாட்டை முன்னிலைப்படுத்திக் காட்டுகிறது. உற்பத்தி முறை அளவில் இதனுடைய போக்குகளை (உதாரணமாக, வேலைப்பிரிவினை சம்பந்தமாக) ஒருவர், கோட்பாட்டு ரீதியாக விளக்கமாகக் கூற முடியும்; ஆனால், இந்தப் போக்குகள் குறித்த வரலாற்று ரீதியான புரிதல், திட்டவட்டமான சமூகரீதியான செயலாக்கத்திற்குள் ஏற்படுகிறது; இவ்வாறு அவற்றின் கூட்டிணைவு தீர்மானிக்கும் சக்திகளில் ஒன்றாக உள்ளீடுபாடு கொள்கிறது, மார்க்ஸின், காலத்திலிருந்து முதலாளித்துவ உழைப்பு பிரிவினையில் நிகழும் வளர்ச்சிகள் குறித்த ஆய்வுக்கு - பார்க்கவும். 'H. Braveman, *Labour and monopoly Capital*. Monthly Review Press, New York, 1974.

7

கூலி வடிவங்கள், உழைப்பு சக்தி, உபரி மதிப்பு விகிதம்

உற்பத்தியின்போது உபரி மதிப்பு எவ்வாறு உருவாகிறது என்பதை முந்தைய பகுதிகளில் பரிசீலித்தோம். அதேபோல அறுதி உபரி மதிப்பு மற்றும் ஒப்பீட்டு உபரி மதிப்பு குறித்த கோட்பாடுகளையும் அவை எந்த முறையில் உற்பத்தியாகின்றன என்பது குறித்தும் விளக்கியுள்ளோம். தனது உழைப்புச் சக்திக்கு சமமான அளவில் ஒரு தொழிலாளி மதிப்பை உருவாக்கிய பிறகும் அவனது வேலைநாளை நீட்டிப்பதன் மூலம் அறுதி உபரிமதிப்பு உருவாகிறது என்பதைக் குறிப்பிட்டுள்ளோம். முதலாளித்துவ அமைப்பு முறையின் பொதுவான அடித்தளமாக இருப்பதையும் ஒப்பீட்டு உபரி மதிப்பு உற்பத்தியின் தொடக்க நிலையாக இருப்பதையும் விளக்கியுள்ளோம்.[1] ஒப்பீட்டு உபரி மதிப்பின் உற்பத்தி நடைபெற வேண்டுமானால் வேலை நாளானது அவசிய உழைப்பு, உபரி உழைப்பு என்று இரு பகுதிகளாகப் பிரிக்கப்பட்டிருக்க வேண்டும் என்பது ஒரு முன் நிபந்தனையாக உள்ளது. அவசிய உழைப்புக் காலத்துக்கு அப்பாலும் வேலைநாள் நீட்டிக்கப்படுகிறது என்று கருதப்படுகிறது. அதாவது அறுதி உபரி மதிப்பு உற்பத்தியாகிறது என்று முன்கூட்டியே கருதப்படுகிறது. அவசிய உழைப்பு நேரத்தை சுருக்குவதன் மூலம் ஒப்பீட்டு உபரி மதிப்பு உற்பத்தி செய்யப்படுகிறது. அதாவது தனது உழைப்புச் சக்தியை மீண்டும் புதுப்பித்துக் கொள்வதற்கான வேலைநாளின் பகுதியைச் சுருக்குவதன் மூலம் இது உருவாக்கப்படுகிறது. உழைப்பின் உற்பத்தித்திறனை அதிகரிக்கக்கூடிய தொழில்நுட்ப மாற்றங்களால் இது பெரும் அளவில் நிகழ்கிறது. எனவே, ஒப்பீட்டு உபரி மதிப்பு குறிப்பிடத்தக்க அளவில் இருக்க வேண்டுமானால் தொழில்நுட்பங்கள் தொடர்ந்து புரட்சிகரமான முறையில் முன்னேற வேண்டும். முதலாளித்துவ உற்பத்திமுறையை அடிப்படையாகக் கொண்ட அமைப்பு இதற்குத் தேவைப்படுகிறது.

உழைப்பு நிகழ் முறை எவ்வாறு ஒருங்கிணைக்கப்படுகிறது என்ற அடிப்படையில் அறுதி உபரி மதிப்பைப் பரிசீலிப்போம். அது பின்வருமாறு அமையும். உற்பத்தியாளர்களை மூலதன உடைமையாளர்களின் நேரடியான கட்டுப்பாட்டில் இயங்கும் கூலி உழைப்பாளர்களாகக் கொண்டுவந்து அவர்களின் வேலை முறையை மாற்றாமல் மேற்பார்வையிடுவதை மட்டும் செய்வது முதலில் போதுமானதாக இருக்கும். இதனை உழைப்பு மூலதனத்துக்கு வடிவ அளவில் கீழ்ப்படும் நிலை என்று மார்க்ஸ் குறிப்பிடுகிறார். உதாரணம் ஒன்றைக் கூறி இதனை விளக்கலாம். விவசாயக் குடும்பங்களைச் சேர்ந்த கூடை முடைவோரிடம் ஒரு வியாபாரி கூடை முடையத் தேவையான கச்சாப்பொருட்களை அளிக்கலாம். அவர் கூடைகளைத் தங்கள் வீடுகளில் முடைந்து அவற்றை வியாபாரியிடம் விற்றுவிடுவார். அந்த வியாபாரி ஒரு மூலதன உடைமையாளராக மாறினார் என்றால், அவர் அந்தக் கூடை முடைவோர் அனைவரையும் ஒரு கூரையின்கீழ் கொண்டு வருவார். அவர்கள் முன்பு போலவே கூடைகளை முடைவார்கள். உற்பத்தித் தொழில்நுட்பத்தில் எத்தகைய மாற்றமும் ஏற்படவில்லை என்றாலும் உற்பத்தி உறவுகளில் ஒரு மாற்றம் ஏற்பட்டு விடுகிறது. மூலதன உடைமையாளரின் கீழ் கூடை முடைவோர் கூலி உழைப்பாளர்களாக மாறி விடுகின்றனர். ஒப்பீட்டு உபரி மதிப்பு உற்பத்தி என்பது மூலதனத்தின் கீழ் உழைப்பு உண்மையில் அடிமைப்பட்டதன் விளைவால் ஏற்படுகிறது. உண்மையில் அதனை அது மேலும் கெட்டிப்படுத்துகிறது. ஏனென்றால், அதில் உற்பத்தி முறையில் அதாவது உழைப்பு நிகழ் முறையில் மாற்றங்கள் ஏற்படுத்தப்படுகிறது.

அறுதி உபரி மதிப்பு மற்றும் ஒப்பீட்டு உபரி மதிப்பு ஆகியவற்றுக்கிடையே காணப்படும் வேறுபாடுகளை ஆய்வு செய்வது முக்கியமானதே. ஆனால், அவை இரண்டுமே உபரி மதிப்பு என்ற இனப்பிரிவைச் சேர்ந்தவைகளே. அறுதி உபரி மதிப்பு மற்றும் ஒப்பீட்டு உபரி மதிப்பு ஆகிய இரண்டு வகையான உபரி மதிப்புகள் உருவாகும்போது உபரி மதிப்பின் விகிதம் பற்றிய விதிகளை நாம் இப்போது பரிசீலிப்போம். பின்னர் உழைப்புச் சக்தியின் மதிப்பு மற்றும் கூலிக்குள்ள தொடர்பை ஆய்வு செய்வோம். பின்னர் பல்வேறு விதமான கூலி வடிவங்களையும் தேசங்களிடையே கூலியில் நிலவும் வேறுபாடுகளைப் பற்றியும் சுருக்கமாக விவாதிப்போம். இறுதியாக மூலதனத் திரட்டல் என்ற முக்கிய தலைப்பை அறிமுகப்படுத்தும் வகையில் சில கருத்துகளைத் தெரிவிப்போம்.

உபரி மதிப்பு விகிதம்

அவசிய உழைப்புக்கும் உபரி உழைப்புக்கும் இடையேயான விகிதமே உபரி மதிப்பின் விகிதம் என்பதை முன்னரே குறிப்பிட்டுள்ளோம். உபரி உழைப்பில் மாற்றம் ஏற்படுவதாலோ

அவசிய உழைப்பில் மாற்றம் ஏற்படுவதாலோ அல்லது இரண்டிலுமே மாற்றம் ஏற்படுவதாலோ உபரிமதிப்பு விகிதத்தில் மாற்றம் ஏற்படும். வேலைநாளின் அளவு, உழைப்பின் உற்பத்தித்திறன் மற்றும் உழைப்பின் மும்முரம் போன்றவற்றின் அடிப்படையில் உபரி மதிப்பு விகிதத்தில் மாற்றம் ஏற்படுகிறது. மூன்று விதமான உதாரணங்களைப் பார்ப்போம்.

(1) உழைப்பின் மும்முரமும், வேலைநாளின் அளவும் கொடுக்கப்பட்டுள்ளன. அவை மாற்றமின்றித் தொடர்கின்றன. இந்த உதாரணத்தில் உழைப்பின் உற்பத்தித்திறனில் ஏற்படும் மாற்றத்தின் மூலம்தான் உபரி மதிப்பு விகிதத்தில் மாற்றம் ஏற்படும். உழைப்பின் உற்பத்தித்திறன் அதிகரிக்கும்போது உழைப்புச் சக்தியின் மதிப்பும் - அதாவது அவசிய உழைப்பின் மதிப்பும் குறைகிறது. வேலைநாளின் அளவிலிருந்து அவசிய உழைப்புக்கான கால அளவைக் கழித்தால் கிடைக்கும் குறியீடான உபரி உழைப்பு அதிகரிக்கிறது. எனவே, உபரி மதிப்பு விகிதமும் அதிகரிக்கிறது. இங்கே உபரி மதிப்பும், உழைப்புச் சக்தியின் மதிப்பும் எதிரெதிர்த் திசைகளை நோக்கி இயங்குகின்றன.

உற்பத்தித்திறன் அதிகரிப்பின் காரணமாக (அதன் தொடர் விளைவாக உழைப்புச் சக்தியின் மதிப்பு குறையும்போது) தொழிலாளி நுகரும் பொருட்களின் திரள் அதிகரிப்பதும் அதாவது அவரது வாழ்க்கைத்தரம் உயர்வதும் நிச்சயம் சாத்தியமானது என்று கூறலாம். இது உழைப்புச் சக்தியின் விலை (அவரது கூலி பணச்சரக்கு அடிப்படையில் கணக்கிடப்படுகிறது) இப்போது குறைக்கப்பட்டுள்ள உழைப்புச் சக்தியின் மதிப்பை விட அதிக அளவில் இருக்கும்வரை இது நிகழலாம். எண்கள் அடிப்படையிலான ஒரு உதாரணத்தை பார்ப்போம். வேலைநாள் 10 மணிநேரம் என்றும் அதன் பணமதிப்பு ரூ.40-க்குச் சமமானது என்றும் வைத்துக்கொள்வோம். அதில் உழைப்புச் சக்தியின் மதிப்பு 5 மணிநேரம் எனவும் அது ரூ.15-க்குச் சமம் என்றும் வைத்துக் கொள்வோம். துவக்கத்தில் கூலியானது (உழைப்புச் சக்தியின் பணவிலை) உழைப்புச் சக்தியின் மதிப்புக்கு சமமாக (ரூ. 15க்கு சமமாக) இருக்கட்டும். உற்பத்தித்திறன் அதிகரிப்பு இப்போது ஏற்படட்டும். அது தேவைப்படும் உழைப்பை 3 மணிநேரமாக அதாவது ரூ.9க்குச் சமமாகக் குறைத்து விடுகிறது. உழைப்புச் சக்தியின் விலை புதிதாகக் குறிப்பிடப்பட்டுள்ள மதிப்பு அளவுக்குக் குறையவில்லை என்றால் அதாவது 4 மணிக்கு ஈடான ரூ 12 என்ற நிலையில் இருந்தால் அதன் விளைவு (அ) உபரி மதிப்பு விகிதம் அதிகரித்திருக்கும் (5/5 என்பதற்குப் பதிலாக 7/3ஆக) எனினும், (ஆ) தொழிலாளி நுகரக்கூடிய பொருட்கள் மற்றும் பணிகளின் அளவும் அதிகரிக்கும். மார்க்ஸ் கூறுகிறார், "இவ்விதத்தில் உழைப்பின் உற்பத்தித்திறன் அதிகரித்துக் கொண்டிருக்கும் போது

உழைப்புச் சக்தியின் விலை மேலும் மேலும் சரிந்து செல்வதும் ஆயினும் இதனுடன் கூடவே தொழிலாளியின் வாழ்வுச் சாதனங்களின் திரள் இடைவிடாது பெருகிச் செல்வதும், சாத்தியமாகிறது".[2] இந்த மேற்கோளை கவனமாகப் பரிசீலித்தால் உண்மை ஊதிய வீழ்ச்சிக் கோட்பாடு ஒன்றை மார்க்ஸ் முன்வைத்தார் என்று கூறுவது எவ்வளவு அபத்தமானது என்பதை நாம் உணர்ந்து கொள்ளலாம்.[3] தொழிலாளி வர்க்கத்தை மேலும் வறுமை நிலைக்குத் தள்ளுதல் (Immiserisations) என்பது பற்றி மார்க்ஸ் குறிப்பிடுவதைக் கூலியின் வீழ்ச்சி என்று பலரும் தவறான முறையில் விளக்கம் அளித்துள்ளனர். மேலே குறிப்பிட்ட மேற்கோளுக்கு அடுத்து வரும் வரிகள் அதனைத் தெளிவுபடுத்தும். "அவ்வாறு நிகழும்போதும் உழைப்புச் சக்தியின் மதிப்பு குறைவதன் தொடர்விளைவாக உபரி மதிப்பு அதிகரிக்கும். அதனால் தொழிலாளியின் நிலைக்கும் மூலதன உடைமையாளரின் நிலைக்கும் இடையேயான பெரும் பிளவு தொடர்ந்து அதிகரித்த வண்ணம் இருக்கும்".

இது தொடர்பான மார்க்சின் ஆய்வு மற்றொன்றையும் தெளிவுபடுத்துகிறது. உழைப்புச் சக்தியின் மதிப்பையும் உழைப்புச் சக்தியின் விலையையும் (அதாவது கூலியும்) அவர் வேறுபடுத்திக் குறிப்பிட்டு உழைப்புச் சக்தியின் விலை உடனடியான மற்றும் குறிப்பிட்ட சூழ்நிலைகளால் ஓரளவுக்குத் தாக்கத்தை எதிர் கொள்கிறது. "மூலதனத்தின் அழுத்தம் (presure) ஒருபுறமும் தொழிலாளியின் எதிர்ப்பு மறுபுறமும்" இதில் சிறப்பான முறையில் தாக்கத்தை ஏற்படுத்துகிறது.[4]

(2) உற்பத்தித் திறனும் வேலைநாளின் அளவும் மாறாமல் ஒரே நிலையில் வைக்கப்பட்டுள்ளன. இதில் உழைப்பின் மும்முரம் உபரிமதிப்பு விகித அதிகரிப்பைக் கொண்டு வருகிறது. ஒரே கால அளவைக் கொண்ட இரண்டு வேலைநாட்களில் மும்முர உழைப்பைக் கொண்ட ஒரு வேலைநாள் வழக்கமான உழைப்பைக் கொண்ட வேலை நாளைவிட கூடுதல் மதிப்பு உடையது. உழைப்பின் மும்முரமும் அதிகரிக்கும்போது உழைப்புச் சக்தி விரைவாக நுகரப்படுகிறது. அதாவது, தொழிலாளி தனது சக்தியை அதிக அளவில் செலவிட வேண்டியுள்ளது. இதனால் உழைப்புச் சக்தியின் மதிப்பு அதிக அளவில் இருக்கிறது. வேகப்படுத்தப்பட்ட உழைப்பை ஈடு செய்வதற்காகக் கூலி அதிகரிப்பு நிகழ்கிறது. ஆனால், இப்போதைய புதிய உழைப்புச்சக்தியின் உயர்வான மதிப்புடன் ஒப்பிட்டுப் பார்த்தால் கூலியில் ஏற்பட்ட வீழ்ச்சி மறைந்து காணப்படும் உழைப்பின் புதிய மும்முரத்தன்மை பொதுவானதாக மாறுகிறது என்றால் - அதாவது பெரும்பாலான உற்பத்திக் கிளைகளில் அதே மும்முர உழைப்பு முறை நடைமுறைப்படுத்தப்படும் போது அது கூடுதல் உபரி மதிப்பின் தோற்றுவாயாக இருக்கும்

நிலை நின்று போய்விடுகிறது. எனினும், சர்வதேச அளவில் உழைப்பின் மும்முரத்தில் வேறுபாடுகள் தொடர்ந்து நீடிக்கக்கூடும் என்பதை ஒருவர் மனதில் கொள்ள வேண்டும். ஆனால், ஒரு குறிப்பிட்ட தேசியப் பொருளாதார அமைப்புக்குள் ஒரே மாதிரியான உழைப்பு மும்முரம் நிலவும் என்பதைக் குறிப்பிடலாம்.

(3) உழைப்பின் மும்முரமும் உற்பத்தித் திறனும் மாறாமல் இருக்கின்றன. இங்கே வேலை நாளை நீட்டிப்பதன் மூலமே உபரி மதிப்பும், உபரி மதிப்பு விகிதமும் அதிகரிப்பது நிச்சயம் நிகழ்கிறது. இரண்டாவதாகக் குறிப்பிடப்பட்ட உதாரணம் போல உழைப்புச்சக்தியின் தேய்மானம் அதிகரிப்பதும் அதன் காரணமாக அதன் அன்றாட மதிப்பு அதிகரிக்கும் என்பதும் குறிப்பால் உணர்த்தப்படுகிறது. இதில் முந்தைய உதாரணத்தைப் போலவே உபரி மதிப்பும் உழைப்புச் சக்தியின் மதிப்பும் ஒரே திசையில் பயணிக்கின்றன. வேலைநாள் நீட்டிக்கப்படுவதால் ஏற்படக்கூடிய அதிக அளவிலான உழைப்புச் சக்தியின் தேய்மானத்தைக் கூலி உயர்வு (கூடுதல் நேரம் படி போன்றவை) ஈடுகட்டக்கூடும். ஆனால், ஒரு குறிப்பிட்ட வரம்புக்கு மேல் உழைப்புச் சக்தியின் அதிக அளவிலான தேய்மானத்தை ஈடுகட்டுவதற்கு ஊதிய உயர்வு போதுமானதாக இருக்காது. இதன் காரணமாக உழைப்புச் சக்தியின் விலையும் அதன் மீதான சுரண்டல் கடுமையும் தமக்கிடையே பொதுவான அளவைக் கொண்டவையாக இல்லாது போகின்றன.[5]

முதல் உதாரணம் முழுதாக ஒப்பீட்டு உபரி மதிப்பு உற்பத்தியாகவும் இரண்டாவது மற்றும் மூன்றாவது உதாரணங்கள் முழுதாக அறுதி உபரிமதிப்பு உற்பத்தியாகவும் இருக்கும் என்பது தெளிவு. நடைமுறையில் சுரண்டல் விகிதத்தைத் தீர்மானிக்கும் காரணிகளாக உழைப்பின் உற்பத்தித்திறன், உழைப்பின் மும்முரம், வேலைநாளின் அளவு ஆகிய ஏதாவது ஒன்றில் மட்டும் மாற்றங்கள் ஏற்படுவதில்லை. அனைத்திலும் ஒரே நேரத்தில் மாற்றங்கள் ஏற்படுகின்றன. இன்றைய தினம் முன்னேறிய முதலாளித்துவ நாடுகளாக இருப்பவைகளில் வரலாற்று ரீதியாக ஆதிக்கம் செலுத்தும் போக்கு யாதெனில் உழைப்பின் உற்பத்தித்திறன், மற்றும் உழைப்பின் மும்முரம் ஆகியவை அதிகரிப்பதும் அதே நேரத்தில் வேலைநாள் குறைக்கப்படுவதும் நிகழ்ந்துகொண்டிருக்கின்றன.[6] முதலாளித்துவ அறிவுஜீவிகளான கால்பிரெய்த் போன்றவர்கள் முன்னேறிய முதலாளித்துவம் உபரி மதிப்பையும் லாபத்தையும் தேடி ஓடுவதைக் கைவிட்டுவிட்டது. சோஷலிசம் என்ற மையத்தை நோக்கி நெருங்குகிறது என்று கூறுகின்றனர். இத்தகைய அறிவுஜீவிகளின் பாசாங்குகளுக்கு மாறாக முன்னேறிய முதலாளித்துவம் உழைப்பின் மும்முரத்தை முடிந்தவரை அதிகரிக்க முயல்கிறது. இதனை உறுதிப்படுத்திய ஒரு உதாரணமாக அமெரிக்காவின் ஓஹையோ

மாநிலத்தின் லார்ட்ஸ் டவுனில் அமைந்துள்ள ஜெனரல் மோட்டார்ஸ் நிறுவனத்தில் நடைபெற்ற வேலை நிறுத்தத்தைக் குறிப்பிடலாம். உழைப்பு மும்முரத்தை வேகப்படுத்துதல், "டெய்லரிசம்" போன்ற அனைத்தையும் ஹாரி பிரேவர்மான் மிகவும் மதிநுட்பத்துடன் ஆய்வு செய்துள்ளார் என்பது குறிப்பிடத்தக்கது.[7]

முதலாளித்துவச் "செயல்திறன்"

ஒப்பீட்டு உபரி மதிப்பை உற்பத்தி செய்யும் முயற்சியில் மூலதனம் உழைப்பில் (உற்பத்திச் சாதனங்களிலும்) சிக்கனத்தை ஏற்படுத்துகிறது என்பதைக் கண்டோம். முதலாளித்துவ ஆதரவாளர்கள் இதனை முதலாளித்துவ உற்பத்தி முறையின் செயல்திறன் மற்றும் பகுத்தறியும் பண்பின் வெளிப்பாடாகக் குறிப்பிடுகின்றனர். ஆனால், சமூக மட்டத்தில் அந்த அமைப்பு முறையின் முழுமையான கையாலாகாத் தனம் மற்றும் வீணடிக்கும் போக்கை இத்தகைய மதிப்பீடுகள் கவனிக்கத் தவறி விடுகின்றன. மார்க்ஸ் பின்வருமாறு கூறுகிறார்:

> "முதலாளித்துவப் பொருள் உற்பத்திமுறை ஒவ்வொரு தனித் தொழிலிலும் சிக்கனத்தை அமல்படுத்தும் அதே நேரத்தில் தனது அராஜகப்போட்டி முறையால் உழைப்புச் சக்தியையும் சமுதாய உற்பத்திச் சாதனங்களையும் மிகவும் மோசமான முறையில் விரயம் செய்யும் நிலையைத் தோற்றுவிக்கிறது. அது ஏராளமான எண்ணிக்கையில் தோற்றுவித்துள்ள பணி நியமனங்கள் இப்போது தவிர்க்க முடியாதவை போலத் தோன்றினாலும் உண்மையில் தேவைப் படாதவை என்பதைக் குறிப்பிட்டுச் சொல்ல வேண்டியதில்லை".[8]

தொழில்நுட்பப்புரட்சி உழைப்பின் உற்பத்தித்திறனை அதிகரிக்கிறது என்பதையும் இது மனித சமூகத்தைக் கடுமையான வீணான உழைப்பிலிருந்து விடுதலை செய்யும் வல்லமை பெற்றது என்பதையும் வலியுறுத்திக் கூற வேண்டியுள்ளது. அறிவியல் தொழில்நுட்ப முன்னேற்றம் அவசிய உழைப்பு நேரத்தைத் தொடர்ந்து குறைத்து விடுகிறது. ஆனால், முதலாளித்துவப் பொருள் உற்பத்தி முறையை முழுமையாக அகற்றுவதன் மூலம்தான் வேலைநாளை அவசிய உழைப்பு நேரத்தின் அளவுக்குக் குறைக்க முடியும். எனினும் மார்க்ஸ் கூறும் மற்றொரு கருத்து கவனிக்கத்தக்கது.

> *"இந்தத் தேவைப்படும் உழைப்பு சோஷலிச அமைப்பில் இரண்டு காரணங்களால் கூடுதலாக இருக்கும். ஒருபுறத்தில் உயிர் வாழ்வதற்கான சாதனங்கள் பற்றிய கண்ணோட்டம் கணிசமான அளவில் விரிவடையும். அத்துடன் முழுமையாக வேறுபட்ட ஒரு வாழ்க்கைத் தரத்துக்குத் தொழிலாளி உரிமை கோருவான். மறுபுறத்தில் இப்போது உபரி உழைப்பாகக் கருதப்படும் உழைப்பின் ஒரு பகுதி அப்போது அவசிய உழைப்பாகக் கருதப்படும். சேம நல*

ஒதுக்கீட்டுக்காகவும், பணத்தைச் சேமித்து வைப்பதற்காகவும் ஒரு நிதியை அமைப்பதற்கான உழைப்பைக் குறிப்பிடுகிறேன்".[9]

உயர்வான உற்பத்தித்திறன் என்பதையும் தவிர்த்து, தனிநபர்கள் அறிவுரீதியாகவும் சமூக அளவிலும் வளர்வதற்குச் சமுதாயம் வாய்ப்பை வழங்குகிறது. "வேலையானது சமுதாயத்தின் உடல்திறனுள்ள உறுப்பினர்கள் அனைவர் மத்தியிலும் மேலும் மேலும் சமமாகப் பிரிக்கப்படுவதற்கேற்ப, இயற்கையால் அவசியமாக்கப்படும் உழைப்பின் சுமையை சமுதாயத்தின் ஒரு குறிப்பிட்ட அடுக்கு தன் தோளிலிருந்து பிறிதொரு அடுக்கின் தோளுக்கு மாற்ற மேலும் மேலும் சக்தியற்றதாக்கப்படுவதற்கேற்ப" இந்த வாய்ப்பு அமைகிறது. உண்மையில் இதுதான் முக்கியமாக வலியுறுத்தப்பட வேண்டிய கருத்து. ஏனெனில் "பெருந்திரளான மக்களின் ஆயுட்காலம் முழுவதையும் உழைப்பு நேரமாக மாற்றுவதன் மூலம் ஒரு வர்க்கம் வேலை செய்யாமல் சும்மா இருப்பதற்கான நேரத்தை ஈட்டுவதற்கு வழிவகுக்கப்படுகிறது." இதுதான் முதலாளித்துவ செயல்திறனின் உண்மையான உள்ளடக்கமாகும்.[10]

உழைப்பு சக்தி மற்றும் கூலியின் மதிப்பு

உபரி மதிப்பு விகிதம் பற்றி நாம் விவாதித்தபோது கூலி என்பதும் (அல்லது உழைப்புச் சக்தியின் விலையும்) உழைப்புச் சக்தியின் மதிப்பு என்பதும் வெவ்வேறானதாக இருக்கக்கூடும் என்று குறிப்பிட்டோம். உடனடியான அல்லது சில குறிப்பிட்ட சூழ்நிலைகள் அதற்குக் காரணமாக இருக்கும் என்றும் கூறினோம். உழைப்புச் சக்திக்கான வேண்டல் மற்றும் வழங்கலில் தற்காலிக ஏற்ற இறக்கங்களை இதற்கு உதாரணமாகக் கூறலாம். கூலி மற்றும் உழைப்புச் சக்தியின் மதிப்புக்கிடையேயான அளவு வேறுபாட்டை விட உழைப்புச் சக்தியின் மதிப்பு என்ற கருத்தமைவிலிருந்து கூலி என்பது உழைப்பின் விலை என்ற இடைநிலை மாற்றம் ஏற்படும்போது உருவாகும் குணமாற்றம் அதிக அளவில் முக்கியமானது. (முதலில் குறிப்பிடப் பட்டுள்ள மாற்றம் ஒரு சரக்கின் விலை அதன் மதிப்பிலிருந்து அடிக்கடி வேறுபட்டதாக இருக்கும் என்ற பொதுக்கோட் பாட்டுக்கான ஒரு குறிப்பிட்ட உதாரணமே அன்றி வேறல்ல).

கூலி என்பதை உழைப்பின் விலை என்ற கருத்திலேயே நாம் அன்றாட வழக்கில் பயன்படுத்துகிறோம். கூலி என்பது உழைப்பின் விலை என்றால் உழைப்பு என்பது சரக்கு என்றும் அதற்கான விலையாகக் கூலி கொடுக்கப்படுகிறது என்பதாக நாம் அனுமானிக்கிறோம் என்பது பொருள். அப்படியானால் உழைப்பு என்ற இந்த சரக்குதான் எது? உழைப்பு ஒரு சரக்காக இருந்தால் அதற்கு ஒரு மதிப்பு நிச்சயம் இருக்க வேண்டும். மதிப்பு என்பது உண்மையில் உருவமற்ற உழைப்புச் சரக்கை மறு உற்பத்தி

செய்வதற்கான சமூகரீதியான அவசிய உழைப்பு நேரமாகும். எனவே, உழைப்பின் மதிப்பு என்பது உழைப்பை மறு உற்பத்தி செய்வதற்குத் தேவைப்படும் உழைப்பு நேரம். இது ஒரு அபத்தமான, கூறியது கூறும் விளக்கமாகும். ஒருவர் எவ்வாறு உழைப்பை உற்பத்தி செய்வார்? இக்கேள்வியை எழுப்பும்போது உழைப்புச் சக்தியின் மதிப்பு என்ற கோட்பாடு தெளிவுபடுகிறது. மூலதன உடைமையாளரிடம் தொழிலாளி விற்பது உழைப்பை அல்ல. உழைப்புச் சக்தி என்ற சரக்கை விற்கிறார். இதனை மார்க்ஸ் பின்வருமாறு விளக்குகிறார்:

> "பணத்தை வைத்திருப்பவரோடு சந்தையில் நேருக்குநேர் வருவது உண்மையில் உழைப்பு அல்ல. உழைப்பாளிதான் வருகிறார். உழைப்பாளி விற்பது தனது உழைப்புச் சக்தியையே. அவரது உழைப்பைத் தொடங்கும்போதே அது அவருக்குச் சொந்தமற்றது என்ற நிலை ஏற்பட்டு விடுகிறது. எனவே அவர் அதனை இனியும் விற்க முடியாது. உழைப்புதான் மதிப்பின் சாரமும் உள்ளார்ந்த அளவையும் ஆகும். ஆனால், *அதற்கென்று மதிப்பேதுமில்லை*".[11]

எனவே, உழைப்பின் மதிப்பு என்ற கோட்பாடு அறவே பகுத்தறிவுக் கொவ்வாத ஒன்று. கற்பனையானதும்கூட. எனினும், மாய்மாலம் கோட்பாட்டுக்கு இது ஒரு முக்கிய உதாரணம் என்று குறிப்பிடலாம் (ஒருபுறம் புறத்தோற்றங்கள் அல்லது நிகழ்வுகளுக்குமிடையேயும் மறுபுறம் அவற்றின் சாரம் அல்லது உள்ளார்ந்த உண்மை நிலைக்கு மிடையேயான முரண்பாடு). "இந்தக் கற்பனையான தெரிவிப்புகள் உற்பத்தி உறவுகளிலிருந்தே எழுகின்றன. இவை அடிப்படையான உறவுகளின் வெளிப்படையாகத் தெரியும் வடிவங்களின் பிரிவுகளாகும்.[12]

செவ்வியல் பொருளியலின் வரம்புகள்

'உழைப்புச்சக்தி' என்பதை ஒரு சரக்காகத் தொழிலாளி மூலதன உடைமையாளரிடம் விற்கிறார் என்ற கருத்தமைவை மார்க்ஸ் வகுத்தார். இது உபரி மதிப்பு பற்றிய கோட்பாட்டை அவர் கண்டறிவதில் ஒருபடி ஏற்றம் (**major step**). உழைப்புச் சக்தியின் மதிப்பை அடையாளப்படுத்தி அதனை வேலைநாளின் அளவிலிருந்து கழித்துவிட்டால் உபரி மதிப்பு என்ற கோட்பாடு தர்க்க ரீதியாகத் தொடர்கிறது. செவ்வியல் அரசியல் பொருளாதார வல்லுநர் (ஆடம் ஸ்மித், ரிகார்டோ போன்றவர்கள்)களால் உபரி மதிப்பு குறித்து முரண்பாடற்ற திட்டவட்டமான கருத்தை உருவாக்க முடியவில்லை. உழைப்பையும் உழைப்புச் சக்தியையும் அவர்கள் வேறுபடுத்திக் காணத் தவறியதே இதற்குக் காரணம். 'பொருட்களுக்கிடையேயான உண்மையான உறவுகள்' என்ற கருத்தைக் கூறும்போது ரிகார்டோ இதற்கு மிகவும் நெருக்கமாக வருகிறார் என்பதையும் இங்கே

குறிப்பிடலாம். ஆய்வுமுறை தொடர்பான ஒரு கருத்தை வலியுறுத்த வேண்டியுள்ளது. உழைப்பின் விலை என்ன? என்ற கேள்வியுடன் செவ்வியல் பொருளாதார வல்லுநர்கள் தங்கள் ஆய்வைத் துவக்கினார்கள். உழைப்பின் விலை பற்றி அன்றாட வாழ்க்கையில் பரவலாகப் பயன்படுத்தப்படும் கண்ணோட்டத்தை மேற்கொண்டு விமரிசனத்துக்குட்படுத்தாமல் எடுத்துக் கொண்டனர். இக்கேள்விக்கு பதிலளிக்க முற்படும்போது, தொழிலாளியை மறு உற்பத்தி செய்வதற்கான செலவுதான் உழைப்பின் இயற்கையான விலை என்பதை அவர்கள் உணர்ந்து கொண்டனர். (வேண்டல் - வழங்கல்களில் அவ்வப்போது எழக்கூடிய ஏற்ற இறக்கங்களின் அடிப்படையில் விலை தனது நிலையை எட்டுகிறது) மார்க்ஸ் பின்வரும் வகையில் அதனை விளக்குகிறார். தொழிலாளியை உற்பத்தி செய்வதற்கான செலவு என்ன? அரசியல் பொருளாதாரம் தன்னையும் அறியாமல் ஆரம்பக் கேள்வியை விட்டு இந்தக் கேள்வியை வந்தடைந்தது. ஏனெனில், உழைப்பின் உற்பத்திச் செலவைக் கண்டறியும் தேடல் சுற்றிச்சுற்றி வந்ததே அல்லாமல் இருக்கும் இடத்தைவிட்டு இம்மியளவுக்கும் முன்னேற முடியவில்லை".[13] ஆய்வுமுறையின் முக்கிய அம்சம் இதுதான். ஆய்வு செய்யும் வரையறையைச் செவ்வியல் பொருளாதாரத்தின் ஆய்வு முறையில் இருந்த கோளாறு காரணமாக மார்க்சினால் எழுப்ப முடிந்த கேள்வியைச் செவ்வியல் பொருளாதாரத்தால் எழுப்ப முடியவில்லை. மார்க்ஸ் எழுப்பிய கேள்வி உபரி மதிப்புக் கோட்பாட்டுக்கு அவரை இட்டுச் சென்றது. செவ்வியல் அரசியல் பொருளாதாரத்தின் பிரச்சனைக்குரிய (கோட்பாடு என்று எளிமையாகக் குறிப்பிடலாம்) ஆய்வு சட்டகத்திற்குள் உழைப்புச்சக்தி என்ற கருத்துருவை உருவாக்க முடியவில்லை.

எனவே, கூலி என்பது உழைப்புச் சக்திக்கான விலையே அன்றி வேறல்ல. ஆனால், உழைப்புச் சக்தியின் மதிப்பு மற்றும் விலை என்பதன் உருமாற்றம் முக்கியமான சித்தாந்த விளைவுகளைத் தோற்றுவிக்கிறது. கூலியின் மாதிரி எடுத்துக்காட்டான வாராந்திரக்கூலி அல்லது மணி அடிப்படையிலான கூலியை உதாரணமாக எடுத்துக் கொள்வோம். ஒரு தொழிற்சாலையில் ஒரு தொழிலாளிக்கு ஒருநாள் வேலைக்கு ரூ. 8/- கூலியாகத் தரப்படுவதாக வைத்துக்கொள்வோம். அந்தக் கூலியின் வடிவம் அவர் அந்த முழு நாளிலும் செய்யும் வேலைக்கு அதாவது ஒவ்வொரு மணியிலும் செய்யும் வேலைக்குக் கூலி கொடுக்கப்படுவதைப்போன்ற தோற்றத்தை ஏற்படுத்துகிறது. அவன் 8 மணிநேரம் வேலை செய்கிறான் என்றால் ஒரு மணிக்கு ரூ1 என்பது போலக் கருதப்படுகிறது. ஆனால், வேலைநாளின் ஒரு பகுதி முடிவடையும்போதே (4 மணிகளில் என்று வைத்துக்கொள்வோம்) அவன் முதலாளியின்

கூலிக்கு ஈடானதைத் திரும்ப அளித்துவிடுகிறான் என்பதும் அவன் மீதி நேரத்தில் கூலியின்றி வேலை செய்கிறான் என்ற உண்மையும் மூடி மறைக்கப்படுகிறது.

“கூலி வடிவமானது இவ்விதம் அவசிய உழைப்பாகவும், உபரி உழைப்பாகவும், ஊதிய உழைப்பாகவும், ஊதியமில்லா உழைப்பாகவும் வேலைநாள் பிரிந்திருப்பதைக் கண்ணிற்படாமல் மறைத்து விடுகிறது. உழைப்பு முழுவதையும் ஊதிய உழைப்பாகத் தெரியச் செய்கிறது. எனவே, உழைப்புச் சக்தியின் மதிப்பும் விலையும் வடிவமாக அல்லது உழைப்பின் மதிப்பும் விலையுமாக மாற்றமடைவதன் தீர்மானகரமான முக்கியத்துவத்தை இதன் மூலம் உணர்ந்துகொள்ளலாம். இந்த புறத்தோற்ற வடிவம் உள்ளபடியே நிலவும் உறவைக் கண்ணிற்படாமல் மறைக்கிறது. அந்த உறவின் நேர்எதிரான நிலையைக் காட்டுகிறது. முதலாளி மற்றும் தொழிலாளி ஆகிய இருவரும் கொண்டுள்ள அனைத்து சட்ட நெறிமுறைக் கண்ணோட்டங்கள், முதலாளித்துவ பொருள் உற்பத்திமுறையின் அனைத்து மாயத்தோற்றங்கள், சுதந்திரம் பற்றிய அதன் அனைத்துப் பிரமைகள், கொச்சைப் பொருளாதார வல்லுநர்களின் அனைத்து சாக்குப் போக்கு விளக்கங்கள் ஆகியவற்றுக் கெல்லாம் இந்தப் புறத்தோற்றமே அடிப்படையாக அமைகிறது.[14]

கூலியின் பல்வேறு வடிவங்கள் பற்றியும் நாடுகளுக்கிடையே காணப்படும் கூலி வேறுபாடுகளையும் பற்றியும் சுருக்கமாக விவாதிப்போம்.

கூலியின் வடிவங்கள்

கூலி வழங்கும் முறைகளில் இரண்டு முக்கிய வடிவங்களின் மீது நாம் கவனம் செலுத்த வேண்டியுள்ளது. அவை நேரவீதக்கூலி மற்றும் பலன்வீதக்கூலி எனலாம். நேரவீதக்கூலி என்ற சொல்லிலிருந்தே நேரத்தை அடிப்படையாகக் கொண்டு மணி அடிப்படையில் அல்லது நாளடிப்படையில் கொடுக்கப்படும் கூலி என்று புரிந்துகொள்ளலாம். உற்பத்தி செய்யப்படும் ஒவ்வொரு பொருளுக்கும் இவ்வளவு பணம் என்ற அடிப்படையில் பலன்வீதக் கூலி வழங்கப்படுகிறது. ஒவ்வொரு வடிவத்திலும் அதற்கேயுரிய பொருளாதார மற்றும் சித்தாந்த விளைவுகள் உண்டு.

நாம் முன்னரே குறிப்பிட்டுள்ளதைப்போல செலுத்தும் உழைப்பு முழுமைக்கும் கூலி வழங்கப்படுவது போன்ற பொய்யான தோற்றத்தை நேரவீதக் கூலி ஏற்படுத்துகிறது. இரண்டாவதாக உழைப்பின் மும்முரத்தை அதிகரிப்பதன் மூலம் உழைப்புச் சக்தியின் விலையை அதன் மதிப்பைவிடக் குறைவான அளவுக்குக் குறைக்க முடியும். இதில் மணி அடிப்படையிலான கூலி மாறாமலிருக்கும் (ஏனென்றால் ஒரு குறிப்பிட்ட நேரத்தில் கூடுதலான உழைப்புச்சக்தி

செலவிடப்படுகிறது). ஆனால், கூடுதலான உபரி மதிப்பு முதலாளியால் பெறப்படும் மணி அடிப்படையில் கூலி கொடுக்கப்படும்போது, அதனுடன் சேர்ந்த பகுதிநேர வேலையைக் கொண்டு வருவதற்கான சாத்தியக்கூறுகள் ஏற்படும். இதன் காரணமாக முக்கியமான விளைவுகள் ஏற்படும். வேலைநாளின் ஒரு பகுதிக்கு மட்டும் தொழிலாளியை வேலைக்கு அமர்த்திக்கொண்டு ஒரு நாளுக்கான உழைப்புச் சக்தியின் மதிப்பை அளிக்காமல் உபரி மதிப்பை தொழிலாளியிடமிருந்து பெறமுடியும். மார்க்ஸ் இதுபற்றி பின்வருமாறு குறிப்பிடுகிறார்:

> "இப்போது தொழிலாளியின் வாழ்வுக்கு அவசியமான உழைப்பு நேரம் அவருக்குக் கிடைக்காமலே செய்துவிட்டு முதலாளி அவரிடமிருந்து குறிப்பிட்ட அளவு உபரி உழைப்பைக் கறக்க முடியும். அனைத்துவிதமான முறையான பணி அமர்வினை ஒழித்துக்கட்டி விடலாம். தனது வசதி, மனநிலை, அவ்வப்போதைய நலனுக்கும் ஏற்ப விருப்பம் போல் தொழிலாளியை எல்லை மீறிய மிகை உழைப்பில் ஆட்படுத்தலாம். முழுமையான அல்லது ஒப்பீட்டளவில் வேலையற்றவர் ஆக்குவதும் அவ்வப்போது சாத்தியமாகி விடுகிறது".[15]

எனினும் உழைப்பின் மும்முரத்தை அதிகரித்தல், பகுதி நேரத்துக்கு வேலை அளித்தல், வேலைநாளை நீட்டிப்பது போன்ற முயற்சிகள் நடைபெறும் போது அவை முதலாளிகளிடையே கடுமையான போட்டியை ஏற்படுத்துகின்றன. இந்தப் போட்டியின் விளைவைச் சில ரொட்டி உற்பத்தியாளர்கள் அளித்த புகாரின் அடிப்படையில் மார்க்ஸ் விளக்குகிறார். தங்களுடைய போட்டியாளர்கள் தொழிலாளிகளுக்கு மிகவும் குறைவான கூலியை அளிப்பதன் மூலம் தாங்கள் விற்கும் விலையைவிடக் குறைவான விலைக்கு ரொட்டியை விற்கின்றனர் என்று கூறியதை மார்க்ஸ் சுட்டிக் காட்டுகிறார்.

பலன்வீதக் கூலிமுறையும் ஊதிய உழைப்பு மற்றும் ஊதியமில்லா உழைப்புக்கிடையேயான வேறுபாடுகளை மூடி மறைக்கிறது. அத்துடன் தொழிலாளிகளுக்கிடையேயான போட்டியை அது தீவிரப்படுத்துகிறது. ஒவ்வொரு தொழிலாளியும் உற்பத்தி செய்யும் உருப்படிகளின் அடிப்படையில் கூலி தீர்மானிக்கப்படுவதால் குறிப்பிட்ட நேரத்துக்குள் கூடுதலான எண்ணிக்கையில் உருப்படிகளை உற்பத்தி செய்ய முயலுகிறார். இதன் காரணமாக உழைப்பின் மும்முரத்தன்மை அதிகரிப்பதுடன் தொழிலாளர்களுக்கிடையே போட்டியும் தீவிரமடைகிறது. தொழிலாளி அதிகம் சிரமப்பட்டு வேலை செய்வதன் தொடர்விளைவாகப் பலன்வீதக் கூலி நிர்ணயத்துக்கான அடிப்படையே மாற்றப்படும் நிலை ஏற்படுகிறது. அது தொழிலாளியின் ஊதியத்தைப் பெருமளவில் குறைப்பதற்கு

இட்டுச் செல்கிறது. கூலியின் வடிவமே தொழிலாளி தீவிரமாக உழைக்க வேண்டிய கட்டாயத்தை ஏற்படுத்துவதால் மேற்பார்வையிடுதல் மற்றும் கட்டுப்படுத்துதல் போன்றவற்றின் தேவையும் அதற்கான செலவும் குறைந்து விடுகிறது. பலன்வீதக் கூலிமுறை 'வீட்டு உழைப்பின்' நவீன வடிவத்துக்கும் சுரண்டல் மற்றும் ஒடுக்குமுறைக்குமான படிநிலை அமைப்புக்கும் அடிக்கல் நாட்டுகிறது. இதன் காரணமாக இரண்டு விதமான விளைவுகள் ஏற்படக்கூடும். அவை இரண்டுமே வரலாற்று ரீதியில் கவனிக்கப்பட்டுள்ளன.

> "ஒருபுறம் பணவீதக் கூலியானது முதலாளிக்கும் கூலித் தொழிலாளிக்குமிடையே ஒட்டுண்ணிகளின் (parasite) ஊடுருவலுக்கும் உழைப்பின் உள்குத்தகைக்கும் வழிவகுக்கிறது. மறுபுறம் தலைமைத் தொழிலாளியுடன் ஒரு உருப்படிக்கு இவ்வளவு கூலி என்று ஒப்பந்தம் செய்து கொள்ள அனுமதிக்கிறது. இந்த தலைமைத் தொழிலாளி தனக்கென ஒரு விலை எடுத்துக்கொண்டு தன் துணையாட்களை வேலைக்கு அமர்த்தி அவர்களுக்கு ஊதியமளிக்கப் பொறுப்பேற்கிறார். தாழிலாளி மீதானமூலதனத்தின் சுரண்டல் இங்கே தொழிலாளியின் மீதான தொழிலாளியின் சுரண்டலின் மூலம் நடந்தேறுகிறது."[16]

நேரவீதக் கூலிமுறை மற்றும் பலன்வீதக் கூலிமுறை ஆகிய இரண்டிலுமே மூலதனத்துக்கும் கூலி உழைப்புக்குமிடையே ஒரே விதமான உறவுமுறைதான் நிலவுகிறது. அதாவது சுரண்டல் உறவுமுறைதான். அதே நேரத்தில் தொழிலாளர்களுக்கிடையேயான உறவுகளில் ஓரளவுக்கு வேறுபாடு இருக்கிறது. பலன்வீதக் கூலி முறையில் தொழிலாளிகளுக்கிடையேயான தனிப்பட்ட வேறுபாடுகள் அதிகரிக்கின்றன. அவர்களுக்கிடையே போட்டி உணர்வு அதிகரிக்கிறது. எதிர்மறையான முறையில் அது இவ்வாறு செயல்பட்டாலும் "ஆனால் பலன்வீதக் கூலிமுறை தனித்தன்மைக்கு விரிவான வாய்ப்பை அளிக்கிறது. பலன்வீதக் கூலிமுறை அந்தத் தனித்தன்மையையும், அத்துடன் தொழிலாளர்களிடையே சுதந்திரம், சுயேச்சையான தன்மை மற்றும் சுய கட்டுப்பாடு ஆகியவற்றுக்கான உணர்வையும் அதிகரிக்கிறது."[17]

நாடுகளுக்கிடையேயான கூலி வேறுபாடுகள்

இறுதியாக நாடுகளுக்கிடையேயான கூலி வேறுபாடுகள் பிரச்சனையின் மீது நமது கவனத்தைத் திருப்புகிறோம். கூலி மீதான விவாதத்தை இதனுடன் முடிவுக்குக் கொண்டு வருகிறோம். உழைப்புச் சக்தியின் மதிப்பில் தார்மீக மற்றும் வரலாறு தொடர்பான கூறுகளும் அடங்கியிருக்கின்றன என்பதை ஏற்கெனவே

பார்த்தோம். தார்மீக மற்றும் வரலாற்றுக் கூறுகள் என்பவை எந்த வர்க்கத்திலிருந்து தொழிலாளி வர்க்கம் உருவாகிறதோ அந்த வர்க்கத்தின் குறிப்பிட்ட வாழ்க்கை நிலையை இது முக்கியமாகக் குறிப்பதாகும். உழைப்புச் சக்தியின் மதிப்புக்குப் பொருந்தக்கூடியவை அனைத்தும் நாடுகளுக்கிடையேயான கூலி வேறுபாடுகள் பிரச்சனைக்கும் பொருந்தும்.

> "வெவ்வேறு நாடுகளில் கிடைக்கும் கூலிகளை ஒப்பிடுகையில் உழைப்புச் சக்தியினது மதிப்பின் அளவிலான மாற்றங்களை நிர்ணயிக்கிற எல்லாக் காரணிகளையும் கணக்கிலெடுத்துக் கொள்ள வேண்டும்; இயற்கையாகவும் வரலாற்று ரீதியிலும் வளர்த்தெடுக்கப்பட்ட வாழ்க்கையின் பிரதம அவசியப் பண்டங் களின் விலையும் அளவும் தொழிலாளர்களைப் பயிற்றுவிக்கும் செலவு, பெண்கள் உழைப்பும் குழந்தை உழைப்பும் வகிக்கும் பாத்திரம் உழைப்பின் உற்பத்தித்திறன், அதனுடைய விரிவான ஆழமான பரிமாணம்".[18]

பல்வேறு நாடுகளுக்கிடையே உழைப்புச் சக்தியின் மதிப்பு மற்றும் கூலிகளின் வேறுபாடுகள் இருக்கின்றன. இதைத் தவிர உழைப்பின் உற்பத்தித் திறனிலுள்ள வேறுபாடுகள் சர்வதேச அளவில் சரக்குகளின் பரிவர்த்தனை தொடர்பான மதிப்பு விதியில் மாற்றங்கள் செய்ய வேண்டியதன் தேவையைச் சுட்டிக்காட்டுகின்றன. உற்பத்தித்திறன் கூடுதலாக உள்ள ஒரு முன்னேறிய முதலாளித்துவப் பொருளாதாரத்தின் ஒரு மணிநேர உழைப்பு, குறைவான உற்பத்தித்திறன் கொண்ட வளர்ச்சி குறைவான பொருளாதாரத்தின் ஒரு மணி நேர உழைப்பைவிடக் கூடுதல் மதிப்புடன் இருக்கும். முதலாளித்துவப் பொருளுற்பத்தி ஒரு நாட்டில் வளர்ச்சியடையும் போது அங்கே உற்பத்தித்திறன் சர்வதேச அளவில் ஒப்பிட்டுப் பார்க்கும் அளவுக்கு வளர்கிறது.

வளர்ச்சியடைந்த நாட்டில் உழைப்பின் உற்பத்தித்திறன் அதிகமாக இருக்கும்போது அந்த முன்னேறிய பொருளாதார அமைப்பில் அதன் பின் விளைவாகக் கூலிவிகிதமும் கூடுதலாக இருக்கும். உபரி மதிப்பு விகிதமும் வளர்ச்சி குறைந்த நாட்டுடன் ஒப்பிடும்போது வளர்ச்சி அடைந்த நாடுகளில் அதிக அளவிலானதாக இருக்கும். உதாரணமாக அமெரிக்காவில் இருக்கும் ஒரு சராசரித் தொழிலாளியின் வாழ்க்கைத்தரம் (எனவே உண்மைக் கூலியும்) இந்தியத் தொழிலில் பணிபுரியும் ஒரு சராசரித் தொழிலாளியின் கூலியைவிட பெரிய அளவில் கூடுதலாக இருக்கும். அதே நேரத்தில் அமெரிக்கத் தொழிலாளியின் உழைப்பின் உற்பத்தித்திறனும் மிகவும் கூடுதலான அளவில் இருக்கும்.

இது ஒரு குறிப்பிட்ட சூழ்நிலையையும் ஏற்படுத்தும். அதாவது அமெரிக்கத் தொழிலாளி தனது 8 மணிநேர வேலைநாளின் 2 மணி

நேரத்திலேயே தனது உழைப்புச் சக்திக்கு ஈடான மதிப்பை உற்பத்தி செய்து விடுவார். அதே சமயத்தில் இந்தியத் தொழிலாளி தன்னுடைய 9 மணிநேர வேலைநாளில் சரிபாதியைத் தனது மோசமான வாழ்க்கை நிலைக்கு ஈடான மதிப்பை உற்பத்தி செய்வார். எனவே, அமெரிக்காவில் உபரி மதிப்பு விகிதம் 400 விழுக்காடாக (8/2) இருக்கும்போது இந்தியாவில் அது 100 விழுக்காடாக மட்டுமே (4 1/2 / 4 1/2) இருக்கும். அமெரிக்கத் தொழிலாளி நுகரக்கூடிய பல்வேறு பொருட்களின் திரள் மற்றும் பணிகள் கூடுதலாகவும் - அதனடிப்படையில் அமெரிக்கத் தொழிலாளியின் உண்மை ஊதியம் கூடுதலானதாகவும் இருக்கும். மார்க்ஸ் இதனைப் பின்வருமாறு விளக்குகிறார்:

“தினக்கூலி அல்லது வாரக்கூலி போன்ற நேரவீதக் கூலி இரண்டாவது நாட்டிலிருப்பதைவிட (உற்பத்தித்திறன் அதிகமாக உள்ள) முதலாவது நாட்டில் அதிகமாக இருப்பினும் உழைப்பின் ஒப்பீட்டு விலை - அதாவது உபரி மதிப்பு உற்பத்திப் பொருளின் மதிப்பு ஆகிய இரண்டுடனும் ஒப்பிடுகையில் உழைப்பின் விலை முதலாவதிலிருப்பதைவிட இரண்டாவதில் அதிகமாய் இருக்கக் காணலாம்.”[19]

உழைப்பின் அதிக அளவிலான உற்பத்தித்திறன் அதிக அளவிலான உண்மை ஊதியத்தைச் சாத்தியமாக்கியது என்பதை இங்கே குறிப்பிட வேண்டியுள்ளது. முதலாளித்துவப் பொருளாதார வல்லுநர்களும் முதலாளித்துவ ஆதரவாளர்களும் ஒரு கருத்தை மீண்டும் மீண்டும் வலியுறுத்துவார்கள். அதாவது உழைப்பின் உற்பத்தித்திறனே கூலியைத் தீர்மானிக்கிறது என்று குறிப்பிடுவார்கள் (அல்லது கூலிக்கும் உற்பத்தித் திறனுக்கும் இணைப்பை ஏற்படுத்த வேண்டும் என்பார்கள்). ஒரு தொழிலாளி உற்பத்தி செய்வதற்கேற்பவே கூலி வழங்கப்பட வேண்டும் என்ற உணர்வுடன் அவர்கள் அவ்வாறு கூறுவார்கள். ஆனால், இதற்கு மாறான கருத்தையே மார்க்ஸ் கொண்டுள்ளார். கூலிக்கும் உற்பத்தித் திறனுக்குமிடையே நேரடித் தொடர்பு இல்லை என்பது அவரது கருத்து. அது உழைப்புச் சக்தியைச் சுற்றி ஏற்ற இறக்கத்துடன் மாறுபடுகிறது. உழைப்புச் சக்தியின் மதிப்பு என்பது உற்பத்தித்திறன் மற்றும் எத்தகைய வரலாற்றுச்சூழலில் தொழிலாளி வர்க்கம் தோன்றியது என்பவற்றைப் பொறுத்த செயலாகும் (வரலாறு மற்றும் தார்மீகக் கூறுகள் என்றும் சொல்லப்படும்) கேரியை விமர்சித்துக் கருத்துத் தெரிவிக்கும்போது மார்க்ஸ் கூறுகிறார்: “கூலியானது உழைப்பின் உற்பத்தித் திறனைப் போல அதே விகிதத்தில் உயரவும் வீழவும் செய்கிறது என்ற முடிவை இந்தச் சர்வதேச உறவிலிருந்து (கேரி) அடைய விரும்புகிறார். அவர் வந்தடைகிற மேற்சொன்ன முடிவு அபத்தமானதே என்பதை உபரி மதிப்பின் உற்பத்தி பற்றிய நமது ஒட்டுமொத்தப் பகுப்பாய்வு நிதர்சனமாக்குகிறது.”[20]

தொகுப்புரை

முதலாளித்துவ உற்பத்திமுறை பற்றிய மார்க்சின் பகுப்பாய்வுக் கட்டமைப்பிற்கான கட்டுமான அலகுகளை இதுவரை வாசகர்களின் முன்வைத்துள்ளோம். முதலாளித்துவ உற்பத்தி முறையின் உயிர்த்திசுவைப் போன்றது சரக்கு என்பதுடன் நமது விவாதத்தைத் துவக்கினோம். முதலாளித்துவ உற்பத்தி முறை என்பது சரக்கு உற்பத்தியின் பொதுவாக்கப்பட்ட நிலை மற்றும் அதன் உச்சக்கட்ட வளர்ச்சி அன்றி வேறல்ல என்றும் தெளிவுபடுத்தியுள்ளோம். சரக்கு என்பது ஒரு மதிப்பு மற்றும் ஒரு பயன்மதிப்பு ஆகிய இரண்டையும் கொண்டது; சமூக உறவுகள் என்ற அடிப்படையில் பார்க்கும்போது அது மொத்த சமூக உழைப்பின் ஒரு பகுதியின் வடிவமாக அமைகிறது. எனவே, அது ஒரு மதிப்பாகிறது; சாரமான உழைப்பு மற்றும் பொதுவான உழைப்பு ஆகியவற்றின் உறைந்த வடிவமாக அது அமைகிறது. சில இயற்கை பண்புகளைக் கொண்ட ஒரு தனியான பொருளாகப் பார்க்கும்போது அது பயன் மதிப்பாகிறது - அது ஒரு குறிப்பிட்ட வகையான உழைப்பு அல்லது திட்டவட்டமான உழைப்பின் ஒரு உற்பத்திப்பொருள்; அளவு அடிப்படையில் மதிப்பை ஆய்வு செய்தால் மதிப்பு என்பது ஒரு சரக்கை மறு உற்பத்தி செய்வதற்குச் சமூகரீதியான அவசிய உழைப்பு நேரத்தின் அளவு ஆகும். மதிப்பு என்ற கோட்பாட்டை அளவு அடிப்படையிலும் பண்பு அடிப்படையிலும் புரிந்துகொண்டு மதிப்பு என்ற கோட்பாட்டுக்கும் சரக்கு உறவுகளின் மாயத் தோற்றம் என்ற கோட்பாட்டுக்கும் இடையேயான இணைப்பை ஆய்வு செய்தோம். சரக்கு உற்பத்தியில் (குறிப்பாக முதலாளித்துவப் பொருள் உற்பத்தி முறையில்) தோற்றங்கள் அதற்கு ஒரு மாயமான தன்மையை ஏற்படுத்தி உண்மை நிலையிலிருந்து தலைகீழாகக் கூடக் காட்டுகிறது என்பது சரக்கு உறவுகளின் மாயத்தோற்றம் என்ற கோட்பாட்டைப் புரிந்து கொள்ளும் வழிமுறையாகும். பின்னர் மூலதனத்தின் சுற்றோட்டத்தை ஆய்வு செய்து பணம் - சரக்கு - கூடுதல் பணம் என்ற சுற்றோட்டத்தை மதிப்பு பற்றிய கோட்பாட்டின் உதவியுடன் ஆய்வு செய்தோம். மதிப்பானது பரிவர்த்தனை மதிப்பின் (அதனால்தான் பரிவர்த்தனை மதிப்பை மதிப்பின் நிகழ்முறை வடிவம்தான் மதிப்பு என்று மார்க்ஸ் குறிப்பிடுகிறார்) மூலம் தன்னை வெளிப்படுத்திக் கொள்வதால் மூலதனச் சுற்றோட்டம் குறித்த நமது ஆரம்பகட்ட ஆய்வில் சரக்குகள் அவற்றின் மதிப்பின் அடிப்படையில் பரிவர்த்தனை செய்யப்படுவதாக வைத்துக்கொண்டோம். அந்த ஆய்வை நாம் நடத்திக் கொண்டிருந்த போதே உபரி மதிப்பின் ரகசியத்தைக் கண்டுபிடித்தோம். உற்பத்தியின்போது உபரி மதிப்பு தோன்றுகிறது என்பதைக் கண்டோம். வேலைநாளின் நீளத்துக்கும் உழைப்புச் சக்தியின் மதிப்புக்குமிடையேயான அளவு வேறுபாட்டின் காரணமாக உபரி

மதிப்பு உருவாகிறது. உழைப்புச் சக்தியின் வித்தியாசமான தனித்தன்மை காரணமாகவே உபரி மதிப்பு இவ்வாறு உருவாகிறது. உழைப்புச் சக்தி என்ற சரக்கைத் தொழிலாளி மூலதன உடைமையாளருக்கு விற்கிறார். அந்த உழைப்புச்சக்தியைச் செலவழிக்கும்போது அதனை மறு உற்பத்தி செய்வதற்குத் தேவையான மதிப்பைவிட கூடுதலான மதிப்பை அது உற்பத்தி செய்கிறது. எனவே, தொழிலாளி வர்க்கம் 'முதலாளிகளுக்கு தங்க முட்டையிடும் வாத்தாக இருக்கிறது.'

உபரி மதிப்பைப் பெறுவதற்காக முதலாளி வர்க்கம் நடத்தும் இடைவிடாத தேடலும் மூலதனத்துக்கும் உழைப்புக்குமிடையே நடைபெறும் வர்க்கப்போராட்டமும் பல்வேறு வழிகளில் உபரி மதிப்பு தோன்றுவதற்குக் காரணமாகின்றன. அவற்றை அறுதி உபரி மதிப்பு, ஒப்பீட்டு உபரி மதிப்பு என்று கோட்பாடு அடிப்படையில் வகைப்படுத்தி ஆய்வு செய்ய முடிந்தது. இவற்றையெல்லாம் முந்தைய பகுதிகளிலும் இப்பகுதியின் ஆரம்பத்திலும் விளக்கியுள்ளோம். இத்தகைய பல்வேறு விதமான ஆய்வுக் கருத்துகளையும் பிரிவுகளையும் இப்போது ஒருமுகப்படுத்த வேண்டியுள்ளது. முதலாளித்துவ உற்பத்தி முறையின் மையமான அம்சத்தை ஆய்வு செய்வதற்காக இவற்றைப் பொருத்த வேண்டியுள்ளது. இக்கடமையை அடுத்த பகுதியில் தொடங்குவோம். இந்த ஆய்வில் உள்ள வரம்புகளைச் சுட்டிக்காட்ட சில கருத்துகளை முதலில் முன்வைப்போம்.

மூலதனத் திரட்டல்

பணம் - சரக்கு என்ற முதல் அடியுடன் மூலதனத்தில் சுற்றோட்டம் துவங்குகிறது. இதனை மேலும் குறிப்பாகச் சொன்னால்

பணம் < உழைப்புச்சக்தி / உற்பத்திச் சாதனம்

என்ற தொடர்நிகழ்வாக அது வெளிப்படுகிறது. சுற்றோட்ட அரங்கில் இவ்வாறு நடைபெறுகிறது. இதன் அடுத்தக் கட்டம் சரக்கு-உழைப்பு நிகழ்முறை-சரக்கு^{1} என்ற வடிவில் உற்பத்தி முறை நிகழ்கிறது. கச்சாப் பொருட்களின் மீது உழைப்புச் சாதனங்களைப் பயன்படுத்திப் புதிய பொருளைத் தொழிலாளிகள் உற்பத்தி செய்யும்போது இது நிறைவு பெறுகிறது. ச^1 என்ற சரக்கு உபரி மதிப்பையும் உள்ளடக்கியது. அது கூடுதல் மதிப்பை உண்மையில் பெற வேண்டுமானால், அதாவது உருவாகவுள்ள உபரி மதிப்பு கைக்கு வர வேண்டுமானால் இந்தப் பொருள் சந்தைக்கு அனுப்பப்பட்டு அதனை உற்பத்தி செய்வதற்காகச் செலுத்தப்பட்ட ஆரம்பக்கட்ட மதிப்பைவிட கூடுதலான மதிப்பில் விற்கப்பட

வேண்டும். இது நிகழும் மூன்றாவது கட்டம் ச[1] - ப[1] ஆக இருக்கும். இந்த மூன்று கட்டங்கள் நிரந்தரமாகத் தொடர்ந்து திரும்பத் திரும்ப வரும். (பணம்-சரக்கு; சரக்கு-உழைப்பு நிகழ்முறை-சரக்கு[1] ; சரக்கு [1] - பணம்[1];) இதுவே மூலதனத்தின் சுற்றோட்டம் ஆகும். நாம் நடத்தவுள்ள ஆய்வில் பணம் - சரக்கு; சரக்கு [1] - பணம்[1]; என்ற சுற்றோட்டம் இடையீடு இன்றித் தொடர்வதாக வைத்துக் கொள்வோம். உற்பத்திக் கட்டமான சரக்கு-பணம்-சரக்கு[1] என்பதில் கவனம் செலுத்துவோம். இதன் பொருள் யாதெனில் சரக்குகள் அவற்றின் மதிப்பின் அடிப்படையில் பரிவர்த்தனை செய்யப்படுகின்றன என்று வைத்துக் கொள்கிறோம். பணத்தை உற்பத்தி மூலதனப் பிரிவுகளான மாறா மூலதனம் மற்றும் மாறும் மூலதனமாக மாற்றுவதில் ஏற்படும் பிரச்சனைகளும், உற்பத்தியான சரக்கை மீண்டும் பணமாக மாற்றுதல் போன்றவை பின்னர் பரிசீலிக்கப்படும் என்றும் வைத்துக் கொள்வோம். இந்தப் பிரச்சனைகள் நிச்சயம் இருக்கத்தான் செய்கின்றன என்பதையும் அவ்வப்போது சில வகையான நெருக்கடிகளை அவை ஏற்படுத்துகின்றன என்பதையும் மனதில் கொள்வோம்.

இரண்டாவதாக முதலாளித்துவ சமூகம் என்பது முதலாளிகளும் முதலாளிகளுக்காக உபரி மதிப்பை ஏற்படுத்தக்கூடிய தொழிலாளர்களையும் மட்டுமே கொண்டதாக இருப்பதில்லை. உபரி மதிப்பைக் கறந்து எடுத்துக் கொள்கின்ற மூலதன உடைமையாளர்கள் பிற மூலதன உடைமையாளர்கள், நிலப்பிரபுக்கள் மற்றும் உற்பத்தியில் ஈடுபடாத பிற பிரிவினருடன் உபரி மதிப்பைப் பகிர்ந்துகொள்ள வேண்டியிருக்கிறது. அவர்களுடன் இணைந்து செயல்பட்டு ஒட்டுமொத்தச் சமுதாய அமைப்பில் பல்வேறு பணிகளை நிறைவேற்று கின்றனர். தொடர்ந்து நாம் செய்யவுள்ள ஆய்வில் சமூக உபரி மதிப்பானது நில வாடகை, வட்டி, லாபம், வணிக மூலதன லாபம், தொழில் மூலதன லாபம் போன்றவைகளாகப் பிரிக்கப்படுவது குறித்து இப்போதைக்குக் கவனம் செலுத்தப் போவதில்லை. இந்தப் பிரச்சனைகளைப் பிறகு எடுத்துக்கொள்ளப் போகிறோம். எனவே, முதலாவதாக மூலதனத் திரட்டலை சாரமான நோக்கு நிலையிலிருந்து பரிசீலிக்கிறோம். அதாவது உள்ளபடியான உற்பத்தி நிகழ்முறையின் ஒரு கட்டமாக மட்டுமே பரிசீலிக்கிறோம்.[21]

நாம் கடைப்பிடிக்கும் வழிமுறை சரியான ஆய்வுக்கு இரண்டு காரணங்களுக்காகத் தேவைப்படுகிறது. மூலதன சுற்றோட்டத்தின் உற்பத்திக்கட்டத் தொடர் நிகழ்வான சரக்கு - உற்பத்தி நிகழ்முறை - சரக்கு1 என்பது இன்றியமையாமல் தேவைப்படுகிறது. மூலதனம் என்பதை உணர்த்தும் பண்பான மதிப்பு விரிவடைதல் இதனை அடிப்படையாகக் கொண்டது. உபரி மதிப்பு முதலில்

உற்பத்தியான பிறகுதான் ஒட்டுமொத்தச் சமூகத்தால் அதனைப் பெற்றுக்கொள்ள முடியும் (சுரண்டும் வர்க்கங்கள் மற்றும் உற்பத்தியில் ஈடுபடாத பிரிவினருக்கிடையே பகிர்ந்து கொள்ள முடியும்). இரண்டாவதாக "மூலதனத் திரட்டல் நிகழ்முறையின் சாமானிய அடிப்படை வடிவம் அதனைத் தோற்றுவிக்கும் சுற்றோட்ட நிகழ்ச்சியாலும், உபரி மதிப்பு பிளவுறுவதாலும் மறைக்கப்படுகிறது. ஆகவே, இந்நிகழ்வு முறையைச் சரியாகப் பகுப்பாய்வு செய்ய வேண்டுமானால், அதன் உள்ளியக்கச் செயற்பாட்டை மறைக்கிற புறத்தோற்றங்கள் யாவற்றையும் சிறிது நேரத்திற்குக் கவனிக்காமல் விட்டுவிட வேண்டும்."[22] எனவே, முதலில் நாம் பிரச்சனையின் சாரத்தை ஆய்வு செய்ய வேண்டும். பின்னர் அதிக சிக்கலாக உள்ள தீர்மானிப்புகளுக்குச் செல்ல வேண்டும். இந்த விளக்கக் குறிப்புகளுடன் மூலதனத் திரட்டல் பற்றிய ஆய்வை அடுத்த பகுதியில் தொடருவோம்.

அடிக்குறிப்புகள்

1. Capital, Vol.I, Moscow 1967, p. 509
2. *அதே நூல், பக். 523*
3. See, for instance, Joan Robinson, An Essay on Marxian Economy, London, 1942 or almost any bourgeois economics text book that refers to Marx
4. *Capital* Vol.p. 523. சரக்குகளின் மதிப்புகளிலிருந்து அவற்றினுடைய விலைகளின் விலகல், வெளித்தோற்றத்தில் மதிப்பு விதியை முரண்படுவதாக உள்ளது; அதே சமயத்தில் உண்மையில் அதன் மூலம், மதிப்பு விதி தன்னை வெளிப்படுத்திக் கொள்கிறது; அதற்கான கருவியாக விலை விலகல் உள்ளது. இந்த அம்சத்தை *Capital* vol I -ல் பணம் குறித்த அத்தியாயத்தில் மார்க்ஸ் விளக்குகிறார். Vol. III-லும் விளக்குகிறார். இது குறித்துப் பின்னர் நாம் கூடுதலாகக் கூறவுள்ளோம்.
5. Capital, vol. I,p. 527
6. *அதே நூல், பக். 530*
7. See H. Braverman, Labour and Monopoly Capital, Monthly Review Press, New york, 1974
8. *Capital,* vol I p 530
9. *அதே நூல், அதே பக்கம்*
10. *அதே நூல், அதே பக்கம்*
11. *அதே நூல், பக். 537*
12. *அதே நூல், அதே பக்கம்*
13. *அதே நூல், பக். 538*
14. *அதே நூல், பக். 539-540*
15. *அதே நூல், பக். 546*
16. *அதே நூல், பக். 553-554*
17. *அதே நூல், பக். 555*

18. *அதே நூல், பக். 559. பெண்கள் மற்றும் குழந்தைகளின் உழைப்பின் முக்கியத்துவம், 'மூன்றாவது உலக'த்தைச் சேர்ந்த நவீன காலனிய நாடுகளின் விஷயத்தில் அழுத்தமாகக் குறிப்பிடப்பட வேண்டும்; ஏனென்றால் இந்நாடுகளில், கிராமப்புறங்களிலிருந்து ஆலைத்தொழிலாளி வர்க்கத்திற்குள் இழுக்கப்பட்ட ஆண்கள், தங்களுடைய குடும்பங்களை விட்டுச் சென்றுவிடுகிறார்கள். இதனால் அக்குடும்பங்களின் பெண்களும் குழந்தைகளும் தங்களுடைய வயிற்றுப்பாட்டுக்கானவற்றை உழைத்துச் சம்பாதிக்கிறார்கள். ஆலைத் தொழிலாளிக்கு முதலாளி கொடுப்பதெல்லாம் அவனது மறுஉற்பத்தியைச் செய்வதற்கும் மட்டுமே தானேயொழிய குடும்பம் முழுமைக்கும் அல்ல*

19. Capital, vol.I, *பக். 560*

20. *அதே நூல், பக். 563*

21. *அதே நூல், பக். 565*

22. *அதே நூல், அதே பக்கம்*

8

மூலதனத் திரட்டல் நிகழ்முறை

மூலதனத் திரட்டல் பற்றிய மார்க்சின் ஆய்வை இப்போது நாம் விளக்க முற்படுவோம். ஆய்வை முறையாகத் துவங்குவதற்கு முன்னர் எத்தகைய சூழலில் மூலதனத் திரட்டல் பிரச்சனையை ஆய்வு செய்கிறோம் என்பதை நினைவுபடுத்திக் கொள்வோம். மூலதனச் சுற்றின் உற்பத்திக் கட்டமாகிய சரக்கு - உற்பத்தி நிகழ்முறை - சரக்கு1 என்ற தொடர்நிகழ்வை மட்டும் இப்போது பரிசீலிப்போம். பிற கட்டங்களான பணம் - சரக்கு மற்றும் சரக்கு' - பணம்' ஆகியவை சுற்றோட்டத்தைச் சேர்ந்தவை. தற்போதைக்கு நாம் சுற்றோட்ட அரங்கில் எழும் பிரச்சனைகளைச் சரக்கு பரிவர்த்தனையிலிருந்து பிரித்தெடுத்துக் கொள்கிறோம். சுற்றோட்டக் கட்டங்களான பணம் சரக்காக மாறுவதும் சரக்கு பணமாக மாறுவதும் இடையீடின்றி நடைபெறுவதாகவும் சரக்குகள் அவற்றின் மதிப்பின் அடிப்படையில் பரிவர்த்தனை செய்யப்படுவதாகவும் வைத்துக் கொள்கிறோம். எனவே, நாம் உற்பத்திக் கட்டத்தின் மீது மட்டும் கவனம் செலுத்துகிறோம். இக்கட்டத்தின் செயல்பாடு தொடர்பான விதிகளைப் பரிசீலிக்க விரும்புகிறோம்.

முதலாளித்துவ உற்பத்தி நிகழ்முறை பற்றிய நமது ஆய்வில் சரக்கு - உற்பத்தி - சரக்கு' என்ற கட்டத்தை ஆய்வு செய்தோம். இந்த கட்டத்தில்தான் உபரி மதிப்பு தோன்றுகிறது என்பதைக் கண்டோம். தனிப்பட்ட உற்பத்தி நிகழ்முறையில் - அதாவது ஒரு முதலாளியும் அவரால் வேலைக்கு அமர்த்திக் கொள்ளப்படும் ஊழியர்களின் உற்பத்தி நிகழ்முறை சுற்றோட்டத்தை எடுத்துக்கொள்ளாமல் ஒட்டுமொத்த சமூக மூலதன அடிப்படையில் சரக்கு - உற்பத்தி - சரக்கு' கட்டத்தைக் காண்போம். உபரி மதிப்பிலிருந்து மூலதனம் உருவாதல் ஆண்டுக்கு ஆண்டு சமுதாயத்தில் எவ்வாறு மறு உற்பத்தி ஆகிறது என்பதன் மூலம் இதனை ஆய்வு செய்வதே சிறந்த வழி ஆகும். அதாவது நாம் ஆய்வு செய்யப் போவது சமூக மறுஉற்பத்தி ஆகும். இரண்டு சாத்தியக்கூறுகளை நாம் வேறுபடுத்திப் பார்ப்போம். ஒட்டுமொத்த சமுதாயத்தில் தொழிலாளி வர்க்கம் ஒரு குறிப்பிட்ட அளவில் திரளான மொத்த உபரி மதிப்பை உற்பத்தி செய்கிறது. இதனை முதலாளி வர்க்கம் பறிமுதல் செய்து விடுகிறது. இந்த முழுமையான உபரி மதிப்பையும் மூலதன உடைமையாளர்கள் நுகர்வுக்காகத்

தங்களுக்குள்ளேயே பயன்படுத்திக் கொள்ளலாம். நாம் எடுத்துக்கொள்ளும் உதாரணத்தில் சமுதாயத்தின் கட்டுப் பாட்டில் உள்ள உற்பத்திச் சாதனங்களின் மொத்த இருப்பு உற்பத்திக் காலத்தின் துவக்கத்தில் இருந்த நிலையிலேயே மாறாமல் இருக்கிறது. சமூக உற்பத்தியை (வேறு சில குறிப்பிட்ட சூழ்நிலைகள் நாம் இதனை பிறகு ஆய்வு செய்வோம்) முன்பிருந்ததைப் போலவே அதே அளவில் தொடர முடியும். வேறு சொற்களில் குறிப்பிட்டால் பொருளதாரம் விரிவடையவோ சுருங்கவோ இல்லை. இதனை மார்க்ஸ் சாமானிய மறு உற்பத்தி என்று குறிப்பிடுகிறார். இதற்கு மாறாக உபரி மதிப்பு முழுவதையும் முதலாளி வர்க்கம் உடனடியான நுகர்வில் செலவழித்துவிடாமல் இருக்கலாம். அதில் ஒரு பகுதியை மட்டும் செலவிடலாம். எஞ்சியுள்ள உபரி மதிப்பை மேலும் அதிக உபரி மதிப்பை அறுவடை செய்வதற்காக முதலாளி வர்க்கம் உற்பத்தியை விரிவுபடுத்துவதற்காகப் பயன்படுத்தலாம். முதலாளி வர்க்கம் சொந்த நுகர்வுக்காகச் செலவிடும் உபரி மதிப்பின் பகுதியை விட்டு விடுவோம். எஞ்சியுள்ளதில் உற்பத்திச் சாதனத்தின் பகுதியும் புதிதாக வேலைக்கு அமர்த்தப்படும் தொழிலாளர்களின் வாழ்வுச் சாதனத்தின் ஒரு பகுதியும் அடங்கியிருக்கும். எஞ்சியுள்ளது உற்பத்தியில் முதலீடு செய்யப்படும். அதாவது உபரி மதிப்பின் ஒரு பகுதி புதிய மூலதனமாக மாற்றப்படுகிறது. இங்கே நாம் காண்பது விரிவுபடுத்தப் பட்ட மறு உற்பத்தி அல்லது உபரி மதிப்பை மூலதன-மாக மாற்றும் முறை.

இப்போது சாமானிய மறு உற்பத்தியைப் பற்றி முதலிலும் உபரி மதிப்பை மூலதனமாக மாற்றுவதை அடுத்ததாகவும் விவாதிக்க இருக்கிறோம்.

சாமானிய மறு உற்பத்தி

சமுதாய உற்பத்தி தொடர்ச்சியாகவும் மீண்டும் மீண்டும் நிகழ் வதாகவும் இருக்கும் முறையே சமுதாய மறுஉற்பத்தி முறையாகும். நாம் முதலில் மறு உற்பத்தியை பவுதிக அடிப்படையில் காண்போம். அதாவது பொருட்கள் மற்றும் பணிகளின் மறு உற்பத்தியின் வடிவில் பரிசீலிப்போம். சமூக உற்பத்தி நிகழ்முறையில் உற்பத்தி சாதனத்தின் ஒரு குறிப்பிட்ட அளவு பயன்படுத்தப் பட்டுவிடுகிறது.[1] இயந்திரச் சாதனங்கள் ஓரளவு தேய்மானம் அடைகின்றன. எரிபொருள் போன்ற கச்சாப்பொருட்களும் பயன் படுத்தப்பட்டு விடுகின்றன. மேலும், உழைப்பைச் செலுத்துவதன் மூலம் சமூக மறு உற்பத்திக்குக் காரணமாக இருக்கும் தொழிலாளர்கள் இந்த நிகழ்வின்போது தங்கள் உழைப்புச் சக்தியைச் செலவிடுகிறார்கள். முன்பிருந்த அளவிலேயே பொருட்கள் மறு உற்பத்தி செய்யப்பட வேண்டுமானால் ஏற்கெனவே பயன்படுத்தப் பட்ட உற்பத்திச் சாதனங்கள் எந்த அளவுக்குப் பயன்படுத்தப்

பட்டனவோ அந்த அளவுக்கும், அனைத்துத் தொழிலாளர்களின் உழைப்புச் சக்தியை மறு உற்பத்தி செய்வதற்குத் தேவைப்படும் பொருட்களும் பணிகளும் புதிதாக மறு உற்பத்தி செய்யப்பட வேண்டும்.

சாதாரண பவுதிக அடிப்படையிலான மறு உற்பத்திக்கு ஏற்கெனவே பயன்படுத்தப்பட்ட உற்பத்திச் சாதனத்திற்குப் பதிலாக வேறு உற்பத்திச் சாதனத்தைக் கொண்டு வருவது, தொழிலாளர்களின் வாழ்வு சாதனத்தை உற்பத்தி செய்வது போன்றவை தேவைப்படும். தொழிலாளரின் சமூக மறு உற்பத்திக்கு இவற்றைவிடக் கூடுதலானவை தேவைப்படும். சமூக மறுஉற்பத்திக் கண்ணோட்டத்தில் முதலாளித்துவ உற்பத்தி நிகழ்முறையைப் பரிசீலித்தால் முன்னீடு செய்யப்பட்ட மதிப்பு மட்டுமின்றி உபரி மதிப்பும் மறு உற்பத்தி செய்யப்பட வேண்டும். முதலாளித்துவ மறு உற்பத்தியின் உள்ளார்ந்த விளைவாக உபரிமதிப்பு உற்பத்தி அமையும். இந்த உபரி மதிப்புமுதலாளி வர்க்கத்தின் வருவாயாக (வருமானமாக) இருக்கும் சாமானிய மறு உற்பத்தியில் உழைப்பாளி வர்க்கத்திடமிருந்து பறிமுதல் செய்யும் உபரி மதிப்பு முழுவதையும் முதலாளி வர்க்கம் தனிப்பட்ட மற்றும் உற்பத்தி சாராத நுகர்வுக்காகச் செலவழித்து விடும்.[2]

சாமானிய மறு உற்பத்தியானது ஒரேயொரு தனிப்பட்ட ஒரேமுறை நிகழும் மறு உற்பத்தி முறையிலிருந்து வேறுபட்ட தனியான பண்பினைப் பெறுகிறது. ஆண்டுக்கு ஆண்டு தொழிலாளர்கள் தங்களுக்குக் கூலியாகத் திரும்பி வருவதை மட்டும் உற்பத்தி செய்வதில்லை. மாறாக, முதலாளி வர்க்கத்தைத் தொழிலாளர்களைவிட மேம்பட்ட வாழ்க்கைத் தரத்துடன் வாழ வைக்கவும் மறு உற்பத்தி செய்யவும் தேவையான உபரி மதிப்பை உற்பத்தி செய்கிறது. இந்த உண்மை நிலவரத்தைப் பண வடிவத்தில் கொடுக்கப்படும் கூலி மறைத்து விடுகிறது. தொழிலாளர்களின் உழைப்புக்குத்தான் கூலி கொடுக்கப்பட்டு விடுகிறதே என்ற தோற்றத்தை ஏற்படுத்தி உண்மை நிலவரத்தை மறைத்து விடுகிறது. மார்க்ஸ் இதனைப் பின்வருமாறு விளக்குகிறார்;

> "தொழிலாளி ஓயாமல் திரும்பத் திரும்ப மறு உற்பத்தி செய்து கொண்டிருக்கும் உற்பத்திப் பண்டத்தின் ஒரு பகுதிதான் கூலி வடிவில் அவரிடம் திரும்பி வருகிறது ...... நாம் தனியொரு முதலாளிக்கும் தனியொரு தொழிலாளிக்கும் பதிலாக ஒட்டுமொத்த முதலாளி வர்க்கம் முழுவதையும் தொழிலாளி வர்க்கம் முழுவதையும் எடுத்துக் கொண்டவுடனேயே பணத்தின் குறுக்கீட்டால் ஏற்படுகிற மாயத்தோற்றமானது மறைந்து போகிறது. தொழிலாளி வர்க்கத்தால் உற்பத்தி செய்யப்பட்டு முதலாளி வர்க்கத்தால் தனதாக்கப்படும்

> *சரக்குகளின் ஒரு பகுதியைப் பெறுவதற்கான ஆணைச்சீட்டுக்களையே முதலாளி வர்க்கம் தொழிலாளி வர்க்கத்துக்குப் பண வடிவில் தொடர்ச்சியாகக் கொடுத்துக் கொண்டிருக்கிறது. தொழிலாளர்கள் இந்த ஆணைச்சீட்டுக்களை அதேபோல முதலாளி வர்க்கத்திடம் தொடர்ச்சியாகத் திருப்பித் தந்து இவ்விதத்தில் தமது உற்பத்திப் பண்டத்தில் தமது பங்கைப் பெறுகிறார்கள். இந்தக் கொடுக்கல் வாங்கலையெல்லாம் உற்பத்திப் பண்டத்தின் சரக்கு வடிவமும் சரக்கின் பண வடிவமும் திரையிட்டு மறைத்து விடுகின்றன".*[3]

மூலதன உடைமையாளர்களுக்காக உழைப்பது, உற்பத்தி செய்வது ஆகியவற்றின் மூலம் தொழிலாளி வர்க்கம் சரக்குகளை மட்டும் உற்பத்தி செய்யவில்லை. அது சரக்குகளை மூலதனமாக உற்பத்தி செய்கிறது. குறிப்பாகச் சொன்னால், தொழிலாளர்களால் உற்பத்தி செய்யப்படும் பொருட்கள் (அ) சரக்குகளாகும். அத்துடன் அவை (ஆ) ஒட்டுமொத்த சமுதாயத்தின் மாறாத மற்றும் மாறும் மூலதனத்தின் பொருட்கூறுகளாக அமைகின்றன. அந்த வகையில், "தொழிலாளி புறவயப் பொருட்செல்வத்தை ஓயாமல் உற்பத்தி செய்கிறார். ஆனால் மூலதனத்தின் வடிவில்தான் தம் மீது ஆதிக்கம் செலுத்தித் தம்மைச் சுரண்டுகிற அந்நியமான சக்தியின் வடிவில்தான் அதனை உற்பத்தி செய்கிறார்."[4] தொழிலாளி வர்க்கத்தின் சொந்த நுகர்வின் எந்தப் பகுதி தொழிலாளி வர்க்கத்தை மறு உற்பத்தி செய்வதற்கு இன்றியமையாததாக அமைகிறதோ அப்பகுதி மட்டுமே பயனுள்ள நுகர்வாக முதலாளி வர்க்கம் கருதுகிறது. ஏனெனில், இது மட்டுமே தொழிலாளர்களைச் சுரண்டுவதைத் தொடர்வதற்கான சாத்தியக்கூறுகளைக் கொண்ட சூழல்களை உற்பத்தி செய்வதுடன், முதலாளிகள் தொடர்ந்து வாழ்வதற்கான சூழலையும் ஏற்படுத்துகிறது. இதே அடிப்படையில் பார்த்தால் "தொழிலாளியின் சொந்த நுகர்வு ஆக்கப்பூர்வமற்ற நுகர்வே. ஏனென்றால், தேவைகளால் அலைக்கழிக்கப் படும் தனியாளைத்தான் அது மறு உற்பத்தி செய்கிறது வேறெதனையும் அல்ல". ஆனால், முதலாளிக்கும் அரசுக்கும் இது ஆக்கப்பூர்வமான நுகர்வே. ஏனென்றால், அவர்களின் செல்வத்தைப் படைக்கும் ஆற்றலை அது உற்பத்தி செய்கிறது".[5] தொழிலாளியைப் பொறுத்தவரை அவரது தனிப்பட்ட நுகர்வு இரண்டுவிதமாகச் செயல்படுகிறது. (1) அவரை மறு உற்பத்தி செய்துகொள்ள இது உதவுகிறது. (2) இந்த நிகழ்முறையின்போது அவர் தனது கூலியை நுகர்வுக்காகப் பயன்படுத்தி விடுகிறார். எனவே, உழைப்புச் சந்தைக்குத் தொடர்ந்து செல்ல வேண்டிய நிர்பந்தத்துக்கு ஆளாகிறார். இவற்றைத் தொகுத்துக் கூறினால், "முதலாளித்துவப் பொருள் உற்பத்தி முறையானது தொடர்ச்சியாக இணைந்து ஓயாமல் நடைபெறும் நிகழ்முறை என்ற தன்மையில் அதாவது மறு உற்பத்தி

நிகழ்முறை என்ற தன்மையில் சரக்குகளை மட்டுமோ உபரி மதிப்பை மட்டுமோ உற்பத்தி செய்யவில்லை. முதலாளித்துவ உறவு முறையையும் கூட ஒரு பக்கம் முதலாளியையும் மறுபக்கம் கூலித்தொழிலாளியையும் அது உற்பத்தி செய்கிறது. மறு உற்பத்தி செய்கிறது."[6]

ஆரம்ப கட்ட அல்லது ஆதித் திரட்டல்

ஆரம்பத்தில் முதலீடு செய்யப்படும் மூலதனத்திலிருந்து உபரி மதிப்பு உருவாகும் நிகழ்முறையை ஏற்கெனவே பரிசீலித்தோம். உற்பத்தி நிகழ்முறையின் உற்பத்திக் கட்டத்தில், சரக்கு - உற்பத்தி நிகழ்முறை-சரக்கு′ என்ற மூலதனச் சுற்றில் உபரி மதிப்பு முதலில் தோன்றுகிறது. இரண்டு கேள்விகள் இங்கே எழுகின்றன. உபரி மதிப்பின் உற்பத்தி நிகழ்முறையின் ஆரம்பக்கட்டம் தொடர்பானது ஒன்று. மற்றது அதன் இறுதிநிலை தொடர்பானது. இப்பகுதியில் நாம் ஆரம்பக் கட்டத்தை எடுத்துக் கொள்கிறோம்.

முதல் கேள்வியை எழுப்புவதற்கு மூலதனச் சுற்றாகிய பணம்-சரக்கு-பணம்′ என்ற தொடர் நிகழ்வுக்கு மீண்டும் செல்வோம். சரக்கு-உற்பத்தி நிகழ்முறை-சரக்கு′ என்ற தொடர் நிகழ்வில் உபரி மதிப்பு உருவாவதற்குக் காரணம் உழைப்புச் சக்தியானது சரக்கு வடிவத்தில் சரக்கின் ஒரு பகுதியாக இருப்பதேயாகும். வேலைநாளில் உழைப்புச் சக்தியைப் பயன்படுத்தி உருவாக்கும் மதிப்புக்கும் உழைப்புச் சக்தியின் ஒருநாள் மதிப்புக்கும் இடையே உள்ள வேறுபாடுதான் உபரி மதிப்பாகும். உழைப்புச்சக்தி சரக்காக மாறி உபரி மதிப்பின் உற்பத்திக்கு வழி வகுப்பதற்குக் காரணமான சமூக வரலாற்றுச் சூழல்கள் யாவை? அவை எப்போது தோன்றின? தொடர் நிகழ்வான

பணம் < உற்பத்திச்சாதனம் / உழைப்புச்சக்தி

என்பதன் உள்ளடக்கமாக அமைந்த பொருள் யாதெனில் (1) உழைப்புச்சக்தி ஒரு சரக்காக மாறிவிட்டது. (2) அனைத்து உற்பத்திச் சாதனங்களும் சரக்குகளாக மாறி விட்டன. (3) சமுதாயத்தில் சிலரது கரங்களில் பணம் சேர்ந்துள்ளது. அவர்கள் இந்தப் பணத்தைப் பயன்படுத்திப் பிறரை வேலைக்கு அமர்த்தி அதே பணத்தால் விலைக்கு வாங்கிய உற்பத்திச் சாதனத்தைக் கொண்டு உற்பத்தியில் ஈடுபட விரும்புகின்றனர். (4) தங்கள் உழைப்புச் சக்தியை விற்பனை செய்து வாழ்க்கை நடத்துபவர்களும் சமுதாயத்தில் இருக்கின்றனர். எனவே, மேலே எழுப்பப்பட்ட கேள்வி இந்த நான்கு அம்சங்களும் இருப்பதற்கான சூழ்நிலைகளையும் அவற்றின் தோற்றுவாயையும் கண்டறிய விரும்புகிறது. கேள்வியின் சாரம் இதுதான். மற்றவர்களை வேலைக்கு வைத்துக் கொள்ளக்கூடிய அளவுக்குச் சிலருக்கு எவ்வாறு

பணம் கிடைத்தது? இரண்டாவதாகக் குறிப்பிட்ட ஒரு பகுதியினர் உழைப்புச்சக்தியைத் தவிர வேறு எதனையும் சொந்தமாகக் கொண்டிராத நிலை எவ்வாறு ஏற்பட்டது? முதலாளித்துவ உற்பத்திமுறையின் ஆரம்ப நிலையில் பண மூலதனம் சேர்வது தொடர்பான கேள்வியுடன் இது தொடர்புடையதால் இது முதன்மையான அல்லது ஆதித் திரட்டல் அல்லது புராதனத் திரட்டல் என்று அறியப்படுகிறது. முதலாளித்துவ கொச்சைப் பொருளாதார வாதிகள் அல்லது முதலாளித்துவ ஆதரவாளர்கள் இறையியலின் முதல் பாவக் கோட்பாட்டின் பொருளாதார வடிவத்தைச் சார்ந்து நின்று இக்கேள்விக்கு விடை அளிக்க முயற்சி செய்தனர். இறையியலில் ஆதிப்பாவம் வகிக்கும் பாத்திரத்தைப் பொருளாதாரத்தின் ஆதித் திரட்டல் வகிக்கிறது என்று அவர்கள் விளக்கமளித்தனர். இந்த முதலாளித்துவ வாதத்தை அப்படியே நாசூக்கின்றிக் கூறினால் - சிலர் தங்களுடைய மதிநுட்பம், தளரா ஊக்கம், மற்றும் சிக்கனமான செயல்களால் செல்வத்தைச் சேகரித்தனர். அதே நேரம் மிகப் பெரும்பான்மையான மக்கள் தங்களுடைய உடைமைகளை வீணாகச் செலவு செய்து பாழாக்கினர். இதனால் முதலில் கூறப்பட்டவர்கள் முதலாளிகளானார்கள். பின்னர் குறிப்பிடப் பட்டவர்கள் தொழிலாளர்களானார்கள். இந்தக் கோட்பாட்டை மார்க்ஸ் மிகவும் திறமையுடன் கேலி செய்கிறார். அத்துடன் ஆதித் திரட்டலில் தொடர்புடைய வரலாற்று ரீதியான உண்மை நிகழ்முறையை மூலதனம் முதல் தொகுதியின் 8-ஆவது அத்தியாயத்தில் தெளிவாக விளக்குகிறார். எனவே, அதற்குள் நாம் இங்கே விரிவாகச் செல்ல விரும்பவில்லை. பிரிட்டிஷ் முதலாளித்துவ முறையின் ஆதித் திரட்டலின் இரண்டு பிரதானத் தோற்றுவாய்களாக இருப்பவை ஒன்று - நேரடி உற்பத்தியாளர்களின் உடைமை பறிப்பு; அவர்களை உற்பத்திச் சாதனங்களிலிருந்து பிரித்தல். இரண்டாவது காலனி நாடு-களைச் சூறையாடுவது முதலில் குறிப்பிடப்பட்டுள்ளது. அதாவது தங்களுடைய உழைப்புச் சக்தியை விற்கக்கூடிய சொத்து இல்லாத மக்கள் கூட்டத்தை உருவாக்குவது என்பது மிகவும் முக்கியமாகத் தேவைப்பட்டது. அவர்களுடைய உற்பத்திச் சாதனங்களை மூலதனத்தின் பொருளியல் கூறுகளாக மாற்றுவதும் தேவைப்பட்டது. இரண்டாவது தோற்றுவாயாகக் குறிப்பிட்ட காலனி ஆதிக்கச் சுரண்டலானது-சிறிய எண்ணிக்கையிலான வர்த்தகர்கள் மற்றும் புதிதாக உருவாகி வந்த உற்பத்தியாளர்களின் கரங்களில் பண வடிவத்தில் செல்வம் குவிவதற்கு வழிவகை செய்தது. ஆதி திரட்டல் நிகழ்முறைகள் மிகவும் சிக்கலானதாகவும், வரலாற்று ரீதியாகப் பலவகைப்பட்டதாகவும் இருப்பதனால் நாம் அதனை இங்கே விரிவாகப் பரிசீலிக்க விரும்பவில்லை. ஆனால் சிலவற்றை இங்கே தெளிவுபடுத்த வேண்டியுள்ளது. (1) உற்பத்திச் சாதனங்களை ஏகபோக உடைமையாளர்களாகக் கொண்ட முதலாளி

வர்க்கமும்; தங்களுடைய உழைப்புச் சக்தியைச் சரக்காக விற்கக்கூடிய சொத்தில்லாத உழைப்பாளி வர்க்கமும் ஆகிய இரண்டுமே சமுதாயத்தில் வரலாற்று ரீதியாக உருவானவையே அன்றி இயற்கையாக உருவானவை அல்ல.(2) முதலாளித்துவ உற்பத்திமுறை உதித்த காலத்தில் தற்போது முன்னேறிய முதலாளித்துவ நாடுகளில் இந்த வர்க்கங்கள் உருவாக்கப்பட்டன. இன்றைய தினம் உலகம் முழுவதிலும் பல்வேறு விதமான முறைகளில் தொடர்ந்து உற்பத்தியாகி வருகின்றன. விவசாயிகளை அவர்களுடைய நிலங்களிலிருந்து பிரித்தல், கைவினைஞர்களையும் சிறு தொழிலதிபர்களையும் பொருளாதாரமற்ற வன்முறை மூலமும் பெரிய அளவிலான தொழில்துறைகள் ஏற்படுத்தும் போட்டிகளின் மூலமும் ஒழித்துக் கட்டுதல்; சுயேச்சையான உற்பத்தியாளர்களின் பெரிய குழுக்களும் சிறு வணிகர்களும் மற்ற முறைகளில் பொருளாதார ரீதியில் சீரழிக்கப்படுதல், பாட்டாளிகளாக மாற்றப்படுதல், அதே சமயம் ஒரு சிறுபான்மைப் பகுதியினர் ஏகபோக வர்த்தகம், அரசு ஆதரவு போன்ற பல முறைகளில் பண வடிவ செல்வத்தைக் குவித்துக் கொள்வது போன்றவை மூலம் இவை நிகழ்கின்றன.[7] இரண்டாவது பிரச்சனையின் மீது நாம் இப்போது கவனம் செலுத்துவோம்.

உபரி மதிப்பிலிருந்து மூலதனத்துக்கு

மூலதன உடைமையாளர்களுக்கு ஆரம்ப மூலதனம் எப்படி சொந்தமாயிற்று என்ற கேள்வியை ஒருபுறம் ஒதுக்கி வைத்து விடுவோம். கூடுதல் பணமான $ப^1$விற்கும், உபரி மதிப்பிற்கும் ($ப^1$-ப) என்ன நிகழ்கின்றது என்பதை இப்போது பரசீலிப்போம். ப எப்படி $ப^1$ ஆகிறது என்பதையும், மூலதனம் எவ்வாறு உபரி உருவாக வழி வகுக்கின்றது என்பதையும் பரிசீலித்தோம். உபரி மதிப்பை எப்படி மூலதனமாக மாற்ற முடியும் என்பதை இப்போது பரிசீலிக்க வேண்டியுள்ளது. அதாவது மூலதனத் திரட்டல் நிகழும் முறையைப் பரிசீலிக்க விரும்புகிறோம்.

சமூக உபரி மதிப்பின் ஒரு பகுதி ஆக்கப்பூர்வமாக உற்பத்தியில் ஈடுபடுத்தப்படாமல் மூலதன உடைமையாளர்களால் நுகரப்படலாம். எஞ்சியுள்ள பகுதியின் மீதுதான் நாம் இங்கே கவனம் செலுத்துகிறோம். உபரி மதிப்பு ஆரம்பத்தில் பண வடிவத்தில்தான் மூலதன உடைமையாளர்களிடம் திரள்கிறது. இந்த உபரி மதிப்பை மூலதனமாக மாற்றுவதற்குப் பண வடிவத்தில் உள்ள உபரி மதிப்பை மூலதனத்தின் பொருளியல் கூறுகளாக மாற்றப்பட வேண்டிய தேவை உள்ளது. அதாவது உற்பத்திச் சாதனங்களாக (மாறா மூலதனம்) வேலைக்கு அமர்த்தப்படும் தொழிலாளர்களின் உழைப்புச் சக்தியை உற்பத்தி செய்வதற்குத் தேவையான அவசிய நுகர்வுப் பொருட்களாகவும் (மாறும் மூலதனம்) மாற்ற வேண்டியுள்ளது. உபரி மதிப்பை மூலதனமாக மாற்றுவதற்கும் அந்த மூலதனம் மேலும்

உபரி மதிப்பை உற்பத்தி செய்வதற்கும் முன் நிபந்தனையாக ஒன்று அமைந்துள்ளது. உபரி மதிப்பின் ஒரு பகுதியை உற்பத்திச் சாதனங்களையும் தொழிலாளர்களின் நுகர்வுச் சாதனங்களையும் உற்பத்தி செய்வதற்குப் பயன்படுத்தியிருக்க வேண்டும் என்பதே அந்த முன் நிபந்தனையாகும். முதலாளித்துவப் பொருள் உற்பத்திமுறை திட்டமிட்ட வகையில் செயல்படுவதில்லை. இந்த சமூக உற்பத்திமுறை அராஜகத்தன்மையுடன் திகழ்கிறது. இதனால் உற்பத்திச் சாதனங்களுக்கும் நுகர்வுச் சாதனங்களுக்குமிடையேயான (அவ்வப்போது உற்பத்தி முறையில் நிலவும் தொழில்நுட்ப மற்றும் சமூக நிலைகளுக்குப் பொருத்தமான) உறவைச் சரியான விகிதாசாரத்தில் பராமரிப்பது என்பது தானாக நடைபெறாது. இது மறு உற்பத்தி நிகழும் முறையில் ஒரு குறுக்கீடாக - அதாவது நெருக்கடிக்கான சாத்தியக்கூறுக்கான தோற்றுவாயாக அமையும் முதலாளித்துவப் பொருளாதார நெருக்கடிகளைப் பற்றி பின்னர் பரிசீலிக்கும்போது இதனை மேலும் விளக்கிக் கூறலாம். இப்போதைக்கு அத்தகைய முன் நிபந்தனை பூர்த்தி செய்யப்பட்டுள்ளது என்று கொள்வோம். அது எப்போதுமே பராமரிக்கப்படுகிறது என்ற அனுமானத்துடன் மூலதனத் திரட்டலை இப்போது நாம் பரிசீலிப்போம்.

மூலதனத் திரட்டல்

உபரி மதிப்பை மூலதனமாக மாற்றுவதற்கான நிபந்தனைகள் பூர்த்தி செய்யப்படும்போது மூலதனத் திரட்டல் நிகழ்கிறது. இதற்கு உழைப்புச் சக்தி கிடைப்பது விரிவடைய வேண்டியது என்பது பொதுவாகத் தவிர்க்க முடியாதபடி தேவைப்படுகிறது. ஆனால், அந்த விரிவாக்கம் உயிருள்ள உழைப்பைப் பயன்படுத்திக் கொள்வதைவிட குறைவான வேகத்தில் நிகழலாம். உழைப்புச் சக்தி தொடர்ந்து அதிக அளவில் கிடைப்பதற்கு ஏற்ற வகையில் உழைப்புச் சக்தியின் மதிப்பு தீர்மானிக்கப்பட்டிருக்கிறது என்பதை ஏற்கெனவே விளக்கியுள்ளோம்.

மூலதனத் திரட்டல் காலங்காலமாகத் திரும்பத் திரும்ப நிகழும் முறையைப் பரிசீலிப்போம். திட்டவட்டமான முறையில் இதனைப் பரிசீலிப்பதற்குத் துவக்கததில் இருந்த சமூக மூலதனத்தின் எண்ணிக்கை 100க்குச் சமமானது என்று வைத்துக் கொள்வோம். இதில் மாறா மூலதனம் = 80 எனவும் மாறும் மூலதனம் = 20 எனவும் வைத்துக் கொள்வோம். உபரி மதிப்பு விகிதம் 100 விழுக்காடு எனவும் வைத்துக் கொள்வோம். ஒவ்வொரு ஆண்டும் ஆரம்ப மூலதனம் 20 எண்ணிக்கையிலான உபரி மதிப்பை உற்பத்தி செய்கிறது. ஐந்து ஆண்டுகளில் இந்த ஆரம்ப மூலதனத்தால் மட்டும் உற்பத்தி செய்யப்படும் உபரி மதிப்பு மட்டுமே 100-க்குச் சமமாக இருக்கும். மூலதன உடைமையாளரிடம் உபரி மதிப்பு சேரச் சேர அதனை அவர்

உற்பத்தியில் முதலீடு செய்கிறார். அதனால் மேலும் மேலும் அதிக எண்ணிக்கையிலான தொழிலாளர்களைத் தனது அதிகார வரம்புக்குள் கொண்டு வருகிறார். மூலதனத் திரட்டல் இவ்வாறு மூலதன உடைமையாளரின் ஆளுகைக்குட்பட்ட பரப்பளவை விரிவுபடுத்து கிறது. தொழிலாளர்கள் மீது ஆதிக்கம் செலுத்தும் மூலதனத்தின் ஆற்றலை அதிகரிக்கிறது. முதலாளித்துவ உற்பத்தி முறையின் தர்க்க இயலின் உள்ளார்ந்த விந்தையான தன்மை இதுதான் - "தொழிலாளி வர்க்கம்தான் அந்தந்த ஆண்டின் உபரி உழைப்பைக்கொண்டு அதற்கு அடுத்த ஆண்டில் கூடுதல் உழைப்பை வேலைக்கு அமர்த்தப் போகிற மூலதனத்தைப் படைக்கிறது".[8]

முதலாளித்துவ உற்பத்திமுறை தொடர்ந்து நிகழும்போது திரட்டப்பட்ட உபரி மதிப்பானது ஒட்டுமொத்த சமூக மூலதனத்தில் மேலும் மேலும் ஆதிக்கம் செலுத்தக்கூடிய உள் உறுப்பாக மாறி விடுகிறது. ஆரம்ப மூலதனத்தால் வழங்கப்படும் உபரி மதிப்பின் விகிதம் - அதாவது ஆரம்ப மூலதனம் அல்லது ஆதி மூலதனத்தின் பயனாகப் பெறுவது மேலும் மேலும் சிறியதாக மாறி பூஜ்யம் என்ற நிலையை நோக்கி நகர்கிறது. இதனையும் எண்ணிக்கை அடிப்படையிலான உதாரணத்தைக் கொண்டு எளிதாக விளக்கலாம். ஏற்கெனவே எடுத்தாளப்பட்ட உதாரணத்தில் ஆரம்ப மூலதனம் ஐந்தாண்டுகளில் உற்பத்தி செய்யும் உபரி மதிப்பு அந்த ஆரம்ப மூலதனத்துக்குச் சமமான அளவில் வளர்ந்தது என்பதைக் குறிப்பிட்டோம். ஒவ்வொரு ஆண்டும் முதலாளி வர்க்கம் உபரிமதிப்பின் சரிபாதியை ஆக்கப்பூர்வமற்ற வகையில் நுகர்வதாக வைத்துக் கொள்வோம். மீதியை மட்டும் மூலதனமாக மாற்றினால் அது பத்தாண்டுகளில் 100 என்ற அளவுக்கு - அதாவது ஆரம்ப மூலதனத்துக்குச் சமமான அளவில் நேரடியாக உற்பத்தி செய்துவிடும். இதைத் தவிர ஒவ்வொரு ஆண்டும் முதலீடு செய்யப்படும் ஆரம்ப மூலதனத்தின் உபரி மதிப்பும் தனது பங்குக்கு உபரி மதிப்பை உற்பத்தி செய்யும். அதன் ஒரு பகுதி மூலதனமாக மாறி இருக்கும். இதுவும் மேலும் உபரி மதிப்பை உருவாக்கும். முதலாளித்துவ உற்பத்திமுறை ஆதிக்கம் செலுத்தக்கூடிய சமுதாயத்தில், "கடந்தகால ஊதியமில்லா உழைப்புக்கு உடைமையாளராய் இருந்தாலே போதும். உயிருள்ள ஊதியமில்லா உழைப்பை மேன்மேலும் அதிகரிக்கும் அளவு வீதத்தில் தனதாக்கிச் செல்லலாம். முதலாளி எவ்வளவுக்கெவ்வளவு திரட்டி வைத்துள்ளாரோ அவ்வளவுக்கவ்வளவு அதிகமாய் அவரால் திரட்ட முடியும்".[9] ஆக இருப்பவனிடமே மேலும் மேலும் அளிக்கப்படும்.

ஒரு முக்கிய மாற்றம் ஏற்பட்டுள்ளது என்பது தெளிவாகத் தெரிகிறது. சாமானிய சரக்கு உற்பத்தி விதிகளிலிருந்து நாம் துவங்கினோம். சரக்குகள் அவற்றின் மதிப்பின் அடிப்படையில்

பரிவர்த்தனை செய்யப்படுகின்றன என்று அனுமானித்தோம். ஒவ்வொரு தனிப்பட்ட கொடுக்கல் வாங்கல் நிகழ்வும் சமதையான பரிவர்த்தனை விதிப்படியே நடக்கின்றன. எனினும் சமுதாயம் முழுமைக்குமாகப் பார்க்கும்போது - ஒருவர் தொழிலாளி வர்க்கத்துக்கும் முதலாளி வர்க்கத்துக்குமிடையேயான உறவைப் பரிசீலிக்கும் பரிவர்த்தனை நடப்பது போன்ற தோற்றமே ஏற்படுகிறது. தொழிலாளி வர்க்கம் உழைப்பு முழுவதற்கும் காரணமாக இருக்கிறது. அதிலிருந்து மதிப்பும் உபரி மதிப்பும் உருவாகிறது. ஆனால், முதலாளி வர்க்கம் அதை வைத்துக் கொண்டு வாழ்க்கை நடத்துகிறது. உபரி மதிப்பையும் திரட்டிக்கொள்கிறது. சரக்குகளின் சமதையான பரிவர்த்தனை என்பது இவ்வாறு முதலாளி வர்க்கம் தொழிலாளி வர்க்கத்திடமிருந்து உபரி மதிப்பைக் கைப்பற்றும் உண்மையான உறவுமுறையை மூடி மறைக்கிறது. சரக்கை வாங்குபவனுக்கும் மற்றும் சரக்கை விற்பவனுக்குமிடையே உள்ள உறவில் நிலவும் விதி யாதெனில் 'ஒவ்வொருவருக்கும் அவரது உழைப்புக்கு ஏற்றவாறு' ஆனால், வர்க்கங்களுக்கிடையே உள்ள உறவில் அந்த விதி பிறருடைய உழைப்பின் மூலம் சொத்தைப் பெறுதல் (இது முதலாளிக்கு) ஒருவர் தனது உழைப்பைச் செலுத்திய பிறகும் சொத்து எதுவும் கிடையாது (இது தொழிலாளிக்கு)

மார்க்ஸ் பின்வருமாறு கூறுகிறார்:

> "சொத்துரிமை அவரவரது சொந்த உழைப்பை அடிப்படையாகக் கொண்டவை என்றுதான் துவக்கத்தில் தோற்றமளித்தது. எப்படியும் இப்படிப்பட்ட ஏதோ சில அனுமானங்கள் தேவைப்பட்டன. ஏனெனில் சரிசமமான உரிமைகள் படைத்த சரக்குடைமையாளர்கள் மட்டுமே ஒருவரையொருவர் எதிர்கொண்டனர். அவரவரும் தனது சொந்த சரக்குகளைப் பிறருக்கு அளிப்பதன் மூலம்தான் மற்றவர்களின் சரக்குகளுக்குச் சொந்தக்காரராக முடிந்தது. உழைப்பின் மூலமே இவற்றை மீண்டும் இட்டு நிரப்ப முடியும். ஆனால், இப்போது சொத்து என்பது பிறரது ஊதியமில்லா உழைப்பை அல்லது அந்த உழைப்பின் உற்பத்திப் பொருளைத் தனதாக்கிக்கொள்ள முதலாளிக்குள்ள உரிமை என்றும் ஆனால் தனது சொந்த உற்பத்திப்பொருளைத் தனதாக்கிடத் தொழிலாளிக்கு இயலாத நிலை என்றும் ஆகிவிடுகிறது. உழைப்பிலிருந்து சொத்து இவ்வாறு பிரிக்கப்படுவதானது இவையிரண்டின் முழுதொத்த தன்மையிலிருந்து வந்ததாகத் தோன்றிய விதியின் தவிர்க்க முடியாத விளைவாகிறது".[10]

எனவே, முதலாளித்துவ உற்பத்தி முறையின் விதிகள், சாமானிய சரக்கு உற்பத்தி முறைகளுக்கு முரணானவை என்றபோதிலும் அவை சரக்கு உற்பத்தியின் அடிப்படையில் மட்டுமே எழுகின்றன.

எந்தவொரு தனிப்பட்ட கொடுக்கல் வாங்கல் நிகழ்வும் சரக்கு உற்பத்தி விதிகளை மீறவில்லை. இருந்தபோதிலும் தொழிலாளிகளால் உற்பத்தி செய்யப்பட்ட உபரி மதிப்பை முதலாளிகளால் தங்கள் வசமாக்கிக் கொள்ள முடியும். "பரிவர்த்தனை விதிகளை ஒவ்வொரு பரிவர்த்தனை நடவடிக்கையிலும் கடைப்பிடித்துக் கொண்டிருக்கும் வரை சரக்கு உற்பத்திக்குரியவையான சொத்துரிமைகளை எவ்விதத்திலும் பாதிக்காமலே, தன் வசமாக்கிக்கொள்ளும் முறையில் முற்றிலும் புரட்சிகரமான மாற்றத்தை ஏற்படுத்த முடியும்".[11] உழைப்புச் சக்தியை ஒரு சரக்காக வாங்குவதும் விற்பதும் நிகழ்வதைத் தொடர்ந்தே நாம் விவரித்த ஒட்டுமொத்த விளைவுகளின் தொகுதி நிகழ்கிறது. சமதையான பரிவர்த்தனை முறைச் சூழ்நிலைகள் நிலவும்போதும் உபரி மதிப்பின் தோற்றுவாயாக அதுவே உள்ளது. உழைப்புச்சக்தி ஒரு சரக்காக மாறும்போதுதான் சரக்கு உற்பத்தி என்பது பொதுவான தன்மையைப் பெறுகிறது.

மூலதனத் திரட்டலும் நுகர்வுத் துறப்பும்

உபரி மதிப்பும் மூலதனத் திரட்டலும் தொழிலாளி வர்க்கத்தின் உழைப்பின் காரணமாகவே சாத்தியமாகின்றன என்பதை பிரிட்டனைச் சேர்ந்த செவ்வியல் பொருளாதார வல்லுநர்களான ஸ்மித்தும், ரிகார்டோவும் ஒப்புக் கொண்டனர். ஆனால், அவர்களுக்குப் பின்னால் வந்த முதலாளித்துவப் பொருளாதார வல்லுநர்கள் மூலதனத் திரட்டலை முதலாளி வர்க்கத்தின் நுகர்வுத் துறப்புடன் தொடர்புபடுத்த முயன்றனர். தன்னிடம் சேர்ந்த உபரி மதிப்பை நுகர்பொருளை விலக்கி வைப்பதன் மூலம் முதலாளிகள் சேமித்து வைத்தனர் என்ற வாதத்தை அவர்கள் முன்வைத்தனர். வேறு சொற்களில் கூறினால் மூலதனத் திரட்டல் என்பது மூலதன உடைமையாளர்களின் சேமிப்பின் விளைவாக ஏற்படுகிறது. அவர் தனது நுகர்வை ஒத்திப்போட்டு அதனால் ஏற்படும் வலியை அனுபவித்து இதனைச் செய்கிறார். தனது எதிர்கால மூலதனத்தையும் உபரி மதிப்பையும் அதிகரிக்க முடியும் என்பதற்காக அவர் இவ்வாறு செய்கிறார். இதனை மார்க்ஸ் "அவர் கறக்கும் கப்பத்தில் எப்பகுதியை மூலதனமாகத் திரட்டுகிறாரோ அப்பகுதி அவரால் சேமிக்கப்படும் பகுதியாகக் குறிப்பிடப்படுகிறது. ஏனென்றால், அதனை அவர் தின்று தீர்ப்பதில்லை. அதாவது அவர் முதலாளிக்குரிய முறையில் செயல்பட்டுத் தன்னை வளப்படுத்திக் கொள்கிறார்".[12] நுகர்வை விலக்கி வைக்கும் வாதத்தின்படி முதலாளி வர்க்கம் கையகப்படுத்தும் உபரி மதிப்பானது அது தனது நுகர்வை ஒத்திப்போடுவதால் ஏற்படும் வலிக்காக அளிக்கப்பட்ட பரிசு என்று விளக்கமளிக்கப்படுகிறது. முதலாளித்துவப் பொருளாதாரத்தின் பிரதான சிந்தனையாளர்கள் பலரும் இந்த வாதத்தை முழுமையாக அப்படியே ஏற்றுக்கொண்டனர். இதனை வழிவழியாக வந்த

ஞானமாகக் கருதுபவர்களை இன்றும் காண முடிகிறது. ஆனால், இந்த வாதம் உண்மையில் அபத்தமானது. மூலதன உடைமையாளர் என்பவர் வரலாற்று ரீதியான ஒரு முகவர் என்பதையும் வரலாற்று ரீதியான ஒரு குறிப்பிட்ட உற்பத்திமுறையின் ஒரு குறிப்பிட்ட சமூக உறவைத் தாங்கி நிற்பவர் என்பதையும் காணத் தவறும் போக்கு இங்கே முழுமையாக வெளிப்படுகிறது. முதலாவதாக நுகர் பொருளை விலக்கி வைக்கும் தனது ஆற்றலை மூலதன உடைமையாளர் பயன்படுத்துவதால்தான் மூலதனத் திரட்டல் உருவாகிறது என்பது சரியானதல்ல. மாறாக, அது அவரது விருப்பத்துக்கு அப்பாற்பட்ட சமூக சக்திகள் ஏற்படுத்தக்கூடிய விளைவு என்று மார்க்ஸ் கூறுவதை நினைவுபடுத்திக்கொள்வோம். "பயன்மதிப்பை மூலதன உடைமையாளரின் உண்மையான நோக்கமாக ஒருபோதும் பார்க்கக்கூடாது".[13] மூலதன உடைமையாளர் என்ற வகையில் அவரது நோக்கம், மதிப்பு தானாக விரிவடைவது. அதனைத்தான் அவர் திரட்டுகிறார். முதலாளித்துவ உற்பத்திமுறை வளர வளர செயல்பாடுகளின் அளவில் தொடர்ந்து அதிகரிக்கிறது. இது உபரி மதிப்பை உற்பத்தியை விரிவுபடுத்துவதற்காகச் செலவிடுவதற்கு அவரைக் கட்டாயப் படுத்துகிறது. போட்டி ஏற்படும்போது சரக்குகளின் விலையை மலிவானதாக்க வேண்டிய கட்டாயம் அவருக்கு ஏற்படுகிறது. இதற்காகப் புதிய உற்பத்தி முறைகளில் அவர் முதலீடு செய்கிறார். புதிய இயந்திர சாதனங்களை வாங்குகிறார். இவ்வாறு செயல்பட்டு அவர் மூலதனத் திரட்டலை உருவாக்குகிறார். மார்க்சின் கருத்துப்படி, "போட்டியானது முதலாளித்துவப் பொருளுற்பத்தியின் உள்ளார்ந்த விதிகளை வெளியிலிருந்து கட்டாயப்படுத்தும் விதிகளாக்கித் தனிப்பட்ட ஒவ்வொரு முதலாளியையும் அவற்றுக்குக் கீழ்ப்படிய வைக்கிறது. தனது மூலதனத்தைக் காப்பாற்றிக்கொள்ளும் பொருட்டு அதனை இடையறாது விரிந்து பெருகச் செய்யுமாறு அவரைக் கட்டாயப் படுத்துகிறது. ஆனால், மேன்மேலும் அதிகமாக்கிச் செல்லும் திரட்டலின் மூலமாக அல்லாமல் வேறு எவ்விதத்திலும் அவர் தனது மூலதனத்தை விரிந்து பெருகச் செய்ய முடியாது.[14] எனவே, மூலதனத் திரட்டலானது முதலாளிகள் நுகர்வை விலக்கி வைத்தல் அல்லது அதுமட்டுமின்றி வேறு தனிப்பட்ட காரணங்களின் அடிப்படையில் நிகழ்வதில்லை. தனிப்பட்ட விருப்பு வெறுப்புக்கு அப்பாற்பட்ட போட்டிச் சக்திகள் உபரி மதிப்புக்கான தேடல் போன்றவற்றின் அடிப்படையிலேயே நிகழ்கின்றன.

மேலும் மூலதனத் திரட்டல் தொடரும்போது முதலாளிகள் தங்களுடைய சுகபோகங்கள் எவற்றையும் துறக்க வேண்டியதில்லை. உண்மையில் கூடுதலாகத் திரட்டும் அதே நேரத்தில் கூடுதலாக நுகரவும் முடியும். வரலாற்று அனுபவம் இதனை உறுதி செய்கிறது.

ஒரு ராக் ஃபெல்லரோ, ஒரு டாட்டாவோ உலகத் தொழிலாளர்களிடமிருந்து பிடுங்கிய கப்பத்தை அனுபவிக்காமல் ஒதுங்கியிருந்தார்கள் என்று குற்றம் சாட்ட முடியாது. எழுச்சி பெற்று வரும் வர்க்கமாக (அதன் காரணமாக முற்போக்குத் தன்மை கொண்ட வர்க்கமாக) இருந்த முதலாளி வர்க்கம் ஆழமாக வேரூன்றிய ஆளும் வர்க்கமாக மாறும்போது அதனுடைய நிலப்பிரபுத்துவ முன்னோடிகளின் ஆடம்பரமான பழக்க வழக்கங்களை அப்படியே கடைப்பிடிக்கத் துவங்குகிறது. மேலும் "ஒரு குறிப்பிட்ட வளர்ச்சிக் கட்டத்தை எட்டியவுடன் மரபுவழி சார்ந்த ஓரளவு ஊதாரித்தனம் - இது செல்வச் செழிப்பை விளம்பரப்படுத்திக் கடன் வசதிக்கு வழிகோலும் மார்க்கமுமாகிறது. அது அந்த துரதிர்ஷ்டம் பிடித்த முதலாளிக்கு வியாபார அவசியமாகிறது. மூலதனத்தின் விளம்பரச் செலவுகளில் ஆடம்பரமும் இடம் பெறுகிறது."[15]

எனவே, மூலதனத் திரட்டல் என்பது முதலாளி நுகர்வை விலக்கி வைப்பதன் விளைவோ அல்லது அதனால் தீர்மானிக்கப்படுவதோ அல்ல. உபரி மதிப்பு முதலாளித்துவ நுகர்வு மற்றும் மூலதனத் திரட்டல் என்று பிரிக்கப்படுகிறது. இவ்வாறு பிரிப்பதைப் போட்டி போன்ற புறவயக் காரணிகளே பெரிய அளவில் தீர்மானிக்கின்றன. மூலதனத் திரட்டலின் அளவைத் தீர்மானிக்கக்கூடிய வேறு சில காரணிகளும் உள்ளன. இவற்றின் மீது நாம் இப்போது கவனம் செலுத்துவோம்.

மூலதனத் திரட்டலை தீர்மானிக்கும் காரணிகள்

உற்பத்தியை விரிவுபடுத்தவும் கூடுதலான உபரி மதிப்பைப் பெறவும் முதலாளி வர்க்கம் உபரி மதிப்பின் பெரும் பகுதியைச் செலவிடுகிறது. அந்த விரிவாக்கம் எந்த அளவில் நிகழும் என்பது பின்வருபவற்றைச் சார்ந்துள்ளது - உழைப்புச் சக்திச் சுரண்டலின் கடுமையான தன்மை; உழைப்பின் உற்பத்தித்திறன்; மூலதனமானது மாறா மூலதனம் மற்றும் மாறும் மூலதனமாக நுட்பமான முறையில் பிரிக்கப்படுதல்.

இப்பிரச்சனையை ஆய்வு செய்தபோது செவ்வியல் பொருளாதார வல்லுநர்களான ஆடம் ஸ்மித் மற்றும் ரிகார்டோ ஆகியோர் ஒரு முக்கிய கருத்தைத் தெரிவித்தனர். உபரி மதிப்பு ஆக்கப்பூர்வமான முறையில் பயன்படுத்தப்படும்போது அது மூலதனமாக மாற்றப் படுகிறது என்று அவர்கள் குறிப்பிட்டனர். ஆனால், அந்த ஆக்கப்பூர்வமான பயன்பாடு இரண்டு கூறுகளைக் கொண்டது என்பதை அவர்கள் கவனிக்கத் தவறினர். ஒருபுறத்தில் நுகர்வுச் சாதனங்கள் உற்பத்தியில் ஈடுபடும் தொழிலாளர்களுக்குச் செல்ல வேண்டும். இந்த தொழிலாளர்கள், தங்களுடைய உழைப்புச் சக்தியை மறு உற்பத்தி செய்து அந்த உழைப்புச் சக்தியை முதலாளிகளுக்காகச்

செலவிட்டு உபரி மதிப்பை முதலாளிகளுக்காக உற்பத்தி செய்து தருகிறார்கள். மறுபுறத்தில் குறிப்பிட்ட காலத்தில் நிகழும் தொழில் நுட்பத்துக்கு ஏற்ற வகையில் உற்பத்தி சாதனங்கள் தேவைப்படுகின்றன. இவற்றைக் கொண்டுதான் உற்பத்தியில் ஈடுபடும் தொழிலாளர்கள் உபரி மதிப்பை உற்பத்தி செய்கின்றனர். எனவே, மொத்த உபரி மதிப்பானது மாறும் மூலதனத்தின் பொருளியல் கூறான - வாழ்வுச் சாதனத்தைப் - பகுதி அளவிலும் மாறா மூலதனத்தின் பொருளியல் கூறான - உற்பத்தி சாதனத்தைப் பகுதி அளவிலும் கொண்டதாக அமைகிறது.

மூலதனத் திரட்டலின் அளவு என்பது சுரண்டலின் கடுமையை நேரடியாகச் சார்ந்துள்ளது. ஏனெனில் அதுதான் உபரி மதிப்பின் அறுதியான அளவைத் தீர்மானிக்கிறது. இது உபரி மதிப்பின் விகிதம் மற்றும் சுரண்டலுக்குக் கிடைக்கக்கூடிய உழைப்புச் சக்தியின் அளவின் பெருக்குத் தொகையேயன்றி வேறல்ல. பொதுவாகக் கூலியானது உழைப்புச் சக்தியின் மதிப்பின் அளவுக்குக் கொடுக்கப்படுவதாக வைத்துக் கொண்டோம். ஆனால், கூலியை இம்மதிப்புக்குக் கீழாகக் பலவந்தமாய்க் குறைக்கும் நடை முறையானது வரலாற்று ரீதியாக மூலதனத் திரட்டலை அதிகப்படுத்து வதில் முக்கிய பங்கு வகித்துள்ளது. (இதற்கான பல உதாரணங்களை மார்க்ஸ் குறிப்பிட்டுள்ளார்)

உற்பத்தித் தொழில்நுட்பத்தில் பெரிய மாற்றங்கள் இல்லாத நிலையிலேயும்கூட உற்பத்தியில் ஈடுபடுத்தப்படும் மாறும் மூலதனத்துக்கும் மாறா மூலதனத்துக்குமிடையேயான விகிதாசாரத்தில் சில மாறுபாடுகள் ஏற்படுவதுண்டு. தொழிலாளர்கள் கூடுதலான நேரத்துக்கு வேலை செய்யுமாறு நிர்பந்திக்கப்படும் போது அவர்கள் கச்சாப்பொருட்களை அதிகம் பயன்படுத்தும் நிலை ஏற்படும். ஆனால், மாறா மூலதனக்கூறாகிய உற்பத்தி சாதனத்தை அதே விகிதத்தில் அதிகரிக்க வேண்டிய தேவை இருக்காது. மாறும் மூலதனம் மற்றும் மாறா மூலதனத்துக்கிடையேயான விகிதாசாரம் தொழில்நுட்பத்தால் கடுமையான முறையில் தீர்மானிக்கப்படுவதில்லை என்பதைக் காட்ட வேறு சில உதாரணங் களையும் கூற முடியும். இதில் உள்ள நெகிழ்வுத் தன்மையே ஒரு குறிப்பிட்ட மூலதனத்தை வைத்துக்கொண்டே கூடுதலான உபரி மதிப்புக்கும் அதன் தொடர்விளைவாகக் கூடுதல் மூலதனத் திரட்டலுக்கும் ஆதாரமாக ஆகிறது.

உபரி மதிப்பு அதிகரிப்புக்கும் அதன் ஆதாரமாக மூலதனத் திரட்டலின் அதிகரிப்புக்கும் மிக முக்கிய ஆதாரமாக இருப்பது உற்பத்தித்திறன் அதிகரிப்பாகும் என்பதை ஏற்கெனவே கண்டோம். உற்பத்தித்திறன் அதிகரிக்கும்போது முதலாளி வர்க்கம் உடனடியாக அதிக அளவில் நுகர்வதுடன் கூடுதலான அளவில் மூலதனத்தைத்

திரட்டவும் முடிகிறது. உண்மை ஊதியம் அதிகரிக்கும் போதும்கூட இது நிகழ்கிறது. உபரி மதிப்பு விகிதமானது உண்மை ஊதியத்தைவிட வேகமாக அதிகரிக்கும் நிலையில் ஒரு குறிப்பிட்ட அளவிலான மாறும் மூலதனம் அதிக அளவிலான உழைப்புச்சக்தியை இயக்குவதற்குக் காரணமாகிறது. அதேபோல ஒரு குறிப்பிட்ட அளவிலான மாறா மூலதனம் கூடுதல் அளவிலான உற்பத்திச் சாதனமாக வடிவெடுக்கிறது. இந்த இரண்டு அம்சங்களின் பொருள் யாதெனில் கூடுதலான அளவில் மூலதனம் திரட்டப்படும் என்பதும் ஒரு குறிப்பிட்ட அளவிலான மூலதனம் விரைவாக விரிவடைகிறது என்பதுமாகும். உற்பத்தித்திறன் அதிகரிப்பானது உண்மையில் ஓரளவுக்கு மாறா மூலதனத்தின் தற்போதைய கூறுகளை - உதாரணமாக இயந்திரச் சாதனங்களை - காலத்திற்கு காலாவதி ஆக்கிவிடலாம். ஆனால் கூட்டிக் கழித்துப் பார்க்கும் போது "விஞ்ஞானமும் தொழில்நுட்பமும் உள்ளபடியே இயங்கிச் செயல்படும் மூலதனத்தின் பரிமாணத்தைச்சார்ந்திராமல் விரிவடையும் திறனை மூலதனத்திற்கு அளிக்கின்றன."[16]

முதலாளித்துவ உற்பத்தி முறையில் மூலதனத் திரட்டலுக்கான பல்வேறு ஆதாரங்களாக அமையக்கூடிய, உழைப்பின் மும்முரம் அதிகரித்தல், அதிக உற்பத்தித்திறன் போன்றவை - இறுதியாக மனித உழைப்புச் சக்தியின் காரணமாக ஏற்படக்கூடியவை, இந்த மனித உழைப்புச்சக்தி அது உருக்கொண்ட மூலதனத்தின் உள்ளார்ந்த இயல்பு போலத் தோற்றமளிக்கிறது. இது மூலதனத்தின் புதிரான தன்மைக்கும் சரக்கு உறவுகளின் மாய்மாலம் என்பதற்கும் மற்றொரு உதாரணம் என்று குறிப்பிடலாம்.[17]

தொழிலாளர் நிதியம் என்ற கோட்பாடு

திரட்டப்பட வேண்டிய உபரி மதிப்பின் விகிதம் கொடுக்கப் பட்டிருந்தாலும் மூலதனத் திரட்டலின் பரிமாணமானது உழைப்புச் சுரண்டலின் கடுமை, உற்பத்தித்திறன் மற்றும் உழைப்பின் பிற நிலைகள் ஆகியவற்றைச் சார்ந்துள்ளது என்பதை நமது பகுப்பாய்வு வெளிப்படுத்தியுள்ளது. ஆனால், 19ஆம் நூற்றாண்டைச் சேர்ந்த முதலாளித்துவப் பொருளாதார வல்லுநர்கள் மூலதனத் திரட்டலின் மொத்த அளவு (பரிமாணம்) தொழிலாளர் நுகர்வு நிதியம் என்ற ஒன்றால் நிர்ணயிக்கப்படுகிறது என்று காண்பிக்க முயன்றனர். அவர்களின் வாதம் பின்வரும் வகையில் அமைந்திருந்தது. முதலில் சமுதாயத்தின் மொத்த மூலதனம் நிலையான பரிமாணத்தைக் கொண்டது என்ற கருத்து முன்வைக்கப்பட்டது. அதனை நெகிழ்ச்சித் தன்மை கொண்டதாக ஆக்கும் கூறுகளை இக்கருத்து புறக்கணித்தது. இரண்டாவதாக - இந்த மொத்த மூலதனத்தின் பகுதியாக அமைந்துள்ள தொழிலாளர்களின் வாழ்வுச் சாதனங்களையும் நிலையான அளவைக் கொண்டதாக அது

வறட்டுத்தனமான முறையில் குறிப்பிட்டது. பணியில் அமர்த்தப்படும் தொழிலாளர்களின் எண்ணிக்கையின் அடிப்படையில் அது அமைகிறது என்றும் கருதப்பட்டது. வாழ்வுச் சாதனங்களின் திரள் (சோளம்) எனும் தொழிலாளர் நுகர்வு நிதியம்தான் மூலதனத் திரட்டலின் மொத்த அளவாக உறுதியான முறையில் கருதப்பட்டது.

எனினும், இக்கோட்பாடு தவறானது. இவ்வாறு கூறுவதற்கான காரணங்கள் ஏற்கெனவே விளக்கப்பட்டுள்ளன. முதலாவதாக மொத்த சமூக மூலதனத்தின் பரிமாணம் நெகிழ்ச்சித் தன்மை மிக்க வரம்புகளுக்குள் மாற்றம் அடைய முடியும். சுரண்டலின் விகிதம், உற்பத்தித்திறன் போன்றவைகளின் அடிப்படையில் இது நிகழ்கிறது. எனவே, "சமுதாய மூலதனமானது நிலையான செய்திறனைக் கொண்ட நிலையான பரிமாண அளவைக் கொண்டதல்ல."[18] இரண்டாவதாக தொழில்நுட்ப நிலைகள் உற்பத்திச் சாதனத்துக்கும் உயிருள்ள உழைப்புக்குமிடையேயான பவுதிக உறவு-களை நிர்ணயம் செய்தாலும்கூட உயிருள்ள உழைப்பினால் நுகரப்படும் வாழ்வுச் சாதனங்கள் அவற்றின் வழக்கமான அளவைவிடக் குறைவாகக் கீழ்நோக்கித் தள்ளப்படுகின்றன. தொழிலாளர் நுகர்வு நிதியம் என்ற வாதம் உண்மையில் தொழிலாளர்களின் நுகர்வை மூலதனத் திரட்டலுக்கு ஏற்பட்ட தடையாகக் காட்டுவதற்கான முயற்சியே. அத்துடன் உபரி மதிப்பு என்ற பெயரில் மூலதன உடைமையாளர் கொள்ளையடித்தபொருளை நுகர்வுக்கும் மூலதனத் திரட்டலுக்குமாகப் பிரித்துக் கொள்ளக்கூடிய அவருடைய தனியுரிமையென புனிதமான-தாகச் சித்திரிப்பதற்கான முயற்சியே.

தொகுப்புரை

முதலாளித்துவ முறையின் மறு உற்பத்தி வடிவை - அதாவது சமூக உற்பத்தியானது திரும்பத் திரும்பத் தொடர்ச்சியாக நிகழ்வதை முதலில் பார்த்தோம். அவ்வாறு பார்க்கும்போது சுற்றோட்ட நிகழ்முறை குறுக்கீடு எதுவுமின்றி நிகழ்வதாக அனுமானித்தோம். உற்பத்தி நிகழ்முறையின் மீது உடனடியாகத் தனிக்கவனம் செலுத்த வழிவகை செய்வதில் இந்த அனுமானம் வசதியாக இருந்தது. சுற்றோட்டங்களின் கட்டங்களைப் பிறகு சுருக்கமாக ஆய்வு செய்வோம். தர்க்க ரீதியாகப் பார்த்தால் முதலாளித்துவ மறு உற்பத்தி முறையானது சாமானிய மறு உற்பத்தியாகவோ விரிவான மறு உற்பத்தியாகவோ இருக்கக்கூடும் என்பதை நாம் கவனித்தோம். மொத்த உபரி மதிப்பும் உற்பத்தியில் ஈடுபடுத்தப்படாமல் நுகரப்படும்போதும் சமுதாயத்தின் கட்டுப்பாட்டில் உள்ள உற்பத்திச் சாதனம் ஏற்கெனவே இருந்த நிலையில் மாற்றமடையாமல் இருக்கும்போதும் சாமானிய மறு உற்பத்தி நிகழ்கிறது. முதலில் இருந்த அதே நிலையில்தான் உற்பத்தி செய்ய முடியும் என்ற நிலை சாமானிய மறு உற்பத்தி முறையில் காணப்படுகிறது. ஆரம்பத்தில்

முதலீடு செய்யப்படும் மொத்த சமுதாய மூலதனத்திலிருந்து கிடைக்கக்கூடிய உபரி மதிப்பின் ஒரு பகுதி மூலதனமாக மீண்டும் மாற்றப்படும்போது - அதாவது மூலதனமாகத் திரட்டப்படும்போது - விரிவடைந்த மறு உற்பத்தி நிகழ்கிறது.

முதலாளித்துவ உற்பத்திமுறை நிகழ வேண்டுமானால் அதற்கு முன்பாக சமுதாயம் இரண்டாக ஏற்கெனவே பிளவுபட்டிருக்க வேண்டும். உற்பத்திச் சாதனங்களையும் பணச்செல்வத்தையும் உடைமையாகக் கொண்ட ஒரு சிறு குழு ஒருபுறமும், தங்களுடைய உழைப்புச்சக்தியை விற்க வேண்டிய கட்டாயத்தில் (அதே சமயம் அதற்கான உரிமையும் கொண்ட) வைக்கப்பட்ட சொத்துடைமையற்ற மக்களைக் கொண்ட பெரும்பகுதி மறுபுறமுமாகச் சமுதாயம் பிளவுபட்டிருக்க வேண்டும். இந்தப் பிளவு நிகழும் முறைதான் புராதன அல்லது ஆதி மூலதனத் திரட்டல் முறையாக அமைகிறது. இதனை முதலில் மார்க்சும் பின்னர் லெனின், பாரன் மற்றும் வேறு சிலரும் விரிவாக விவாதித்துள்ளனர்.

மூலதனத் திரட்டல் தொடர்ந்து நிகழும்போது சமுதாய மூலதனத்தின் ஒரு பகுதியான ஆதி மூலதனம் முக்கியத்துவத்தை இழந்து பின்னுக்குச் சென்றுவிடுகிறது. மேலும் மேலும் அதிக அளவில் வளர்ந்துள்ள தற்போதைய மூலதனம் என்பது கடந்தகால மற்றும் நிகழ்காலத்தின் உபரி மதிப்பைத் தவிர வேறல்ல. சாமானிய சரக்கு உற்பத்தி முறையில் தனியார் தன்வசப்படுத்திக் கொள்ளும் முறை தொடர்பான சட்டங்களான - ஒருவர் தனது சொந்த உழைப்பின் மூலம் செல்வம் சேகரித்தல் என்பது முதலாளித்துவ பறிமுதல் சட்டமுறையில் - மற்றவர்கள் உழைப்பின் மூலம் செல்வம் சேகரித்தலாக மாற்றப்படுகிறது. மூலதனத்தின் ஆற்றலைத் தொழிலாளி வர்க்கத்தின் மீது மறு உற்பத்தி செய்தல் மற்றும் விரிவுபடுத்துதல்; மூலதன உடைமையாளர்களின் செல்வத்தை அதிகரித்தல்; உயிர் வாழ்வதற்கு மட்டுமே போதுமான நிலை மற்றும் கீழ்ப்படிந்து வாழ்தல் ஆகியவற்றைத் தொழிலாளி வர்க்கத்துக்குத் தொழிலாளி வர்க்கமே உருவாக்குகிறது.

உபரி மதிப்பு முழுவதையும் உடனடியாக நுகராமல் நுகர் பொருட்களை விலக்கி வைப்பதன் மூலம் மூலதன உடைமையாளர்கள் வேதனையை அனுபவிக்கிறார்கள் எனவும், இவ்வாறு அவற்றைத் துறப்பதற்காக அளிக்கப்படும் பரிசே லாபம் எனவும் முதலாளித்துவ பொருளாதார வல்லுநர்கள் வாதிடுகிறார்கள். ஆனால், உண்மைகள் முற்றிலும் மாறுபட்டவையாக இருப்பதை நாம் கண்டோம். தொடர்ந்து அதிகரிக்கும் வாழ்க்கைத் தரத்தை முதலாளி வர்க்கத்தினர் அனுபவித்து வருகின்றனர். மிகவும் அடிப்படையான அத்தியாவசியத் தேவைகளைக்கூடத் துறக்கும் நிலையில் இருப்பது தொழிலாளி வர்க்கமே. மூலதனத் திரட்டலின் பரிமாணத்தைத் தீர்மானிப்பது (1)

நுகர்வுக்கும் மூலதனத் திரட்டலுக்குமிடையே உபரிமதிப்பு பிரிக்கப்படும் முறை (2) உழைப்பின் உற்பத்தித்திறன் (3) உழைப்புச் சுரண்டலின் கடுமை ஆகியவையே. தொழிலாளர் நுகர்வு நிதியம் என்பதன் அடிப்படையில் சமூக மூலதனமானது உறுதியான முறையில் நிர்ணயிக்கப்படுகிறது எனவும் மூலதனத் திரட்டல் நெகிழ்ச்சியற்ற முறையில் தீர்மானிக்கப்படுகிறது என்றெல்லாம் கூறப்படுவதை முட்டாள்தனமானது என்று அறிவியல் தொழில்நுட்ப முன்னேற்றமும் சுரண்டல் அளவின் நெகிழ்ச்சியான வரம்புகளும் நிரூபித்துள்ளன.

அடிக்குறிப்புகள்

1. 'ஆண்டு' என்பது இங்கே உற்பத்திக் காலத்தைக் குறிக்கிறது. விளக்கத்தின் எளிமைக்காக, ஒட்டுமொத்தமாகச் சமூகம் சார்ந்த உற்பத்திக்காக ஒரு சராசரி உற்பத்திக் காலத்தைக் கற்பித்துக் கொள்கிறோம்.
2. உற்பத்தியில் ஈடுபடும் தொழிலாளர்கள் மேற்கொள்ளும் உழைப்பு நடவடிக்கைகளில் உற்பத்திக்கருவிகளின் பயன்பாடும் இந்தத் தொழிலாளர்களில் தனிநபர் ரீதியான பயன்பாடும் அவற்றை உற்பத்தி செய்வதற்குத் தேவைப்படும் பட்சத்தில் *உற்பத்திக்கான பயன்பாட்டை* உருவாக்குகின்றன. முதலாளித்துவத்தின் கீழ், உற்பத்திக்கான உழைப்பு முதலாளிகளுக்கான உபரி திப்பை உற்பத்தி செய்யக்கூடியதாக உள்ளது. மதிப்பு, உபரி மதிப்பு ஆகியவற்றின் உற்பத்திக்கு அத்தியாவசியமில்லாத அனைத்துப் பயன்பாடும் உற்பத்தி சாராதவையாகும்.
3. Marx, Capital, vol.I,Moscow, 1967, p. 568
4. அதே நூல், பக். 571
5. அதே நூல் பக். 573
6. அதே நூல் பக். 578
7. அதே நூல், பக். 713
8. For Extensive historical material see, among others, K.Marx, *Capital* Vol.I, part VIII; R. Luxemburg, *Accumulation of Capital,* Monthly Review Press, NewYork, 1962; P.A. Baran, *The Political Economy of Growth,* Monthly Review Press, New York 1968, and V.I. Lenin, *The Development of Capitalism in Russia* published Vol.3 of Collected works, Moscow
9. Capital, vol.I p. 582
10. அதே நூல், பக். 583
11. அதே நூல், பக். 583-584
12. அதே நூல், பக். 587
13. அதே நூல், பக். 591-592
14. அதே நூல், பக். 152
15. அதே நூல், பக். 592
16. அதே நூல், பக். 594
17. அதே நூல், பக். 603
18. அதே நூல், பக். 607
19. அதே நூல், பக். 609

9

மூலதனத் திரட்சியின் பொது விதி

(The General Lw of Caitalist Act)

சமூக மறு உற்பத்தி பற்றிய கோட்பாட்டை முந்தைய பகுதியில் அறிமுகப்படுத்தினோம். சமூக மறு உற்பத்தியானது சாமானிய மறு உற்பத்தி, விரிவடைந்த மறு உற்பத்தி என்று இரண்டு வகைப்படும். சாமானிய மறு உற்பத்தி குறித்த பரிசீலனை ஆய்வு ரீதியில் பயனுள்ளது. எனினும், மறு உற்பத்தியின் அடிப்படையில் முதலாளித்துவ உற்பத்தி முறையைப் பரிசீலிக்கும்போது உபரி மதிப்பை மூலதனமாக மாற்றுவது அல்லது மூலதனத்திரட்டலே அதன் பிரதான அம்சமாக உள்ளது என்பது தெளிவாகும். மார்க்சின் ஆய்வு ஒரு கருத்தை வலியுறுத்துகிறது. பயன் மதிப்பை உருவாக்குவதுதான் மூலதன உடைமையாளரின் நோக்கம் என ஒருபொழுதும் கருதக்கூடாது என்பதே மார்க்சின் வலியுறுத்தலாகும். தற்பெருக்கம் என்பது மூலதனத்தின் இயல்பு. எனவே, அது ஓயாமல் விரிவடைந்துகொண்டே இருக்கிறது. முதலாளித்துவ உற்பத்தி முறையில் பொருளாதார இயக்க விதிகளைக் கண்டுபிடிப்பதற்கு மூலதனத் திரட்டல் நிகழும் முறையை நாம் ஆய்வு செய்ய வேண்டும். இது குறித்த மார்க்சின் ஆய்வை இப்பகுதியில் காண்போம்.

சித்தாந்த அடிப்படையில் எண்ணற்ற சிந்தனை இழைகளை மார்க்ஸ் முதலில் முன்வைத்தார். பின்பு அவற்றை ஒருமுகப்படுத்தி மூலதனத் திரட்டலின் பொதுவிதியை வரையறை செய்தார். அவர் அணுகியமுறை இப்பகுதியில் பின்பற்றப்படுகிறது. சுருக்கமாகச் சொன்னால் மூலதனத் திரட்டல் நிகழும்போது (1) உயிருள்ள உழைப்பை மேலும் மேலும் அதிக அளவில் அகற்றிவிட்டு அந்த இடத்தில் இயந்திரச்சாதனங்கள் அமர்ந்து கொள்கின்றன. (2) போட்டி காரணமாகப் பல முதலாளிகள் அழிந்து போகின்றனர். தப்பிப் பிழைப்பவரின் எண்ணிக்கை மேலும் மேலும் குறைகிறது. அவ்வாறு தப்பிப் பிழைப்பவர்கள் ஆகப் பெரிய அளவிலான மூலதனத்தைத் தங்கள் கட்டுப்பாட்டுக்குள் வைத்துக் கொள்கின்றனர். (3) மேலே குறிப்பிடப்பட்டுள்ள வளர்ச்சிப்போக்குகள் காரணமாகத் தொழிலாளர்களின் சேமப்பட்டாளம் ஒன்று உருவாகி வளர்ச்சி அடைகிறது.

மூலதனத் திரட்டலும் கூலியும்

முதலாளித்துவ சமுதாயத்தின் வரலாற்று அனுபவங்களில் இரண்டுவிதமான காலகட்டங்கள் மாறி மாறி வருகின்றன. ஒரு காலகட்டத்தில் பொருளாதாரச் செயல்பாடுகள் ஜுர வேகத்தில் அதிகரிக்கின்றன. மற்றொரு காலகட்டத்தில் பொருளாதாரம் தேக்கநிலையை எட்டுகிறது. புதிய சந்தைகள் திறந்து விடப்படுதல், புதிய அறிவியல் தொழில்நுட்பக் கண்டுபிடிப்புகள், காலனிகளைக் கைப்பற்றுதல் போன்ற ஏதாவது ஒரு அல்லது பல காரணிகளைப் பயன்படுத்திக் கொண்டு முதலாளி வர்க்கம் எந்த அளவுக்கு அதிகம் முடியுமோ அந்த அளவுக்கு அதிகமாக உபரி மதிப்பை மூலதனமாக மாற்றுகிறது. லாபம் ஈட்டுவதற்கு ஏற்ற வர்த்தகச் சூழல்களைப் பயன்படுத்திக்கொள்ள முயல்கிறது. அப்படிப்பட்ட காலங்களில் மூலதனத் திரட்டலின் விகிதம் பெரிய அளவில் அதிகமாக இருக்கும். சமுதாயத்தின் தொழில்நுட்ப நிலை ஏறத்தாழ ஒரே நிலையில் மாறாமல் சீராக நீடிக்கும்போது உழைப்புச் சக்தியானது கணிசமான அளவுக்குக் கூடுதலாகத் தேவைப்படும். உழைப்புச்சக்தி என்ற சரக்கின் தன்மை காரணமாக அதற்கான வழங்கலை (supply) *மூலதன உடைமையாளரின் தேவைக்கேற்ப அதிகரிப்பது என்பது சாத்தியமற்றதாக இருக்கும் என்பது தெளிவு. உழைப்புச் சக்திக்கான கூடுதல் வேண்டல்* (Demand) *காரணமாகக் கூலியானது உழைப்புச்சக்தியின் வழக்கமான மதிப்பைவிட கூடுதலான அளவில் இருக்க வேண்டிய நிலை ஏற்படுகிறது. ஆனால், கூலி அதிகரிப்புக்குக் கடுமையான வரம்புகள் உள்ளன. தனது முதலீட்டுக்குக் கூடுதலான உபரி மதிப்பு கிடைத்து அதன்மூலம் கூலி உயர்வு அதிகரிப்பதனால் ஏற்படும் இழப்பை விட அதிகமான இழப்பீடு கிடைக்கும் வரைதான் கூலி உயர்வே முதலில் நிகழ்கிறது. இரண்டாவதாக அந்தக் கூலி உயர்வின் காரணமாக மூலதன உடைமையாளரின் ஆதாயம் குறையுமானால் அவர் தனது முதலீட்டைக் குறைத்து விடுவார். இதன் தொடர்விளைவாக மூலதனத் திரட்டலின் விகிதமும் குறைகிறது. இது கூலி உயர்வுக்கான காரணத்தையும் அகற்றி விடுகிறது. மார்க்ஸ் இத்தகைய சூழலைப் பின்வருமாறு விளக்குகிறார்.*

> *"தொழிலாளி வர்க்கத்தால் வழங்கப்பட்டு முதலாளி வர்க்கத்தால் திரட்டப்படும் ஊதியமில்லா உழைப்பின் அளவானது- அது மூலதனமாக மாற வேண்டுமானால் ஊதிய உழைப்பு அசாதாரணமாகக் கூடுதலாக வேண்டும் என்ற அளவுக்கு அதிக வேகமாய்ப் பெருகுமாயின் கூலி உயர்கிறது. மற்றெல்லா நிலைகளும் மாறாதிருக்க ஊதியமில்லா உழைப்பின் விகிதாசாரம் குறைகிறது. இது இப்படிக் குறைந்து சென்று மூலதனத்துக்கு ஊட்டமளிக்கும் உபரி உழைப்பு வழக்கமான அளவில் வழங்கப்பட முடியாத நிலை ஏற்பட்டதும் எதிர்வினை*

ஆரம்பமாகிறது. வருவாயில் முன்னிலும் குறைவான பகுதியே மூலதனமாக்கப்படுகிறது. மூலதனத் திரட்டல் பின்னடைவை எதிர்கொள்கிறது. கூலி உயர்வுப் போக்குக்குத் தடை ஏற்படுகிறது. இவ்விதம் கூலி உயர்வு வரம்பு மீறாதபடி கட்டுப்படுத்தப்படுகிறது. இந்த வரம்பு முதலாளித்துவ அமைப்பின் அடித்தளங்களைச் சேதமில்லாதபடி விட்டு வைப்பதோடு மேலும் மேலும் விரிவான அளவில் இவ்வமைப்பு மறு உற்பத்தியாவதையும் உறுதி செய்கிறது"[1]

விளக்கங்கள் பலவற்றை இங்கே அளிக்க வேண்டியுள்ளது. முதலாளி வர்க்கத்தின் மூலதனத் திரட்டல் விகிதமே கூலியின் அளவையும் அதன் அதிகரிப்பையும் தீர்மானிக்கிறது. எனவே, முதலாளித்துவம் செழிப்பாக விளங்கும் காலத்திலும் பணியில் அமர்த்தப்பட்ட தொழிலாளர்களின் வருவாயானது, முதலாளி வர்க்கத்தின் சுயேச்சையான முடிவுகளால்தான் தீர்மானிக்கப்படுகிறது என்பதே உண்மை நிலை. இரண்டாவதாக - தற்காலிகக் கூலி உயர்வின் காரணமாக முக்கியமான அடிப்படை மாற்றங்கள் எவையும் ஏற்படுவதில்லை. தொழிலாளர்கள் உபரி மதிப்பைத் தொடர்ந்து உற்பத்தி செய்கின்றனர். உண்மையில் பெரிய அளவிலான உபரி மதிப்புத் திரளை உற்பத்தி செய்கின்றனர். ஆனால் தொழிலாளிக்கும் மூலதன உடைமையாளருக்குமிடையேயான தொடர்பு முன்பு போலத் தொடர்கிறது.

மார்க்ஸ் கூறுவது கவனிக்கத்தக்கது;

"முன்னிலும் சிறிது மேலான உடை, உணவு, நடத்தப்படும் முறை ஆகியவையும் முன்னிலும் அதிகமான இனாம் உடைமையும் அடிமையின் மீதான சுரண்டலை முடிவுக்குக் கொண்டுவந்து விடுவதில்லை. அதுபோலவே அவை கூலித் தொழிலாளியின் மீதான சுரண்டலையும் ஒழித்துவிடுவதில்லை. மூலதனத் திரட்டலின் விளைவாய் உழைப்பின் விலையில் ஏற்படும் உயர்வின் பொருள் யாதெனில் அது கூலித்தொழிலாளி தனக்குத் தங்கத்தில் வார்த்துக்கொண்ட அடிமைச் சங்கிலியின் இறுக்கம் சற்றே தளர்கிறது என்பதுதான்."[2]

முதலாளி வர்க்கத்துக்குக் கிடைக்கும் உபரி மதிப்பு கடுமையாக குறையும் நிலை ஏற்பட்டவுடன் கூலி உயர்வு தடுத்து நிறுத்தப் படுகிறது. மூலதன வர்க்கம் உடனே தனது முதலீட்டைக் குறைத்து விடுகிறது. இதன் காரணமாக உழைப்புச் சக்திக்கான வேண்டலும் குறைகிறது. உயர்வுக்குக் காரணமான நிலையாகிய உழைப்புச் சக்தியின் தேவையைவிடக் குறைவான அளவில் உழைப்புச் சக்தி வழங்கப்படும் நிலை இல்லாமல் போகிறது. இன்னும் ஒரு படி மேலே சென்றால் கூலி உயர்வு, எப்போதும் நிலவும் போட்டி ஆகியவை தொழிலாளர்களின் இடத்தில் இயந்திரங்களைப் புகுத்தும் நிலைக்கு

இட்டுச் செல்கிறது. இதன் காரணமாக உழைப்பாளர் படையின் ஒரு பகுதி தேவைக்கு அதிகமானதாக அல்லது உபரியாகக் கருதப்படும் நிலை ஏற்படுகிறது.

இங்கே மார்க்ஸ் முன்வைக்கும் வாதம் மிகுந்த முக்கியத்துவம் வாய்ந்தது. இப்பிரச்சனை குறித்து மால்தூஸின் கருத்துடன் அது கூர்மையான முறையில் வேறுபடுகிறது. மால்தூஸின் வாதத்தை அன்றைய மற்றும் இன்றைய ஆளும் வர்க்கங்கள் ஒரு புது வகையான வாதமாக முன்வைத்தனர். உழைப்பின் வேண்டலுக்கும் (Demand) வழங்குதலுக்குமிடையே சமநிலையைத் தோற்றுவிக்கும் ஒழுங்கமைவு ஏற்பாடு மக்கள்தொகையின் ஒரு இயற்கைவிதி என்று மால்தூஸ் கூறி வந்தார். உழைப்புக்கான வேண்டல் திடீரென்று அதிகரிக்கும்போது தொழிலாளர்களின் கூலியும் அவர்களது வாழ்வுத்தேவைக்கான இன்றியமையாத அளவை விட அதிகரிக்கும். அப்போது தொழிலாளி வர்க்கம் விரைவாகப் பல்கிப் பெருகும் என்ற வாதத்தை மால்தூஸ் முன்வைத்தார். அவர்களின் எண்ணிக்கை இவ்வாறு பெருகும்போது உழைப்பின் வேண்டலுக்கும் வழங்கலுக்கு மிடையே ஒரு சமத்துவநிலை மீண்டும் ஏற்படுத்தப்படும். அப்போது கூலி முந்தைய வாழ்வுத்தேவை நிலைக்கு கொண்டு செல்லப்படும். அதன்பிறகு தொழிலாளி வர்க்கத்தின் மறு உற்பத்தி வழக்கமான முந்தைய விகிதத்துக்கு மீண்டும் கொண்டு செல்லப்படும். இந்த வாதம் இயல்பாகவே ஆளும் வர்க்கங்களுக்கு மகிழ்ச்சியை ஏற்படுத்தியது. ஏனெனில், அந்த வாதத்தின்படி வேலையின்மையும் குறைவான கூலியும் முதலாளித்துவ உற்பத்திமுறை மற்றும் அதன் உள்ளார்ந்த விதிகளின் விளைவாக ஏற்படுவதில்லை. மாறாக, இயற்கை சக்திகளின் காரணமாகவும் உழைக்கும் மக்களின் அறியாமை காரணமாகவும் ஏற்படுகிறது. மால்தூஸின் இந்த வாதத்தை 'மனித குலத்தை அவமதிக்கும் வாதம்' என்று கூறி மார்க்ஸ் கண்டனம் செய்தார். இங்கிலாந்தின் விவசாய மாவட்டங்களில் ஏற்பட்ட தற்காலிகக் கூலி உயர்வை (உண்மையில் மிதமான கூலி உயர்வே) சுட்டிக்காட்டிய மார்க்ஸ் "இந்த நேரத்தில் சாகுபடியாளர்கள் என்ன செய்தார்கள்? இப்படி ஓகோவென்று ஊதியம் பெற்றதன் விளைவாக விவசாயத் தொழிலாளர்களின் தொகை - வறட்டுப் பொருளாதார மேதாவியரின் சூத்திரத்தை அனுசரித்து - பல்கிப் பெருகி கூலி மீண்டும் குறையட்டும் என்றா அவர்கள் காத்திருந்தார்கள்? கூடுதலான அளவில் இயந்திர சாதனத்தைப் புகுத்தினார்கள். மறுகணமே சாகுபடியாளர்களும்கூட திருப்திப்படும் அளவுக்குத் தொழிலாளர்கள் மீண்டும் தேவைக்கதிகமாகினர்."[3]

மூலதனத் திரட்டலுக்கும் கூலிக்குமிடையேயான உறவை மேலும் விளக்கத் தேவையில்லை. மால்தூஸ் வைத்த வாதங்களுக்கு எதிரான வகையில் மூலதனத் திரட்டல் நிகழும் முறைதான் அவ்வப்போது

உழைக்கும் மக்களின் ஒரு பகுதியை வேலையற்றவர்களாக ஆக்குகிறது. இதனைக் காண்பதற்கு வேறு இரண்டுவிதமான வாத இழைகளைப் பின்தொடர்ந்து செல்ல வேண்டியுள்ளது.

மாறா மூலதனமும் மாறும் மூலதனமும்

முதலாளித்துவ உற்பததிமுறை முன்னேற்றம் அடையும்போது அறுதி உபரி மதிப்பு உற்பத்தியிலிருந்து ஒப்பீட்டு உபரி மதிப்பு உற்பத்திக்கான மாற்றம் ஏற்படுகிறது. இதற்கான காரணங்களாக இரண்டைக் குறிப்பிடலாம். மூலதனத்துக்கும் தொழிலாளிக்கு மிடையே ஏற்படும் வர்க்கப் போராட்டம் வேலைநாளை நீட்டிப்பதற்கான வாய்ப்புகளை மூடிவிடுகிறது என்பது ஒன்று. மூலதன உடைமையாளர்களுக்கிடையே ஏற்படும் போட்டிப் போராட்டம் சரக்குகளை மலிவான விலைக்கு விற்குமாறு கட்டாயப் படுத்துகிறது என்பது இரண்டாவது காரணம். ஒப்பீட்டு உபரி மதிப்பின் உற்பத்திக்கு உற்பத்தித்திறன் அதிகரிப்பு அத்தியாவசிய மானதாக ஆகிவிடுகிறது. மேலும் மேலும் அதிக அளவில் இயந்திர சாதனங்களைப் புகுத்துவதற்கும் உற்பத்தி முறையில் அறிவியலையும் தொழில்நுட்பத்தையும் புகுத்துவதற்கும் இது இட்டுச் செல்கிறது. இம்முறையில் மாறா மூலதனத்தை மாறும் மூலதனத்தைவிட அதிக அளவில் பயன்படுத்தும் நிலை ஏற்படுகிறது. உதாரணமாக ஒரு குறிப்பிட்ட தனி மூலதனத்தை 100ஆக வைத்துக் கொண்டால், அதில் முதலில் மாறா மூலதனம் 50, மாறும் மூலதனம் 50 என்ற அளவில் இருக்கிறது என்று வைத்துக் கொள்வோம். இயந்திர மயமாக்கிய பிறகு அதில் மாறா மூலதனம் 80ஆகவும் மாறும் மூலதனம் 20 என்ற நிலைமையும் எட்டுகிறது. இயந்திர சாதனங்களும் தானியங்கிகளும் கோலோச்சும் காலத்தில் ஒரு குறிப்பிட்ட அளவிலான உழைப்பினால் பிருமாண்ட அளவிலான உற்பத்தி சாதனங்கள் இயக்கப்படுகின்றன என்பதை வரலாற்று அனுபவங்கள் சுட்டிக்காட்டுகின்றன. ஒரு யூனிட் உயிருள்ள உழைப்பினால் இயக்கப்படும் உற்பத்திச் சாதனத் திரள் அதிகரிப்பு பவுதிக அளவில் ஏற்படும் மதிப்பு அதிகரிப்பைவிட கூடுதலாக இருக்கின்றன. ஏனெனில் இயந்திரங்களின் உற்பத்தி நிகழ்முறைகளில் உழைப்பின் உற்பத்தித்திறன் பிரும்மாண்டமான அளவில் அதிகரிக்கிறது என்றபோதிலும் உற்பத்தி சாதனங்களுக்கு ஒதுக்கப்படும் மூலதனத்தின் அளவு அதிகரிப்பதையே மூலதனத் திரட்டல் நிகழும் போக்கு வெளிப்படுத்துகிறது. உற்பத்தியில் ஈடுபடுத்தப்படும் மாறா மூலதன மதிப்பு மற்றும் மாறும் மூலதன மதிப்புக்கிடையேயான விகிதாசாரம் மூலதனத்தின் அங்கக இயைபு (organic Composition) என்று மார்க்ஸ் குறிப்பிடுகிறார். ஒரு குறிப்பிட்ட சமுதாயத்தில் ஒரு குறிப்பிட்ட தருணத்தில் நிலவும் தொழில்நுட்பத் தொகுதிகள் ஒவ்வொரு உற்பத்திப் பிரிவிலும் உற்பத்திச் சாதனங்களையும்

உயிருள்ள உழைப்பை எத்தகைய தொழில்நுட்ப விகிதாசாரத்தில் இணைப்பது என்பதையும் தீர்மானிக்கின்றன. ஒரு குறிப்பிட்ட காலத்தில் காணப்படும் உற்பத்தித்திறன் மூலதனத்தின் இந்தத் தொழில்நுட்ப விகிதாசாரத்தின் அடிப்படையில் மதிப்பை அதாவது மூலதனத்தின் அங்கக மதிப்பைத் தீர்மானிக்கின்றன. கூடுதலான அளவில் மேலும் மேலும் இயந்திர மயமாக்கலே முதலாளித்துவ உற்பத்திமுறையின் தன்மையாக உள்ளது. இத்தன்மை காரணமாக மூலதனத்தின் அங்கக இயைபு தொடர்ந்து அதிகரிப்பதற்கு இட்டுச் செல்வதைக் காண முடியும். எனவே, மூலதனத் திரட்டல் தொடர்ந்து நிகழும்போது மூலதன உடைமையாளர்களுக்கிடையே போட்டியும் உழைப்புக்கும் மூலதனத்துக்குமிடையே வர்க்கப் போராட்டமும் நிகழ்கின்றன. இது உயிருள்ள உழைப்பின் மீது உயிரற்ற உழைப்பின் ஆதிக்கம் அதிகரிக்கும் நிலைக்கு இட்டுச் செல்கிறது. மூலதனத் திரட்டலின் இந்த அம்சம் மூலதனத் திரட்டல் நிகழும் முறையில் முரண்பாடுகளைத் தோற்றுவிக்கிறது.

மூலதனக் குவிப்பும் மையப்படுத்துதலும்

மூலதன உடைமையாளர்களுக்கிடையேயான போட்டி என்ற நிலைபாட்டிலிருந்து திரட்டல் நிகழும் முறையைக் குறிப்பாக ஆராயலாம். மூலதன உடைமையாளர்களுக்கிடையே நிகழும் போட்டி என்ற போராட்டம் ஒவ்வொரு மூலதன உடைமை யாளருக்கும் மூலதனத்தைத் திரட்டுவதற்கான கட்டாயத்தை ஏற்படுத்துகிறது. அதாவது அவரது உபரி மதிப்பை எவ்வளவு கூடுதலான அளவுக்கு மூலதனமாக மாற்ற முடியுமோ அந்த அளவுக்கு மாற்ற வைக்கிறது. இவ்வாறு மூலதனம் திரட்டப்படும்போது தனிப்பட்ட மூலதனத்தின் அளவு பெரிய அளவுக்கு விரிவடைகிறது. மூலதனத் திரட்டலின் மூலம் உற்பத்திச் சக்திகள் வளர்ச்சி அடையும்போது பல்வேறு உற்பத்திப் பிரிவுகளில் விரிவடைந்த அளவில் மூலதனத் தேவை ஏற்படுகிறது. மூலதனத் திரட்டல் மூலம் தனிப்பட்ட மூலதனங்களின் அளவு அதிகரிப்பை மூலதனக்குவிப்பு என்று மார்க்ஸ் குறிப்பிடுகிறார்.

மூலதனத் திரட்டல் நிகழும் முறையில் நேரடி விளைவாக மூலதனக் குவிப்பு நிகழ்கிறது என்பதையும் அதன் தொடர்விளைவாக வளர்ச்சி அடைந்த உற்பத்தி சக்திகள் இன்னமும் விரிவான செயல்பாட்டுக்கான கட்டாயத்தை ஏற்படுத்தி, மேலும் மூலதனம் திரட்டப்பட வேண்டியதற்கான நிர்பந்தத்தை ஏற்படுத்துகின்றன என்பதையும் மேலே குறிப்பிட்டோம். எனினும் மூலதனக்குவிப்பு என்ற ஒரே வழியில்தான் விரிவடைந்த செயல்பாடுகளைச் சாத்தியமாக்க முடியும் என்பது உண்மையானால் 19ஆம் நூற்றாண்டில் உற்பத்தி சக்திகளில் ஏற்பட்ட மகத்தான முன்னேற்றம் - குறிப்பாக இருப்புப்பாதையை உருவாக்கியது என்பது

நடைபெற்றிருக்க முடியாது. இதுபற்றி மார்க்ஸ் பின்வருமாறு குறிப்பிடுகிறார்: “தனித்தனியான சில மூலதனங்கள் ஓர் இருப்புப் பாதையை நிறுவுவதற்குத் தேவையான அளவுக்குப் பெரிதாகும் வரை மூலதனத் திரட்டல் நடைபெறுவதற்காகக் காத்திருக்க வேண்டிய நிலை ஏற்பட்டிருக்குமானால் உலகம் இன்னமும் இருப்புப்பாதைகள் அற்றதாகவே இருந்திருக்கும்”.[4]

மூலதனத் திரட்டலின் உள்ளார்ந்த தன்மையாக மற்றொரு முக்கிய செயல்முறையும் நிகழ்கிறது. இது உற்பத்திச் சக்திகளின் முன்னேற்றத் திற்குத் தேவைப்படும் பெரிய அளவிலான விரிவடைந்த செயல் பாட்டைச் சாத்தியமாக்குகிறது. முதலில் குறிப்பிட வேண்டியது மூலதன உடைமையாளர்களுக்கிடையே நிகழும் போட்டிப் போராட்டம். “ஒரு மூலதன உடைமையாளர் பலரைக் கொல்கிறார்” என்று மார்க்ஸ் குறிப்பிடுவார். இந்தப் போட்டிப் போராட்டத்தில் வெற்றி அடையும் மூலதன உடைமையாளர் அது நிகழும்போதே தனது மூலதனத்தை விரிவுபடுத்திவிடுகிறார். தோற்றுப்போன மூலதன உடைமையாளர்களின் மூலதனத்தை அநேக சமயங்களில் அவர் கைப்பற்றிவிடுகிறார். இதன் மூலம் நிகழ்வது யாதெனில் அப்போது உள்ள சமூக மூலதனம் ஏற்கெனவே இருந்ததைவிட குறைவான எண்ணிக்கையிலான மூலதன உடைமையாளர்களிடம் மறு விநியோகம் செய்யப்படுகிறது. எனவே சில தனிப்பட்ட மூலதனங்கள் மூலதனத் திரட்டல் மூலம் விரிவடையவில்லை. வேறு சில தனிப்பட்ட முதலாளிகள் இல்லாதொழிக்கப்படுவதாலும் அல்லது அவர்களின் எண்ணிக்கை குறைவதனாலும் அவர்களின் மூலதனத் திரட்டல் விரிவடைகிறது. “இது ஏற்கெனவே உருவான மூலதனங்களின் குவிப்பாகும். தனித்தனியாகச் செயல்படும் அவற்றினது சுயேச்சைத் தன்மையின் அழிவாகும்; மூலதன உடைமையாளரை மூலதன உடைமையாளரே விழுங்கிடும் உடைமைப் பறிப்பு ஆகும். மிகப் பலவான சிறு சிறு மூலதனங்கள் மிகவும் சிலவான பெரும் மூலதனங்களாக ஆகிவிடும் மாற்றமாகும். ஓரிடத்தில் ஒரே கரத்தில் மூலதனம் பெருந்திரளாய் வளர்ந்து பெருகுகிறதென்றால், பிறிதொரு இடத்தில் மிகப் பலரும் அதனைப் பறி கொடுப்பதே இதற்குக் காரணம்”. இதனை *மூலதன மையப்பாடு* என்று மார்க்ஸ் குறிப்பிடுகிறார்.[5]

மையப்படுத்தலைத் தீவிரமாக மேம்படுத்தக் கூடியவையாக இரண்டு முக்கிய சக்திகள் உள்ளன. ஒன்று-ஒவ்வொரு உற்பத்தித் துறையிலும் தனிப்பட்ட முதலாளிகளுக்கிடையே நடைபெறும் போட்டி. பல மூலதனங்களைச் சில மூலதனங்கள் வன்முறையின் மூலம் அழிப்பதால் மட்டும் மையப்படுதல் நடைபெற வேண்டும் என்ற தேவை இல்லை. அது கடன் வசதி அமைப்பின் மூலமும் நடைபெறுகிறது. மூலதனத் திரட்டலின் ஆரம்ப கட்டத்தில்

கடன்வசதி அமைப்புமுறை முதலில் சிறிய அளவிலான ஆனால், பயனுள்ள பங்களிப்பைச் செய்கிறது. விரிவான அளவில் சிதறிக் கிடக்கும் சிறிய நிதி சேமிப்புகளை ஒன்று திரட்டுகிறது. அவற்றைத் தொழில் மூலதனத் திரட்டலுக்குக் கிடைக்கும்படி செய்கிறது. பின்னர் கடன் செலாவணி முறை கூட்டுப்பங்கு நிறுவனங்கள் (Joint stock companies) அமைக்கப்படுவதற்கு வழிகோலுகிறது. இதில் பல தனிப்பட்ட மூலதனங்கள் ஒரு மையக் கட்டுப்பாட்டின் கீழ் கொண்டுவரப் படுகின்றன. முன்பைவிட பெரிய அளவிலான உற்பத்திமுறை உருவாக இது உதவி செய்கிறது. இங்கேயும்கூட மூலதன மையப்பாடு நிகழ்ந்துள்ளது. ஆனால், அது போட்டியிட்டு அழிவு அல்லது கைப்பற்றுதல் ஆகியவற்றின் மூலம் அல்ல. முதலாளித்துவத்தின் பிந்தைய கால வளர்ச்சியில் கடன் செலாவணி முறையிலும் மையப்பாடு ஏற்படுகிறது. இதனால் சில பெரிய வங்கிகள் ஏராளமான நிதியைத் தங்கள் கட்டுப்பாட்டுக்குள் கொண்டு வருகின்றன. அதனால் தொழில் மூலதன மையப்பாட்டுக்கான ஒரு முக்கிய கருவியாக கடன் செலாவணி முறை மாறுகிறது. பெரிய வங்கிகள் சிறிய முதலாளிகளைவிட பெரும் முதலாளிகளுக்கே கடன்களை வழங்குவதில் ஆர்வம் காட்டுகின்றன. இவ்வாறு கடன் செலாவணி திட்டம் மூலதனத் திரட்டலுக்குச் சிறிய அளவில் உதவி செய்யும் அமைப்புமுறை என்பதிலிருந்து "போட்டா போட்டி என்ற போரில் பயங்கரமான புதிய ஆயுதமாகிறது. இறுதியில் மூலதனங்களின் மையப்பாட்டுக்கான பிருமாண்டமான சமூக ஏற்பாடாக மாற்றமடைகிறது."[6]

போட்டியிலிருந்து ஏகபோகத்தை நோக்கி

மையப்பாடு நிகழ்வதனால் ஏற்படும் விளைவுகளைப் பற்றிய கருத்தமைவை மார்க்ஸ் சிறப்பான முறையில் வகுத்துள்ளார். "முதலில் மையப்பாடு என்பது போட்டி நிலையிலிருந்து ஏகபோகத்துக்கு இட்டுச் செல்கிறது. குறிப்பிட்ட எந்தத் தொழிற் கிளையிலும் அதில் முதலீடு செய்யப்பட்ட தனித்தனி மூலதனங்கள் எல்லாம் ஒன்று சேர்க்கப்பட்டால் மையப்பாடு அதன் இறுதி வரம்பை அடையும்".[7] இந்த மேற்கோளுக்கு வழங்கியுள்ள அடிக்குறிப்பு ஒன்றில் எங்கெல்ஸ் பின்வருமாறு குறிப்பிடுகிறார். "1890-களில் ஆங்கிலேய மற்றும் அமெரிக்க அறங்காவல் அமைப்புகள் இந்த லட்சியத்தை அடைவதற்குத்தான் முயன்று வந்தன". இக்கருத்தைத் தொடக்கமாகக் கொண்டுதான் ஏகாதிபத்தியம் பற்றிய தமது சித்தாந்தத்தை லெனின் வடிவமைத்துள்ளார். அது முதலாளித்துவத்தின் இன்றைய கட்டத்தைப் பற்றிய உயிரோட்டமான மிகச் சிறந்த ஆய்வாக இன்றளவும் திகழ்கிறது.[8]

இரண்டாவதாகக் கடன் வசதி முறை மூலம் கூட்டுப்பங்கு நிறுவனங்களை அமைத்தது உண்மையில் புரட்சிகரமான முன்னேற்றமே. உற்பத்தியின் அளவு பிருமாண்டமான முறையில்

வளர்வதற்கு இது உதவியது. அத்துடன் அது மற்றொரு முரண்பாட்டையும் அம்பலப்படுத்தியது. முதலாளித்துவத்தின் உடைமைப் பறிப்புமுறை தனிப்பட்டவர்களுக்கான தன்மையில் அமைந்திருந்தது. ஆனால், கூட்டுப்பங்கு நிறுவனமுறை இத்துடன் நேரடியாக முரண்பட்ட நிலையில் இருந்து உற்பத்தியின் சமூகத்தன்மையை மேலும் மேலும் வெட்ட வெளிச்சமாக்கியது. கூட்டுப்பங்கு நிறுவனங்களைப் பொறுத்தவரை மூலதனமானது தனியார் மூலதனத்திலிருந்து வேறுபட்ட சமூக மூலதன வடிவத்தைக் (நேரடியாகத் தொடர்பு கொண்ட தனிநபர்களின் மூலதனம்) கொண்டதாக உள்ளது. தனிச் சொத்தாய் இருக்கும் மூலதனத்தை முதலாளித்துவப் பொருளுற்பத்தியின் கட்டமைப்புக்குள்ளேயே ஒழித்து விடுவதாகும் இது"[9] மேலும் இந்த வடிவிலான மூலதனத்தில் மூலதன உடைமை முறையும் மூலதனத்தின் மீதான கட்டுப்பாடும் பிரிக்கப்படுகிறது. அதே சமயம் மார்க்ஸ் கவனப்படுத்தும் பின்வரும் கருத்தும் முக்கியமானது. முதலாளித்துவம் ஜனநாயகப்படுத்தப் பட்டுவிட்டது என்றோ அல்லது தொழில்நுட்பக் கட்டுமானம் ஆதிக்கம் செலுத்துகிறது என்றோ அல்லது அதுபோன்ற பிற புராதன மற்றும் புதிய முதலாளித்துவ சீர்திருத்த சப்பைக்கட்டு வாதங்கள் சரியானவை என்றோ பொருள் கொள்ளக்கூடாது. போட்டியில் தப்பிப் பிழைக்க சில பெரிய மூலதன உடைமையாளர்கள் தங்களுடைய பணத்துக்குப் பதிலாக மற்றவர்களின் பணத்தை வைத்துக்கொண்டு விளையாட முடியும் என்றே பொருள் கொள்ள வேண்டும். கடன் செலாவணி முறையானது தனிப்பட்ட மூலதன உடைமையாளரால் மற்றவர்களுடைய மூலதனம் மற்றும் சொத்துக்களை சில வரம்புகளுக்குட்பட்டு முழுமையாகக் கட்டுப் படுத்த முடிகிறது. ***சமூக மூலதனத்தைக்*** கட்டுப்படுத்தும்போதுதான் - தனிப்பட்ட நபர்களின் மூலதனத்தை அல்ல - அந்த மூலதன உடைமையாளருக்கு சமூக உழைப்பைக் கட்டுப்படுத்த முடிகிறது."[10] (அழுத்தம் சேர்க்கப்பட்டது) மற்றவர்களுடைய பணத்திலும் உழைப்பிலும் ஆடம்பர வாழ்க்கை வாழும் மூலதன உடைமையாளர்களை ஆதரிப்பவர்கள்-அவர்களின்சொந்தமாகச்சேமித்துவைக்கப்பட்டுள்ள பணமும் நுகர்பொருட்களை நுகர்வதைத் துறப்பதுமே அவர்களின் மூலதனத்தின் தோற்றத்துக்கான காரணம் என்ற சப்பைக்கட்டு வாதத்தையும் முன்வைக்கின்றனர் என்பதை ஏற்கெனவே குறிப்பிட்டுள்ளோம். ஆனால், மேலே முன் வைக்கப் பட்டுள்ள கருத்துகள் இந்த வாதங்களின் உண்மையான தன்மையை அம்பலப்படுத்துவதுடன் அவை பொய்யானவை என்பதையும் நிரூபிக்கின்றன. உற்பத்திச் சக்திகளின் பொருளியல் வளர்ச்சியிலும் உற்பத்தி அதிக அளவில் சமூகமயமாவதிலும் கடன் வசதி முற்போக்கான பங்களிப்பைச் செய்கிறது என்பதை மார்க்ஸ் ஒப்புக்கொள்ளுகிறார்.

ஆனால், பங்கு வர்த்தக நிறுவனங்களின் வளர்ச்சி, "சில துறைகளில் ஏகபோகத்தை உருவாக்குகிறது. ஒரு புதிய மேட்டுக்குடி பணக்காரர்களையும் தொழில் முனைவோர், ஊக வணிகர்கள், பெயரளவிலான நிர்வாக இயக்குநர்கள் என்ற வடிவத்தில் ஒரு புதிய பிரிவான ஒட்டுண்ணிக் கூட்டத்தை வளர்க்கிறது. கூட்டு நிறுவனங்களை உருவாக்குதல், பங்குகளை வெளியிடுதல், ஊடக நடவடிக்கைகள் போன்றவைகளைப் பயன்படுத்திக் கையாடல் மற்றும் ஏமாற்றும் தன்மையுள்ள ஒரு முழுமையான அமைப்பு முறையை உருவாக்குகிறது".[11] முதலாளித்துவ நெருக்கடிகளைக் கூர்மைப்படுத்துவதில் கடன் செலாவணிமுறை குறிப்பிடத்தக்க வகையில் பங்களிப்பைச் செய்கிறது என்பதையும் அவர் இறுதியாகக் குறிப்பிடுகிறார். இந்தக் கருத்துகளின் அடிப்படையில் வாதங்களை முன்வைத்து ஏகாதிபத்தியம் குறித்த தமது சித்தாந்தத்தை மிகச் சிறப்பான முறையில் லெனின் வகுத்துள்ளார். அதே சமயத்தில் கவுட்ஸ்கி போன்ற இரண்டாவது அகிலத் திரிபுவாதிகளும் அவர்களது நவீனகால வாரிசுகளும் முதலாளித் துவத்தின் முரண்பாடுகளைக் குறைத்து மதிப்பிட்டுள்ளனர். சமாதான சகவாழ்வு மற்றும் யுத்தம் இல்லாத ஏகாதிபத்தியம் என்பதைப் பற்றிய சொகுசான சித்திரத்தைத் தீட்டுகின்றனர்.

உழைப்பின் சேமப்பட்டாளம்

பல்வேறு வாதக்கூறுகளை ஒருங்கிணைத்துப் பார்த்தால் சில உண்மைளைப் புரிந்து கொள்ளலாம். மூலதனத் திரட்டல் விரைவாக நடைபெறும் காலங்கள் தற்காலிகக் கூலி உயர்வுக்கு இட்டுச் செல்கின்றன. ஒரு நீண்ட வரலாற்றுக் கட்டத்தில் நடைபெறும் தொழிலாளி வர்க்கப் போராட்டங்கள் காரணமாக (தொழிற்சங்க இயக்கம் போன்றவற்றால்) உழைப்புச் சக்தியின் மதிப்பு குறித்த கண்ணோட்டமும் - அதன் காரணமாகக் கூலியும் - மேல்நோக்கி உயரும் நிலைக்கு மாற்றி அமைக்கப்படலாம். மேலும் மாறும் மூலதனத்தைக் காட்டிலும் மாறா மூலதனத்தை அதிகரிப்பதன் மூலம் உற்பத்திச் சக்திகளை வளர்ப்பது மூலதனத் திரட்டல் நிகழ் முறையின் உள்ளார்ந்த போக்காக அமைகிறது. இறுதியாக மூலதனக் குவிப்பு மற்றும் மையப்பாட்டு நிகழ்முறைகள் அரங்கேறுகின்றன. மையப்பாடும் மூலதனக் குவிப்பும் கூடுதலான இயந்திரமயமாக்கலுக்கு இட்டுச் செல்கின்றன. இதன் தொடர்விளைவாக மாறும் மூலதனத்துடன் ஒப்பளவில் மாறா மூலதனத்தின் அளவு சமூக மூலதனத்தில் அதிகரிக்கிறது. இவையெல்லாம் சேர்ந்து ஏற்படுத்தக் கூடிய விளைவு யாதெனில், மூலதனத் திரட்டல் நிகழ்முறையே உழைப்பாளர் படையின் ஒரு பகுதியை நிரந்தரமாக வேலையை விட்டு வெளியேற்று கின்றது. தொழிலாளர்களை வேலை இழக்கச் செய்வதற்குக் காரணமான இயந்திரம் உற்பத்தித்திறனைப் பெரிய

அளவுக்கு அதிகரிக்கலாம். அதனால், மூலதன உடைமையாளர் தனது உற்பத்தியின் அளவை கணிசமான அளவுக்கு அதிகரிக்கலாம். இறுதியாக இதன் காரணமாகக் கூடுதல் எண்ணிக்கையில் பணியிடங்களை உருவாக்கலாம் அல்லது குறிப்பிட்ட தொழில்துறையுடன் தொடர்புடைய துறைகளில் வேலைவாய்ப்பு அதிகரிக்கலாம். உதாரணமாக நூல் ஆலைத்துறையில் ஒரு புதிய கண்டுபிடிப்பு காரணமாக உற்பத்தித்திறன் அதிகரித்து நூலின் வழங்கல் அளவு அதிகரிக்கலாம். இதன் காரணமாகக் கூடுதல் எண்ணிக்கையிலான நெசவாளர்களுக்கு வேலை கிடைக்கும் நிலை ஏற்படலாம். ஆனால், இவையெல்லாம் நிகழ்வதற்குப் பெரிய அளவிலான கால அவகாசம் தேவைப்படும். இரண்டாவதாக ஏற்கெனவே வெளியேற்றப்பட்ட நூல் தயாரிப்பு ஊழியர்களுக்கு இதனால் பயனில்லை. ஏனெனில், நெசவுத் தொழிலில் ஈடுபடும் வேறு தொழிலாளிகள்தான் வேலைபெறும் நிலை ஏற்படும். இரண்டாவதாக மொத்த சமுதாயம் முழுவதின் நிலையைப் பரிசீலித்தால் மூலதனத் திரட்டல் நிகழ்முறையின் ஒட்டுமொத்த விளைவின் காரணமாகத் தொழிலாளர்களை வேலைக்கு இழுத்துக் கொள்வதற்குப் பதிலாகக் கூடுதலான அளவு தொழிலாளர்கள் வெளியேற்றப்படுவதும் துரத்தப்படுவதும்தான் நிகழ்கிறது. மேலும் ஒவ்வொரு இயந்திரமயமாக்கலும் உருவாக வேண்டிய வேலைவாய்ப்புகளைக் கொன்றுவிடுகிறது. எதிர்காலத்தில் வேலைவாய்ப்புகள் கிடைப்பதைக் குறைத்து விடுகிறது. மால்தூஸின் சிந்தனைகளுக்கு மாறாக உண்மை நிலை பின்வருமாறுதான் இருக்கும். "உழைப்பாளி மக்கள் மூலதனத் திரட்டலை உற்பத்தி செய்யும் அதே நேரத்தில் தாமே ஒப்பளவில் தேவைக்கதிகமானோராக ஆக்கப்படுவதற்கான சூழலையும் உற்பத்தி செய்கின்றனர். ஒப்பீட்டளவில் உபரி மக்கள்தொகையின் நிலைக்கு மாற்றப்படுவதற்கான சாதனங்களையும் படைக்கிறார்கள். *இது முதலாளித்துவப் பொருளுற்பத்தி முறைக்கே உரிய தனியான மக்கள்தொகை விதியாகும்.*"[12] (அழுத்தம் சேர்க்கப்பட்டது)

இந்த உபரியான உழைக்கும் மக்கள்தொகை என்பதும் முதலாளித்துவத் தேவையுடன் ஒப்பிடும்போது ஏற்படுகின்ற ஒப்பளவிலான உபரியேயன்றி அறுதியான அல்லது இயற்கையான அளவுக்கு அதிகமான மக்கள்தொகை அல்ல. அந்த வகையில் இது மூலதனத் திரட்டல் நிகழ்முறையின் தொடர்விளைவு என்று குறிப்பிடலாம். அதே சமயத்தில் மூலதனத்தின் தேவைக்கேற்ற விகிதத்தில் மூலதனத் திரட்டல் நிகழ்வதற்கான நிபந்தனையாக அது மாறி விடுகிறது. "இந்த உபரி மக்கள்தொகை முதலாளித்துவப் பொருளுற்பத்திமுறை நிலவிடத் தேவையான நிபந்தனையாகவும் ஆகிறது. வேண்டும்போது பயன்படுத்திக்கொள்ளத்

தயார்நிலையில் உள்ள தொழில்துறை சேமப்பட்டாளம் ஆக இது அமைந்துவிடுகிறது."[13]

மூலதனத் திரட்டல் நிகழும்போது மூலதனத்தின் தொழில்நுட்ப இணைவிலும் அங்கக இணைவிலும் விரைவான மாற்றங்கள் ஏற்படுகின்றன. விரிவடையும் காலமும் சுருங்கும் காலமும் மாறி மாறி வருகின்றன. இதனை ஜனரஞ்சகமான முறையில் கூறினால், எழுச்சியும் வீழ்ச்சியும் என்று குறிப்பிடலாம். மார்க்ஸ் செய்ததைப் போல் நுட்பமான முறையில், "சராசரி முனைப்பு, அதி மும்முர உற்பத்தி, நெருக்கடி மற்றும் தேக்கம் நிலவும் காலகட்டங்கள்" என்று குறிப்பிடலாம்.[14] மூலதனச் செயல்பாடுகள் திரும்பத் திரும்ப நிகழும் காலகட்டம் பற்றிய ஆய்வைப் பின்பொருமுறை கிடைக்கும் வாய்ப்புக்காக ஒதுக்கிவைப்போம். இப்போது ஒன்றை மட்டும் கவனத்தில் கொள்வது போதுமானது. மூலதனத் திரட்டல் நிகழும்போது உருவாக்கப்படும் ஒரு தொழில்துறை சேமப்பட்டாளம் நீடிப்பது இந்தக் காலகட்டத்தின் தேவையை நன்கு பூர்த்தி செய்கிறது எனலாம். முதலாளித்துவச் செயல்பாடுகள் விரிவடையும்போது முதலாளிகள் இந்த சேமப்பட்டாளத்திலிருந்து தேவையான அளவில் தொழிலாளர்களை எடுத்துக் கொள்கிறார்கள். அதன் மூலம் கூலி உயராமல் பார்த்துக்கொள்கிறார்கள். முதலாளித்துவச் செயல்பாடுகள் சுருங்கும் நிலையை எட்டும்போது தற்காலிக வேலை விலக்கல் மற்றும் வேலை நீக்கங்கள் போன்றவை பல சுற்றுக்களாக அரங்கேற்றப்படுகின்றன. இவற்றின் மூலம் தொழில்துறை சேமப்பட்டாளம் பழைய நிலைக்கு மீண்டும் பலப்படுத்தப்படுகிறது. மூலதனத் திரட்டல் நிகழும்போது தொழில்துறை சேமப்பட்டாளம் தொடர்ந்து மறு உற்பத்தி செய்யப்படுகிறது. மேலும் மேலும் விரிவான அளவில் இது நடைபெறுகிறது. இது பணியில் இருக்கும் தொழிலாளிகளின் கூலியை உயர்த்துவதற்கு எதிரான கடுமையான தடையாக அமைகிறது. உழைப்புச்சக்தி என்ற சரக்கு தொடர்பான வேண்டல், வழங்கல் விதியானது இந்தச் சேமப்பட்டாளத்தைச் சார்ந்தும் அதன் மூலம் வரம்புக்குட்பட்டதாகவும் உள்ளது. "ஒப்பீட்டு உபரி மக்கள்தொகை உழைப்பின் வேண்டல் - வழங்கல் விதி இயங்குவதற்கான அச்சாணி ஆகிறது. இந்த விதியின் செயல்பாட்டை மூலதனத்தின் சுரண்டல் நடவடிக்கைக்கும் ஆதிக்கத்துக்கும் முற்றிலும் வசதியாக அமையும் வரம்புகளுக்கு உட்படச் செய்கிறது."[15]

மூலதனத் திரட்டல் நிகழும் முறை, தொடர்ந்து அதிகரிக்கும் மூலதனத்தின் அங்க இணைவு, தொழிலாளர் சேமப்பட்டாளம் போன்ற கோட்பாடுகளின் ஒட்டுமொத்த பரிசீலனையையும் அவற்றின் தனித்தன்மை மிக்க விளைவுகளையும் இப்போது விவாதிப்பது பொருத்தமானது. வேறு சொற்களில் கூறினால்,

மார்க்சின் மூலதனத் திரட்டலின் பொதுவிதியை விவாதிக்கலாம்.

மூலதனத் திரட்டலின் பொதுவிதி

மூலதனத் திரட்டலின் பொதுவிதியை மார்க்ஸ் பின்வருமாறு வரையறை செய்கிறார்:

> சமுதாயத்தின் செல்வமும் செயல்படும் மூலதனமும், இம்மூலதனத்தின் வளர்ச்சியின் வீச்சும் ஆற்றலும் எவ்வளவுக்கு எவ்வளவு அதிகரிக்கின்றனவோ, ஆகவே இவற்றுடன் சேர்ந்து பாட்டாளி வர்க்கத் திரளின் அறுதிப் பரிமாணமும் அதன் உழைப்பின் உற்பத்தித் திறனும் எந்த அளவுக்கு அதிகரிக்கிறதோ தொழில்துறை சேமப்பட்டாளமும் அந்த அளவுக்கு அதிகரிக்கிறது. மூலதனத்தின் பெருக்கத்திறன் வளர்வதற்குக் காரணமாய் இருப்பவை எவையோ அவை மூலதனம் பயன்படுத்திக் கொள்ளத்தக்க நிலையில் உழைப்புச் சக்தியையும் பெருகச் செய்கின்றன. ஆகவே, செல்வத்தின் செயல்திறன் அதிகமாவதைத் தொடர்ந்து தொழில்துறை சேமப்பட்டாளத்தின் ஒப்பீட்டுத் திரளும் அதிகரிக்கிறது. வேலையிலிருக்கும் சேமப்பட்டாளத்துடன் ஒப்பிடுகையில் இந்தச் சேமப்பட்டாளம் எவ்வளவுக் கெவ்வளவு அதிகரிக்கிறதோ, அவ்வளவுக்கவ்வளவு நிலையான உபரி மக்கள் தொகையும் அதிகரிக்கிறது. இம்மக்களின் துன்ப துயரங்களை இவர்கள் மீது சுமத்தப்படும் உழைப்பின் வேதனையோடு ஒப்பிட்டால் அது எதிர்விகிதத்தில் இருக்கும். இறுதியாகத் தொழிலாளி வர்க்கத்தின் பஞ்சை பராரிப் பிரிவுகளும் தொழில் துறை சேமப்பட்டாளமும் எந்த அளவுக்கு விரிவடைகின்றனவோ, அந்த அளவுக்கு அதிகாரபூர்வமாக வக்கற்றோராய் ஏற்கப்படுவோர் தொகையும் அதிகமாகிறது. இதுதான் மூலதனத் திரட்டலின் அறுதியான பொதுவிதி. இந்த விதியும் மற்றெல்லா விதிகளைப் போலவே செயல்படும் விதத்தில் பல்வேறு சூழ்நிலைகளினால் மாற்றத்துக் குள்ளாகிறது. இதனை நாம் இங்கு பரிசீலிக்க வேண்டிய தேவை இல்லை.”[16]

மூலதனத் திரட்டலின் விதியைத் தவறாகப் புரிந்கொண்டு விடக் கூடாது என்பதற்காக இந்த நீண்ட மேற்கோள் எடுத்தாளப்பட்டது. மார்க்ஸ் கூறும் கருத்தின் சாரம் என்ன என்பதைப் பின்வருமாறு குறிப்பிடலாம். மூலதனத் திரட்டலின் உள்ளார்ந்த விதிகள் எதற்குள் இட்டுச் செல்கின்றன என்றால், முதலாளித்துவம் தொழிலாளர்களை உற்பத்தியில் ஈடுபடுத்துவதற்கான தகுதியை மேலும் மேலும் குறைவான அளவில் பெற்றுள்ளது என்பதே உற்பத்தி சக்திகளை வளர்ப்பதற்கும் முதலாளித்துவ உற்பத்தி உறவுகளை வளர்ப்பதற்கு மிடையே உள்ள முரண்பாட்டின் ஒரு அடிப்படை அம்சம் இது

எனலாம். இந்த விதியின் விளைவுகளை மேலும் விளக்க முற்படும்போது மார்க்ஸ் பின்வருமாறு கூறுகிறார்: "மூலதனத் திரட்டலோடு கூடவே துன்ப துயரங்களையும் அதே அளவுக்கு இது திரளச் செய்கிறது. ஆகவே, செல்வமெல்லாம் ஒரு முனையில் திரளும் போது எதிர்முனையில்-அதாவது எந்த வர்க்கத்தின் உற்பத்திப்பொருள் மூலதனமாக வடிவெடுக்கிறதோ அந்த வர்க்கத்தின் முனையில் துன்பதுயரம், ஓயாத உழைப்பின் வேதனை, அடிமைத்தனம், அறியாமை, மிருகத்தனம் மற்றும் சிந்தனைச் சீரழிவு ஆகியவை திரள்வதையே காண முடிகிறது."[17]

மேலே குறிப்பிடப்பட்டுள்ள மார்க்சின் கூற்றுக்கு முதலாளித்துவ விமரிசகர்களும், சில கொச்சை மார்க்சியவாதிகளும் தவறான முறையில் விளக்கமளித்துள்ளனர். முதலாளித்துவத்தின்கீழ் உண்மை ஊதியம் குறையும் போக்கு உருவாகும் என்ற கருத்தை வடிவமைத்துள்ளார் எனவும் அதனை வலியுறுத்தினார் என்பது போலவும் கூறி வருகின்றனர். ஆனால், அவ்விதத்தில் மார்க்ஸ் எதனையும் குறிப்பிடவில்லை என்பது தெளிவானது. ஒப்பீட்டு உபரி மதிப்பைப் பற்றிய மார்க்சின் ஆய்வின்படி, உழைப்பின் உற்பத்தித்திறன் போதுமான அளவில் அதிகரிக்கும்போது உபரி மதிப்பு விகிதம், உண்மை ஊதிய விகிதம் (அதாவது வாழ்க்கைத்தரமும்) ஆகிய இரண்டுமே அதிகரிப்பது சாத்தியமானதே. 'துன்பதுயரங்கள் திரளும்' என்று மேலே எடுத்தாளப்பட்ட மேற்கோளில் அவர் குறிப்பிடுவது வெறும் பொருளாதார பாணியில் கூறப்பட்டதல்ல. அதாவது, பணியில் அமர்த்தப்பட்டுள்ள தொழிலாளர்களின் உண்மை ஊதியம் குறையும் என்ற வகையில் அவர் கூறவில்லை என்பது உறுதி. இந்த மேற்கோளுக்கு முன்னால் வரக்கூடிய வாக்கியங்கள் அவர் குறிப்பிடுவது எதனை என்பதை நிறைவான அளவில் தெளிவுபடுத்து கின்றன. தொழிலாளர்கள் உழைப்பு நிகழ்முறையிலிருந்து அன்னியப்படுதல், கருத்தின் அடிப்படையிலான உழைப்பு மற்றும் கரத்தால் செய்யப்படும் உழைப்புக்கிடையேயான வேற்றுமை அதிகரித்தல், மூலதனத்தின் ஆற்றல் அதிகரித்தல், மூலதனத்துக்கும் உழைப்புக்குமிடையேயான சமத்துவமின்மை அதிகரித்து உழைப்பாளர் படை மற்றும் சேமப் பட்டாளத்தைச் சேர்ந்தவர்களின் பாதுகாப்பற்ற மற்றும் கடினமான வாழ்க்கைநிலை, எத்தகைய உற்பத்திப் பணிகளுக்கும் கூடுதலான அளவில் தகுதியற்றவர்களாகும் ஒரு வர்க்கப் பிரிவினரை உருவாக்கி அவர்களின் எண்ணிக்கையை அதிகரிக்கும் போக்கு ஆகியவை பற்றியே மார்க்ஸ் பேசுகிறார். அவர் இக்கருத்தைக் குறிப்பாக, பின்வரும் வகையில் தெரிவிக்கிறார்; *"உபரி மதிப்பின் உற்பத்திக்கான வழிமுறைகள் எல்லாம் அதே நேரத்தில் மூலதனத் திரட்டலுக்கான வழிமுறைகளாகும். திரட்டலின் ஒவ்வொரு வளர்ச்சியும் திரும்பவும் அந்த வழிமுறை*

களின் வளர்ச்சிக்கான வழிமுறைகளாகின்றன. ஆகவே, மூலதனத் திரட்டல் எந்த அளவுக்கு நடைபெறுகிறதோ அந்த அளவுக்குத் தொழிலாளியின் கதி - அதாவது ஊதியம் உயர்வானதென்றாலும் தாழ்வானதென்றாலும் சரி - மேலும் மோசமடைந்தே தீரும்.[18]

மூலதனத் திரட்டல் குறித்த மார்க்சின் பொதுவிதியின் சாரம் யாதெனில் - உழைப்பாளர் சேமப்பட்டாளம் மூலதனத் திரட்டலுடன் கூடவே அதிகரிக்கிறது; உற்பத்தியில் ஈடுபடாத வர்க்கம் (முதலாளித்துவ வர்க்கம்) மேலும் மேலும் அதிக அளவிலான செல்வம் மற்றும் ஆற்றல் குவிப்பை அனுபவிக்கிறது. ஆனால் உழைக்கும் வர்க்கமோ கூடுதலான அளவில் பணிப்பாதுகாப் பின்மையையும் ஸ்திரமற்ற வாழ்க்கை நிலையையும் எதிர்கொள்கிறது. கடைசியாகக் குறிப்பிடப்படுவதானது மீண்டும் மீண்டும் நிகழும் முதலாளித்துவ நெருக்கடிகளின் காரணமாக உருவாகிறது.

மூலதனத் திரட்டலும் நெருக்கடிகளும்

மூலதனத் திரட்டல் நிகழும்போது வெளிப்படும் சில அடிப்படை யான போக்குகள் இப்பகுதியில் விளக்கப்பட்டன. குறிப்பாக, (1) மூலதனத்தின் அங்கக இணைப்பாக்கம் தொடர்ந்து அதிகரித்தல். (2) போட்டி மற்றும் கடன் செலாவணியின் காரணமாக மூலதனம் மையப்படுதல். (3) உழைப்பாளர் சேமப்பட்டாளம் அதிகரித்தல். இவை மூலதனத் திரட்டல் நிகழ்முறையின் ஒரு நிபந்தனையாகவும் விளைவாகவும் உருவாதல். இரண்டு முக்கிய திசைகளில் இந்த பகுப்பாய்வை மேலும் முன்னெடுத்துச் செல்ல வேண்டியுள்ளது.

முதலாவதாக நெருக்கடிகளைப் பற்றி போகிற போக்கில் சில குறிப்புகள் மட்டுமே அளிக்கப்பட்டது. சமூக மூலதனத்தின் மறுஉற்பத்தி நிகழ்முறையில் ஏற்படும் தடைகளே முதலாளித்துவப் பொருளுற்பத்தி முறை நெருக்கடிகள் என்று அறியப்படுகின்றன. அனைத்து முக்கிய சரக்குகளும் விற்பனையாகாமல் விற்பனையாளர் களின் கைகளில் பெருமளவில் குவிந்து கிடக்கும் நிலையே நெருக்கடிகளின் உடனடி விளைவாக வெளிப்படும். இவ்வாறு நெருக்கடி வெளிப்பட்டாலும் முதலாளித்துவ நெருக்கடியின் வேர்கள் வேறு இடங்களில் உள்ளன. சாராம்சத்தில் இத்தகைய நெருக்கடிகள் எல்லாம் மூலதனத் திரட்டல் நிகழும் முறையில் உற்பத்தியாகும் அடிப்படையான முரண்பாடுகளாகும். இவற்றை யெல்லாம் கண்டுபிடிக்க மேலே விளக்கப்பட்ட மூலதனத் திரட்டல் விதிகளின் போக்குகளை ஆழமாக பகுப்பாய்வு செய்ய வேண்யுள்ளது. சுற்றோட்டம் எனும் கூறு இதுவரை விடப்பட்டுவிட்டது. அதனையும் இந்த பகுப்பாய்வுக்குள் கொண்டுவர வேண்டும். இரண்டாவதாக மூலதன மையப்பாடு நிகழும் முறை மிக மிக முக்கியமானது. இது போட்டி நிலையிலிருந்து துவங்கி ஏகபோக வளர்ச்சிக்கு இட்டுச்

செல்கிறது. இந்த நிகழ்வுமுறை முதலாளித்துவ உற்பத்தி முறையின் ஏகபோகக் கட்டம் என்று பொதுமைப்படுத்தும் நிலைக்கு இட்டுச்செல்லும். போட்டித் தன்மை வாய்ந்த முதலாளித்துவம் ஏகபோக முதலாளித்துவ முறையாக தர்க்க ரீதியாக வளரும்போது உலக அளவில் ஏற்படக்கூடிய அரசியல் பொருளாதார விளைவு-களைப் பற்றி லெனின் ஏகாதிபத்தியம் பற்றிய தமது படைப்பில் விளக்கிக் கூறியுள்ளார். இந்த பகுப்பாய்வின் அடுத்த கட்ட வளர்ச்சிப் போக்குகளை அறிந்துகொள்ள ஏகாதிபத்தியம் பற்றி மேலும் ஆய்வு செய்ய வேண்டியுள்ளது. முதலாளித்துவப் பொருள் உற்பத்திமுறையின் ஏகபோகக் கட்டம் தான் ஏகாதிபத்தியம் என்று லெனின் சுட்டிக் காட்டுகிறார்.

அடுத்த பகுதியில் முதலாளித்துவ நெருக்கடிகள் பற்றியும் ஏகாதிபத்தியம் பற்றிய மார்க்சிய - லெனினியப் பார்வையும் பரிசீலனைக்கு எடுத்துக் கொள்ளப்படும்.

அடிக்குறிப்புகள்

1. Karl Marx, *Capital,* Moscow 1967, Vol.I, *பக். 620*
2. *அதே நூல், பக்.* 618
3. *அதே நூல். பக். 638*
4. *அதே நூல். பக். 628*
5. *அதே நூல், பக். 625-626*
6. *அதே நூல், பக். 626*
7. *அதே நூல், பக். 627*
8. V.I. Lenin, *Imperialism, The Highest Stage of Capitalism;* See also N.I. Bukharin, *Imperialism and World Economy,* Monthly Review, 1972 and P.M. Sweezy, *The Theory of Capitalist Development,* Monthly Review, 1942
9. *Captial*, vol.111, pp. 436
10. *அதே நூல், பக். 439*
11. *அதே நூல், பக். 438*
12. Capital, vol I *பக். 631-632*
13. *அதே நூல், பக். 632*
14. *அதே நூல், பக். 633*
15. *அதே நூல், பக். 639*
16. *அதே நூல், பக். 644*
17. *அதே நூல், பக். 645*
18. *அதே நூல் அதே பக்கம்*

10

விலைகளும் மதிப்புகளும், முதலாளித்துவ விலைக் கோட்பாட்டின் மீது மார்க்சின் விமர்சனம்

வரலாற்றுப் பொருள் முதல்வாதம் மற்றும் சமுதாயத்தை ஆய்வு செய்வதைப் பற்றிய மார்க்சிய அணுகுமுறையை அறிமுகம் செய்வதுடன் இந்த நூலைத் துவக்கினோம். பின்னர் மதிப்பு, உபரி மதிப்பு, சுரண்டல் போன்ற கோட்பாடுகளை விளக்கினோம். பின்னர், உற்பத்திமுறைகள். அறுதி உபரி மதிப்பு, ஒப்பீட்டு உபரி மதிப்பு போன்றவைகளைப் பரிசீலித்தோம். இந்த பகுப்பாய்வு வகைபாடுகளைப் பயன்படுத்திக் கொண்டு மூலதனத் திரட்டலின் அடிப்படை விதிகளை விளக்கினோம். இவை மார்க்சின் மிகச் சிறந்த படைப்பாகிய மூலதனம் நூலின் - முதல் தொகுதியில் இடம்பெற்றுள்ளன.

முந்தைய அத்தியாயங்களில் நம்முடைய பகுப்பாய்வு முதலாளித்துவ உற்பத்தி முறைபாடு என்ற அம்சத்தை மட்டுமே தனது ஆய்வுப் பரப்பாகக் கொண்டிருந்தது, இப்போது நாம் இந்தப் பகுப்பாய்வை இரண்டு திசைகளில் விரிவாக்க வேண்டியுள்ளது.

(1) மூலதனச் சுற்றோட்டம் என்பதை பகுப்பாய்வு செய்ய வேண்டியுள்ளது. அதன் அடிப்படையில் 'சமூக மூலதனத்தின் மீளுறுருவாக்கம்' என்பதன் விதிகளை பகுத்தாய வேண்டியுள்ளது. இது எவ்வாறு 'முதலாளித்துவ உற்பத்தி' மற்றும் சுற்றோட்ட நிகழ்வுகளின் ஒருங்கிணைப்பாக உள்ளது என்பதையும் பரிசீலிக்க வேண்டியுள்ளது. குறிப்பாக, சமூக மூலதனத்தின் மறு உருவாக்கம் நடைபெற்று நின்றுவிடும் 'முதலாளித்துவ நெருக்கடி' குறித்த மார்க்சியக் கோட்பாடுகளை விளக்க வேண்டியுள்ளது.

(2) மூலதனத்தின் மையப்படுத்தல் குறித்த மார்க்சின் விதிகளை தொடக்கப் புள்ளியாகக் கொண்டு அதன் தாக்கங்களை புரிந்துகொள்ள வேண்டியுள்ளது. குறிப்பாக முதலாளித்துவ போட்டி என்ற நிலையிலிருந்து ஏகபோக முதலாளித்துவம் மற்றும் லெனினால் முதலாளித்துவத்தின் உச்சகட்டம் அல்லது ஏகாதிபத்தியம் என அழைக்கப்பட்ட நிலைக்கு உருவெடுக்கும் நிகழ்வுப் போக்கு குறித்து விரிவாக்க வேண்டியுள்ளது. ஏகாதிபத்தியம் குறித்த மார்க்சிய - லெனினியப் புரிதல் விளக்க வேண்டியுள்ளது.

இந்த அத்தியாயத்தில் சில அடிப்படைக் கூறுகளை பற்றிய பகுப்பாய்வு மூலம் மேற்கூறிய இரு திசைகளிலான விரிவாக்கத்திற்கான அடித்தளததை உருவாக்குவோம்.

மதிப்பும் விலைகளும்

இந்நூலின் இரண்டாம் பகுதியில் மதிப்பு பற்றிய கோட்பாட்டை விளக்கியுள்ளோம். மதிப்பை அதன் பண்பின் அடிப்படையில் பார்த்தால் அனைத்து சரக்குகளும் பொதுவான சமூகத்தன்மை கொண்டது என்பதைப் புரிந்து கொள்ளலாம். அதாவது சரக்கு என்பது ஸ்தூலமற்ற மனித உழைப்பு அல்லது பொதுவான மனித உழைப்பின் உற்பத்திப் பொருளாகும். அளவின் அடிப்படையில் பார்த்தால் சரக்கு மதிப்பை அதனை மறு உற்பத்தி செய்வதற்குச் சமூக ரீதியாகத் தேவைப்படும் அவசிய உழைப்பை அடிப்படையாகக் கொண்டுள்ளது. சரக்குகள் அவற்றினுடைய மதிப்பின் அடிப்படையில் பரிவர்த்தனை செய்யப்படுவதாக நாம் இதுவரை அனுமானித்துள்ளோம். எனினும், மேலே குறிப்பிட்ட அந்த இரண்டாவது பகுதியில் பின்வருமாறு குறிப்பிட்டுள்ளோம். "இந்த வாதத்தை மேலும் முன்னெடுத்துச் செல்லும்போது மதிப்பு பற்றிய மார்க்சின் சட்டம் குறிப்பிடுவதைக் கவனிக்க வேண்டும்.

"சரக்குகள் அவற்றின் மதிப்பின் அடிப்படையில் விற்பனை செய்யப் படுவதற்கு மாறாக, அவற்றின் உற்பத்தி விலைகளின் அடிப்படையில் பரிவர்த்தனை செய்யப்படுகின்றன. முதலாளித்துவப் போட்டி நிகழும்போது மூலதனத்திற்கு ஒரே சீரான லாப விகிதம் கிடைக்கும் நிலை ஏற்படுகிறது. இதனைக் கணக்கில் எடுத்துக்கொண்டு மாற்றியமைக்கப்படும் மதிப்புகளே உற்பத்தி விலைகள் என்று அறியப்படுகிறது."[1]

இப்போது நாம் பின்வரும் கேள்விகளுக்கு விடை காண வேண்டியுள்ளது:

(1) "உற்பத்தி விலைகள்" என்றால் என்ன?

(2) அவை மதிப்புகளுடன் எந்த வகையில் தொடர்புடையவை?

(3) "உற்பத்தி விலைகள்."என்ற கோட்பாட்டை உருவாக்க வேண்டிய தேவை என்ன?

மேலே எழுப்பப்பட்ட கேள்விகளின் உட்பொருளாக ஒரு கருத்து அமைகிறது. மதிப்பிலிருந்து உற்பத்தி விலைகள் கண்டறியப் படுகின்றன என்ற கருத்தை நாம் குறிப்பிடுகிறோம். இப்பிரச்சனை *'உருமாற்றப் பிரச்சனை'* **(transformation problem)** என்று அறியப்படுகிறது. அறிவுஜீவிகள் மத்தியில் பெரும் பரபரப்பை ஏற்படுத்துவதற்கு இப்பிரச்சனை காரணமாக இருந்தது.கல்விப்புலப் பொருளாதார வல்லுநர்கள பொருளாதார வல்லுநர்களும் மார்க்சிய

எதிர்ப்பையே தொழிலாகக் கொண்டவர்களும் இதனை விடையே காண முடியாத பிரச்சனையாகக் கருதுகின்றனர். மதிப்பு பற்றிய உழைப்புச் சித்தாந்தம் முழுமையாகச் செயலிழந்துவிட்டது என்ற வகையில் பேச ஆரம்பித்தனர்.

அப்பிரச்சனையைச் சற்று விரிவாக இங்கே காண்போம். மேலே எழுப்பப்பட்ட கேள்விகளுக்கு விடை அளிக்கு முன்னர் ஒரு கருத்தைத் தெளிவுபடுத்த வேண்டியுள்ளது. ஒரு சரக்கு என்ன விலைக்கு விற்கப்படுகிறதோ அதனை மதிப்பு என்றோ உற்பத்தி விலை என்றோ மார்க்ஸ் கருதவில்லை. ஆனால், அதனைத்தான் நாம் நமது அன்றாட அனுபவத்தில் விலையாகக் காண்கிறோம். அதனைச் சந்தைவிலை என்று மார்க்ஸ் குறிப்பிடுகிறார். சரக்குகளின் விலையை மூன்று வெவ்வேறு தனித்தன்மை வாய்ந்த சாரமாக்கலாக அவர் கையாள்கிறார். இதில் உயரிய நிலையில் உள்ள சாரமாக்கலில் விலைகளைத் தீர்மானிப்பதில் அடிப்படையான காரணியாக இருப்பது *மதிப்பு* ஆகும். இதைவிட சற்றுக் கீழ்மட்டத்திலான கருத்தமைவில் முதலாளித்துவ உற்பத்தி முறையின் மேலும் சில குறிப்பிட்ட தேவைகள் கருத்தில் கொள்ளப்படுகின்றன. அப்போது விலைகளை மேலும் சிக்கலான முறையில் தீர்மானிக்கின்ற *உற்பத்தி விலை* என்ற பிரிவை நாம் காண்கிறோம். இறுதியாக முதலாளித்துவ நடைமுறையின் மேற்பரப்பில் வேண்டல் - வழங்கலுக்குரிய அனைத்துத் தற்செயலான ஏற்ற இறக்கங்களுடன் அமைந்த சந்தைவிலை நமக்குக் கிடைக்கிறது. உருமாற்றப் பிரச்சனையை நாம் விளக்கும்போது இது தொடர்பான தெளிவான விளக்கம் நமக்குக் கிடைக்கும்.

உருமாற்றப் பிரச்சனை

சரக்குகள் அவற்றின் மதிப்பின் அடிப்படையில் பரிவர்த்தனை செய்யப்படுகின்றன என்ற அனுமானத்துடன் முதலில் பின்வரும் பிரச்சனையைப் பரிசீலிப்போம். பல்வேறு தொழில்களுக்கிடையே உற்பத்தித் தொழில்நுட்பம் கணிசமான அளவில் மாறுபடுகின்றது என்பது அனைவரும் நன்கு அறிந்ததே. ஒரு தொழிலின் மொத்த மூலதன ஒதுக்கீட்டில் மாறா மூலதனத்துக்கும் மாறும் மூலதனத்துக்குமிடையேயான விகிதாசாரமும் மற்றொரு தொழிலில் உள்ள விகிதாசாரமும் வேறானதாக இருக்கும். 'அ' என்ற தொழிலில் மாறா மூலதனம் 80 விழுக்காடாகவும் மாறும் மூலதனம் 20 விழுக்காடாகவும் இருப்பதாக வைத்துக் கொள்வோம். 'ஆ' என்ற மற்றொரு தொழிலில் மாறா மூலதனம் 20 விழுக்காடு எனவும், மாறும் மூலதனம் 80 விழுக்காடு எனவும் வைத்துக் கொள்வோம். இரண்டு தொழில்களிலுமே சுரண்டல் விகிதம் ஒன்றாக இருப்பதாக அதாவது 100 விழுக்காடாக இருப்பதாக வைத்துக்கொள்வோம். முதலீடு செய்யப்பட்ட மூலதனம் 100 அலகு

என்று வைத்துக் கொண்டால் 'அ' என்ற தொழிலில் உற்பத்தி செய்யப்பட்ட சரக்கின் மதிப்பு 80+20+20 = (மாறா மூலதனம் + மாறும் மூலதனம் + உபரி மதிப்பு) = 120. அதேசமயம் 'ஆ' என்ற தொழிலில் இதே அடிப்படையில் 20+80+80=180. 'அ' மற்றும் 'ஆ' ஆகிய இரண்டு தொழில்களிலுமே உற்பத்தி செய்யப்பட்ட சரக்குகள் அவற்றின் மதிப்பின் அடிப்படையில் பரிவர்த்தனை செய்யப்படுவதாக வைத்துக் கொண்டால் 'அ' தொழிலின் முதலாளி தான் முதலீடு செய்த 100 அலகுகளுக்கு 20 அலகுகளை மட்டுமே உபரி மதிப்பாகப் பெறுவார். அதேசமயம் 'ஆ' தொழிலின் முதலாளி தான் முதலீடு செய்த அதே நூறு அலகுகளுக்கு 80 அலகுகளை உபரி மதிப்பாகப் பெறுவார். தோற்றத்தின் அடிப்படையிலான அனைத்து அனுபவங் களுக்கும் இது முரணாக உள்ளது. மார்க்ஸ் இது குறித்துப் பின்வருமாறு விளக்கமளிக்கிறார். "பிரயோகிக்கப்படும் மூலதனத்தின் மொத்தத் தொகையிலான விழுக்காடாகக் கணக்கிட்டுப் பார்க்கையில் பஞ்சு நூற்பாலை அதிபர் மாறா மூலதனத்தை அதிகமாகவும் மாறும் மூலதனத்தைக் குறைவாகவும் ஈடுபடுத்துகிறார். ரொட்டிக்காரர் ஒப்பளவில் மாறும் மூலதனத்தை அதிகமாகவும் மாறா மூலதனத்தைக் குறைவாகவும் ஈடுபடுத்துகிறார் என்ற காரணத்தால் ரொட்டிக் காரரைவிட பஞ்சு நூற்பதிபர் குறைவான லாபம் அல்லது உபரி மதிப்பைப் பெறுவதில்லை என்பது யாவரும் அறிந்ததே".[2]

இங்கேயுள்ள முரண்பாடு என்ன? அதனை எளிதாகப் பின்வருமாறு கூற முடியும். மூலதன உடைமையாளர்களுக்கிடையே தொடர்ந்து போட்டி நிலவும் பின்னணியில் மொத்த முதலீட்டுக்கு ஒரு குறிப்பிட்ட தொழிலில் மற்றொரு தொழிலைவிட கூடுதலான வரவு கிடைக்குமானால் கூடுதலான வரவு அல்லது லாபவிகிதம் உள்ள தொழிலை நோக்கி மூலதனம் ஈர்க்கப்படும். வேறு சொற்களில் கூறினால் அனைத்துத் தொழில்களிலும் மொத்த மூலதனத்தின் (மாறா மூலதனம்+மாறும் மூலதனம்) மீதான லாப விகிதம் ஒரே அளவில் இருக்கக்கூடிய போக்கு காணப்படும். ஒரே அளவிலான சுரண்டலின் கடுமை இருக்குமானால் சரக்குகள் அவற்றின் மதிப்பின் அடிப்படையில் பரிவர்த்தனை செய்யப்படும்போது பல்வேறு தொழில்களில் விரிவான வேறுபாட்டுடன் கூடிய லாப விகிதத்துக்கு இட்டுச் செல்லும். மார்க்சின் சொற்களில் கூறினால்,

> "அடிப்படையானவை அல்லாதவையும், தற்செயலானவையும், ஒன்றையொன்று சரிக்கட்டிக் கொள்கிறவையுமான நிலைமை-களை ஒதுக்கிவிட்டுப் பார்த்தால் பல்வேறு தொழிற்கிளை களுக்கிடையே சராசரி லாபவிகிதத்தில் இத்தகைய வேறுபாடு உண்மையில் ஏதும் நிலவவில்லை என்பதிலும் முதலாளித்துவப் பொருளுற்பத்தி முறை முழுவதையும் ஒழித்துக் கட்டாமல் இந்த வேறுபாடு நிலவ முடியாது என்பதிலும் ஐயமில்லை. இந்த

வகையில் மதிப்புத் தத்துவமானது உள்ளபடியான நிகழ் முறையுடன் ஒத்து வராதது, மெய்யான உற்பத்தி நிகழ்வுகளோடு ஒத்து வராதது என்பது போலத் தோன்றுகிறது. எனவே, இந்த நிகழ்வுகளைப் புரிந்துகொள்வதற்கான முயற்சியை அறவே கைவிட வேண்டியதுதான் என்றும் தோன்றக்கூடும்."[3]

பிரச்சனையை மிகவும் சுருக்கமாகப் பின்வருமாறு குறிப்பிடலாம். சரக்குகள் தங்களுடைய மதிப்பின் அடிப்படையில் பரிவர்த்தனை யாகின்றன என்று மதிப்பு விதியின் எளிய வடிவம் குறிப்பிடுகிறது. ஆனால், வெவ்வேறு தொழில்களில் மூலதனத்தின் அங்கக இணைப் பாக்கம் வெவ்வேறாக இருக்கும் நிலையிலும் ஆனால் ஒரே அளவிலான உபரி மதிப்பு விகிதம் நிலவும் சூழலிலும் வெவ்வேறு தொழில்களில் வெவ்வேறு லாபவிகிதம் கிடைக்கக்கூடும் என்று புரிந்து கொள்ள வேண்டியிருக்கும். ஆனால், மூலதன உடைமையாளர் களிடையே நிலவும் போட்டி காரணமாக அனைத்துத் தொழில்களிலும் லாபவிகிதங்களைச் சமமாக்கும் போக்கு காணப்படும்.

ஒரே அளவிலான உபரி மதிப்பு விகிதம் என்ற அனுமானத்தை நிராகரித்துவிட்டுப் பிரச்சனையைக் கையாள முடியும் என்று சிலர் நினைக்கக்கூடும். ஆனால், இந்த அனுமானத்தைக் கைவிட்ட மறுகணமே முதலாளித்துவ உறவுகள் பற்றிய ஆய்வில் மதிப்பு விதியின் எளிய வடிவம் ஒரு முதல்படியாக அளித்து வந்த உறுதிப்பாட்டை நாம் இழக்க நேரிடும். மேலும் இந்த அனுமானம் தன்னிச்சைப் போக்கில் உருவாக்கப்பட்டதல்ல. மாறாக, முதலாளித்துவ சமுதாயத்தில் உண்மையில் நடைபெற்று வரும் ஒரு நிகழ்வின் தத்துவார்த்த அடிப்படையிலான பிரதிபலிப்பாக இந்த அனுமானம் அமைந்துள்ளது. இந்த அனுமானம் சரியானது என்பதை உறுதி செய்கின்ற ஆடம் ஸ்மித்தின் படைப்பைப் பற்றிக் குறிப்பிட்டுவிட்டு மார்க்ஸ் பின்வருமாறு கூறுகிறார்:

"வெவ்வேறு உற்பத்திக் கிளைகளிலும் கூலியையும் வேலை நேரத்தையும் அதன் தொடர்விளைவாக உபரி மதிப்பு விகிதத்தையும் சமன்படுத்துவது அந்தந்த வட்டாரத்தில் அனைத்து வகைத் தடைகளையும் சந்திக்க வேண்டியிருக்கிறது என்றாலும் முதலாளித்துவப் பொருளுற்பத்தி முன்னேற முன்னேற எல்லாப் பொருளாதார உறவுகளும் இந்தப் பொருளுற்பத்தி முறைக்குக்கீழ் கொண்டு வரப்படும் நிலையில் இந்தச் சமன்படுத்தும் நிகழ்வு மேன்மேலும் அதிகமாக நடைபெறவே செய்கிறது. மேற்கூறியவை போன்ற தடங்கல்களைப் பரிசீலிப்பது கூலி தொடர்பான தனி ஆய்வுக்கு முக்கியமானதே என்றாலும் முதலாளித்துவப் பொருளுற்பத்தி பற்றிய பொதுவான பகுப்பாய்வில் இப்பரிசீலனையை அவசியமற்றதாகவும் பொருத்தமற்றதாகவும் கருதி

ஒதுக்கிவிடலாம்."[4]

இங்கே நாம் கவனத்தில் கொள்ள வேண்டியது இதனைத்தான். முதலாளித்துவ உற்பத்திமுறையின் சாரத்தைச் சித்தாந்த ரீதியில் (எனவே, நிச்சயமாகக் கருத்தியல் ரீதியான) ஆய்வு செய்யும்போது பொருளாதாரத்தின் பல்வேறு துறைகளில் உபரி மதிப்பு விகிதங்களின் வேறுபாடுகளைப் பொருட்படுத்தாமல் இருப்பது முறையானதாகவே இருக்கும். முதலாளித்துவப் பொருளாதாரத்தின் இன்றியமையாத அம்சங்களை (இரண்டாம் நிலையில் உள்ளவற்றை அல்ல) கையாள உதவுவதற்கு உபரி மதிப்பு விகிதம் ஒரே அளவில் இருக்கும் என்ற கோட்பாடு உண்மையில் மிகவும் அவசியமானது.

மார்க்சின் தீர்வு

மூலதனம் நூல் முதல் தொகுதியில் பயன்படுத்தப்பட்ட மதிப்பு விதியின் எளிய வடிவத்துக்கும், முதலாளித்துவ முறையில் விலைகள் உருவாகும் விதம் குறித்த சிக்கலான தேவைகளுக்குமிடையேயான முரண்பாட்டை மார்க்ஸ் தெளிவாக அறிந்து வைத்திருந்தார் என்பதை மேலே விளக்கப்பட்டவைகளிலிருந்து புரிந்துகொள்ள முடியும். இதனால் மதிப்பு குறித்த தமது சித்தாந்தத்தைக் கைவிட வேண்டிய தேவை இல்லை என்று அவர் கருதுவதை அவரது எழுத்துக்கள் தெளிவுபடுத்துகின்றன. சொல்லப் போனால், மதிப்பு குறித்த அடிப்படையான அவரது வரையறையில் சரக்குகளின் விலைகளை நிர்ணயிக்கின்ற சிக்கலான காரணிகளை அவர் உருவாக்கியுள்ளார்.[5]

உற்பத்தி விலைகளைப் பற்றிய மார்க்சின் சித்தாந்தத்தை இங்கே சுருக்கமாக விளக்குவோம். தனிப்பட்ட மூலதன உடைமையாளர்களை எடுத்துக்கொள்வோம். பண மூலதனத்தைக் (ஆ) கொண்டு உற்பத்தி சாதனங்களையும் உழைப்புச் சக்தியையும் அவர் விலைக்கு வாங்குகிறார். உற்பத்தி சாதனமானது உற்பத்தி நிகழும் ஒரு கால அளவுக்குள்ளேயே முழுவதும் பயன்படுத்தப்படுவதாக வைத்துக் கொள்வோம். அவர் முன்னீடு செய்த மூலதனத்தையும் (இதனை C என்று கொள்வோம்) இந்த உற்பத்தியின்போது அவர் பயன்படுத்திய மாறும் மூலதனத்தை (இதனை V என்று கொள்வோம் S^1யும் கூட்டினால் (C+V) அவரது மொத்த முதலீடு கிடைக்கும். அவர் இக்காலத்தில் உற்பத்தி செய்த மதிப்பை பின்வரும் சமன்பாடு விளக்கும். முன்னீட்டு மூலதனம் + மாறும் மூலதனம் + உபரிமதிப்பு விகிதம் (அதாவது சுரண்டலின் கடுமை) x மாறும் மூலதனம்.

அதாவது, $C+V+S^1 \times V$ இதில் S^1 என்பது உபரி மதிப்பு விகிதம் அல்லது சுரண்டல் விகிதமாகும். சரக்கின் அடக்க விலையை அதாவது முன்னீட்டு மூலதனம் + மாறும் மூலதனம் என்று மார்க்ஸ்

குறிப்பிடுகிறார். (C+V) அதாவது முன்னீட்டு மூலதனம் + மாறும் மூலதனத்தைச் சரக்கின் செலவிட்டு விலை என்று மார்க்ஸ் குறிப்பிடுகிறார். சரக்கின் அடக்கவிலை என்பது அதனை உற்பத்தி செய்வதற்கான மூலதன உடைமையாளரின் அடக்கச் செலவைக் குறிக்கிறது. மூலதன உடைமையாளர் தொழிலாளிக்கு அவரது உழைப்புச் சக்தியின் மதிப்பை மட்டும் கொடுத்துவிட்டு ஒரு குறிப்பிட்ட அளவி லான உபரி மதிப்பை இலவசமாகப் பெறுகிறார் என்பதை நாம் அறிவோம். அதே சமயம் சரக்கின் மதிப்பு என்பது சமுதாயத்துக்கு அதனால் ஆகும் அடக்கச்செலவு - அதாவது அதனை உற்பத்தி செய்வதற்குச் செலவிடப்பட்ட சமுதாயத்தின் உழைப்பு நேரத்தைப் பொறுத்தது. லாபத்தைக் கணக்கிடும்போது முதலீடு செய்யப்பட்ட மொத்த மூலதனத்தின் (C+V) அடிப்படையில் (மொத்த மூலதனம் = மாறா மூலதனம் + மாறும் மூலதனம்) கணக்கிடப்படுகிறது. R என்பதை லாப விகிதத்துக்கான குறியீடு என்று வைத்துக் கொண்டால் R(C+V) அதாவது லாப விகிதம் x (மாறா மூலதனம் + மாறும் மூலதனம்) தான் மொத்த முதலீட்டின் மீது அவருக்குக் கிடைக்கும் லாபமாகும். மூலதன உடைமையாளர் இந்த லாபத்தை உறுதி செய்துகொள்ள வேண்டுமானால் சரக்கின் விலையைப் பின்வரும் அடிப்படையில் நிர்ணயிப்பார் (C+V)+R(C+V) அதாவது (மாறா மூலதனம் + மாறும் மூலதனம்) + லாபவிகிதம் R (மாறா மூலதனம் + மாறும் மூலதனம்) மூலதன உடைமையாளர் அப்போது அமலில் உள்ள லாபவிகிதத்தை அவர் முதலீடு செய்த மூலதனத்திற்குப் பெறுவதற்கு மேலே குறிப்பிட்ட அடிப்படையிலேயே விலையை நிர்ணயம் செய்து கொள்வார். இதனைத்தான் உற்பத்தியின் விலை என்று மார்க்ஸ் குறிப்பிடுகிறார். வேறு சொற்களில் கூறினால், உற்பத்தியின் விலை என்பது அடக்க விலை + லாபம்.

லாப விகிதத்தைத் (R) தீர்மானிப்பது எது என்ற கேள்வி இப்போது எழுகிறது. இக்கேள்விக்குப் பதிலளிக்க எண்ணிக்கை அடிப்படையிலான உதாரணத்தைக் கீழே அளிக்கிறோம். (அ), (ஆ), (இ) என்ற மூன்று தொழில்கள் பற்றிய விவரங்களும் அவற்றில் மூலதனத்தின் அங்கக இணைப்பாக்கமும் கீழே தரப்பட்டுள்ளன.

தொழில்	மாறா மூலதன C	மாறும் மூலதன விழுக்காடு V	அங்கக இணைப்பாக்கம் (C/V)
அ	80	20	4
ஆ	60	40	3/2
இ	40	60	2/3

எளிதாகப் புரிந்துகொள்வதற்காகப் பின்வருமாறு வைத்துக் கொள்வோம். மொத்த சமூக மூலதனம் மூன்று தொழில்களிலும்

சமஅளவில் பகிர்ந்தளிக்கப்பட்டுள்ளன. இவற்றில் உள்ள அலகுகளின் அளவைகளைத் தேர்ந்தெடுக்கும்போது ஒவ்வொரு தொழிலிலும் முதலீடு 100 அலகுகள் என்று வைத்துக்கொள்வோம். இவற்றில் சுரண்டல் விகிதம் - அதாவது உபரிமதிப்பு விகிதம் நூறு விழுக்காடு என்று வைத்துக்கொள்வோம். கீழே அளிக்கப்பட்டுள்ள அட்டவணை மதிப்பின் அளவையும் உற்பத்தி விலையையும் அளிக்கின்றன:

தொழில்	மாறா மூலதன C	மாறும் மூலதனம் V	உபரி மதிப்பு S'=100%	அடக்க விலை	மதிப்பு C+V+S'(C+V)	உற்பத்தி விலை (C+V) + R(C+V)
(அ)	80	20	20	100	120	140
(ஆ)	60	40	40	100	140	140
(இ)	40	60	60	100	160	140
மொத்தம்	180	120	120	300	420	420

உற்பத்தி விலையைக் கண்டுபிடிப்பதற்கு ஒரே அளவிலான லாப விகிதமாக 40 விழுக்காடு என்பதை எடுத்துக்கொண்டோம் என்பது தெளிவாகப் புரிந்திருக்கும். இதனை எவ்வாறு பெற்றோம்? அட்டவணையின் கடைசி வரியிலுள்ள மொத்தத்தைப் பரிசீலித்தாலே இதனைப் புரிந்துகொள்ளலாம். பின்வரும் வகையில் நாம் கணக்கிட்டுள்ளோம். அனைத்து மூலதன உடைமையாளர்கள் இணைந்த கூட்டுப்பங்கு நிறுவனத்தைப் போல பொருளாதாரத்தை அணுகியுள்ளோம். இந்த நிறுவனத்தின் மொத்த சமூக மூலதனம் 300க்குச் சமமானது. இந்த நிறுவனம் முதலாளி வர்க்கத்திற்காக உழைக்கும் வர்க்கத்திலிருந்து கூட்டாகப் பறிமுதல் செய்யும் மொத்த சமூக உபரி மதிப்பின் அளவு 120. எனவே, இந்த நிறுவனத்தின் லாப விகிதம் - அதாவது சராசரி சமூக லாபவிகிதம் 120/300=40 விழுக்காடு. உழைக்கும் வர்க்கத்திடமிருந்து பறிமுதல் செய்த கொள்ளைப் பணத்தை மொத்த சமூக மூலதனத்தில் ஒவ்வொரு தொழிலின் பங்கின் அடிப்படையில் பங்கு போட்டுக் கொள்கின்றனர். நம்முடைய உதாரணத்தில் மூன்று தொழில்களும் சமஅளவு எடையுடன் இருப்பதால் ஒவ்வொரு தொழிலும் மொத்த லாபத்தில் 3ல் 1 பங்கைப் பெறுகின்றன.

இதில் அடங்கியுள்ள சிக்கல்கள்

மேலே அளிக்கப்பட்ட விளக்கத்திலிருந்து ஒன்றைப் புரிந்து கொண்டிருக்கலாம். அதாவது மதிப்பிலிருந்து உற்பத்தி விலையைக் கண்டறிவதில் பெரிய புதிரான அம்சம் எதுவுமில்லை. எனினும், பல்வேறு விளக்கங்களையும் அளிக்க வேண்டியுள்ளது.

(1) உள்ளதிலேயே மிகவும் எளிமையான உதாரணத்தை எடுத்துக் கொண்டுள்ளோம். பொருளாதாரத்தின் மொத்த மூலதனத்தில்

வெவ்வேறு தொழில்களின் ஒப்பளவிலான பங்களிப்பை மாற்றுவதன் மூலம் நாம் இதனைச் சிக்கலானதாக ஆக்க முடியும். ஆனால், நாம் மேலே அளித்துள்ள வழிமுறையின்படியே உற்பத்தி விலைகளைக் கண்டறிய முடியும் (அவை வெவ்வேறு தொழில்களில் வெவ்வேறு எண்ணிக்கையுடன் இருக்கும்).

(2) மூலதனத்தின் புரள்தல் (turnover) தொடர்பான பிரச்சனையை நாம் கவனத்தில் எடுத்துக் கொள்ளவில்லை. சில தொழில்களில் மாறா மூலதனம் (தங்களுடைய அனைத்து மதிப்பையும் உற்பத்திப் பொருளிற்கு ஒரு குறிப்பிட்ட உற்பத்திக் காலத்துக்குள் மாற்றாத இயந்திரங்களும் பிறவும் உண்டு) புரள்தலுக்குப் பல ஆண்டுகள் பிடிக்கும். நாம் இங்கே “தனியான சுழல் மூலதன பாணியைப் பயன் படுத்தியுள்ளோம். மாறா மூலதனத்தின் பகுதியாக உள்ள இயந்திரங்கள் மற்றும் அவை போன்றவற்றையும் ஒரேயொரு உற்பத்திக் காலத்திலேயே முழுவதுமாகப் பயன்படுத்திவிடுவதாக அனுமானித்துள்ளோம். அந்த உற்பத்திக் காலஅளவை ஓராண்டாக வைத்துக் கொண்டோம். மூலதனத்தின் அங்கக இணைப் பாக்கத்திலுள்ள வேறுபாடுகள் மட்டுமின்றி மூலதனத்தின் புரள்வுக் காலத்தில் உள்ள வேறுபாடும் லாபவிகிதத்தைப் பாதிக்கின்றன. இப்பிரச்சனையை மார்க்ஸ் முழுமையாக உணர்ந்திருந்தார். இப்பிரச்சனை குறித்து மூலதன நூலின் இரண்டு மற்றும் மூன்றாம் தொகுதிகளிலும் *உபரி மதிப்பு பற்றிய சித்தாந்தத்திலும்* விளக்க மளித்துள்ளார். அப்பிரச்சனை குறித்து இங்கே விளக்கமாகச் சொல்லப் போதில்லை.

(3) அடக்க விலையுடன் லாபத்தைக் கூட்டி உற்பத்தி விலையைக் கண்டறிந்தோம். இதற்காக (அ) சராசரி சமூக லாபவிகிதம் = மொத்த மொத்தச் சமூக உபரி மதிப்பை மொத்தச் சமூக மூலதனத்தால் வகுத்தல் என்ற முறையில் லாப விகிதத்தைக் கண்டறிந்து பின்னர் அடக்க விலையை லாபவிகிதத்தால் பெருக்கி உற்பத்திச் விலையைக் கண்டறிந்தோம். உற்பத்தி சாதனங்களை மூலதன உடைமையாளர்கள் தங்களுக்கிடையே வாங்குதல் மற்றும் விற்பனையில் ஈடுபடும்போது விலைகளின் அடிப்படையில் அந்த வாணிக நடவடிக்கையில் ஈடுபடுகின்றனர். இதில் அடக்க விலையின் கூறுகளை ஆய்வு செய்தால் அதில் முந்தைய உற்பத்திக் கட்டங்களால் சேர்க்கப்பட்ட மூலதனத்தின் மீதான லாபமும் சேர்ந்திருக்கும் என்பது பொருள். வீட்டு உபயோகப் பொருள்களைத் தயாரிக்க நான் இரும்பு எஃகை வாங்குவதாக வைத்துக் கொள்வோம். அது எனது அடக்க விலையில் அடங்கும். ஆனால்,நான் அதனை அதன் உற்பத்தி விலையின் அடிப்படையில்தான் - மதிப்பின் அடிப்படையில் அல்ல - வாங்கியுள்ளேன். எனவே, நான் அளிக்கும் விலையில் இரும்பு எஃகு உற்பத்தியாளரின் லாபமும் அடங்கியுள்ளது. எனவே, அடக்க விலையை அதன் மதிப்பின்

அடிப்படையில் மட்டும் எடுத்துக்கொள்ள முடியாது. ஆனால், உருமாற்றப் பிரச்சனை தொடர்பாக நாம் கொடுத்த எளிய உதாரணத்தில் அவ்வாறுதான் எடுத்துக்கொண்டோம்.

இப்பிரச்சனையையும் மார்க்ஸ் தெளிவாக உணர்ந்திருந்தார் அவர் கூறுகிறார்:

> "சரக்கின் அடக்கவிலை அதன் உற்பத்தியின்போது நுகரப்பட்ட சரக்குகளின் மதிப்புக்குச் சமம் என்றுதான் ஆரம்பத்தில் வைத்துக் கொண்டோம். ஆனால், விலை கொடுத்து சரக்கு வாங்குகிறவருக்கு அச்சரக்கின் உற்பத்தி விலையே அதன் அடக்கவிலை ஆகிறது. இவ்விதம் அதுவே அடக்க விலையாக வேறு சரக்குகளின் விலைகளில் சேரலாம். ஒரு சரக்கின் உற்பத்தி விலை அதன் மதிப்பிலிருந்து வேறுபடலாம் என்பதால் ஏனைய சரக்குகளின் உற்பத்தி விலையை உள்ளடக்கிய ஒரு சரக்கின் அடக்க விலையும் அதன் மொத்த மதிப்பில் எப்பகுதி நுகரப்பட்ட உற்பத்தி சாதனங்களின் மதிப்பி லிருந்து கிடைத்ததோ அப்பகுதிக்கு மேலாகவோ கீழாகவோ அமையலாம் என்றாகிறது. அடக்க விலையின் முக்கியத்தும் குறித்து இந்த மாற்றத்தை நாம் மனதில் கொள்வது மிகவும் அவசியமானது. குறிப்பிட்ட எந்தத் துறையிலும் சரக்கின் அடக்க விலையை அதனால் நுகரப்படும் உற்பத்திச் சாதனங்களின் மதிப்போடு சமப்படுத்தும் போதெல்லாம் தவறு நிகழ வாய்ப்புண்டு என்பதையும் மனதில் கொள்ள வேண்டும்."[6]

ஆனால், உற்பத்தி விலைகள் குறித்த சித்தாந்தத்தின் இந்தக் கருத்தை முறையாகப் பதிவு செய்வதற்கு மார்க்ஸ் உயிருடன் இல்லை. இதன் காரணமாக உருமாற்றப் பிரச்சனையின் மீதான அவரது தீர்வு நிறைவடையாமல் இருந்து வந்தது. அதன் பிறகு, பிரச்சனையின் தர்க்க ரீதியான அம்சங்கள் திருப்திகரமான முறையில் கையாளப்பட்டு விட்டன. மதிப்புகளுக்கும் உற்பத்தி விலைகளுக்கும் இடையே தெளிவான ஒத்திசைவு இருப்பது வெளிப்படுத்தப்பட்டுவிட்டது. மார்க்ஸ் அளித்த தீர்வு என்று கூற வேண்டும்.[7] முழுமையானதாக இல்லாமல் இருந்தாலும் உருமாற்றப் பிரச்சனையின் சாரத்தைப் பே-ாதுமான அளவுக்குத் தீர்த்து வைத்துள்ளது.

உருமாற்றப் பிரச்சனையின் முக்கியத்துவம்

உருமாற்றப் பிரச்சனையின் தர்க்க ரீதியான விவரங்களில் மட்டும் கவனம் செலுத்தும் முதலாளித்துவ பொருளாதார வல்லுநர்கள் தங்களுடைய தத்துவார்த்த நோக்கங்களால் ஓரளவுக்குத் தூண்டப்பட்டும் (வேண்டுமென்றோ அல்லது அவ்வாறின்றியோ)

இப்பிரச்சனையின் உண்மையான வரலாற்று முக்கியத்துவத்தைப் புரிந்து கொள்வதற்குப் பொதுவாகத் தவறிவிட்டனர். மார்க்ஸ் அளித்த தீர்வு முழுமையற்றது என்ற வாதத்தை அவர்கள் முன்வைத்தனர். அதன் பிறகு, உருமாற்றப் பிரச்சனைக்குத் தர்க்க ரீதியில் அமைந்த முழுமையான தீர்வு இருப்பதாக ஏற்றுக்கொண்டனர். மார்க்சின் அடிப்படைக் கருத்தான உற்பத்தி விலைகளை மதிப்பிலிருந்து கண்டறியும் முறையை ஒப்புக்கொண்டனர். இப்போது தங்களுடைய வாதத்தின் அடிப்படையை மாற்றிக் கொண்டுவிட்டனர். மதிப்புக்கும் உற்பத்தி விலைக்குமிடையே துல்லியமான ஒத்திசைவு இருப்பதாகக் கூறிய அவர்கள் முதலாளித்துவப் பொருளாதாரத்தைப் பகுப்பாய்வு செய்வதற்கு மதிப்பு பற்றிய கோட்பாட்டைப் பயன்படுத்துவது தேவையற்றது என்று வாதிடுகின்றனர். விலைகள் பற்றிய தர்க்க ரீதியான முரண்பாடற்ற கோட்பாடு (உற்பத்தி விலைகளைப் போன்ற) இருக்குமானால் ‘மதிப்பு’ பற்றிய கோட்பாடு தேவையற்றது என்பது அவர்கள் கருத்தாகும். இந்த வாதம் மிகவும் தவறானது என்பதை நிலைநாட்டுவதற்கான காரணங்களை விளக்க முற்படுவோம்.

உற்பத்தி விலைகளைக் கண்டறிய சராசரி லாப விகிதத்தை நாம் பயன்படுத்த வேண்டியிருந்தது என்பதை முதலில் நினைவில் கொள்வோம். மொத்த சமூக உபரி மதிப்புக்கும் மொத்த சமூக மூலதனத்துக்குமிடையே விகிதத்தைக் கொண்டு சராசரி லாப விகிதத்தைக் கணக்கிட்டோம். வேறு சொற்களில் கூறினால் உபரி மதிப்பும் உபரி மதிப்பு விகிதமும்தான் லாபம் மற்றும் லாப விகிதத்தின் பின்னால் உள்ளன. மார்க்ஸ் கடைப்பிடித்த முறையான மதிப்பிலிருந்து துவங்கி உற்பத்தி விலைக் கோட்பாட்டை உருவாக்கியதானது - அதிலும் அதனை முதலாளித்துவப் பொருளாதாரத்தின் விலைகள் பற்றிய அதிக சிக்கலான வரையறை என்று அடையாளப்படுத்திய முறையின் முக்கியத்துவத்தை இப்போது உணர (எளிதாக என்றும் கூறலாம்) முடிகிறது. சாராம்சத்தில் மார்க்சின் அணுகுமுறை பின்வருமாறு அமைந்துள்ளது. வரலாற்றுப் பொருள் முதல்வாதி என்ற வகையில் முதலாளித்துவப் பொருளுற்பத்தி முறையை அதன் அடிப்படையான சமூக உறவான - முதலாளி வர்க்கத்துக்கும் தொழிலாளி வர்க்கத்துக்குமிடையேயான உறவின் அடிப்படையில் - மார்க்ஸ் பகுப்பாய்வு செய்கிறார். மூலதனம் முதல் தொகுதியில் இடம் பெற்றுள்ள மதிப்பு பற்றிய ஆய்வு இந்த அடிப்படை உறவுகளைக் கவனப்படுத்துகிறது. இந்த உற்பத்தி முறையில் சமூக உற்பத்தி என்பது சரக்கு உற்பத்தியாகும். அது மூலதனம் - கூலியுழைப்பு உறவுகளின் அடிப்படையில் அமைந்தது. எனவே, உற்பத்திப் பொருட்கள் மதிப்பு என்ற தன்மையை எடுத்துக் கொள்கின்றன.

தொழிலாளி வர்க்கத்தைச் சுரண்டுவதன் மூலம் முதலாளி வர்க்கம் உபரி மதிப்பைப் பறிமுதல் செய்யும் வேலையில் ஈடுபடுகிறது. மதிப்பு மற்றும் உபரி மதிப்பு பிரச்சனையானது உபரி மதிப்பு உற்பத்தி மற்றும் தொழிலாளி வர்க்கத்துக்கும் முதலாளி வர்க்கத்துக்கும் இடையேயான உறவுகளுடன் தொடர்புடையது. ஆனால், விலைகள் பிரச்சனையோ உபரி மதிப்பை மூலதன உடைமையாளர்களுக்கிடையே பகிர்ந்துகொள்வது தொடர்பானது - அதாவது முதலாளி வர்க்கத்துக்குள்ளேயான உறவுகளுடன் தொடர்புடையது. மதிப்பு மற்றும் உபரிமதிப்பின் அடிப்படையில் பகுப்பாய்வு என்பது இரண்டு அடிப்படையான காரணங்களுக்காக மிகமிக இன்றியமையாதது.

(1) இந்தப் பகுப்பாய்வு முதலாளித்துவ உற்பத்தி முறையின் அடிப்படைச் சமூக உறவுகளை அப்பட்டமான முறையில் அம்பலப் படுத்துகிறது. குறிப்பாக, உழைப்புக்கும் மூலதனத்துக்குமிடையே (சட்டரீதியிலும் பிற வகைகளிலும்) சமத்துவம் நிலவுவது போன்ற மாயத் தோற்றத்தைக் கிழித்து இது ஊடுருவிச் செல்கிறது. தொழிலாளி வர்க்கத்தை முதலாளி வர்க்கம் சுரண்டுவதை - தொழிலாளிகளின் உபரி உழைப்பைப் பறிமுதல் செய்தல் என்று அறிவியல் ரீதியான வகையில் அது தெளிவான முறையில் வெளிப்படுத்துகிறது.

(2) சராசரி லாப விகிதத்தைக் கண்டறிவதற்கான அடிப்படையை அளிப்பதன் மூலம் மதிப்பு என்பதுதான் விலைகளை அடிப்படையான முறையில் அல்லது எளிதான முறையில் தீர்மானிப்பதற்கான காரணியாக உள்ளது என்பதை விளக்கிக் கூறுகிறது. இதைவிட சிக்கலான கோட்பாடாகிய உற்பத்தி விலையானது மதிப்பு மற்றும் மதிப்பு உறவுகளின் அடிப்படையில் பெறப்படுகிறது.

கொச்சைப் பொருளாதாரத்தில் விலைக்கோட்பாடு

முதலாளித்துவப் பொருளாதாரம் ஒரு திருப்திகரமான விலைக்கோட்பாட்டை வளர்க்கத் தவறியதன் பின்னணியில் இரண்டாவதாகக் குறிப்பிடப்பட்ட காரணம் முக்கியத்துவம் பெறுகிறது. முதலாளித்துவப் பொருளாதாரத்தில் விலைகள் லாபவிகிதங்களைச் சார்ந்திராமல் சுயேச்சையான முறையில் தீர்மானிக்க முடியாது என்பதை முதலாளித்துவப் பொருளாதார அரங்கில் அண்மையில் ஏற்பட்டுள்ள கருத்து மோதல்கள் வெளிப்படுத்துகின்றன.[8] அதே கருத்து மோதல்கள் மற்றொன்றையும் தெளிவுபடுத்துகின்றன. முதலாளித்துவப் பொருளாதாரத்திற்கு முரண்பாடற்ற திருப்திகரமான விலைக்கோட்பாடு இல்லை என்பதே அது.[9] இக்கருத்து குறித்த விளக்கமளிப்பதற்கு முதலாளித்துவ

விலைக்கோட்பாட்டின் மீது நமது கவனத்தைத் திருப்புவோம்.

முதலாளித்துவ விலைக்கோட்பாட்டைச் சுருக்கமாக விவாதிக்கும் வேளையில் மார்க்சைப் போலவே நாமும் கொச்சைப் பொருளாதாரத்தையும் செவ்வியல் பொருளாதாரத்தையும் வேறுபடுத்திப் பார்க்க வேண்டும். தமது சமகால மற்றும் தமக்கு முந்தைய காலப் பொருளாதார வல்லுநர்களை அடையாளப்படுத்த மார்க்ஸ் இந்தச் சொல்லாடல்களைக் கையாண்டார். எனினும், நவீனகாலப் பொருளாதார வல்லுநர்களுக்கும் இந்தச் சொற்களைப் பயன்படுத்தலாம்.

கொச்சையான கோட்பாட்டில் விலைகளைத் தீர்மானிப்பவை வேண்டலும் வழங்கலும் (Demand and Supply) ஆகும். தனிப்பட்ட நடத்தை தொடர்பான சில பொது விளக்கக் கோட்பாடுகளின் அடிப்படையில் வேண்டல் என்பது தீர்மானிக்கப்படுகிறது. தனிப்பட்ட நபர்களின் அகவய முன்னுரிமைகள், வருமான வரம்புகளுக் குட்பட்டு அதிகபட்ச திருப்தி ஆகியவற்றை அடிப்படையாகக் கொண்டு இந்த விளக்கக் கோட்பாடுகள் உருவாக்கப்படுகின்றன. தனிப்பட்ட நிறுவனங்கள் மற்றும் உற்பத்தியாளர்களின் நடத்தை தொடர்பான கோட்பாடுகளின் அடிப்படையில் வழங்கல் என்பது தீர்மானிக்கப்படுகிறது. இதில் உள்ள கொச்சையான தர்க்க இயலை உதாரணங்களோடு விளக்குவோம். பிஸ்கட் என்ற ஒரு குறிப்பிட்ட சரக்கை எடுத்துக்கொள்வோம்: வாங்கும் சக்தி மற்றும் பிஸ்கட்டுகளை விலைக்கு வாங்கும் ஆசை ஆகிய இரண்டும் உள்ள தனிநபர் களிடமிருந்து பிஸ்கட்டுக்கான வேண்டல் எழுகிறது. இந்த வேண்டலானது பின்வரும் வகையில் கண்டறியப்பட்ட ஒரு வேண்டல் அட்டவணையின்படி கோட்பாட்டளவில் விளக்கப்படுகிறது. தனிப்பட்ட நபரின் வருமானம், சுவையுணர்வு மற்றும் பிஸ்கட் தவிர அனைத்துச் சரக்குகளின் விலை ஆகியவை கவனத்தில் கொள்ளப் படுகின்றன. அந்தத் தனிநபர் தனது வருமான வரம்புக்குள் தனக்கு அதிக அளவில் திருப்தி அளிக்கக்கூடிய வகையில் ஒரு குறிப்பிட்ட விலையுள்ள பிஸ்கட்டுகளை விலைக்கு வாங்குவார். பல்வேறு ரக பிஸ்கட்டுகளின் அனுமான விலையை அந்தத் தனிநபரின் முன்னால் வைத்து அவர் வாங்கக்கூடிய பிஸ்கட்டுகளின் ரகவாரியான அளவுகளைத் தெரிந்துகொள்ளலாம். பிஸ்கட் வாங்கக்கூடிய ஒவ்வொரு நுகர்வோரிடம் இதே முறையைப் பின்பற்றி ஒவ்வொரு விலையுள்ள பிஸ்கட்டுக்கும் அவருக்குத் தேவைப்படும் மொத்த அளவைத் தெரிந்துகொள்ளலாம். பிஸ்கட்டின் விலை மற்றும் வேண்டல் அளவை ஒரு வேண்டல் வளைகோடாக வரைகட்டத்தில் வரைந்து கொள்ளலாம்.

வேண்டலுக்கு அடுத்து, இப்போது வழங்கலைத் தீர்மானிக்க வேண்டும். உற்பத்தியாளர் தமது உற்பத்திப் பொருளின்

விலை சுயேச்சையான முறையில் கொடுக்கப்பட்டதாக எடுத்துக்கொள்கிறார். தங்களுடைய விற்பனை வருவாய் மற்றும் அடக்க விலைக்கு (மாறா அடக்கச்செலவு + மாறும் அடக்கச்செலவு) இடையே உள்ள வேறுபாடு அதிகபட்சமானதாக இருக்கும் வகையில் தங்களுடைய உற்பத்தியின் அளவைத் தீர்மானிக்கிறார்கள். ஒரு குறிப்பிட்ட சரக்கின் (இங்கே பிஸ்கட்) விலையின் அடிப்படையில் பல்வேறு பிஸ்கட் உற்பத்தியாளர்கள் பல்வேறு அளவுகளில் பிஸ்கட்டுகளை வழங்க முன்வருவார்கள். அதிக அளவு லாபம் பெறும் வகையில் இந்த அளவைத் தீர்மானிப்பார்கள். ஒவ்வொரு விலைக்கும் அவர்கள் வழங்க முன்வரும் பிஸ்கட்டுகளின் அளவுதான் வழங்கல் அளவாக இருக்கும். பல்வேறு அனுமான விலைகளுக்கு பிஸ்கட்டுகள் விற்பனைக்காக வழங்க முன்வரும் அளவினையும் இதே முறையில் தீர்மானித்துக் கொள்ளலாம். இந்த வழங்கல் அட்டவணையையும் வழங்கல் வளைகோடாக வரைகட்டத்தில் வரைந்துகொள்ளலாம்.

ஒரே வரைகட்டத்தில் ஒரே அளவு கோலின் அடிப்படையில் வழங்கல் வரைகோடை DD எனவும் வேண்டல் வரைகோடை SSஎனவும் வரைந்து கொள்ளலாம். இந்த இரண்டு வரைகோடுகளும் E என்ற புள்ளியில் ஒன்றையொன்று வெட்டுகின்றன. கீழே உள்ள வரைபடத்தில் AE என்பது விலையைக் காட்டும். நுகர்வோரால் வேண்டப்படும் பிஸ்கட்டுகளின் அளவும் உற்பத்தியாளர்கள் வழங்குவதற்கு விருப்பம் தெரிவிக்கும் அளவும் சமமாக இருக்கின்றன. E என்பது சரி அமைதிநிலை விலையாக அறியப்படுகிறது. அந்த விலை அமலில் இருக்கும்போது உற்பத்தியாளர்களின் முடிவுகளும் நுகர்வோரின் முடிவுகளும் ஒன்றுக்கொன்று ஒத்திசைவாக உள்ளன

மேலே கூறப்பட்டதைக் கொச்சையான விலைக்கோட்பாட்டின் மிகமிக எளிமையான (அளவுக்கு மீறிய வகையில் எளிமையான என்று கூறலாம்) விளக்கம் எனலாம். விலை குறித்துப் பகுதி அளவில்தான் தீர்மானித்துள்ளோம் என்பதையும் பிற அனைத்து சரக்குகளின் விலைகளும் ஒரே நிலையில் இருப்பதாகவும் வைத்துக் கொண்டுள்ளோம் என்பதன் அடிப்படையில் இந்த வாதத்துக்கு அணி சேர்க்க முடியும். அனைத்துச் சரக்குகளின் விலைகளும் ஒரே நேரத்தில் தீர்மானிக்கப்படுவதாகவும் வேண்டல், வழங்கல் சக்திகள் அனைத்துச் சந்தைகளிலும் செயல் படுவதன் மூலம் என்று மேலே முன்வைக்கப்பட்ட வாதத்தைப் பொதுமைப்படுத்த முடியும்.

இது நமக்கு 'வால்ரசியன்' ஏல உலகத்தை நம் முன்னால் கொண்டு வருகிறது. இந்த உலகில் பல்வேறு ஆதார இருப்புகளை அனைத்துப் பொருளாதார முகவர்களிடமும் குறிப்பிட்ட அளவுக்குத் தன்னிச்சையான முறையில் பகிர்ந்தளிக்கப்படுவது நிகழ்கிறது. அந்தப் பொருளாதார முகவர்கள் தங்களின் சொந்த விருப்பத் தேர்வின்

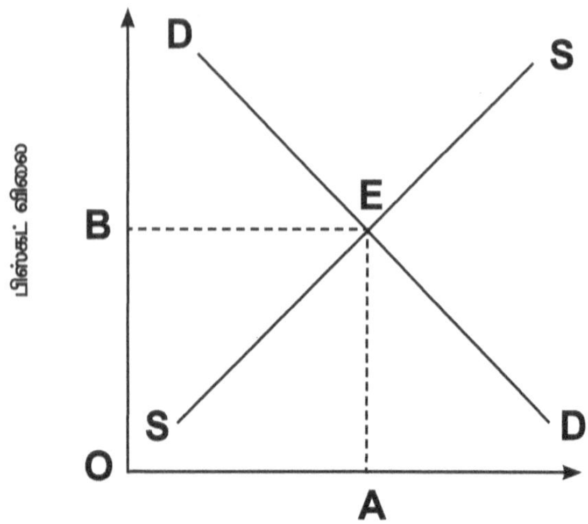

வழங்கலின் அளவு Quantity supplied →

வேண்டலின் அளவு Quantity demanded →

அடிப்படையிலும் தொழில் நுட்ப வளர்ச்சியின் வரம்புகளுக்குட்பட்டும் விலைகளை நிர்ணயிக்கின்றனர். இது துவக்கத்தில் நடைபெறும் விநியோகத்தைப் பொறுத்தும் அமைகிறது.[10] ஒருவர் இதற்கு மேலும் சென்று இந்த முன்மாதிரியை மேலும் விரிவுபடுத்தலாம். அனைத்து விதமான நாடுகளிலும் எல்லையில்லா அளவு சரக்குகளைக் கொண்ட கற்பனை உலகத்தை ஏற்படுத்தலாம். ஆனால், இதில் சாராம்சத்தில் மாற்றம் எதுவுமில்லை. விலைகள் பற்றிய கோட்பாடு வார்த்தைஜாலங்களின் அடிப்படையில் தீர்மானிக்கப்படுவது தொடர்கிறது. அவ்வாறு தீர்மானிக்கப் படுவதற்குக் காரணம் - அவற்றின் வேண்டல் (மக்கள் விலைக்கு வாங்க எந்தச் சரக்கைப் பற்றி விருப்பம் தெரிவிக்கிறார்கள் என்பதை விருப்பு வெறுப்பற்ற வகையில் தீர்மானிக்க முடிவதில்லை.) மற்றும் வழங்கல் (உற்பத்தியாளர்கள் பல்வேறு விலைகளில் எவற்றை விரும்புகின்றனர் என்பது ஊக அடிப்படையிலானதே) இவ்வாறு வரையறை செய்யப்படும் நிலையில் மார்க்ஸ் பின்வருமாறு எழுதியது சரியானதே:

"வேண்டல் - வழங்கல் தொடர்பான பொதுவான கருத்துருவங்களை வகுப்பதில் உள்ள உண்மையான இடர்ப்பாடு யாதெனில் சொன்னதையே திருப்பிச் சொல்லும் சொற்புரட்டாக அது தோற்றமளிப்பதுதான்.... வேண்டலும் வழங்கலும் ஒன்றையொன்று சரிக்கட்டிக் கொள்ளுமானால் அவை எதற்கும் காரண விளக்கமாய் இல்லாது போகின்றன.

அவற்றால் சந்தை மதிப்பில் எத்தகைய பாதிப்பும் ஏற்படுவதில்லை. ஆகவே, சந்தை மதிப்பு இந்தப் பணத் தொகையாகத்தான் தெரிவிக்கப்பட வேண்டும். வேறு வகையில் அல்ல என்பதற்கு என்ன காரணம் என்பதை நம்மைக் கூடுதலான அளவில் இருட்டில் வைத்துவிடுகின்றன."[11]

வேண்டலும் வழங்கலும் விலைப் பிரச்சனையில் தொடர் பற்றவையல்ல. அவை தொடர்புடையவைதான். ஆனால், விலையைத் தீர்மானிக்கும் அடிப்படையான காரணியாக அல்ல. மார்க்சின் ஆய்வுப்படி அவற்றுக்கும் விலைக்கும் உள்ள தொடர்பு பின்னர் விளக்கப்படும். அந்த விவாதத்திற்கு செல்வதற்கு முன்னர் விலைவாசி பற்றிய செவ்வியல் கோட்பாட்டைச் சுருக்கமாக பரிசீலிப்போம். அதே சமயம் கொச்சைப் பொருளாதாரவாதிகளின் விலைக்கோட்பாடுகளில் செய்யப்பட்ட பல்வேறு மெருகேற்று வேலைகளின் மீதும் மாற்றங்கள் பற்றியும் நாம் விவாதிக்கப் போவதில்லை. முதலாளித்துவ பொருளாதார இயலில் மிகவும் நுட்பமான போலி அறிவியலாக அவை அமைந்துள்ளன. அவற்றை அறிந்துகொள்வதற்கு வாசகர்கள் அவை தொடர்பான நூல்களைப் படிக்க வேண்டும்.[12]

செவ்வியல் விலைக் கோட்பாடு

ரிகார்டோ, ஆடம் ஸ்மித் போன்ற செவ்வியல் பொருளாதார வல்லுநர்களையும் அவர்களின் கோட்பாடுகளை அழுத்தமாகவும் முறைப்படுத்தி உள்ள அவர்களின் நவீன ஆதரவாளர்களையும் செவ்வியல் பொருளாதார வல்லுநர்கள் என்ற சொற்களில் அடையாளப்படுத்துகிறோம். விலையை நிர்ணயிப்பதில் வேண்டலும் வழங்கலும் முதன்மையான பங்கை வகிக்கவில்லை என்ற மார்க்சின் கருத்துக்கு நெருக்கமான நிலையில் செவ்வியல் பொருளாதார வல்லுநர்களும் உள்ளனர். மதிப்பு குறித்த உழைப்புக் கோட்பாட்டை முதலில் வகுத்தவர்கள் செவ்வியல் பொருளாதார வல்லுநர்களே. ஆனால், கோட்பாடு குறித்த அவர்களின் விளக்கம் நயமற்றதாகவும் முன்னுக்குப் பின் சீர் நிலையற்றும் அமைந்திருந்தது.[13]

ரிகார்டோ மற்றும் ஸ்மித்தின் கருத்துகள் சிக்கல் நிறைந்தவையாகவும் குழப்பமானவையாகவும் இருப்பதால் ரிகார்டோவின் கருத்தின் அடிப்படையில் அமைந்த நவீன விலைக் கோட்பாட்டை இங்கே நாம் தொகுத்துக் கூறலாம்.[14] முதலாளித்துவ உற்பத்தி முறையில் சரக்குகள் உழைப்பின் மூலமும் பிற சரக்குகள் மூலமும் உற்பத்தி செய்யப்படுகின்றன என்ற கருத்தை ஏற்றுக்கொண்டு அவர்களின் கோட்பாடுகள் துவங்குகின்றன. சரக்குகளின் மறுஉற்பத்தியை உறுதி செய்வதற்குச் சரக்குகளின் விலைக்கும் அவற்றை உற்பத்தி செய்வதற்குத் தேவையான நேரடியான மற்றும் மறைமுக உழைப்பின் அளவுக்கும் திட்டவட்டமான தொடர்புகள்

உள்ளன என்ற கருத்தை நிறுவுவதற்கு இந்தக் கோட்பாட்டைப் பயன்படுத்த முடியும். இதற்காக ஒரு குறிப்பிட்ட வகையான பகுப்பாய்வு முறையைக் கடைப்பிடிக்க வேண்டியிருக்கும். எனினும், இந்தக் கோட்பாடு விலையை நிர்ணயிப்பதில் வேண்டல் - வழங்கலுக்கு இரண்டாவது இடத்தைத்தான் அளிக்கிறது. ஆனால், அதே சமயம் இக்கோட்பாடு விலை நிர்ணயம் குறித்த கருத்தில் முழுமையற்றதாக உள்ளது. அடிப்படை விலைகளை நிர்ணயிப்பதில் உழைப்புச் சக்தியின் விலையோ அல்லது மூலதனத்தின் மீதான லாப விகிதமோ வெளியிலிருந்து குறிப்பிடப்பட வேண்டும் என்று கூறுகிறது. இந்த அணுகுமுறையில் லாபம் பற்றிய கோட்பாடு இடம் பெறவில்லை.

இந்த அணுகுமுறையின் அடிப்படையில் அமைந்த பல்வேறு சிந்தனைப் போக்குகளில் லாபம் பற்றிய கோட்பாடுகள் வேறுபடுகின்றன. இதில் லாபம் பற்றிய கோட்பாடு இல்லாததனால் கொச்சைப் பொருளாதாரவாதிகள் பின்வாயில் வழியாக நுழைய முடிகிறது. முதலாளிகள் நுகர்பொருளைத் துறத்தல் கோட்பாடு குறித்து ஏற்கெனவே குறிப்பிட்டுள்ளோம். லாபம் பற்றிய இத்தகைய கோட்பாடுகள் நுழைவதற்குச் செவ்வியல் விலைக் கோட்பாட்டில் வாய்ப்பளிக்கப்படுகிறது. நவ-ரிகார்டியவாத பொருளாதார வல்லுநர்கள் நுகர்பொருள் விலக்கல் கோட்பாட்டைப் பொதுவாக நிராகரிக்கின்றனர். சுய விருப்பு வெறுப்பு அடிப்படையில் அமைந்துள்ள அக்கோட்பாட்டின்படி, மூலதன உடைமையாளர்களின் மிருகத்தனமான உணர்வுகள் மூலதனத் திரட்டலையும் அதன் தொடர் விளைவாக லாபவிகிதம் (கூலியைக் குறிப்பிட்ட வரம்புக்குக் கீழே தள்ள முடியாது என்ற நிபந்தனையுடனும்) மற்றும் விலைகளையும் தீர்மானிக்கின்றன என்ற கருத்தை ஆதரிக்கின்றனர்.[15]

வேண்டல்வழங்கல் பற்றி மார்க்ஸ்

மேலே அளிக்கப்பட்ட விளக்கங்களிலிருந்து சில கருத்துகள் தெளிவாகின்றன. விலை குறித்த கொச்சைப் பொருளாதார வாதிகளின் கோட்பாடு அறிவியல் தன்மை அற்றது. நவீன செவ்வியல் பொருளாதார வல்லுநர்களின் கோட்பாடு முழுமையற்றது என்பதுடன் விருப்பு-வெறுப்பு அடிப்படையிலான திரிபுகளுக்கும் வாய்ப்பளிக்கிறது. மார்க்சின் கோட்பாடு மட்டுமே முரண்பாடு அற்றதாகவும் தன்னுணர்வைச் சாராமலும் புறவயத் தன்மையுடனும் அமைந்துள்ளது. இக்கோட்பாட்டை மேலும் மெருகேற்றுவதற்கும் உறுதிப்படுத்துவதற்குமான தேவைகள் நிச்சயம் உண்டு. இக்கோட்பாடு மதிப்பு பற்றிய உழைப்புக் கோட்பாடு மற்றும் உபரி மதிப்புடன் பலமான முறையில் இணைக்கப்பட்டுள்ளது. அவற்றிலிருந்து பெறப்பட்டதுமான

லாபக் கோட்பாடு மார்க்சின் கோட்பாட்டில் இடம் பெற்றுள்ளது. அவரது மதிப்புக் கோட்பாடே அடிப்படையான முறையில் விலையைத் தீர்மானிக்கிறது. அதைவிடச் சிக்கலானதாக அமைந்துள்ள உற்பத்தி விலைக்கு அவரது லாபக் கோட்பாடு அழைத்துச் செல்கிறது. வேண்டல் - வழங்கலைக் கொண்டு வருவதன் மூலம் விலைக் கட்டுமான நிர்ணயம் முழுமை அடைகிறது. அது நம்மை முதலாளித்துவ சமூக மேற்பரப்புக்கும், நாம் அன்றாடம் எதிர்கொள்ளும் சந்தைவிலை என்ற பிரிவுக்கும் கொண்டு செல்கிறது.

சரக்கு உற்பத்தியின் செயல்பாட்டு முறையில் வேண்டல் - வழங்கல் சக்திகளின் முக்கியத்துவத்தை மார்க்ஸ் அங்கீகரித்தார். இதில் தன்னுணர்வின் அடிப்படையில் வகுக்கப்பட்ட எந்தத் திட்டத்தின் படியும் சமூக உற்பத்தி நிகழ்வதில்லை எனவும் லட்சக்கணக்கான மூலதன உடைமையாளர்கள் மற்றும் முடிவு எடுக்கும் நிலையிலுள்ள பிறரது ஒருங்கிணைப்பற்ற நடவடிக்கைகளின் விளைவாகவே முதலாளித்துவ சமூக உற்பத்தி நிகழ்வதையும் அவர் கவனத்தில் எடுத்துக்கொண்டார். சரக்குகளின் விலைக்கும் அவற்றை உற்பத்தி செய்வதற்கு நேரடியாகவும் மறைமுகமாகவும் தேவைப்படும் சமூக உழைப்புக்குமிடையே திட்டவட்டமான உறவுகள் இருப்பதை அவரது புகழ்பெற்ற மதிப்பு பற்றிய விதி குறிப்பிடுகிறது. அந்த விதி வேண்டல் - வழங்கல் ஏற்பாடுகளின் மூலம் செயல்படுகிறது. அவரது வாதங்களைப் பின்வரும் வகையில் தெளிவுபடுத்தலாம்:- எந்தக் குறிப்பிட்ட ஒரு சரக்கை எடுத்துக் கொண்டாலும் வெவ்வேறு உற்பத்தியாளர்கள் வெவ்வேறு சூழ்நிலைகளின் கீழ் அவற்றை உற்பத்தி செய்வார்கள் என்பதை நாம் அறிவோம். அவற்றை உற்பத்தி செய்வதற்கான உழைப்பு நேரம் சிறிதளவு வேறுபடலாம். ஒரு உற்பத்திக் கிளையில் எடுக்கும் நேரத்தை தனிநபர் மதிப்பு என்று வைத்துக் கொள்ளலாம். இதுபோன்ற பல அமைப்புகள் ஒவ்வொன்றிலும் உற்பத்தி செய்யப்படும் அளவின் அடிப்படையில் இவற்றின் சராசரி தனிநபர் மதிப்புகளைக் கணக்கிடலாம். இதனையே சந்தை மதிப்பு என்று அழைக்கலாம். ஒரு வகையான சரக்கு ஒரே மாதிரியான சந்தை விலையில் விற்கப்பட வேண்டுமென்றால் (1) உற்பத்தியாளர்களிடையே போட்டி (2) அனைத்துப் பொருட்களையும் விற்பனைக்குக் கொண்டுவரப்படுகின்ற ஒரு பொதுச்சந்தை ஆகியவை அவசியம் இருக்க வேண்டும். இந்தச் சந்தை விலை சந்தை மதிப்புக்கு ஏற்ப இருக்க வேண்டுமானால், "சரக்கினை விற்கிற பல்வேறு ஆட்களும் ஒருவர் மீது ஒருவர் பிரயோகிக்கும் நெருக்குதல் சமுதாயத் தேவைகளை நிறைவு செய்வதற்கு வேண்டிய சரக்குகளை - அதாவது சமுதாயம் சந்தை மதிப்பை விலையாகக் கொடுத்து வாங்க முடிகிற அளவுக்கு சரக்குகளைச் சந்தைக்கு வரச் செய்திடப் போதுமானதாய்

இருப்பது அவசியம். உற்பத்திப் பண்டத்திரள் இந்த வேண்டலுக்கு மேல் போய்விடுமானால், சரக்குகளை அவற்றின் சந்தை மதிப்புக்குக் குறைவான விலைக்கு விற்க வேண்டியிருக்கும்."[16]

சந்தைக்கு வழங்கலாகக் கொண்டுவரும் சரக்குகளின் அளவானது அப்போதைய சந்தை வேண்டலை விடக் கூடுதலாக இருந்தால் சந்தை விலைகள் சந்தை மதிப்பிலிருந்தும் சொல்லப்போனால் உற்பத்தி விலைகளிலிருந்தும் வேறுபடும் நிலை ஏற்படும். இந்தச் சமுதாய வேண்டல் என்பது லட்சக்கணக்கான தனிநபர்களின் மனப்போக்கை - அதாவது அகவயக் கண்ணோட்டத்தை அடிப்படையாகக் கொண்டதல்ல என்பது மார்க்சின் கருத்து.

"சமுதாய வேண்டல் என்பது வேண்டலின் கோட்பாட்டை முறைப்படுத்தும் காரணியாகும். இது - அடிப்படையில் வெவ்வேறு வர்க்கங்களின் பரஸ்பர உறவு முறைக்கும் அவற்றின் பொருளாதார நிலைகளுக்கும் உட்பட்டதாகும். எனவே, குறிப்பாகச் சொன்னால் முதலாவதாக மொத்த உபரி மதிப்புக்கும் கூலிக்குமிடையிலான விகித உறவுக்கும் இரண்டாவதாக உபரி மதிப்பைப் பிரித்துப் பங்கிட்டு வரும் (லாபம், வட்டி, நிலவாடகை, வரிகள் முதலான) பல்வேறு பகுதிகள் இடையிலான விகித உறவுக்கும் உட்பட்டதாகும். வழங்கலுக்கும் வேண்டலுக்குமான உறவு எந்த அடிப்படையில் நிலவுகிறது என்பதைக் கண்டறிந்து கொள்ளாமல் இந்த உறவைக் கொண்டு எதற்கும் விளக்கம் காண முடியாது என்பதுதான் திரும்பவும் இங்கு நிரூபணமாகிறது."[17]

எந்தச் சரக்குக்குமான சமுதாய வேண்டலானது (பிரதானமாக) மன உணர்வுகளின் அடிப்படையிலோ அல்லது நெகிழ்வுத் தன்மையற்ற இறுக்கமான முறையிலோ தீர்மானிக்கப்படுவதில்லை. உதாரணமாக, வாழ்வதற்குத் தேவையான பொருட்கள் குறைவான விலையில் கிடைத்தாலோ அல்லது பணக்கூலி அதிகரித்தாலோ தொழிலாளர்கள் அதிக அளவில் அப்பொருட்களை வாங்குவார்கள்.

வேண்டலும் வழங்கலும் சந்தை விலையின் மீது தாக்கத்தை ஏற்படுத்துகின்றன. வழங்கலானது வேண்டலைவிட அதிகமாக இருந்தாலோ அல்லது குறைவாக இருந்தாலோ அவற்றின் மதிப்பிலிருந்து அதாவது அவற்றின் உற்பத்தி விலையிலிருந்து சந்தை விலைகள் விலகிச் செல்லும் நிலையை ஏற்படுத்துகின்றன. ஆனால், முக்கியமாகக் கவனத்தில் கொள்ள வேண்டியவை (1) வேண்டலும் வழங்கலுமே. மேலும் அடிப்படையான சமுதாய சக்திகளால் கட்டுப்படுத்தப்படுகின்றன.

அதாவது மொத்த வருமானத்தில் முதலாளி வர்க்கம் மற்றும் தொழிலாளி வர்க்கத்துக்குக் கிடைக்கும் ஒப்பளவிலான பங்கினைப்

பொறுத்தும் பல்வேறு பிரிவுகளைச் சேர்ந்த சொத்துடைமை வர்க்கங்களுக்கிடையேயும் வருமானம் எவ்வாறு பகிர்ந்தளிக்கப் படுகிறது என்பதையும் பொறுத்து இது அமைகிறது. (2) மறுபுறத்தில் சந்தை விலைகளும் வேண்டல்-வழங்கலின் மீது தாக்கத்தை ஏற்படுத்துகின்றன. உதாரணமாகச் சந்தை விலையானது சராசரி விலையைவிடக் கூடுதலாக இருந்தால் கூடுதலான வழங்கலுக்குக் காரணமாகிறது. அவ்வாறு வழங்கல் கூடுதலாகும்போது வேண்டல் குறைகிறது. இவை குறித்து மார்க்சின் நிலைப்பாட்டை அவரது சொற்களிலேயே பின்வருமாறு தொகுத்தளிக்கலாம்:

> "ஆகவே, வேண்டலுக்கும் வழங்கலுக்குமான உறவானது சந்தை விலைகள் சந்தை மதிப்புகளிலிருந்து ஏன் விலகிச் செல்கின்றன என்பதை மட்டுமே விளக்குகின்றன. மறுபுறம் இந்த விலகல்களை - அதாவது வேண்டலுக்கும் வழங்கலுக்கு மான உறவின் விளைவுகளை அகற்றும் போக்கைக் குறிப்பதாகவும் இருக்கிறது .... எடுத்துக்காட்டாக, வேண்டல் சரிந்து அதன் தொடர் விளைவாகச் சந்தை விலையும் சரியுமானால் மூலதனம் விலக்கிக் கொள்ளப்பட்டு அதனால் வழங்கல் சுருங்கலாம் .... மாறாக, வேண்டல் அதிகரித்து அதன் விளைவாகச் சந்தை மதிப்புக்கு மேல் சந்தை விலை உயருமானால் இந்த உற்பத்திப் பிரிவில் மிக அதிக மூலதனம் நுழைவதற்கும் இதனால் உற்பத்தி பெருகி சந்தை விலையானது சந்தை மதிப்பைவிடக் குறைந்து போவதற்கும் வழி வகுக்கலாம் .... வேண்டலும் வழங்கலும் சந்தை விலையை நிர்ணயிக்கின்றன என்றால், அவ்வாறே சந்தை விலையும் மேலும் சென்று பரிசீலிக்கும்போது சந்தை மதிப்பும் வேண்டலையும் வழங்கலையும் தீர்மானிக்கின்றன."[18]

மதிப்பு மற்றும் விலைகள் தொடர்பான பரிசீலனையில் சில ஆரம்பகட்டப் பிரச்சனைகளை இதுவரை கவனத்தில் எடுத்துக் கொண்டோம். ஆனால், அதனைக் கூட மேம்போக்கான முறையில்தான் நிறைவேற்றியுள்ளோம். ஆனால், முதலாளித்துவப் போட்டியின் கீழ் விலைகள் தீர்மானிக்கப்படுவதில் மார்க்சின் அணுகுமுறை எவ்வளவு சரியானது என்பதை நிலைநாட்ட மேலே அளிக்கப்பட்டுள்ள விளக்கமே போதுமானது. வெறும் வேண்டல் - வழங்கலை மட்டுமே வைத்துக் கொண்டு பிரச்சனையை அணுகும்போது (1) வேண்டலும் வழங்கலுமே அதைவிடக் கூடுதலான சில அடிப்படையான உறவுகளிலிருந்து பெறப்படுகின்றன என்பதும் (2) குறிப்பிட்ட இயல்பான மதிப்பு மற்றும் மதிப்புகளின் தொகுதியுடன் ஒப்பிட்டுப் பார்க்கும்போது விலைகள் ஏன் கூடுதலாகவோ குறைவாகவோ இருக்கின்றன என்பதையும் விளக்க முடியும். விலைகளைத் அடிப்படையில் தீர்மானிப்பது பெரிய

அளவில் வேண்டலோ - வழங்கலோ அல்ல. மாறாக, உற்பத்திக்கான அடக்கச் செலவுதான் தீர்மானிக்கிறது. அந்த உற்பத்திக்கான அடக்கச் செலவு என்பது அந்த சரக்குகளை உற்பத்தி செய்வதற்கு நேரடி-யாகவும் மறைமுகமாகவும் தேவைப்படும் உழைப்பு நேரத்தைச் சார்ந்து உள்ளது. ஆனால், இந்த அணுகுமுறை முழுமையான விலை நிர்ணயக் கோட்பாடாக இல்லாமல் பாதியிலேயே நின்றுவிடுகிறது. ஏனெனில், இது விலைகள் நிகர உற்பத்திப் பொருளை லாபத்துக்கும் கூலிக்குமாகப் பகிர்ந்தளிப்பதைச் சார்ந்ததாகக் கூறி நிறுத்திக் கொள்கிறது. இதில் பகிர்மானம் பற்றிய விளக்கமின்றி விடப்படுகிறது. ஆனால், இதற்கு மாறாக மதிப்பு மற்றும் உபரிமதிப்பு பற்றிய கோட்பாடுகளுடன் மார்க்ஸ் துவங்குகிறார். விலைகளைத் தீர்மானிப்பதில் மிக எளிய காரணியாக மதிப்பைப் பார்க்கிறார். பின்னர் மதிப்பு மற்றும் உபரி மதிப்பின் அடிப்படையில் லாபம் மற்றும் உற்பத்தி விலையையும் உருவாக்குவதில் முதலாளி களுக்கிடையே உறவு-களைக் கொண்டு வருகிறார். பிறகு வேண்டல் - வழங்கலையும் அதன் தொடர்ச்சியாகச் சந்தை விலையையும் கொண்டுவந்து அந்தக் கட்டுமானத்தை நிறைவு செய்கிறார். உருமாற்றப் பிரச்சனை என்று கூறப்படும் பிரச்சனையை சரியான பின்புலத்தில் வைப்பதற்கு இதுவரையிலான நமது விவாதத்தில் முயன்றிருக்கிறோம். இதனை அடுத்து மூலதனச் சுற்று மற்றும் மூலதனச் சுற்றோட்டம் நிகழும் முறை குறித்தும் அடுத்த பகுதியில் காண்போம்.

அடிக்குறிப்புகள்

1. “Marxian Political Economy” part two, *Social Scientist*-47, p 50-51
2. Karl Marx, *Capital* Vol. I, Moscow 1967, p. 307
3. *Capital,* Vol.III p.175
4. அதே நூல், பக். 142-143, பக். 175-ஐயும் பார்க்கவும்
5. முதலாளித்துவ பொருளாதார வாதிகள், ஒரு விஷயத்தைப் பல சந்தர்ப்பங்களில் கூப்பாடு போட்டுக் கூறினார்கள்; அது என்னவெனில், *மூலதனம்* நூலின் 3-வது தொகுதியில் விரிவாகக் கூறப்பட்டுள்ள விலை உருவாக்கம் மார்க்ஸின் சிக்கலான கோட்பாடு தொகுதி 1-ல் கூறப்பட்டுள்ள அவருடைய மதிப்புக்கோட்பாடுடன் பொருந்துவதாக இல்லை என்பதுதான். அவர்கள், மேலும், மார்க்ஸ், தனது தொகுதி 1-ல் எழுதிய மதிப்புக் கோட்பாடு தவறானது என்பதை உணர்ந்த பிறகு, மூன்றாவது தொகுதியில் உற்பத்திச் செலவுகள் மற்றும் இது போன்றவற்றை எழுதினார் என்றும் கூறியுள்ளனர். அவர்களின் இந்தக் கண்ணோட்டம் நிச்சயமாக முற்றிலும் தவறானது. மூலதனத்தின் மூன்றாவது தொகுதியை முதல் தொகுதி வெளியிடப்படுவதற்கு முன்பே எழுதி முடித்து விட்டிருந்தார் என்பது மட்டுமின்றி, தொகுதி 1-ல் விலை உருவாக்கம் குறித்து ஒரு முழுமையான கோட்பாட்டை அளிக்கும்

பணியில் மதிப்பு விதி குறித்த எளிமையான வடிவம் போதுமானதாக இல்லை; இதற்கான குறிப்பிடத்தக்க குறிப்பு ஆதாரங்கள் எங்களிடம் உள்ளன. உதாரணமாக மேலே குறிப்பிடப்பட்ட பிரிவில் மார்க்ஸிடமிருந்து எடுக்கப்பட்ட மேற்கோள்களில் முதலாவதையும் *மூலதனம்* நூலின் தொகுதி 1-ல் அந்த வரிகளைத் தொடர்ந்து வரும் முழுப்பத்தியையும் பார்க்கவும்.

6. *Capital,* vol III, pp 164-165
7. See P M Sweezy, *The Theory of Capitalist Development,* Monthly Review Press, New Yourk 1942, chapter VII, and the references cited therein.
8. The basic reference is P Sraffa, *Production of Commodities by Means of Commodities,* Cambridge University Press, 1960. For lucid, non-mathematical expositions, see (a) Joan Robinson, "A Reconsideration of the Theory of Value" in her *collected Economic Papers,* vol 3, Macmillan, 1965 (b) Joan Robinson, "The Relevance of Economic Theory" in *Monthly Review,* January 1971, and (c) R Meek "Sraffa's Rehabilitation of Classical Political Economy" in his *Economics and Ideology,* Chapman and Hall, 1967. For a good survey, see M H Dobb, *Theories of Value and Distribution Since Adam Smith,* Cambridge University Press, 1973.

   For an early critique of bourgeois theories of value, see N I Bukharin, *Economic Theory of the Leisure Class,* Monthly Review Press, 1973.
9. See Joan Robinson, *Economic Heresies,* Macmillan, 1971, introduction and chapters 1 and 3; also Joan Robinson, "Normal Prices" in her *Essays in the Theory* of *Economic Growth,* Basil Balckwell, 1962.
10. For a good exposition, see J Quirk and R Saponsnik, *Introduction to General Equilibrium and Welfare Economics,* McGraw-Hill, 1968.
11. *Capital*, vol III, pp 186-187.
12. J Quirk and R Saposnik, *op cit.*
13. *மார்க்ஸ், ஒரு முக்கியமான கண்டுபிடிப்பைச் செய்தார்; அது என்னவெனில், உழைப்புச் சக்தி என்பது தொழிலாளியால் விற்கப்பட்ட ஒரு சரக்காகும் என்னும் கருத்துருவாகும். இதன் மூலம் அவர், உபரிமதிப்பு என்னும் கோட்பாட்டை உருவாக்கினார்.*
14. Apart from the references cited in footnotes 8 and 9 above, we may also mention here E K Hunt and Jesse Schwarz (eds.), *Critique of Economic Theory,* Penguin, 1973 and an earlier work of M H Dobb, *Political Economy and Capitalism*, Routledge and Kegan Paul, 1940.
15. See especially Joan Robinson's works cited earlier.
16. *Capital,* vol III, pp 180-181.
17. *அதே நூல், பக். 181-182*
18. *அதே நூல், பக். 190-191*

11

மூலதனச் சுற்றோட்டம்

முதலாளித்துவ உற்பத்தி முறை பற்றியும் - அதாவது மதிப்பு மற்றும் உபரி மதிப்புகளின் உற்பத்தி பற்றியும் மார்க்ஸ் மூலதனம் நூல் தொகுதி-1ல் கவனம் செலுத்தியுள்ளார். அந்த ஆய்வு மூலதனச் சுரண்டலின் அடிப்படைத் தன்மை பற்றி விளக்கியுள்ளது. மூலதனத் திரட்டலின் அடிப்படையான இயல்புகளான மையப்பாடு மற்றும் மூலதனக் குவிப்பு, ஒப்பீட்டு உபரி மதிப்பு உற்பத்தி மற்றும் தொழிலாளர் சேமப்பட்டாளம் உருவாதல் போன்றவற்றை வெளிக் கொணர்ந்தது. முதலாளித்துவ உற்பத்தி முறையின் ஒரு பகுதியாக உள்ள மூலதன சுற்றோட்டம் மூலதனம் முதல் தொகுதியில் இடம் பெறாததால் முதலாளித்துவ உற்பத்தி முறை பற்றிய பகுப்பாய்வு முழுமை பெறாமல் இருந்தது. மூலதன நூலின் இரண்டாம் தொகுதியில் மூலதன சுற்றோட்டம் பற்றி மார்க்ஸ் ஆய்வு செய்துள்ளார். இறுதியாக, மூலதனம் மூன்றாம் தொகுதியில் முதலாளித்துவ உற்பத்தி நிகழும் முறை முழுவதையும் ஆய்வு செய்ததன் மூலம் தனது பணியை மார்க்ஸ் நிறைவு செய்துள்ளார். அதில் உற்பத்தி நிகழும் முறைக்கும் சுற்றோட்ட முறைக்குமிடையே உள்ள ஒற்றுமையை அவர் விளக்குகிறார். நாம் இப்பகுதியில் மூலதனச் சுற்றோட்டம் பற்றி பரிசீலிப்போம்.

மூலதனச்சுற்றோட்டம்

முதலாளித்துவச் சுற்றோட்டமானது வெறும் சரக்குகளின் சுற்றோட்டமாக மட்டும் நிகழ்வதில்லை. மாறாக, மூலதன சுற்றோட்டமாகவும் மறு உற்பத்தியாகவும் அது நிகழ்கிறது. ஒவ்வொரு தனிப்பட்ட மூலதனமும் தனது இயக்கத்தின்போது பல்வேறு வடிவங்களை எடுக்கிறது. ஒரு சமயத்தில் அது பண வடிவத்தில் இருக்கிறது. பிறிதொரு சமயத்தில் அது உற்பத்திச் சாதனமாகவும் உழைப்புச் சக்தியாகவும் வடிவமெடுக்கிறது. பிறகு அது விற்பனைக்காகக் காத்திருக்கும் புதிய சரக்குகளின் இருப்பாக வடிவெடுக்கிறது. விற்பனை நடந்து முடிந்தவுடன் அது பணவடிவில் மீண்டும் தோன்றுகிறது. மேலும் ஒவ்வொரு தனி மூலதனமும் எந்தவொரு குறிப்பிட்ட தருணத்திலும் பகுதி அளவில் பணமாகவும், பகுதி அளவில் உற்பத்தி சாதனம் மற்றும் உழைப்பு சக்தியாகவும், பகுதி அளவில் விற்பனைக்குக் காத்திருக்கும்

சரக்குகளாகவும் இருக்கிறது. சமூக மூலதனத்தின் சுற்றோட்ட நிகழ்முறை என்பது பல தனிப்பட்ட மூலதனங்களின் சுற்றோட்டத்தின் ஒட்டுமொத்த நிகழ்முறையே அன்றி வேறல்ல. அது இந்த அம்சங்களின் அதிக அளவில் வளர்ச்சி அடைந்த வடிவங்களாக வெளிப்படுகிறது.

குறிப்பாகச் சொன்னால், மூன்றுவித வடிவங்களில் மூலதனம் வாழ்கிறது.

(1) பண மூலதனம் அல்லது பண வடிவிலான மூலதனம்.

(2) பொருள்சார் உற்பத்தி சாதனங்கள் மற்றும் மூலதன உடைமையாளரால் விலைக்கு வாங்கப்பட்ட உழைப்புச் சக்தி ஆகியவை அடங்கிய உற்பத்தி மூலதனம். இந்த உழைப்புச் சக்தி உபரி மதிப்பை உற்பத்தி செய்யும் நோக்கத்துடன் மூலதன உடைமையாளரால் விலைக்கு வாங்கப்பட்டது.

(3) சரக்கு மூலதனம் - உற்பத்தி செய்யப்பட்ட சரக்குகள் இதில் அடங்கும். இவற்றை விற்பனை செய்வதன் மூலம் இந்த மூலதனம் பண வடிவத்துக்கு மீண்டும் மாற்றப்படுகிறது.

அடையாள பூர்வமாக மூலதனத்தின் பொதுவான சுற்றைப் பின்வருமாறு குறிப்பிடலாம்:

```
    /LP
M-C  ........... P........ C¹.......... M¹
    \MP
```

இதில் M என்பது பணத்தையும் LP என்பது உழைப்புச் சக்தியையும் MP என்பது உற்பத்தி சாதனத்தையும் P என்பது உற்பத்தி நிகழ்முறையையும் C^1 என்பது உற்பத்தி செய்யப்பட்ட சரக்கையும் M^1 என்பது சரக்கின் விற்பனை விலையையும் குறிப்பிடுகிறது. இதில் $M^1 = M+VM$. அதாவது, VM என்பது உபரி மதிப்பைக் குறிக்கிறது. இதிலிருந்து நாம் காண்பது என்ன? மூலதனத்தின் பொதுச்சுற்றில் மூலதனம் பண மூலதனம் மற்றும் சரக்கு மூலதனம் ஆகிய வடிவங்களை எடுக்கிறது. இந்த சுற்றோட்டப் புலத்தில், பணத்திற்காகச் சரக்குகளும், சரக்குகளுக்காகப் பணமும் கைமாறுகின்றன; .அதுவே உற்பத்திப் புலத்தில், மூலதனமானது ஆக்கப்பூர்வ மூலதனத்தின் வடிவத்தை ஏற்கிறது. மார்க்சின் சொற்களில் கூறினால், "மூலதன மதிப்பு அதன் சுற்றோட்டத்தின் வெவ்வேறு கட்டங்களில் பண மூலதனம், சரக்கு மூலதனம் ஆகிய இருவடிவங்களை ஏற்கிறது. உற்பத்தி மூலதனமே உற்பத்திக் கட்டத்துக்கு உரித்தான வடிவம். இவ்வாறு அதன் முழுச்சுற்றின் போது ஒவ்வொன்றாய் இவ்வடிவங்களைப் பூண்டு பிறகு அவற்றைக் களைவதும் இவ்வடிவங்கள் ஒவ்வொன்றையும் பூண்டிருக்கையில்

அந்தந்த வடிவத்துக்கு உரிய பணியினைப் புரிவதுமாகிய இந்த மூலதனம் தொழில்துறைமூலதனம் ஆகும். தொழில்துறை என்னும்போது முதலாளித்துவ அடிப்படையில் நடைபெறும் தொழில்துறையின் ஒவ்வொரு கிளையும் அதில் உள்ளடங்கும்."[1]

தொழில்துறை மூலதனம் தனக்குரித்தான பல செயல்களைச் செய்வதற்கும் தனது அடிப்படை நோக்கமான மதிப்பின் சுய விரிவாக்கத்தை நிறைவேற்றவும் எடுக்கும் வடிவங்களாகப் பண மூலதனம், உற்பத்தி மூலதனம் மற்றும் சரக்கு மூலதனம் ஆகியவை அமைந்துள்ளன. அந்த ஒவ்வொரு வடிவத்தின் அடிப்படையில் தொழில்துறை மூலதனச் சுற்றை ஆராய்வோம்.

பண மூலதனத்தின் சுற்றோட்டம்

பண மூலதனச் சுற்றோட்டம் பணத்தில் துவங்கி பணத்தில் முடிவடைகிறது. அதனைப் பணம்-சரக்கு-உற்பத்திமுறை-விற்பனைச் சரக்கு-விற்பனைவிலை என்ற வகையில் $M-C...P...C^1-M^1$ என்று அடையாளப்படுத்தலாம். முதலாளித்துவ உற்பத்தியின் அடிப்படை நோக்கமான பணமாக்குவதை மிகவும் கூர்மையான முறையில் இந்தச் சுற்று வெளிப்படுத்துகிறது. இங்கே உற்பத்திக் கட்டம் என்பது இரண்டாவது நிலையிலான முக்கியத்துவமே பெறுகிறது. மூலதன உடைமையாளரானவர் உண்மையில் உற்பத்திக் கட்டத்தைப் "பணமாக்கும் பொருட்டு கடந்தாக வேண்டிய ஒரு தவிர்க்க முடியாத இடைக்கட்டமாகவும்[2] அனுபவித்துத் தீரவேண்டிய கட்டாயத் தீங்காகவுமே" கருதுகிறார். பண மூலதனச் சுற்று என்பது உண்மையில் தொழில்துறை மூலதனச் சுற்றின் பொது வடிவம்தான். இவற்றுக்கிடையே உள்ள முக்கிய வேறுபட்ட தன்மை யாதெனில், தொழில்துறை மூலதனம் என்பது பணமூலதன செயல்பாடுகள் திரும்பத் திரும்ப நிகழ்வதாகும்.

உற்பத்தி மூலதனச் சுற்றோட்டம்

$P....C^1-M^1-C.......P$ என்பதே இந்தச் சுற்றின் பொதுச் சூத்திரம். இதில் உற்பத்தி நிகழும் முறை (P)யிலிருந்து நாம் துவங்குகிறோம். உற்பத்தியான சரக்கு (C^1) விற்கப்பட்டு அதில் அடங்கியுள்ள மதிப்பும் உபரி மதிப்பும் ஈட்டப்படுகின்றன. பிறகு அதன் பணவடிவம் (M^1) மீண்டும் உற்பத்தி நிகழ்முறைக் கூறுகளாக மீண்டும் மாற்றப்படுகிறது.

உற்பத்தி மூலதனச் சுற்று இரண்டுவிதமான சாத்தியக்கூறுகளைக் கொண்டது. C^1என்பதின் உள்ளார்ந்த தன்மையாக உள்ள உபரி மதிப்பு M^1என்ற கூடுதல் பணமாக மாறுகிறது. இந்த உபரி மதிப்பு உற்பத்தித் தன்மையற்ற வகையில் நுகரப்படுமானால் முதலில் முன்னீடு செய்யப்பட்ட பணமான M மட்டுமே உற்பத்தி மூலதனக் கூறுகளாக மீண்டும் மாற்றப்படுகின்றன.

சரக்கு - உழைப்புச்சக்தி - உற்பத்தி சாதனம்

$$C \begin{cases} LP \\ MP \end{cases}$$

இவ்வாறு நிகழும்போது முன்பு கிடைத்த அதே அளவில் சாமானிய மறுஉற்பத்தி நடைபெறும். மாறாக, உபரிமதிப்பு முழுவதுமோ அல்லது அதன் பகுதியோ உற்பத்தி மூலதனத்தின் கூறுகளாக மீண்டும் மாற்றப்படுமானால் அதற்கான விதி பின்வருமாறு அமையும்:

$$M^{II}\text{-}C^{II} \begin{cases} LP \\ MP \end{cases}$$

இங்கே M^{II} என்பது M^{I}க்கு சமமாகவோ அல்லது குறைவாகவோ இருக்கலாம். ஆனால், Mஐ விட அதிகமானதாக இருக்கும். இந்த விரிவடைந்த மறு உற்பத்தி முதலாளித்துவப் பொருளுற்பத்தி முறையின் தன்மையாகும். சமுதாய மூலதனத்தின் மறுஉற்பத்தி நிகழும் முறையை ஒட்டுமொத்தமாகப் பரிசீலித்தால் சாமானிய மறு உற்பத்தியிலும் விரிவடைந்த மறு உற்பத்தியிலும் குறிப்பிட்ட முரண்பாடுகள் இருப்பதைக் காண முடியும். இவை பின்னர் பரிசீலிக்கப்படும்.

உற்பத்தி மூலதனச் சுற்றில் அழுத்தம் பெறுவது உற்பத்திக் கட்டமாகும். எனவே, பொருட்களின் மறு உற்பத்தி நிகழும்முறை இங்கே முக்கியத்துவம் பெறுகிறது. பண மூலதனச் சுற்றை இதனுடன் ஒப்பிட்டுப் பார்த்தால் பண மூலதனச் சுற்றில் தெளிவான முதலாளித்துவ குணமான - மதிப்பின் தற்பெருக்கம் - உடனடியாக வெளிப்படையாகத் தெரிகிறது.

சரக்கு மூலதனச்சுற்றோட்டம்

விற்பனைக்குத் தயார் நிலையில் உள்ள நிறைவடைந்த சரக்கிலிருந்து இந்தச் சுற்று துவங்கி அதிலேயே முடிவடையும் இதற்கான விதியை "C^{1}-M^{1}-C.......P-C^{1}" என்று அடையாளப்படுத்தலாம். C^{1} என்பதை உற்பத்தி மூலதனத்தின் கூறுகளான C^{1} ஆரம்ப மதிப்பு மற்றும் உபரி மதிப்பு (C) ஆகப் பிரித்தால் நாம் பின்வருமாறு குறிப்பிடலாம்.

$$C' \left\{ \frac{C}{c} \right. \; M' \begin{cases} M - C \begin{cases} LP \\ MP \end{cases} \text{......} P \text{.......} C' \\ m - c \end{cases}$$

இதில் M என்பது சரக்கின் (C) பணவடிவம். இதனை மூலதன உடைமையாளர் உற்பத்தி சாராத நுகர்வுக்குப் பயன்படுத்துகிறார்.

இந்த விவாதத்தில் நாம் புரிந்துகொள்ள வேண்டிய முக்கியமான கருத்து ஒன்று உண்டு. மூலதன மறு உற்பத்தி நடைபெறும்போது மூலதனம் பல்வேறு வடிவங்களை எடுக்கிறது. மூலதனம் என்பது வெறும் பவுதிக அடிப்படையில் அமைந்த உற்பத்தி சாதனங்கள் என்றும் அதன் விளிம்பு நிலை உற்பத்தித்திறன் காரணமாக லாபம் உருவாகும் என்ற முதலாளித்துவக் கோட்பாடு அபத்தமானது என்பதைப் புரிந்துகொள்ள இது உதவுகிறது. நிதி வடிவில் அமைந்த பணச்சேமிப்புதான் மூலதனம் என்ற கோட்பாடும் ஒரு பக்கத்தை மட்டும் காணும் அணுகுமுறையாகும். ஒவ்வொரு தனிப்பட்ட மூலதனமும் மறு உற்பத்தியாகும்போது பணம், விற்பனைச் சரக்கு, உற்பத்தி நிகழ்முறையின் கூறுகளான உழைப்புச் சக்தி, உற்பத்திச் சாதனம் போன்ற வடிவங்களை எடுக்கின்றன. எந்தவொரு குறிப்பிட்ட நேரத்திலும் துவக்கத்தில் முன்னீடு செய்யப்பட்ட மூலதன மதிப்பின் பல்வேறு பகுதிகளை இந்த ஒவ்வொரு வடிவத்திலும் காண முடியும். "தொழில்துறை மூலதனம் தொடர்ச்சியாகச் செயல்படும்போது அதன் உண்மையான சுற்று மூன்று வகைச் சுற்றுகளின் ஒருங்கிணைப்பே ஆகும்."[3]

மூன்று சுற்றுகளின் ஒருங்கிணைப்பு என்பதிலும் ஒரு முரண்பாடு அடங்கியுள்ளது என்பது நாம் கவனிக்க வேண்டிய இரண்டாவது முக்கிய அம்சம். விற்பனைக்குத் தயாராக ஒரு சரக்கு வடிவத்தில் உள்ள தனிப்பட்ட மூலதனத்தை விற்க முடியாத நிலை ஏற்பட்டால் - அதாவது சரக்கு மூலதனச்சுற்றை அதனால் நிறைவேற்ற முடியவில்லை என்றால், அது பணம் மற்றும் உற்பத்தி மூலதன வடிவங்கள் தங்களுடைய சுற்றுக்களை நிகழ்த்த முடியாதபடியான தடைகளை உடனடியாகவோ சற்றுத் தாமதமாகவோ ஏற்படுத்து கின்றன. தனி மூலதன மறு உற்பத்திக்கும் குறிப்பாகச் சமூக மூலதன மறு உற்பத்திக்கும் ஒவ்வொரு சுற்றும் தொடர்ந்து நடைபெற வேண்டியது தேவையாக அமைகிறது. இது தொடர்பான ஒரு திட்டவட்டமான உதாரணத்தை இங்கே பரிசீலிப்போம். ஒரு ஆலை அதிபர் தனது தொழிற்சாலையில் 1 இலட்சம் ரூபாயை முதலீடு செய்திருக்கலாம். ஓராண்டில் ரூ.25000 மதிப்புள்ள துணி அவரது தொழிற்சாலையில் உற்பத்தி ஆகி விற்பனைக்குத் தயார் நிலையில் இருக்கலாம். இதனை யாரும் வாங்கவில்லை என்றால் அவரது மூலதனத்தின் பிற பகுதிகளாக உள்ள பண மூலதனம், இயந்திரம், கச்சாப்பொருட்கள் மற்றும் உழைப்புச் சக்தியை அவை விரைவில் பாதிக்கும். ஒரு வேதியியல் ரீதியான ஒப்பீடும் இந்தக் கருத்தை விளக்க உதவும். தொடர்ச்சியாக நிகழும் வேதியியல் முறையில் இறுதியாகக் கிடைக்கும் உற்பத்திப் பொருள் ஒரு மாறா வீதம் வெளிவருவதில்லை.

அதுநடைபெறும் கருவியிலேயே சேர்ந்து கொண்டிருக்கலாம். இவ்வாறு நிகழும்போது அது வெடித்துச் சிதறலாம் அல்லது நடைபெற்றுவரும் வேதியியல் நிகழ்வு தடுத்து நிறுத்தப்படலாம்.[4]

சுற்றோட்டக் காலம்

தொழிற்துறை மூலதனம் தன்னை மறு உற்பத்தி செய்து கொள்வதற்கு உற்பத்தி மற்றும் சுற்றோட்டக் கட்டங்களைக் கடந்து செல்ல வேண்டும். அதன் பொதுவான வடிவமான பண மூலதனத்தின் நிலைப் பாட்டிலிருந்து இதனைப் பார்ப்போம். முதலில் பணத்தை உழைப்புச் சக்தியுடனும் உற்பத்தி சாதனங்களுடனும் பரிவர்த்தனை செய்ய வேண்டியிருக்கும். விலைக்கு வாங்கும் இச்செயல் சுற்றோட்ட நிகழ்முறையில் அடங்கும். பின்னர் உற்பத்தி மூலதனத்தின் பொருளியல் கூறுகள் உபரி மதிப்பின் உற்பத்திக்காக உழைப்பு நிகழும் முறையின் போது ஆக்கப்பூர்வமான முறையில் நுகரப்பட வேணடும். இச்செயல் உற்பத்திக் கட்டத்தைச் சேர்ந்தது. இறுதியாக உற்பத்தி செய்யப்பட்ட சரக்கு (C)விற்பனை செய்யப்பட்டு பண வடிவத்திற்கு மீண்டும் மாற்றப்பட வேண்டும். இந்தக் கடைசிச் செயல் சுற்றோட்டக் கட்டத்தில் அடங்கும். எனவே ஒவ்வொரு தனிப்பட்ட தொழில் மூலதனமும் சிறிது காலத்திற்கு உற்பத்திக் கட்டத்திலும் சிறிது காலத்திற்குச் சுற்றோட்டக் கட்டத்திலும் நேரத்தைச் செலவிடுகின்றன. நாம் இதுவரை சரக்குகளின் உற்பத்திக் காலத்தைப் பரிசீலித்தோம். நாம் இப்போது சுற்றோட்டக் காலத்தின் பக்கம் கவனத்தைச் செலுத்துவோம்.

இச்சொற்களுக்கான விளக்கங்களை முதலில் காண்போம்:

"உற்பத்தித்துறையையும் சுற்றோட்டத்துறையின் இரு கட்டங் களையும் கடந்து செல்கிற மூலதனத்தின் சுழல் இயக்கம் காலவழியில் அடுத்தடுத்து நடைபெறுகிறது. மூலதனம் உற்பத்தித் துறையில் இருக்கும் காலம் அதன் உற்பத்திக்காலம் ஆகும். சுற்றோட்டத் துறையில் இருக்கும் காலம் அதன் சுற்றோட்டக் காலம் ஆகும்".[5]

உற்பத்திக்காலம் மற்றும் சுற்றோட்டக் காலத்தின் கூட்டுத்தொகை முன்னீட்டு மூலதனத்தின் (உபரி மதிப்பையும் சேர்த்து) மறு உற்பத்திக்காக எடுத்துக் கொள்ளப்படும் மொத்த நேரம் - அதாவது மறு உற்பத்தி நேரம் ஆகும்.

உற்பத்திக்காலம் என்பதில் உழைப்பு நிகழ்முறைக்கு எடுத்துக் கொள்ளும் காலமும் அடங்கும். வழக்கமாக அதனைவிட உற்பத்திக் காலம் கூடுதலானதாக இருக்கும். ஏனென்றால் உற்பத்தி நிகழ் முறையில் தவிர்க்க முடியாத நிறுத்தங்கள் ஏற்படலாம்.(உதாரணமாக இரண்டு பணிமுறைக்கால இடைவெளியின் போது). அந்நேரத்தில் உற்பத்தி சாதனங்களின் வடிவத்தில் இருக்கும் தனி மூலதனத்தின் அங்கம் உற்பத்திக்கட்டத்தில் இருக்கும். ஆனால் அதன் மீது எந்த

உழைப்பும் செலுத்தப்படாமல் இருக்கும். மேலும் மூலதன உடைமையாளர் கச்சாப்பொருள் இருப்புகளை தயாராக வைத்திருப்பார். அதேபோல் இயந்திரமும் தயாராக இருக்கும். ஆனால் உண்மையான உற்பத்தி நிகழ்முறையைத் துவக்குவதற்குச் சிறிது நேரம் ஆகலாம். சொல்லப்போனால் இயந்திரங்களை நிர்மாணம் செய்யவும் தொழிற்சாலைகளைக் கட்டுவதற்கும் நேரம் எடுத்துக் கொள்ளப்படும். சில உற்பத்தி நிகழ்முறைகளின் தன்மை காரணமாக உயிருள்ள உழைப்பை அங்கே பயன்படுத்த வேண்டியிருக்காது. உதாரணமாக வேதியியல்முறை நடைபெறும் போது காற்றில் உலர வைக்க வேண்டியிருக்கும். அதே போல மதுபான வகைகளைப் புளிப்பேற்றச் செய்வதையும் குறிப்பிடலாம். எனவே உற்பத்திக்காலம் என்பது உற்பத்தி மூலதனத்தின் பிற கூறுகளின் மீது உயிருள்ள உழைப்பைச் செலுத்தும் காலம் + உற்பத்தி நிகழ்முறையில் உழைப்பைச் செலுத்தாத நேரம் + உற்பத்தி மூலதனக் கூறுகள் தயார் நிலையில் இருக்கும் நேரம் + உற்பத்திக் கட்டத்தில் செயல்படாத நிலை வலிந்து சுமத்தப்படும் நேரம் (இயந்திரத்தில் சீர்குலைவு ஏற்படுதல் அல்லது வேலைநிறுத்தங்கள் போன்றவை) ஆகியவையாகும். உற்பத்திச் சாதனங்களின் மீது உழைப்பு எதனையும் செலுத்தப்படாத உழைப்புக்காலத்தின் அப்பகுதிகளின் போது எந்த மதிப்பும் உருவாக்கப்படாது. ஆனால் அது தேவையானதாகவே இருந்திருக்கும். எனவே இவற்றிலிருந்து, “உற்பத்திக்காலமும் உழைப்புக் காலமும் எவ்வளவுக்கு எவ்வளவு சமமாகின்றனவோ அந்த அளவுக்குக் குறிப்பிட்ட கால எல்லைக்குள் குறிப்பிட்ட உற்பத்தி மூலதனத்தின் அவ்வளவுக்கு அவ்வளவு உற்பத்தித்திறனும் தற்பெருக்கமும் அதிகமாகின்றன என்பது தெளிவு”[6]

ஒரு குறிப்பிட்ட மூலதனத்தின் சுற்றோட்டக் காலம் என்பது அது ஒரு முழுச்சுற்றை நிறைவு செய்யும்போது அது சுற்றோட்டக் கட்டம் இருக்கும் காலம் ஆகும். இரண்டு விதமான செயல்பாடுகள் அல்லது வடிவ மாற்றங்கள் இதில் அடங்கியுள்ளன. பணத்தை உற்பத்தி மூலதனமாக மாற்றுதல் (கொள்முதல், பணம் - சரக்கு); உற்பத்தி செய்யப்பட்ட சரக்கைப் பணமாக மாற்றுதல்; (விற்பனை: சரக்கு^{1} - பணம்^{1}) எனவே சுற்றோட்டக்காலம் என்பது இந்த ஒவ்வொரு மாற்றத்தையும் ஏற்படுத்துவதற்கான கால அளவைச் சார்ந்துள்ளது. பணத்தைச் சரக்காக எளிதாக மாற்ற முடியும். ஆனால் விற்பனைதான் நிறைவேற்றுவதற்குக் கூடுதல் கடினமானது. ஒரு பொருளை விலைக்கு விற்பவனை எளிதில் கண்டுபிடித்து விடலாம். ஆனால் பொருளை விலைக்கு வாங்குபவனைக் கண்டுபிடிப்பது எளிதானதாகவோ சாத்தியமானதாகவோ இருப்பதில்லை.

C^1 - M^1 ஆக நிகழும் விற்பனை M -C ஆக நிகழும் வாங்கலை விட கூடுதலாக முக்கியத்துவம் பெறுவதற்கு மற்றொரு காரணமும் உண்டு. M -C என்ற நிகழ்வு அதாவது முன்னீடு செய்யப்பட்ட மதிப்பாகி M ன் தற்பெருக்கத்துக்குத் தேவைப்படுகிற ஒன்று. ஆனால் C^1 - M^1 என்ற நிகழ்வின் மூலம் தான் பண வடிவத்தில் உபரி மதிப்பு உண்மையில் உற்பத்தியாகிறது.

சுற்றோட்டக்காலம் குறைவானதாக இருந்து மற்றவை முறைப்படி அமைந்தால் மிகவும் விரைவான முறையில் மூலதனம் விரிவடைகிறது. வேறு சொற்களில் கூறினால் செலவிடப்படும் சுற்றோட்டக் காலம் குறைவானதாக இருக்கும்போது ஒரு குறிப்பிட்ட ஆரம்ப முதலீட்டிலிருந்து கூடுதலான உபரி மதிப்பு உற்பத்தி ஆவது பெறப்படுவதும் சாத்தியமாகிறது. உற்பத்திக் கட்டத்தில் தான் மதிப்பும் உபரி மதிப்பும் உற்பத்தி ஆகின்றன என்பதும் மூலதனத்தின் தற்பெருக்கம் ஏற்படுகின்றன என்பதும் இதற்கான ஒரே காரணமாகும். சுற்றோட்டத்தின் முதல் நிகழ்வான M - C உபரி மதிப்பு உற்பத்தி ஆவதற்கான அவசியமான காரணத்தை அளிக்கிறது. C^1 - M^1 என்கிற இரண்டாவது சுற்றோட்டச் செயல் உபரி மதிப்பை உற்பத்தி செய்கிறது. இரண்டு செயல்களுமே அவசியமானது என்பது கண்கூடு. ஆனால் இரண்டுமே மதிப்பை உற்பத்தி செய்யவில்லை.

சுற்றோட்டச் செலவுகள்

M - C யும் பிறகும் C^1 - M^1 என்ற வகையிலும் வடிவ மாற்றங்கள் ஏற்படுத்தப்படுவதற்குச் செலவுகள் ஆகும் என்பது தெளிவு. இவை இரண்டும் வாங்குபவர்களுக்கும் விற்பவர்களுக்குமிடையே நிகழும் வாங்கல் - விற்றல் நிகழ்வுகளாகும். மூலதன உடைமையாளரே விற்றல் - வாங்கல் நடவடிக்கைகளில் ஈடுபடலாம். உற்பத்தி மூலதனத்தின் கூறுகளை வாங்கும் குறிப்பிட்ட கடமையை நிறைவேற்றுவதற்காகவே தொழிலாளர்களை வாடகைக்கு அமர்த்தலாம். பின்னர் அவர்களே உற்பத்தியான சரக்குகளையும் விற்பனை செய்வார்கள். முதலாளித்துவம் வளர்ச்சியடையும் போது வாங்கலும் - விற்றலும் அந்தத் துறைகளால் சிறப்புப் பயிற்சி பெற்றுள்ள மொத்த வணிகர்கள் மூலம் நடைபெறும் நிலை ஏற்படலாம். இத்தகைய நடவடிக்கைகள் எந்த முறையான அமைப்பின் மூலம் நடத்தப்பட்டாலும் இவற்றில் உடைமையுரிமைகள் மாற்றமே சம்பந்தப்பட்டுள்ளது என்பதைத் தெளிவாகக் காண முடியும், 'அ' என்பவர் ஒரு பேல் பருத்தியை 'ஆ' என்பவருக்கு ரூ.100- க்கு விற்கிறார் என்று வைத்துக் கொள்வோம். இந்தச் செயல்முறை மூலம் நிகழ்வதெல்லாம் என்ன? 'ஆ' என்பவர் ஒரு பேல் பருத்தியின் உரிமையாளராகவும் 'அ' என்பவர் ரூ.100 -ன் சொந்தக்காரராகவும் மாறுகிறார்.

இந்தச் செயல்முறையில் உற்பத்தி நடவடிக்கை எதுவும் இடம் பெறவில்லை. உரிமைகள் மாற்றம் மட்டுமே நடைபெற்றுள்ளது. இந்த வாங்கல் விற்பனைக்காகச் செலுத்தப்பட்ட உழைப்பு நேரம் 'மதிப்பு' எதனையும் உற்பத்தி செய்யவில்லை. ஆனால் சரக்கு உற்பத்தி முறையில் இந்தச் செயல்கள் இன்றியமையாத வகையில் தேவைப்படுகின்றன என்பது தெளிவாகத் தெரிகிறது. மூலதன உடமையாளரால் வாங்குவதற்கும் விற்பதற்குமான முகவராக நியமனம் செய்யப்படுபவர்களைப் பற்றி மார்க்ஸ் பின்வருமாறு கூறுகிறார்:

"அவர் ஒரு அத்தியாவசியமான பணியைப் புரிகிறார். ஏனென்றால் மறு உற்பத்தி நிகழ்முறை உற்பத்தியைத் தோற்றுவிக்காத பணிகளையும் உள்ளடக்கியது. அவர் மற்றவர்களைப் போலவே பாடுபட்டு உழைக்கிறார். ஆனால் அவரது உழைப்பு மதிப்பையோ உற்பத்திப் பொருளையோ படைக்கும் உள்ளார்ந்த தன்மையுடன் இருப்பதில்லை."[8]

சமுதாய உற்பத்திக் கண்ணோட்டத்தில் பார்த்தால் சுற்றோட்டத் துறையில் உள்ள தொழிலாளர்கள் எத்தகைய மதிப்பையும் உற்பத்தி செய்வதில்லை. எனவே உற்பத்தியில் ஈடுபடும் தொழிலாளர்கள் உருவாக்கும் உற்பத்தி மதிப்பிலிருந்துதான் இந்த தொழிலாளர் களுக்கான கூலியும் சம்பளமும் வழங்கப்படுகின்றன. ஆனால் சுற்றோட்டத் துறையில் உள்ள தொழிலாளர்கள் (கடை ஊழியர்கள், விற்பனை எழுத்தர்கள், உணவகங்களின் காசாளர்கள் போன்றவர்களை உதாரணமாகக் குறிப்பிடலாம்) தங்களுடைய எஜமானர்களுக்காக எத்தகைய உபரி உழைப்பையும் அவர்கள் செலுத்தவில்லை என்று பொருள் கொள்ளக் கூடாது. உண்மையில் அவர்கள் உபரி மதிப்பைச் செலுத்துகிறார்கள். ஏனென்றால் அவர்களது கூலியும் அவர்களது உழைப்புச் சக்தியின் (அவர்களைப் பராமரிப்பதற்கு ஆகும் செலவு என்று வேண்டுமானால் குறிப்பிடலாம்) மதிப்பை அடிப்படையாகக் கொண்டவை. மதிப்பின் அடிப்படையில் பார்த்தால் வேலைநாளின் ஒரு பகுதியிலேயே அது நிறைவேற்றப்படுகிறது. மூலதன உடைமையாளருக்காக வாங்கல் - விற்பனை நடவடிக்கைகளில் ஈடுபடும்போது அதற்காகத் தனது உழைப்பைச் செலுத்துவதன் மூலம் அந்தத் தொழிலாளி உடைமை யாளரின் சுற்றோட்டச் செலவை இன்றியமையாத வகையில் குறைக்கிறார். இதற்காக உபரி உழைப்பை அளிக்கிறார்.

வாங்கல் - விற்பனை என்னும் செயல்களோடு கணக்குப் பதிவுக்காகவும் செலவாகிறது. இதிலும் உழைப்பு நேரம் செலவிடப் படுகிறது என்பதில் ஐயமில்லை. உண்மையில் தவிர்க்க முடியாமல் தேவைப்படும் அவசிய நேரத்தை விட கூடுதல் நேரம் முதலாளித்துவ அமைப்பு முறையில் தேவைப்படுகிறது எனலாம். வரிகளைத்

தவிர்ப்பதற்காகப் பொய்க் கணக்கு எழுதுவதற்காகத் தேவைப்படும் நேரத்தைக் குறிப்பிடுகிறோம். ஆனால் கணக்குப்பதிவுக்காக செலவிடப்படும் நேரம் உற்பத்தித்தன்மை கொண்டதல்ல என்ற போதிலும் வெறும் வாங்கல் - விற்றல் நடவடிக்கையிலிருந்து ஒரு முக்கியமான வகையில் வேறுபடுகிறது. சோஷலிச சமூக அமைப்பு முறையிலும் கணக்குப்பதிவு இன்றியமையாத செயல் என்பதே அந்த வேறுபாடு. சமுதாய உழைப்பு எவ்வாறு செலவிடப்படுகிறது? அதன் திறமையை எவ்வாறு மேம்படுத்தலாம் என்பதை கண்காணிப்பதற்குக் கணக்குப்பதிவு தேவைப்படுகிறது. இதைப் பற்றி குறிப்பிடும் மார்க்ஸ், "கணக்குப்பதிவானது இந்த (உற்பத்தி) நிகழ்முறை மீதான கட்டுப்பாடு மற்றும் சிறந்த தன்மையின் கூட்டிணைவாகும் என்பதால், எவ்வளவுக்கு எவ்வளவு இந்நிகழ்முறை அதன் தனிப்பட்ட தன்மையை இழந்து சமுதாய அளவினதாகிறதோ அந்த அளவுக்கு இது இன்றியமையாததாகிறது. ஆகவே அங்கும் இங்கும் சிதறிய பொருளுற்பத்தி முறையைக் கொண்ட கைவினைஞர்கள் மற்றும் விவசாயிகளது பொருளாதாரத்தைக் காட்டிலும் கணக்குப்பதிவு முதலாளித்துவப் பொருளுற்பத்தியில் அதிகமாய் தேவைப்படுகின்றது. அதே சமயம் முதலாளித்துவப் பொருளுற்பத்தியில் தேவைப்படுவதைக் காட்டிலும் அதிகமாய் கூட்டுத்துவ பொதுவுடைமைப் பொருள் உற்பத்தியில் தேவைப்படுகிறது. அதே சமயம் பொருளுற்பத்தி முறை ஓரிடத்தில் குவிப்பு அதிகமாகிக் கணக்குப் பதிவானது சமுதாய அளவினதாவதைத் தொடர்ந்து அதற்கான செலவுகள் குறைந்து செல்கின்றன"[9]

சரக்கிருப்பு மற்றும் பண இருப்புகளைப் பாதுகாத்து வைத்திருப்பதற்கான செலவுகள், வாங்கல் - விற்றல் நடவடிக்கைகளின் போது நிகழும் தேய்மானம் மற்றும் போக்குவரத்துச் செலவுகள் ஆகியவற்றைக் குறிப்பிட வேண்டும். இவை குறித்த முழுமையான விவரங்களுக்குள் செல்லாமல் போக்குவரத்து மட்டுமே உற்பத்தியோடு இணைந்த செயல் என்பதை மட்டும் இங்கே குறிப்பிடலாம். எனவே போக்குவரத்துக்காகச் செலவிடப்படும் உழைப்பு நேரம் மதிப்பை உற்பத்தி செய்யும் தன்மையைக் கொண்டது. போக்குவரத்துச் செலவு மதிப்பை உருவாக்குகிறது என்று கருதுவதற்கான காரணங்களை ஒவ்வொரு தனிப்பட்ட உற்பத்தி நிகழ்முறையிலும் காண முடியும். அநேகமாக அனைத்துத் தொழில் நிகழ்முறைகளிலும் தொழிற்சாலையின் ஒரு பகுதியிலிருந்து மற்றொரு பகுதிக்குப் பொருட்களை எடுத்துச் செல்ல வேண்டியிருக்கும். கார் தயாரிக்கும் தொழிற்சாலையில் கார்களின் பல்வேறு பாகங்களைத் தயாரிக்கும் பல்வேறு பிரிவுகளிலிருந்து அவற்றைப் பூட்டுவதற்கான பணிமனைக்கு எடுத்து வர வேண்டியிருக்கும். மார்க்ஸ் கூறுகிறார்: "பூர்த்தியான உற்பத்திப் பொருட்கள் ஒரு சுயேச்சையான உற்பத்திக்களத்திலிருந்து

தொலைவிலமைந்த மற்றோர் உற்பத்திக் களத்துக்கு மாறிச் செல்லும் போது இதுவேதான் இன்னும் பெரிய அளவில் நடைபெறக் காண்கிறோம்."[10]

மூலதனப் புரள்வு நிலை மூலதனமும் சுழல் மூலதனமும்

மூலதனப் புரள்வு என்றால் என்ன என்பதை மார்க்ஸ் பின்வருமாறு விளக்குகிறார்: "மூலதனச் சுற்று தனிப்பட்ட செயலாக அல்லாமல் காலவட்ட நிகழ்முறையாகக் கொள்ளப்படும் போது அதனை மூலதனப் புரள்வு என்கிறோம். இந்தப் புரள்வுக்கு ஆகும் காலம் என்பது அதன் உற்பத்திக்கும் சுற்றோட்டத்துக்கும் ஆகும் காலங்களைக் கூட்டினால் வருவதாகும். இந்த கூட்டுத்தொகையே மூலதனத்தின் புரள்வுக் காலமாகும்".

உற்பத்தி மூலதனம் என்பது உற்பத்திச் சாதனங்களையும் உழைப்புச் சக்தியையும் அதாவது முறையே மாறா மூலதனத்தையும் மாறும் மூலதனத்தையும் உள்ளடக்கியது. மதிப்பு மற்றும் உபரி மதிப்பை, உற்பத்தி செய்யும் நிகழ்முறையின் போது இந்த இரண்டு வகைகளும் செய்யும் தனித்தன்மை வாய்ந்த பங்களிப்பின் அடிப்படையில் உற்பத்தி, மூலதனம் என்னும் இரண்டு வகைகளாக பிரிக்கப்படுகிறது. உற்பத்தி மூலதனத்தை மற்றொரு அடிப்படையிலும் பிரிக்கலாம். அதன் கூறுகள் புரளும் வேகத்தை வைத்தும் அதனைப் பிரிக்கலாம். குறிப்பாக நிலை மூலதனம் மற்றும் சுழல் மூலதனம் என்ற வகையில் வேறுபடுத்திப் பார்க்கலாம். இதனைக் காண்பதற்கு நாம் உற்பத்தி சாதனங்களைப் பரிசீலிப்போம். இவை இயந்திரங்கள் மற்றும் உழைப்புச் சாதனங்களைப் பகுதி அளவிலும், தொழிற்சாலைக் கட்டடங்கள் மற்றும் பிற நீடித்திருக்கக் கூடிய சொத்துக்களைப் பகுதி அளவிலும் கச்சாப்பொருட்கள் மற்றும் துணைப் பொருட்களைப் பகுதி அளவிலும் உள்ளடக்கியது. இதில் உழைப்புச் சாதனங்களும் தொழிற்சாலைக் கட்டடங்களும் தொடர்ச்சியான பல உற்பத்திச் சுற்றுக்களில் தொடர்ந்து பயன்படுத்தப் படக்கூடியவையும் நீடித்து உழைக்கும் தன்மை கொண்டவையுமாகும். ஆனால் கச்சாப்பொருட்களும் துணைப் பொருட்களும் உற்பத்தி நிகழ்முறையின் போதே நுகரப்பட்டு விடுகின்றன. துணைப் பொருட்கள் (வெப்பத்தை ஏற்படுத்து வதற்காகப் பயன்படுத்தப் படும் நிலக்கரியை உதாரணமாகக் குறிப்பிடலாம்) அதே பவுதிக வடிவத்தில் உற்பத்திப் பொருளில் மீண்டும் தோன்றுவதில்லை. ஆனால் அவற்றின் மதிப்பும் கச்சாப் பொருட்களின் மதிப்பும் முழுமையாக உற்பத்திப் பொருளுக்கு மாற்றப்பட்டு விடுகின்றன. ஆனால் உழைப்புச் சாதனங்களின் மதிப்பு சிறிது சிறிதாகத்தான் உற்பத்திப் பொருளைச் சென்றடைகிறது. இத்தகைய பின்னணியில் பார்க்கும் போது கச்சாப் பொருட்களையும் துணைப் பொருட்களையும் தனது மதிப்பை உற்பத்திப் பொருளுக்காக

இழக்கின்ற மாறும் மூலதனப் பிரிவில் சேர்க்கலாம். நாம் இப்போது நிலை மூலதனம் மற்றும் சுழல் மூலதனத்தை வரையறைப்படுத்தலாம்.

மாறா மூலதனத்தின் பகுதியாக உள்ள தொழிற்சாலைக் கட்டடங்கள் மற்றும் இதர சொத்துக்கள் அடங்கிய உழைப்புச் சாதனங்கள் ஒருவிதமான தனித் தன்மையுடன் காணப்படுகின்றன. அவை உழைப்புச் சாதனத்தின் செயற்காலம் முழுவதிலும் அவற்றின் துணை கொண்டு உற்பத்தி செய்யப்படும் சரக்குகளிலிருந்து வேறுபட்டு நிற்கின்றன. அதன் மதிப்பின் ஒரு பகுதி எப்போதும் நிலைத்து நீடிக்கிறது. "இந்த விசேஷ தன்மைதான் மாறா மூலதனத்தின் இந்தப் பகுதியை நிலை மூலதனம் என்னும் வடிவம் பெறச் செய்கிறது. உற்பத்தி நிகழ்முறையில் முன்னீடு செய்யப்படும் மூலதனத்தின் ஏனைய பொருட்கூறுகள் எல்லாம் இந்த நிலை மூலதனத்துக்கு மாறாக *சுற்றியோடும் மூலதனம்* அல்லது *சுழல் மூலதனம்* ஆகின்றன."[7]

இந்த வகையில் உழைப்புச் சக்தி, கச்சாப்பொருட்கள் மற்றும் துணைப் பொருட்கள் ஆகிய அனைத்தும் சுழல் மூலதனத்தின் பகுதிகளாகின்றன. அதே சமயம் உற்பத்திச் சாதனங்கள் நிலை மூலதனத்தின் பகுதியாகிறது. இந்தக் கோட்பாடுகளைப் பற்றி பல தவறான கருத்துகள் பொதுவாக நிலவி வருகின்றன. இந்தக் கோட்பாடுகள் எல்லாம் உற்பத்தி மூலதனத்துக்கு மட்டுமே பொருந்தக் கூடியவை என்பதை முதலில் தெளிவுபடுத்த வேண்டியுள்ளது. ஏனென்றால் உற்பத்தி மூலதனத்தின் பல்வேறு பொருளியல் கூறுகள் தங்கள் மதிப்பை உற்பத்திப் பொருளுக்கு மாற்றுவதில் காணப்படும் வேறுபட்ட தன்மையை அவை அடிப்படையாகக் கொண்டவை. நிலை மூலதனத்துக்கும் சுழல் மூலதனத்துக்கும் இடையேயான எதிர்நிலை என்பது பண மூலதனம் மற்றும் சரக்கு மூலதனத்தைப் பொறுத்தவரை எத்தகைய பொருளும் கிடையாது மார்க்ஸ் இது பற்றிக் கூறுவதைக் காண்போம்:

"உண்மையில் இவை உற்பத்தி மூலதனத்துக்கு மாறான சுற்றோட்ட மூலதனமே தவிர நிலை மூலதனத்துக்கு மாறான சுழல் மூலதனம் அல்ல"[8]

இரண்டாவதாக உற்பத்தி மூலதனத்திற்குள் - நிலை மூலதனம் மற்றும் சுழலும் மூலதனத்துக்குமிடையேயான வேறுபட்ட தன்மை பவுதிக ரீதியான அசையாத தன்மை எதனையும் அடிப்படையாகக் கொண்டதல்ல. இதற்கான ஒரு எளிய உதாரணமாகக் 'கப்பலை' மார்க்ஸ் சுட்டிக் காட்டுகிறார். கப்பல் என்பது ஓரிடத்திலிருந்து மற்றொரு இடத்துக்குச் சென்று வரக்கூடியது. ஆனால் அது நிலை மூலதன வகையைச் சேர்ந்தது. அது உற்பத்திப் பொருளிடம் (போக்குவரத்து என்ற பணி) தனது மதிப்பைச் சிறிது சிறிதாகத்தான்

இழக்கிறது. நிலை மூலதனக் கோட்பாடு பற்றிய தவறான புரிதலுக்கு மற்றொரு உதாரணத்தையும் மார்க்ஸ் சுட்டிக் காட்டுகிறார். நிலை மூலதனம் என்பது ஒரு பொருளின் புறவயமான குணத்தைக் குறிப்பதாகச் சிலர் தவறாகக் கருதுகின்றனர். மாறாக அது அதன் ஒரு குறிப்பிட்ட பொருளாதாரத் தன்மை அதாவது மூலதனப் புரள்வின் விரைவாக இயங்கும் தன்மை என்பதைக் காணத் தவறுகின்றனர். இந்தத் தவறை விளக்க கால்நடைகளை ஒரு சிறந்த உதாரணமாக மார்க்ஸ் எடுத்தாளுகிறார். உழைப்புக்காகப் பயன்படுத்தப்படும் கால்நடைகள் நிலை மூலதனம் ஆக இருக்கின்றன. அவற்றையே இறைச்சிக்காகப் பயன்படுத்தும் போது அவை கச்சாப்பொருட்களாக இருப்பதால் அவை சுழல் மூலதனமாக மாறுகின்றன.

நிலை மூலதனத்துக்கும் மாறும் மூலதனத்துக்குமுள்ள வேறுபாடு குறித்தும் இந்த முரண் நிலையின் அடிப்படையில் மிகவும் தவறான எண்ணமும் குழப்பக்கூடிய போக்கும் காணப்படுகிறது. இவற்றுக் கிடையேயான வேறுபாடு என்பது மதிப்பை உற்பத்தி செய்யும் நிகழ்முறையில் உயிருள்ள மற்றும் உயிரற்ற உழைப்பின் பல்வேறு பங்களிப்புகளின் அடிப்படையில் அமைந்தவை. ஆனால் இந்த முரண்நிலையோ உற்பத்திப் பொருளின் மதிப்பை மாற்றுவதில் காணப்படும் விரைவுத்தன்மையை அடிப்படையாகக் கொண்டது.

நிலை மூலதனத்துக்கும் சுழல் மூலதனத்துக்குமிடையேயான வேறுபாட்டின் நடைமுறை முக்கியத்துவம் பின்வருமாறு அமைந்துள்ளது. ஒரு முறை விலைக்கு வாங்கி விட்டால் பல ஆண்டுகளுக்கு மீண்டும் விலைக்கு வாங்க வேண்டிய தேவை இல்லாதவை நிலை மூலதன வகையைச் சேர்ந்தவை. இதற்கு மாறாக கச்சாப்பொருட்கள் உழைப்புச் சக்தி போன்றவை உற்பத்தி நிகழ்முறையில் சிறிது காலத்துக்குள்ளே நுகரப்பட்டு விடுகின்றன. எனவே அவற்றை மீண்டும் மீண்டும் விலைக்கு வாங்க வேண்டியுள்ளது. மூலதன உடைமையாளர் சரக்கு விற்பனை மூலம் போதுமான அளவு பணத்தை அவ்வப்போது சேகரித்துக் கொண்டே இருக்க வேண்டும். கச்சாப்பொருள் மற்றும் உழைப்புச்சக்தியை வாடகைக்கு வாங்குவதற்காக இது தேவைப்படுகிறது. கடன் செலாவணி முறை மற்றும் நடப்பு முதலுக்காகக் கடன் வசதி ஆகியவற்றின் வளர்ச்சி இத்தேவையை ஓரளவுக்குப் பூர்த்தி செய்கிறது.

ஒரு கொதிகலன் அல்லது ரெயில்வே எஞ்சினை நிறைவு செய்த விற்பனைச்சரக்காக உற்பத்தி செய்வற்கு எடுக்கப்படும் மொத்த நேரத்துக்கு வேலைக்காலம் (Working Period) என்று மார்க்ஸ் பெயர் சூட்டினார். முதலாளித்துவம் வளர வளர கணிசமான வேலைக் காலத்தைக் கொண்ட தொழில்கள் உருவாகின்றன. உதாரணமாக தொழிற்சாலை கொதிகலன்களைத் தயாரிக்க மூன்றுமாதங்களிலிருந்து

ஓராண்டு அல்லது இரண்டாண்டுகள் வரை கூட ஆகலாம். இவையெல்லாம் அவற்றின் பொருள் ஆக்கத் திட்ட விவரணத்தைப் (Specifications) பொறுத்தவை. போதுமான மூலதனக்குவிப்பு இன்றி அவற்றின் உற்பத்தி சாத்தியமானதல்ல என்பது தெளிவு. இங்கே கடன் செலாவணித் திட்டம் மூலதனக் குவிப்பை ஊக்குவிப்பதன் மூலம் ஒரு நேரிய பங்களிப்பைச் செய்கிறது. வேலைக் காலத்தைச் சுருக்க வேண்டுமானால் அதிக அளவில் உற்பத்தி மூலதனத்தைப் பயன்படுத்த வேண்டியிருக்கும் என்பதைக் கூறத் தேவையில்லை. இந்த வகையில் அதிக அளவில் உற்பத்தி சாதனங்களையும் உழைப்புச் சக்தியையும் பணியில் அமர்த்தலாம். முதலாளித்துவ வளர்ச்சிப்பாதையில் வேலைக் காலத்தைச் சுருக்குவதற்கான பல்வேறு முறைகளும் வளர்ச்சி அடைகின்றன. இதே போல உற்பத்திக் காலம் மற்றும் சுற்றோட்டக் காலத்தைச் சுருக்குவதற்கான முறைகளும் வளர்ச்சிப் போக்கில் உருவாகின்றன.[9]

போக்குவரத்து மற்றும் தகவல் தொடர்புகளில் ஏற்பட்டுள்ள விரைவான முன்னேற்றம் சுற்றோட்டக் காலத்தைக் குறைப்பதில் முக்கிய பங்கு வகிக்கின்றன. ஆனால் இந்த முன்னேற்றங்கள் முதலாளித்துவ சந்தை உலக அளவில் விரிவடைவதற்கும் அதாவது உலகச் சந்தை உருவாவதற்கும் வழி வகுக்கின்றன. தொலைதூரங் களிலுள்ள சந்தைகளுக்காக முதலாளிகள் இப்போது உற்பத்தி செய்கின்றனர். இதனால் தொழில் மூலதனமானது சரக்கு மூலதன வடிவில் நீண்ட காலம் நீடிக்கிறது. இதனால் சுற்றோட்டக்காலம் அதிகரிக்கும் நிலை ஏற்படுகின்றது. அத்துடன் மொத்த சமூக மூலதனத்தில் போக்குவரத்து மற்றும் தகவல் தொடர்புக்கான முதலீட்டின் பங்கு கூடுதலாகிறது. இந்த வளர்ச்சிப் போக்குகள் நெருக்கடிகளின் தோற்றுவாயாக அமைகின்றன. “உதாரணமாக சரக்கு மூலதனத்தின் சுற்றோட்டக்காலம் அதிகரிக்கும்போது சந்தை விலைகள் மாற்றமடையும் அபாயம் அதிகரிக்கிறது”[10] ஒரு குறிப்பிட்ட தனி மூலதனம் சரக்கு மூலதனமாக நீடிக்கும்போது பொருளாதாரச் சூழல்கள் மாற்றமடையலாம். எதிர்பார்க்கப்பட்ட உபரி மதிப்பினை ஈட்ட முடியாத நிலை ஏற்படலாம்.

மாறும் மூலதனப் புரள்வு

நிலை மூலதனம் பல உற்பத்திக் காலங்களுக்கு நீடிக்கிறது என்பதையும் சுழல் மூலதனத்தை அடிக்கடி புதுப்பிக்க வேண்டியிருக்கும் என்பதையும் கண்டோம். உற்பத்திக் காலத்தையோ சுற்றோட்டக் காலத்தையோ குறைக்கும் வளர்ச்சிப் போக்குகள் புரள்வுக்காலத்தையும் குறைக்கின்றன என்பதையும் அதனால் உற்பத்தித் திறன் அதிகரிக்கிறது என்பதையும் பார்த்தோம். மாறும்

மூலதனப் புரள்வின் மீது குறிப்பான கவனம் செலுத்த வேண்டியுள்ளது. ஏனெனில் உபரி மதிப்பைத் தோற்றுவிக்கும் ஆதாரமாக மாறும் மூலதனம் மட்டுமே அமைகிறது.

'அ' 'ஆ' என்ற இரண்டு மூலதனங்களை எடுத்துக் கொள்வோம். 'அ' வின் மாறும் மூலதனம் ரூ.10000/- இது முன்னீடு செய்யப்பட்டு மாதாமாதம் புதுப்பிக்கப்படுகிறது. அதாவது ரூ.10000 -ஐ அளித்து ஒரு மாதத்துக்கான உழைப்புச்சக்தி விலைக்கு வாங்கப்படுகிறது. இந்த மதிப்பு (அதனுடன் பயன்படுத்தப்பட்ட நிலை மூலதன மதிப்பு + உபரி மதிப்பும் கூடத்தான்) மாத முடிவில் பண வடிவத்தில் மீட்டெடுக்கப்படுகிறது. இது அடுத்த மாதத்துக்கான உழைப்புச் சக்தியை வாங்குவதற்காகப் பயன்படுத்தப்படுகிறது. வேறு சொற்களில் கூறினால் இந்த மாறும் மூலதனம் மாத அடிப்படையில் புரள்கிறது. 'ஆ' என்ற மூலதனத்தின் அளவு ரூ.1,20,000 என்று வைத்துக்கொள்வோம். ஆண்டின் துவக்கத்திலிருந்து ஆண்டு முடியும் வரை இது பயன்படுத்தப்படுகிறது. வேறு சொற்களால் கூறினால் ஓராண்டு அடிப்படையில் இந்த மாறும் மூலதனப்புரள்வு நடைபெறுகிறது. மாதத்தைக் கால அளவாகக் கொண்டால் இரண்டு மூலதனங்களே சம அளவில் இருக்கின்றன. அதாவது மாதத்துக்கு ரூ.10,000/-; இரண்டு உதாரணங்களிலும் உபரி மதிப்பு விகிதம் 100 விழுக்காடு என்று வைத்துக் கொண்டால் 'அ'வின் வருடாந்திர உபரி மதிப்பு = 10000 x 12 = 120000 'ஆ' வின் மூலதனத்துக்கு இதே அளவிலான உபரி மதிப்பு கிடைக்கும். ஆனால் 'அ' வின் முதலீடு 'ஆ' வின் முதலீட்டில் 12 ல் 1 பங்கு தான் என்றபோதிலும் அதே அளவிலான வருடாந்திர உபரி மதிப்பு கிடைத்துள்ளது. இது தான் இரண்டுக்குமிடையேயான வேறுபாடு. வேறு சொற்களில் கூறினால் 'அ' வின் வருடாந்திர உபரி மதிப்பு விகிதம் 120000/10000 (= 1200 விழுக்காடு). அதே சமயம் 'ஆ' வின் வருடாந்திர உபரி மதிப்பு விகிதம் 120000/120000 = 100 விழுக்காடு இந்த வேறுபாட்டுக்குக் காரணம். 'அ'வின் மாறும் மூலதனம் 'ஆ'வின் மூலதனத்தைப் போல 12 மடங்கு விரைவாகப் புரள்வதால் அதற்கு 'ஆ'வின் மூலதனத்தைப் போல 12 மடங்கு உபரி மதிப்பு கிடைக்கிறது. அதே சமயம் இரண்டு மூலதனங்களுக்குக் கிடைக்கும் உபரி மதிப்பு விகிதம் (புரள்வின் அடிப்படையில் கிடைக்கும் உபரிமதிப்பு) சம அளவில் உள்ளது. புரள்வின் விரைவுத்தன்மையின் முக்கியத்துவத்தை இந்த உதாரணம் தெளிவாக விளக்குகிறது.[11]

பல்வேறு உற்பத்திக்கிளைகளில் மாறுபாடான மூலதனத்தின் வெவ்வேறு புரள்வுக் காலங்கள் குறித்த உண்மை நிலவரமானது (உழைப்பின் மீதான சுரண்டலின் கடுமையில் மாற்றம் இல்லாவிட்டாலும்) ஒரே அளவு உற்பத்தி திறனுடைய சுழல் மூலதனத்தையும் ஒரே அளவு உழைப்பையும் இயங்கச் செய்வதற்கு

வெவ்வேறான அளவுகளில் பண மூலதனத்தை முன்னீடு செய்வதை அவசியமாக்குகிறது"[12]

இறுதியாக மூலதனப் புரள்வுக்கோட்பாடு முதலாளித்துவ உற்பத்திக்கும் சோஷியலிச உற்பத்திக்குமிடையே உள்ள ஒரு முக்கிய வேறுபாட்டை வெளிப்படுத்த உதவுகிறது. 'அ' என்பவரின் மூலதனத்தை எடுத்துக் கொள்வோம். அதில் அடங்கிய சுழலும் மூலதனப் பகுதியின் புரள்வுக்கு இரண்டு ஆண்டுகள் பிடிக்கிறது என்று வைத்துக் கொள்வோம். (நிலை மூலதனப் புரள்வுக்குக் கூடுதல் காலம் பிடிக்கும் என்பது தெளிவு) இந்நிலையில் 'அ' வினால் வேலைக்கு அமர்த்தப்பட்ட உழைப்புச்சக்தியும் இந்த உழைப்புச் சக்திக்கான வாழ்க்கை சாதனமும் பொருளாதாரத்தின் பிற பகுதிக்குக் கிடைக்காமல் போய்விடும். அத்துடன் தேவைப்படும் நிலை மூலதனமும் உற்பத்திக்கான பொருட்களும் குறைந்தபட்சமாக இரண்டு ஆண்டுகளுக்காவது கிடைக்காமல் போகும். ஆனால் இந்த உற்பத்தி நிகழ்முறையிலிருந்து உற்பத்திப் பொருள் இரண்டு ஆண்டுகள் கழித்துத்தான் சந்தையைச் சென்றடையும். இதன் பொருள் யாதெனில் எத்தகைய மாற்றீடும் இன்றிப் பணத்துக்காக மட்டும் சமுதாயத்தின் செல்வாதாரங்கள் கோரப்படும் நிலை ஏற்படுகிறது. முதலாளித்துவ சமுதாயத்தில் சமுதாய நிதி ஆதாரங்களின் மீதான தேவை அதிகரிக்கிறது. வழங்கலுக்கான கூறு எதுவும் சேர்க்கப்படாமலே மெய்யான தேவை அதிகரிக்கும் நிலை ஏற்படுகிறது.[13] எனவே உற்பத்திச் சாதனங்கள் மற்றும் வாழ்க்கைச் சாதனங்கள் ஆகிய இரண்டின் விலைகளும் அதிகரிக்கின்றன. முதலாளித்துவத்தின் உள்ளார்ந்த தன்மையாக உள்ள ஊக நடவடிக்கைகள் மேலும் அதிக அளவில் நிலையற்ற தன்மையைத் தோற்றுவிக்கும். ஒரு பொருளாதார வீழ்ச்சி தொடரும் நிலை ஏற்படலாம்.[14]

ஆனால் சோஷலிச சமுதாயத்தின் நிலை வேறு மாதிரியாக இருக்கும். சமுதாயத்தை முதலாளித்துவ சமுதாயமாக அல்லாமல், பொதுவுடைமைச் சமுதாயமாகக் கொள்வோமானால் முதலாவதாக அச்சமுதாயத்தில் பண மூலதனமே இருக்காது. அதன் காரணமாக எழும் பரிமாற்றங்களை மூடி மறைக்கும் மாறு வேடங்களும் இருக்காது. சில தொழில் வகைகள் ஆண்டின் மொத்த உற்பத்தியிலிருந்து உழைப்பையும் உற்பத்திச் சாதனங்களையும் வாழ்வுச் சாதனங்களையும் எடுத்துக் கொண்ட போதிலும் ஓராண்டுக்கு அல்லது அதற்கு அதிகமான நெடுங்காலத்துக்கு எவ்வகையான உற்பத்திச்சாதனமோ வாழ்வுச்சாதனமோ அளிக்கப்படுவதில்லை. இருப்புப்பாதை நிர்மாணத்தை இவற்றுக்கு உதாரணமாகச் சொல்லலாம். சமுதாயத்துக்குத் தீதின்றி இம்மாதிரியான தொழில் வகைகளில் எந்த அளவுக்கு உழைப்பையும் உற்பத்திச் சாதனங்களையும்

முதலீடு செய்யலாம் என்று முன்கூட்டியே தீர்மானிக்க வேண்டியதன் அவசியமாக கம்யூனிச சமுதாயத்தில் இப்பிரச்சனை குறுகி விடுகிறது.[15]

நிறைவுக் குறிப்பு

மூலதன மறு உற்பத்தி நிகழ்முறையில் காணப்படும் பல்வேறு தனி மற்றும் பகுதி அளவிலான அம்சங்களை பரிசீலித்தோம். அவற்றில் தொழில் மூலதனச்சுற்று, சுற்றோட்டச் செலவு மற்றும் மூலதனப் புரள்வு ஆகியவை அடங்கும். ஆனால் முதலாளித்துவப் பொருளாதார நெருக்கடிகள் குறித்த மார்க்சின் சித்தாந்தமானது ஒட்டுமொத்த சமுதாய மூலதனத்தின் மறு உற்பத்தி நிகழ்முறை பற்றிய ஆய்வாகும். இது குறித்து அடுத்த பகுதியில் கவனம் செலுத்துவோம்.

அடிக்குறிப்புகள்

1. Karl Marx, *Capital,* vol.II, 1967, p.48
2. அதே நூல், பக். 56
3. அதே நூல், பக். 101
4. மூலதனச்சுற்றுகள் குறித்த தமது விவாதத்தில் கார்ல்மார்க்ஸ் ஏனைய ஏராளமான அம்சங்களை குறிப்பிடுகிறார்; அவற்றை நாம் இங்கே குறிப்பிடவில்லை. குறிப்பாக, முதலாளித்துவ உற்பத்தி முறைக்கும் முதலாளித்துவமல்லாத முறைக்குமிடையேயான உறவுகள் குறித்தும் 'இயல்பான' பணத்திற்கும் கடன் விற்பனை பொருளாதாரத்திற்குமிடையேயான உறவுகள் குறித்தும் அவர் முன் வைத்துள்ள கருத்துரைகள் பயனுள்ளவை. இது குறித்து முக்கியமாக, pp 109-111 and pp 116-117 of Volume II of Capitalஐ பார்க்கவும்
5. Capital Vol II Moscow, 1967
6. அதே நூல், பக். 124
7. அதே நூல், பக். 158
8. அதே நூல், பக். 167
9. ஆனால், இத்தகைய உற்பத்திக் குறைப்பு எந்தளவிற்குச் செயல்படுத்தப்பட முடியும் என்பது குறித்து இயற்கை, கட்டுப்பாடுகளை விதிக்கக்கூடிய நிலைமையில் சில உற்பத்திக்கிளைகள் உள்ளன. மார்க்ஸ், மர வனப்பகுதியை உதாரணமாகச் சுட்டுகிறார். ''நீண்ட உற்பத்திக் காலமும் கட்டுப்படுத்தப்பட்ட மொத்த பரிமாற்ற முதலுக்கான நீண்டகாலமும் தனியார் மற்றும் முதலாளித்துவ தொழில்களுக்கு வனப்பகுதியை ஆர்வமற்ற தொழிலாக்குகின்றன...'' Capital, vol.II, பக். 244
10. Capital, Vol.II, Moscow, 1967, பக். 252
11. நாம், மேற்காணும் விவாதத்தில் முறையாக இவ்வாறு வலியுறுத்தலாம். s^1 = வருடாந்திர உபரி மதிப்பின் அளவு, s = துல்லியமான உபரி மதிப்பின் அளவு c = உபரி உழைப்பு / ஒரு உழைப்பு நாளுக்குத் தேவையான உழைப்பு, V=முன்னீடு செய்யப்பட்ட வேறுபாடான மூலதனம் மற்றும் n= ஒரு ஆண்டுக்கான பணப் பரிவர்த்தனை எண்ணிக்கை

$$\text{எனவே, } s^1 = \frac{\text{ஒட்டுமொத்த வருடாந்திர உபரி மதிப்பு}}{\text{முன்னீடு செய்யப்பட்ட மாறுபாடான மூலதனம்}}$$

$$= \frac{\text{(ஒரு பணப் பரிவர்த்தனைக்கு உபரி மதிப்பு)} \times \text{(ஒரு ஆண்டுக்குப் பணப் பரிவர்த்தனையின் எண்ணிக்கை)}}{\text{முன்னீடு செய்யப்பட்ட வேறுபாடான மூலதனம்}}$$

$$= \frac{(s^1 \times v)}{V} \times n = n^1$$

12. *அதே நூல், பக். 314*
13. *அதே நூல், பக். 315*
14. மூலநூல் வெறுமனே, ஒரு வீழ்ச்சிக்கான சாத்தியப்பாட்டைச் கட்டிக் காட்டுகிறது; அதே சமயத்தில் இதற்கான நிகழ்வுப் போக்குகள் பற்றிய தெளிவான சித்திரிப்பை மார்க்ஸ் அளிக்கிறார். மிகச் சிறப்பான அந்த வாசகத்தை pp.315-316 மேலும் p 318 of *Capital;* Vol.11 Moscow *1967*-ல் பார்க்கவும்
15. *அதே நூல், பக். 315*

12

முதாளித்துவ உற்பத்தி முறையின் கீழ் பொருளாதார நெருக்கடிகள்

பொருளாதார நெருக்கடிகள் என்பவை முதலாளித்துவ அமைப்பு முறைக்கு மட்டுமே சொந்தமானவை அல்ல. எனினும் முதலாளித்துவ அமைப்பு எதிர்கொள்ளக்கூடிய நெருக்கடிகள் மிகவும் விந்தையானவையாகவும் புரியாத பெரும் புதிராகவும் அமைகின்றன. முதலாளித்துவத்துக்கு முந்தைய அமைப்பு முறைகளில் வறட்சி, வெள்ளம், பூமி அதிர்வு போன்ற இயற்கைப் பேரிடர்களின் போதும் கொள்ளை நோய்கள் ஏற்படும் காலங்களிலும் நெருக்கடிகள் ஏற்படுவதுண்டு. அக்காலங்களில் மக்களுக்குத் தேவைப்படும் அத்தியாவசியப் பொருட்களுக்கும் பணிகளுக்கும் கடுமையான பற்றாக்குறை ஏற்படும். உற்பத்தி சக்திகளின் வளர்ச்சி கீழான நிலையில் இருப்பதனால் இவ்வாறு நெருக்கடிகள் ஏற்படுகின்றன. ஆனால் முதலாளித்துவ அமைப்பில் மிகையுற்பத்தி காரணமாகவே நெருக்கடிகள் ஏற்படுகின்றன. விற்பனை நிலையங்களில் சரக்குகள் குவிந்து கிடப்பதும் கணிசமான இழப்பு ஏற்படும் வகையில் குறைந்த விலைக்கு விற்பனை செய்வதற்கு முதலாளிகள் தயாராக இருந்தபோதிலும் அவற்றை விற்பனை செய்ய முடியாத நிலை நெருக்கடி காலங்களில் காணப்படுகின்றன. அதே சமயம் லட்சக்கணக்கான தொழிலாளர்கள் வேலை அற்றவர்களாக இருக்கின்றனர். அவர்களால் தங்களுடைய அடிப்படைத் தேவைகளைக் கூட காசு கொடுத்து வாங்க முடிவதில்லை. உற்பத்தி சக்திகளின் உயர்வான வளர்ச்சிக்குக் காரணமான நவீன இயந்திரங்கள் இயங்காமல் முடங்கிக் கிடக்கின்றன. வேலையின்றி சும்மா இருக்கும் மனிதர்கள் ஒருபுறம்; இயங்காமல் முடங்கிக் கிடக்கும் உற்பத்தி சாதனங்கள் மறுபுறம்; கடைகளிலும் கிட்டங்கிகளிலும் குவிந்து கிடக்கும் சரக்குகள் ஒருபுறம்; கஞ்சிக்கு வழியின்றி அல்லல்படும் லட்சக்கணக்கான மக்கள் மறுபுறம்; முதலாளித்துவ நெருக்கடியின் போது காணப்படும் இத்தகைய காட்சிகள் முதலாளித்துவத்துக்கு முந்தைய கால மனிதர்களால் எண்ணிக் கூடப் பார்க்க முடியாதவை.

ஆனால் முதலாளித்துவ அமைப்பு முறையில் நெருக்கடிகள் இவ்வாறு வெளிப்படுகின்றன என்பது நாம் அறியாததல்ல, ஆனால் இந்த நெருக்கடிகளுக்கான காரணங்களைப் புரிந்து கொள்வதற்குச்

கோட்பாட்டு அடிப்படையிலான கருத்தாற்றல் தேவைப்படுகிறது. பொருளாதார வாழ்க்கையில் ஏற்படும் ஒரு முறிவாகவும் முதலாளித்துவ மறு உற்பத்தி நிகழும் முறையில் ஏற்பட்ட ஒரு தடையாகவும் முதலாளித்துவ நெருக்கடியை மார்க்சியம் பார்க்கிறது. வேறு சொற்களில் கூறினால் அக்காலங்களில் சமூக மூலதனத்தின் மறு உற்பத்தி கடுமையான முறையில் தடைபடுகிறது. சமூக மூலதனத்தின் மறு உற்பத்தி என்பது தனிப்பட்ட மூலதனங்களின் மறுவுற்பத்தியின் ஒட்டுமொத்தத் தன்மையைக் குறிக்கும். இப்போது எழும் கேள்வி இதுதான். மறு உற்பத்தியில் தடை எப்படி ஏற்படுகிறது?

முதலாளித்துவ நெருக்கடியின் தோற்றுவாய்கள்

தொழில் மூலதன சுற்றோட்டம் பின்வரும் வகையில் அமைகிறது என்பதை ஏற்கனவே நாம் பார்த்தோம்.

உழைப்புசக்தி

.... பணம்............சரக்கு ....உற்பத்தி....... சரக்கு[1] .... பணம்[1]

உற்பத்திச் சாதனங்கள்

அதனை இவற்றின் ஆங்கில சொற்களின் முதல் எழுத்துகளின் அடிப்படையில்

LP

.... M..........C ....P.......C[1].........M[1]

MP

பணம் M மற்றும் கூடுதல் பணம், பணம்M[1] ஆகியவற்றுக்கு முன்னாலும் பின்னாலும் புள்ளிகள் இடப்பட்டுள்ளதன் பொருள் யாதெனில் இந்த நிகழ்வுமுறை தொடர்ந்து மீண்டும் மீண்டும் நடைபெறுகிறது என்பதைக் குறிப்பிடுவதற்காகத்தான். ஒவ்வொரு தனி மூலதனமும் ஒரே நேரத்தில் மூன்று தனித்தனி வடிவங்களில் இருக்கும் என்பதையும் நாம் அறிவோம். ஒரு பகுதி பண மூலதனமாகவும், ஒரு பகுதி உற்பத்தி மூலதனமாகவும் மற்றொரு பகுதி சரக்கு மூலதன வடிவத்திலும் இருக்கும். இவை ஒவ்வொன்றும் அடுத்தடுத்து மற்ற இரண்டு வடிவங்களுக்கு மாறும் என்பதையும் கண்டுள்ளோம். ஒவ்வொரு தனி மூலதனமும் தன்னைப் புதுப்பித்துக் கொள்ள வேண்டுமானால் இந்தச் சுற்றோட்டப் பாதையில் பயணப்பட வேண்டும். நாம் இதுவரை தனி மூலதனத்தின் மறுஉற்பத்தி நிகழ்முறை தொடர்பான அம்சங்களை மட்டும் பரிசீலித்துள்ளோம். முதலாளித்துவப் பொருளாதார நெருக்கடியைப் புரிந்துகொள்வதற்குச்

சமுதாய மூலதனத்தின் மறு உற்பத்தி நிகழும் முறையை ஒட்டுமொத்தமாகப் பரிசீலிக்க வேண்டும்.

சமுதாய உற்பத்தி முறையை உற்பத்தியின் இரண்டு பெரும் கிளைகளாகப் பிரிப்பதன் மூலம் நமது ஆய்வை சிரமமின்றித் தொடங்க முடியும். இவற்றில் ஒரு உற்பத்திக் கிளை உற்பத்தி சாதனங்களையும் மற்றொரு கிளை நுகர்வுச்சாதனங்களையும் உற்பத்தி செய்கின்றன. சமுதாய உற்பத்தி முன்பிருந்த அதே அளவில் தொடர வேண்டுமென்றாலும் அல்லது கூடுதலான அளவில் நடைபெற வேண்டுமானாலும் ஒவ்வொரு கிளையிலும் செய்யப்படும் உற்பத்தியின் மதிப்பு அளவுகளில் ஒரு தீர்மானகரமான தொடர்பு இருக்க வேண்டியிருக்கும். ஆனால் முதலாளித்துவ உற்பத்தி முறை முன் கூட்டியே நிர்ணயிக்கப்பட்ட ஒரு சமுதாயத் திட்டத்தின் அடிப்படையில் நிகழ்வதில்லை. ஒவ்வொரு மூலதன உடைமையாளரும் உற்பத்தி மற்றும் முதலீடு தொடர்பாக சுயேச்சையான முடிவுகளை எடுக்கிறார். பிற முதலாளிகள் எடுக்கும் முடிவுகளை அறியாதவராக இருக்கிறார். எனவே உற்பத்தியின் பல்வேறு கிளைகளில் சரியான விகிதாசார ஒத்திசைவு குறிப்பாக உற்பத்தி சாதன மற்றும் நுகர்வுச்சாதன உற்பத்திக் கிளைகளில் இத்தகைய ஒத்திசைவு இருப்பதற்கான உத்தரவாதம் இருப்பதில்லை. இரண்டு கிளைகளும் பொருத்தமற்ற முறையில் உற்பத்தி செய்வதற்கான காரணங்களே அதிகமாக உள்ளன. இதிலிருந்து நெருக்கடிக்கான ஒரு தோற்றுவாய் உருவாகிறது. நுகர்பொருட்களின் உற்பத்தியும் உற்பத்திச் சாதனங்களின் (முதலீட்டுப் பொருட்கள்) உற்பத்தியும் சரியான விகிதாசார அளவில் அமைவதில்லை. இதனால் இந்தச் சரக்குகள் மறுஉற்பத்தியை அனுமதிக்கக்கூடிய விலைகளுக்கு விற்பனையாவது சாத்தியமற்றதாகி விடுகிறது. இப்படிப்பட்ட ஏறுக்கு மாறான விகிதாசார உற்பத்திகளால் ஏற்படும் நெருக்கடிகள் விகிதப் பிறழ்வு நெருக்கடிகள் (disportionality crisis) என்று அழைக்கப்படுகின்றன. முதலாளித்துவ உற்பத்தி முறையின் அராஜகத்தன்மை காரணமாக இந்தப் பொருத்தமற்ற விகிதாசாரத்தன்மை உருவாகிறது என்றாலும் முதலாளித்துவப் பொருளாதார நெருக்கடிகளுக்கான தோற்றுவாய்களில் ஒரு பொதுவான ஆய்வுப் பொருளாக இது அமைந்துள்ளது.[2] உண்மையில் ஆழமான, மேலும் குறிப்பான இரண்டு தோற்றுவாய்களை மார்க்சிய ஆய்வு சுட்டிக் காட்டுகிறது. அவை லாபவிகிதம் வீழ்ச்சி அடையும் போக்கு ஒன்று. மற்றது குறை நுகர்வுப் போக்கு ஆகும். இவையிரண்டையும் விரிவான முறையில் இப்போது பரிசீலிப்போம்.

விகிதாசாரமற்ற தன்மை காரணமான நெருக்கடி

முதலாளித்துவப் பொருளாதாரத்தின் ஒட்டுமொத்த உற்பத்தியானது, ஒவ்வொரு சரக்கின் மதிப்பைப் போலவே மூன்று

பகுதிகளைக் கொண்டது. முதலாவது ஒட்டுமொத்த உற்பத்திக்காக நுகரப்படும் மாறா மூலதனம்; இரண்டாவது ஒட்டுமொத்த உற்பத்தியில் பயன்படுத்தப்படும் மாறும் மூலதனம். இறுதியாக வேலைக்கு அமர்த்தப்பட்ட தொழிலாளி வர்க்கம் உற்பத்தி செய்கின்ற உபரி மதிப்பு, உற்பத்தியின்போது ஏற்படும் உபரி மதிப்பு முழுவதையும் முதலாளி வர்க்கம் நுகர்ந்து விடும் போது சாமானிய மறு உற்பத்தியே நிகழ்கிறது. உபரி மதிப்பின் ஒரு பகுதியை முதலாளி வர்க்கம் மூலதனமாக மாற்றும்போது விரிவடைந்த மறுஉற்பத்தி நிகழ்கிறது. அதாவது உற்பத்தித் திறனுடைய மூலதனம், உழைப்பு சக்தி, உற்பத்தி சாதனங்கள் ஆகிய கூறுகளை விரிவான உற்பத்திக்காக முதலாளி வர்க்கம் விலைக்கு வாங்குகிறது.

பொருளாதாரத்தைச் சமுதாய உற்பத்தி நிகழும் இரண்டு பெரிய துறைகளாகப் பிரித்துக் கொள்வோம். முதலாவது துறை உற்பத்தி சாதனங்களை உற்பத்தி செய்கிறது. இத்துறையின் உற்பத்திப் பொருட்கள் தனிப்பட்ட நுகர்வுக்காகப் பயன்படுத்தப்படுவதில்லை. மாறாக அவை பல்வேறு உற்பத்தி நிகழ்முறைகளின் கூறுகளாகப் பயன்படுகின்றன. இரண்டாவது துறை நுகர்வுச் சாதனங்களை உற்பத்தி செய்கிறது. அதன் உற்பத்திப் பொருட்கள் தனிப்பட்ட நுகர்வுக்காக நேரடியாகப் பயன்படுத்தப்படுகின்றன. ஒவ்வொரு துறையிலும் உற்பத்தி செய்யப்பட்ட உற்பத்திப் பொருட்களின் மதிப்பு பின்வரும் வகையில் அமையும்:

முதலாவது துறை: மொத்த மதிப்பு = மாறா மூலதனம்^{1} + மாறும் மூலதனம்^{1} + உபரி மதிப்பு^{1}

அதாவது $Y_I = C_1 + V_I + S_I$

இரண்டாவது துறை: மொத்த மதிப்பு= மாறா மூலதனம்2+மாறும் மூலதனம் $_2$+ உபரி மதிப்பு $_2$

அதாவது $Y_{II} = C_{II} + V_{II} + S_{II}$

இவற்றில் C_1 மற்றும் C_{11} என்பவை மாறா மூலதனங்கள். V_1 மற்றும் V_{II} என்பவை மாறும் மூலதனங்கள் S_1 மற்றும் S_{11} என்பவை உபரி மதிப்புகள்.

சாமானிய மறு உற்பத்தியை எடுத்துக் கொள்வோம். முதலாவது துறையின் உற்பத்திப் பொருள் உற்பத்தி சாதனமாக இருப்பதால் அதில் தனிப்பட்ட நுகர்வு என்பது சாத்தியமில்லை. எனவே முதலாவது துறையின் மூலதன உடைமையாளர்களுக்கும் தொழிலாளர் களுக்கும் நுகர்வுச்சாதனங்கள் கிடைக்க வேண்டுமானால் முதலாவது துறையும் இரண்டாவது துறையும் பரிவர்த்தனை நடவடிக்கைகளில் ஈடுபட வேண்டியிருக்கும். இதே போல இரண்டாவது துறையில் உற்பத்தியானது பழைய அளவில் தொடர வேண்டுமானால் அத்துறையைச் சேர்ந்த மூலதன உடைமையாளர்கள்

முதலாவது துறையால் நுகரப்பட்ட சரக்குகளை ஈடு செய்வதற்குத் தேவையான மாறா மூலதனத்தைப் பெற வேண்டும். Y_1 மற்றும் Y_2 துறைகளில் இந்தப் பரிவர்த்தனைகளில் தடையின்றி நடைபெற வேண்டுமானால் குறிப்பிட்ட விகிதாசாரத் தொடர்பினைக் கீழ்க்கண்ட இரண்டு வழிகள் மூலமாகப் பெற முடியும்.

(அ) உற்பத்தி செய்யப்பட்ட உற்பத்தி சாதனங்களின் மொத்த மதிப்பு முதலாவது துறையால் நுகரப்பட்டது + மற்றும் இரண்டாவது துறையால் நுகரப்பட்டதற்குச் சமமாக இருக்க வேண்டும்.

$Y_I = C_I+V_I + S_I= C_I+C_{II}$

அல்லது $C_{II} =V_I+S_I$

(ஆ) நுகர்வுச்சாதனங்களின் மொத்த மதிப்பு முழுவதும் இரண்டு துறைகளைச் சேர்ந்த மூலதன உடைமையாளர்கள் மற்றும் தொழிலாளர்களால் முழுமையாக நுகரப்பட்டிருக்க வேண்டும். அதாவது

$Y_{II}=C_{II}+V_{II}+ S_{II}= V_I+V_{II}+S_I+S_{II}$

அல்லது $C_{II}=V_I+S_I$ (அதாவது மேலே குறிப்பிட்ட சமன்பாட்டைப் போன்றது)

மேலே குறிப்பிடப்பட்டுள்ளவை எதனை வலியுறுத்துகின்றன? அதாவது முதல் துறை மற்றும் இரண்டாவது துறைகளுக்கிடையே மதிப்பின் அடிப்படையில் ஒரு உறுதியான அளவுப் பொருத்தப்பாடு இருக்க வேண்டும். அப்போதுதான் சாமானிய மறு உற்பத்தி சாத்தியமாகும். இரண்டாவது துறையில் நுகர்வை ஈடு செய்வதற்காகச் செலுத்த வேண்டிய மாறா மூலதனத்தின் அளவு முதலாவது துறையின் மூலதன உடைமையாளர்கள் மற்றும் தொழிலாளர்களுக்குத் தேவைப்படும் நுகர்வுச் சாதனங்களின் மதிப்புக்குச் சமமானதாக இருக்க வேண்டும். இன்னும் எளிமையாகக் குறிப்பிட்டால் இரண்டாவது துறையானது முதல் துறையிலிருந்து விலைக்கு வாங்கும் பொருள்களின் மதிப்பு முதல்துறை இரண்டாவது துறையிலிருந்து வாங்கும் பொருள்களின் மதிப்புக்குச் சமமானதாக இருக்க வேண்டும். முதலாளித்துவப் பொருளாதார அமைப்பு முறையில் உற்பத்தி மற்றும் முதலீடு தொடர்பான முடிவுகள் லட்சக்கணக்கான தனிப்பட்ட முதலாளிகள் மற்றும் தொழில் நிறுவனங்களால் எடுக்கப்படுவதால், இத்தகைய விகிதாசார ஒத்திசைவு தானாகவே ஏற்படுமென்றோ அல்லது பராமரிக்கப்படுமென்றோ எண்ணுவதற்கான காரணம் ஏதுமில்லை. சாமானிய மறு உற்பத்தியிலே இந்நிலை என்றால் விரிவான மறு உற்பத்தி சீரான முறையில் பூர்த்தி செய்யப்பட வேண்டுமென்றால் மேலும் சிக்கலான நிபந்தனைகள் பராமரிக்கப்பட வேண்டும்.[3] இந்த நிபந்தனைகள் பூர்த்தி செய்யப்படும் என்று எதிர்பார்ப்பதற்கான

காரணங்கள் முன்னதைவிட மேலும் குறைவாகவே இருக்கும் என்பதில் ஐயமில்லை. மேலே அளிக்கப்பட்ட உதாரணத்தில் நுகர்வுப் பொருட்கள் துறை மற்றும் மூலதனப் பொருட்கள் துறைகளை எடுத்துக் கொண்டோம். பல்வேறு முக்கிய உற்பத்தித்துறைகளின் உற்பத்தியில் விகிதாசார ஒத்திசைவு பராமரிக்கப்பட முடியாத சூழலில் விகிதாசாரமற்ற தன்மை காரணமான நெருக்கடிகள் ஏற்படுகின்றன.[4]

குறை நுகர்வு

முதலாளித்துவ உற்பத்தி நிகழும் முறையை ஆய்வு செய்யும் போது சரக்குகள் அவற்றின் மதிப்பின் அடிப்படையில் விற்பனை செய்யப்படுகின்றன. (சரியாகச் சொன்னால் அவற்றின் உற்பத்தி விலைகளின் அடிப்படையில்) என்று அனுமானிக்கப்பட்டது. விகிதாசார ஒத்திசைவற்ற தன்மையை நாம் பரிசீலித்தபோது ஒன்றைக் குறிப்பிட்டுள்ளோம். அளவுக்கு அதிகமாகச் சரக்குகள் உற்பத்தி செய்யப்படும்போது அவற்றின் மதிப்புகளை (உற்பத்தி விலைகளை) விடக் குறைவான விலைகளுக்கு விற்க வேண்டியிருக்கும். எனவே விகிதாசார ஒத்திசைவற்ற தன்மையால் ஏற்படும் பொருளாதார நெருக்கடி குறித்த விவாதத்தில் இந்த அனுமானங்களைக் கைவிட நேரிட்டது. இரண்டு சுற்றோட்டக் கட்டங்களான பணம் - சரக்கு (M-C) மற்றும் பணம்$_1$ - சரக்கு$_1$ (C^1-M^1) ஆகியவற்றில் குறிப்பான கவனம் செலுத்த வேண்டியிருந்தது.

முதலாளித்துவ உற்பத்தி ஆற்றலுக்கும் நுகரும் ஆற்றலுக்கும் இடையே காணப்படும் முரண்பாடு ஒரு குறிப்பிட்ட அடிப்படை முக்கியத்துவம் வாய்ந்த விகிதாசார ஒத்திசைவற்ற தன்மையாகும். உற்பத்தி சாதன உற்பத்தி மற்றும் நுகர்வுச் சாதன உற்பத்திக்கும் இடையேயான விகிதாசார ஒத்திசைவற்ற தன்மையாகவே இது வழக்கமாக வெளிப்படும். முதலாளித்துவ அமைப்பின் உற்பத்தி ஆற்றல் மற்றும் நுகரும் ஆற்றல்களின் வளர்ச்சிப் போக்கின் போது ஏற்படும் முரண்பாடுகளை மார்க்ஸ், எங்கெல்ஸ் ஆகிய இருவருமே ஏற்றுக்கொண்டு வலியுறுத்திப் பேசியுள்ளனர். எனினும் இந்த முரண்பாட்டின் துல்லியமான தன்மை மற்றும் பொருள் குறித்த தவறான புரிதல் மற்றும் இது குறித்து மட்டுமே கூடுதலாக வலியுறுத்தும் அணுகுமுறையைச் சில மார்க்சிய பொருளாதார வல்லுநர்களும் திரிபுவாதிகளும், சீர்திருத்தவாதிகளும் வெளிப்படுத்தினர். இதற்கு எதிரான கடும் எதிர்ப்பு அண்மைக் காலங்களில் இந்த அம்சத்தையே குறைத்து மதிப்பிடும் போக்காகச் சில மார்க்சிஸ்டுகள் மத்தியில் நிலவி வருகிறது. முதலாளித்துவத்தின் உற்பத்தி ஆற்றல் மற்றும் நுகரும் ஆற்றலுக்கிடையேயான முரண்பாட்டின் பொருள் குறித்தும் அது எவ்வாறு முதலாளித்துவ அமைப்பின் கீழ் பொருளாதார நெருக்கடிக்கான தோற்றுவாயாக அமைகிறது என்பதையும் இப்போது விளக்க முற்படுவோம்.

இரண்டு விதமான நுகர்வுகளை மார்க்சியப் பொருளாதாரம் ஒப்புக் கொள்கிறது. தொழிலாளர்கள் மற்றும் முதலாளிகளின் தனிப்பட்ட நுகர்வு (உணவு, உடை, மற்றும் பிறவற்றை விலைக்கு வாங்கித் தனிப்பட்ட முறையில் நுகர்தல்) மற்றொரு நுகர்வு உற்பத்தி சார்ந்த நுகர்வு. அதாவது பல்வேறு உற்பத்தி நிகழ்முறைகளில் உற்பத்திச் சாதனங்களும் உழைப்புச் சக்தியும் நுகரப்படுதல். முதலாளித்துவ உற்பத்தி முறையின் குறிக்கோள் உபரி மதிப்பைப் பெறுவதாகும். மூலதன உடைமையாளர்களிடையே ஏற்படும் போட்டி காரணமாக மேலும் அதிக அளவில் உபரி மதிப்பைப் பெறுவற்காக மூலதனத் திரட்டலில் அதிகமாக ஈடுபடுகின்றனர். மூலதனத் திரட்டல் அதிக அளவில் நடைபெறும் போது உற்பத்தி சார்ந்த நுகர்வு அதிக அளவில் நடைபெறுகிறது. இந்த உற்பத்தி சார்ந்த நுகர்வில் ஏற்படும் வளர்ச்சி முதலாளித்துவப் பொருளாதாரத்தின் நுகர்வு ஆற்றலின் அங்கமாக உள்ளது. முதலாளித்துவப் போட்டியின் நிர்பந்தம் காரணமாக மூலதனத் திரட்டலும் அதன் தொடர் விளைவாக உற்பத்தி சக்திகளின் முன்னேற்றமும் ஏற்படுகின்றன. அதன் காரணமாக உற்பத்தி சாதனங்கள் (மாறா மூலதனம்) அதிக அளவில் உற்பத்தி ஆகின்றன. இது தனிப்பட்ட நுகர்வு வளர்ச்சியைச் சார்ந்திராத உற்பத்தி சார்ந்த நுகர்வுக்கு வழி வகுக்கிறது. உற்பத்தி சார்ந்த நுகர்வு மற்றும் ஒட்டுமொத்த நுகர்வில் ஒப்பளவில் காணப்படும் சுயேச்சையான தன்மையானது அளவுக்குக் குறைவான நுகர்வு வாதங்களின் நளினமற்ற தன்மையையும் அந்த வாதமே பிழையானது என்ற உண்மையையும் வெளிப்படுத்துகின்றன. முரட்டுத்தனமான முறையில் இவ்வாறு வாதிடுவோர் கூறுகின்றனர் முதலாளித்துவப் பொருளா-தாரம் மக்களை வறிய நிலைக்குத் தள்ளுகிறது; அதன் மூலம் தனது புதைகுழியைத் தானே தோண்டுகிறது; அதனால் உள்நாட்டுச் சந்தையை வளர்க்க முடியாது எனவும் வலியுறுத்துகின்றனர். வெளிநாட்டுச் சந்தை இல்லாமல் முதலாளித்து வத்தால் வளர முடி-யாது என்ற கருத்தே இந்த வாதத்தின் உட்பொருளாக அமைந்துள்ளது. அளவுக்குக் குறைவான நுகர்வு பற்றி பலவகையான கரடுமுரடான கோட்பாடுகள் முன் வைக்கப்பட்டுள்ளன.

குறை நுகர்வு நயமற்ற கோட்பாடுகள்

முதலாவது வாதம் - முதலாளித்துவத்தின் பிறப்பு மற்றும் வளர்ச்சிக்குச் சிறிய உற்பத்தியாளர்கள்; கைவினைஞர்கள் மற்றும் விவசாயிகளின் உடைமை பறிப்பு தேவைப்படுகிறது. எனவே தனது வளர்ச்சிக்கு வாய்ப்பளிக்கும் சந்தையை அதுவே நீக்கி விடுகிறது. எனவே அதனால் வளரவே முடியாது. இக்கருத்தை 19 ஆம் நூற்றாண்டின் இறுதிக் காலத்தில் ரஷ்யாவின் நரோட்னிக்குகள் வலியுறுத்தி வந்தனர். இந்த வாதத்துக்கு எதிராக லெனின்

கடுமையான முறையில் போராடினார். எண்ணற்ற சிறு உற்பத்தியாளர்களும் (குறிப்பாக விவசாயிகளும்) பொருளாதார ரீதியாக அழிவைச் சந்திக்கின்றனர் என்றபோதிலும் தப்பிப் பிழைக்கும் சிலர் ஏராளமான செல்வத்தைக் குவித்துக் கொண்டு பெரிய மூலதன உடைமையாளர்களாக மாறுகின்றனர். அழிவைச் சந்திக்கும் விவசாயிகளும் கைவினைஞர்களும் கூலி உழைப்பாளிகளாகின்றனர். அவர்கள் தங்களுடைய வாழ்வுச் சாதனங்களை முன்பு தங்களுக்காகத் தாங்களே உற்பத்தி செய்து வந்தனர். இப்போது அவை பெரிய விவசாய முதலாளிகள் மற்றும் முதலாளிகளும் தனியாக விற்பனை செய்யும் சரக்குகளாக மாறுகின்றன. துணி மற்றும் வீட்டு வசதித் தொழில்களின் விற்பனைச் சரக்குகளாக மாறுகின்றன. எனவே உடைமை பறிப்பும், பாட்டாளி வர்க்க மயமாகும் போக்கும் - அதாவது ஏராளமான மக்கள் வறியவர்களாக மாற்றமடைவது நிகழும் அதே வேளையில் உள்நாட்டுச் சந்தையையும் முதலாளித்துவம் உருவாக்குகிறது.[5]

அடுத்ததாக ரோசா லக்சம்பர்க்கின் வாதத்தைக் குறிப்பிட வேண்டும்.[6] அவர் உபரி மதிப்பின் மீது கவனம் செலுத்தியுள்ளார். தொழிலாளர்கள் தங்களுடைய கூலி முழுவதையும் நுகர்கிறார்கள் என்ற மார்க்சின் அனுமானத்தை இங்கே நினைவில் கொள்வோம். சமூக உற்பத்தியின் மற்றொரு பகுதி பயன்படுத்தப்பட்ட மாறா மூலதனத்தின் இடத்தை நிரப்புகிறது. இவ்வாறு பொருளாதாரத்தின் மொத்த உற்பத்தியில் மாறும் மூலதனம் மற்றும் மாறா மூலதனம் பயன்படுத்தப்படும் முறைக்கு விளக்கம் அளிக்கப்பட்டுள்ளது. எஞ்சியுள்ளது உபரி மதிப்பு. உபரி மதிப்பின் ஒரு பகுதி மூலதன உடைமையாளர்களால் நுகரப்படும் என்பதில் ஐயமில்லை. எஞ்சியுள்ள பகுதியின் நிலை என்ன? லக்சம்பர்க் இது குறித்து கேள்வி எழுப்புகிறார். தனிப்பட்ட முறையில் நுகரப்படாத உபரி மதிப்புக்கான வேண்டல் எங்கே எழுகிறது? மூலதன உடைமையாளர்கள் ஒருவரிடமிருந்து மற்றொருவர் கூடுதலான உற்பத்தி சாதனங்களை விலைக்கு வாங்குவதன் மூலம் இது ஏற்படுகிறது என்று பதிலளிக்க முடியும். இவ்வாறு எத்தனை காலத்திற்கு நீடிக்கும் என்ற அடுத்த கேள்வி எழுப்பப்படுகிறது. சொல்லப் போனால் மூலதன உடைமையாளர்கள் உபரிமதிப்பை அறுவடை செய்வதற்காகத்தான் உற்பத்தில் ஈடுபடுகின்றனர். உற்பத்திக்காகவே என்று அவர்கள் உற்பத்தி செய்வதில்லை. விரிவடைந்த மறு உற்பத்தி பிரச்சனையை இவ்வாறு முன் வைப்பதன் மூலம் - அன்னிய சந்தை இல்லாமல் முதலாளித்துவ மறு உற்பத்தி சாத்தியமானதல்ல என்ற முடிவுக்கு லக்சம்பர்க் வருகிறார்.

லக்சம்பர்க்கின் வாதம் அவரது பல பகுப்பாய்வுப் பிழைகளை அடிப்படையாகக் கொண்டவை. ஒருமுக்கியமான தவறை அதிகம்

சிரமப்படாமலே சுட்டிக் காட்ட முடியும். மொத்த உபரி மதிப்பும் செலவிடப்படுவது சாத்தியமானதே அல்லது மூலதன உடைமையளாரின் நுகர்வு காலப்போக்கில் அதிகரிப்பதன் மூலம் பயன்படுத்தப்படலாம் அல்லது கூடுதலான உற்பத்தி மூலதனமாக மாற்றப்படலாம். இரண்டின் காரணமாகவும்உபரி மதிப்பு உற்பத்தி மூலதனம் மற்றும் மாறும் மூலதனத்துக்காகக் கூடுதலாகச் செலவிடப்படுகிறது என்பது பொருள். மூலதனஉடைமையாளரின் கூடுதலான நுகர்வும், புதிதாகப் பணியில் அமர்த்தப்பட்டத் தொழிலாளர்களின் நுகர்வும் நுகர்வுச் சாதனங்களின் கூடுதல் வேண்டலுக்கான வாய்ப்பை ஏற்படுத்துகின்றன. இதன் மூலம் திரளும் உபரி மதிப்பின் ஒரு பகுதி மாறா மூலதனமாகப் பயன்படுத்தப்படும்போது அது உற்பத்திச் சாதனங்களுக்கான வேண்டலைத் தோற்றுவிக்கிறது. எனவே விரிவடைந்த உற்பத்தி கோட்பாட்டளவில் சாத்தியமானதாகிறது. அத்துடன் உற்பத்திக்கான நுகர்வு மற்றும் தனிப்பட்ட நுகர்வு தொடர்ந்து அதிகரிக்கும் நிலையும் நீடிக்கலாம். எனவே விரிவடைந்த மறு உற்பத்தி சாத்தியமானதல்ல என்ற லக்சம்பர்க்கின் வாதம் தவறானது என்பது தெளிவு.

லக்சம்பர்க்கின் வாதத்தில் உள்ள தவறைச் சுட்டிக் காட்டுவது என்பது ஒன்று. ஆனால் அவர் கருத்துக்கு நேர் எதிராக மறு முனைக்குச் சென்று - எத்தகைய தடையுமின்றி மிகவும் எளிதாக மறு உற்பத்தி நிகழும். உற்பத்திக்கான நுகர்வு அதற்கான அடிப்படையாக இருக்கும் என்று வாதம் புரிவது ஏற்றுக் கொள்ளத்தக்கதல்ல. 19ஆம் நூற்றாண்டில் வாழ்ந்த டுகான் பரனோவ்ஸ்கி என்ற ரஷ்யப் பொருளாதார வல்லுநரும், அவரது சமகாலத்தவரான ஜே.பி. கிளார்க் என்ற அமெரிக்கப் பொருளாதார வல்லுநரும் இதே தவறைத்தான் செய்தார்கள். மக்களின் வாங்கும் சக்தி போதுமானதாக இல்லாத நிலை ஏற்பட்டு, அதன் காரணமாகப் பொருளாதார நெருக்கடிகள் ஏற்படுவது என்பது ஒரு போதும் நிகழாது. ஏனென்றால் உபரி மதிப்பைச் செலவிட்டு இயந்திரங்களைக் கொண்டு அதிக இயந்திரங்களை உற்பத்தி செய்ய முடியும் என்று பரனோவ்ஸ்கி வாதிட்டார்.[7] கிளார்க் பின்வருமாறு எழுதியுள்ளார்: "ஒரு குறிப்பிட்ட தொகைக்கு மேலான தங்களுடைய நிகழ்கால மற்றும் எதிர்கால வருவாய் முழுவதையும் சேமிப்பது என்று முதலாளிகள் தீர்மானித்தால் - அவர்கள் அதனை மூலதனமாக மாற்றி விடுவார்கள். முதலில் தங்கள் வருவாயின் ஒரு பகுதியைச் சேமிப்பார்கள். பிறகு அதனை மூலதனமாக்கி அதிலிருந்து கிடைக்கும் அனைத்து வருவாயையும் மூலதன மாக்குவார்கள். அவர்கள் மேலும் மேலும் அதிக அளவில் தொழிற்சாலைகளைத் தொடர்ந்து உருவாக்கிக் கொண்டே இருப்பார்கள்."[8]

மார்க்சின் கருத்து

குறைநுகர்வு குறித்த முரட்டுத்தனமான வாதங்கள் மீது மார்க்ஸ் தமது வெறுப்பை வெளிப்படுத்தினார். உதாரணமாக நுகர்வுச்சக்தி போதுமானதாக இல்லாததால் நெருக்கடிகள் ஏற்படுகின்றன. உற்பத்தியின் கூடுதலான பகுதியைச் தொழிலாளர்களுக்குக் கூலியை அதிகரிப்பதன் மூலம் நெருக்கடியைச் சமாளிக்க முடியும் என்ற வாதத்தை எடுத்துக் கொண்ட மார்க்ஸ் பின்வருமாறு கூறியுள்ளார்:

"பொதுவாக எல்லோருக்கும் கூலி எப்போது உயர்ந்து செல்கிறதோ, சமுதாயத்தின் வருடாந்திரப் பொருளுற்பத்தியில் நுகர்வுக்கென அமையும் பகுதியில் தொழிலாளி வர்க்கத்துக்கு உள்ளபடியே பெரிய பங்கு கிடைக்கிறதோ அந்தக் காலகட்டம் தான் எப்போதுமே நெருக்கடிகளுக்கு தயாரிப்பு செய்யும் காலகட்டமாகிறது.[9] சீர்திருத்தக் கருத்துகளை நிராகரிக்கும் அதே வேளையில் உற்பத்திக்கும் நுகர்வுக்குமான தொடர்பே இல்லாத நிலை ஏற்படுத்த முடியும் என்ற தவறான வாதத்தைத் தவிர்ப்பதில் மார்க்ஸ் கவனமாக இருந்தார். மார்க்ஸைப் பொறுத்தவரை உற்பத்தி, நுகர்வு, பகிர்மானம் மற்றும் பரிவர்த்தனை ஆகிய அனைத்தும் ஒட்டுமொத்த அளவில் சிக்கலானதும் முரண்பட்ட தன்மை கொண்டதுமாகும் என்பதை நினைவில் கொள்ள வேண்டும். அனைத்துச் சமுதாயங்களிலும் உற்பத்திக்கும் நுகர்வுக்குமிடையே ஒரு இயக்க இயல் ரீதியான தொடர்பு உள்ளது என்பதை அவர் குறிப்பாக வலியுறுத்தினார். முதலாளித்துவ உற்பத்திமுறை குறித்து வெளிப்படையான முறையில் பின்வரும் கருத்தை மார்க்ஸ் தெரிவித்தார். "மாறும் மூலதனத்துக்கும் மாறா மூலதனத்துக்குமிடையே தொடர்ச்சியான சுற்றோட்டம் நிகழ்கிறது. மாறா மூலதனம் சொந்த நுகர்வில் ஒருபோதும் சேருவதில்லை என்பதால் முதற்கண் இந்த நுகர்வைச் சாராதிருக்கிறது. ஆனால் இந்நுகர்வு நிச்சயமாய் மாறா மூலதனத்திற்கு வரம்பிடுகிறது. ஏனென்றால் ஒரு நாளும் மாறா மூலதனம் மாறா மூலதனத்துக்காகவே உற்பத்தி செய்யப்படுவதில்லை. சொந்த நுகர்வுக்குப் பயன்படும் பண்டங்களின் உற்பத்திக் கிளைகளில் மாறா மூலதனம் தேவைப்படுவதால் மட்டுமே அது உற்பத்தி செய்யப்படுகிறது"[10] மார்க்ஸ் வலியுறுத்தும் கருத்து இதுதான். முதலாளித்துவ அமைப்பு முறையில் கூடுதலான அளவில் இயந்திரங்கள் உற்பத்தி செய்யப்படுதல் மற்றும் மாறா மூலதனத்தின் பிற கூறுகள் உற்பத்தி காரணமாகவும், ஒப்பளவில் நுகர்வைச் சார்ந்திராமல் சுயேச்சையான முறையில் உற்பத்தி விரிவடைய முடியும். ஆனால் அது ஒரு குறிப்பிட்ட எல்லை வரையில்தான் நடைபெறும். நுகர்வின் வளர்ச்சி எந்த அளவுக்கு இருக்கிறதோ அதைப் பொறுத்து வளர்ச்சியின் மீது ஒரு கட்டாயமான வரம்பை ஏற்படுத்துகிறது. உற்பத்திச் சாதன உற்பத்தியின் வளர்ச்சியின் மீது

ஏற்படும் வரம்புகளால் இது நிகழ்கிறது. முதலாளித்துவ அமைப்பு முறையில் சமூக உற்பத்தியின் பிற வடிவங்களைப் போலவே நுகர்வே இறுதியாக உற்பத்தியுடன் தொடர்புடையதாக அமைகிறது.

முதலாளித்துவ அமைப்புமுறையில் உற்பத்திக்கும் நுகர்வுக்கு மிடையேயான குறிப்பான முரண்பாடு என்ன? உபரி மதிப்பைப் பெறுவதே முதலாளித்துவ உற்பத்தி முறையின் தூண்டுகோலாகவும் அதனைக் கட்டுப்படுத்துவதாகவும் அமைகிறது. அறுதி உபரி மதிப்பு மற்றும் ஒப்பீட்டு உபரி மதிப்பு ஆகிய இரண்டு விதமான உபரி மதிப்பையும் அதிகரிப்பதே முதலாளித்துவ உற்பத்தி முறையின் குறிக்கோளாகும். மூலதனத் திரட்டல் இதன் உள்ளடக்கமாக அமைகிறது. முதலாளித்துவ மூலதனத் திரட்டலில் பொதுவிதியைப் பற்றிய பரிசீலனையின் போது தொழிலாளர் களின் சேமப்பட்டாளம் தொடர்ந்து அதிகரிக்கும் என்பதையும் இதன் காரணமாகக் கூலியானது உழைப்புச் சக்தியின் மதிப்பை மையமாகக் கொண்டு சுழலும் நிலையை ஏற்படுகிறது என்பதையும் குறிப்பிட்டோம். ஆனால் மூலதன உடைமையாளகளைப் பொறுத்த வரை உபரி மதிப்பு உற்பத்தி ஆவது மட்டும் போதுமானதல்ல. தொழிலாளிவர்க்கத்தின் உபரி உழைப்பு பொதிந்துள்ள சரக்குகள் உரிய விலைகளுக்கு விற்பனையாகும் வரை உபரி மதிப்பு பின்னர் கிடைக்கும் என்ற நிலைதான் காணப்படும். உபரி மதிப்பு கைக்கு வர வேண்டுமானால் சரக்குகள் விற்பனை ஆகி இருக்க வேண்டும். அவ்வாறு உபரி மதிப்பு கைக்கு வருவதென்பது சரக்குகளை வாங்கக் கூடியவர்களைக் கண்டுபிடிக்க முடியுமா என்பதைப் பொறுத்தது. இது இறுதியாக பொருளாதாரத்தின் நுகர்வு ஆற்றலைச் சார்ந்துள்ளது. ஆனால் நுகர்வைத் தீர்மானிக்கும் சூழ்நிலைகளும் உபரி மதிப்பை எட்டுவதற்கான சூழ்நிலைகளும் - உபரி மதிப்பை உற்பத்தி செய்யும் சூழ்நிலைகளும் ஒன்றல்ல. உண்மையில் அவை இரண்டுமே முரண்பட்ட வகையில் தொடர்பு கொண்டவை.

"நேரடியான சுரண்டல் சூழல்களும் அவற்றை ஈடேற்றம் செய்யும் நிலைமைகளும் முழுதொத்தவை அல்ல. இடம் மற்றும் காலத்தில் அவை வெவ்வேறாக இருப்பதுடன் தர்க்கரீதியாகவும் பிரிந்தே காணப்படுகின்றன. முன் சொன்ன நிலைமைகளுக்குச் சமுதாயத்தின் உற்பத்தித் திறன் மட்டும் வரம்பிடுகிறது. பின் சொன்ன நிலைமைகளுக்குப் பல்வேறு உற்பத்திப் பிரிவுகளுக்கிடையேயான விகிதாசார உறவுகளும் சமுதாயத்தின் நுகர்வு ஆற்றலும் வரம்பிடுகின்றன. ஆனால் இந்த நுகர்வு ஆற்றல் என்பது அறுதி உற்பத்தி ஆற்றலாலோ அல்லது அறுதி நுகர்வு ஆற்றலாலோ தீர்மானிக்கப்படுவதில்லை. மாறாக விநியோகித்தல் நிலவும் பகைமைச் சூழல்களின் அடிப்படையிலான நுகர்வு ஆற்றலால் தீர்மானிக்கப்படுகிறது.

இதனால் சமுதாயத்தின் பெரும் பகுதியினரின் நுகர்வு ஒரு குறைந்தபட்ச அளவிற்குக் குறைக்கப்படுகிறது. குறுகிய வரம்புகளுக்குட்பட்ட மாற்றங்கள் இதில் காணப்படும்".[11]

இதனைச் சற்று விரிவாக விளக்கிக் கூறுவோம். முதலாளித்துவப் பொருள் உற்பத்தி முறையானது உற்பத்தி சக்தியின் மகத்தான வளர்ச்சியைக் கொண்டு வருகிறது. உபரி மதிப்பைத் தேடிச் செல்வது மற்றும் மூலதன உடைமையாளர்களிடையே உள்ள போட்டி ஆகிய இரண்டும் மூலதனத் திரட்டலுக்கான நிர்பந்தத்தை மூலதன உடைமையாளர்களிடம் ஏற்படுத்துகிறது. குறிப்பாக உழைப்பின் உற்பத்தித்திறனை அதிகரிக்க வேண்டிய கட்டாயத்தை ஏற்படுத்துகிறது. திட்டமிட்ட வளர்ச்சி இயந்திரங்களின் பயன்பாடு மற்றும் நவீன தொழில் துறை ஆகியவை ஒப்பீட்டு உபரி மதிப்பின் உற்பத்திக்கு இட்டுச் செல்கிறது. இது சமுதாயத்தின் உற்பத்தி ஆற்றலை அதிகரிப்பதுடன் தொழிலாளர் சேமப்பட்டாளத்தையும் உருவாக்குகிறது. இவ்வாறு உழைப்பாளர் சேமப்பட்டாளம் அதிகரிப்பதால் கூலியின் அதிகரிப்புக்குத் தடை ஏற்படுகிறது. இவை இரண்டும் சேர்ந்து நுகர்வு அடித்தளத்தைக் குறுகலாக்கி விடுகிறது. உற்பத்தி சக்திகளின் வளர்ச்சிக்கும் முதலாளித்துவ உற்பத்தி உறவுகளுக்குமிடையேயான முரண்பாடு உற்பத்தி ஆற்றலுக்கும் நுகர்வு ஆற்றலுக்குமிடையேயான முரண்பாடாக வெளிப்படுகிறது. மார்க்சின் சொற்களில் கூறினால், *"இறுதியாகப் பார்க்குமிடத்து எப்போதுமே உண்மையான நெருக்கடிகள் யாவற்றுக்கும் காரணமாய் இருந்து வருவது பெருந்திரளான மக்களின் வறுமையும் வரம்புக்குட்பட்ட நுகர்வுமே; இதற்கு நேர்மாறாக முதலாளித்துவப் பொருளுற்பத்தியானது உற்பத்திச் சக்திகளை வளர்ப்பதற்கு சமுதாயத்தின் அறுதி நுகர்வுத்திறன் ஒன்றைத் தவிர அவற்றுக்கு வரம்பிட வேறெதும் இல்லை என்பது போல ஆர்வத் துடிப்புடன் செயல்படுகிறது".*[12] இதே போன்ற வகையில் லெனின் இதனைப்பின்வருமாறு விளக்குகிறார். *"உற்பத்தியை விரிவுபடுத்துவதை நோக்கி விரையும் முதலாளித்துவத்தின் உள்ளார்ந்த தன்மைக்கும் மக்கள் திரளின் வரம்புக்குட்படுத்தப்படும் நுகர்வுக்குமிடையே வரம்பு கடந்த முரண்பாடு உள்ளது என்பதில் சந்தேகம் இல்லை"*[13] எங்கல்சும் இதே கருத்தைக் கூறுகிறார். *"நவீன தொழில் துறையின் பிரும்மாண்டமான விரிவடையும் ஆற்றல்... தரம் மற்றும் அளவின் அடிப்படையில் விரிவடைவதற்கான தேவையாகத் தோன்றுகிறது. ஆனால் சந்தை விரிவடைவதற்கான தகுதி குறித்த விதிகள் வேறானவையாக இருக்கின்றன. அவை குறைவான சக்தியுடன்தான் இயங்குகின்றன. உற்பத்தி விரிவாக்க வேகத்துக்கு ஈடு கொடுத்துச் சந்தையும் வேகமாக விரிவடைவதில்லை. இவற்றுக்கிடையேயான மோதல் தவிர்க்க முடியாததாகி விடுகிறது."*[14]

முதலாளித்துவ அமைப்பில் உற்பத்திக்கும் நுகர்வுக்குமிடையே ஒரு அடிப்படை முரண்பாடு உள்ளது என்று மார்க்சியப் பொருளாதார வல்லுநர்கள் கருதுவதை மேலே எடுத்துக் காட்டப்பட்ட மேற்கோள்களிலிருந்து புரிந்து கொள்ள முடியும். முதலாளித்துவம் உற்பத்தி சக்திகளை வளர்ப்பதன் மூலம் சமுதாயத்தின் உற்பத்தி ஆற்றலை விரைவாக வளர்க்கிறது. ஆனால் உற்பத்தி உறவுகள் (எனவே விநியோகமும்) சமுதாயத்தின் நுகர்வு ஆற்றலுக்குத் தடைகளை ஏற்படுத்துகின்றன. இதுவே முதலாளித்துவ அமைப்பில் காணப்படும் முரண்பாடாகும். இந்த முரண்பாடு இருப்பது முதலாளித்துவத்தின் சாத்தியமற்ற தன்மையையோ அல்லது முதலாளித்துவம் 'நிலைகுலைவு' என்ற குறுகிய பொருளாதாரக் கோட்பாட்டுக்கோ இட்டுச் செல்லாது.[15] இந்த முரண்பாடு குறை நுகர்வுப்போக்கைச் சுட்டிக் காட்டுவதாக வேண்டுமானால் இருக்கலாம். குறைவான நுகர்வு என்பதும் ஒப்பீடு அடிப்படையில் - அதாவது சமுதாயத்தில் தயாராக உள்ள உற்பத்தி ஆற்றலின் அடிப்படையில் குறிப்பிடப்படுகிறது. இப்போக்கானது முதலாளித்துவம் விரிவடையும் அல்லது எழுச்சியோடு காணப்படும் ஒவ்வொரு கட்டத்திலும் தீவிரமடைகிறது. இது தவிர்க்க முடியாத வகையில் நெருக்கடிக்கும் சமூக மறுஉற்பத்தியின் தகர்வுக்கும் இட்டுச் செல்கிறது. ஆனால் ஒவ்வொரு முதலாளித்துவ நெருக்கடியும் பல்வேறு முரண்பாடுகளின் கூட்டுச்செயல்பாட்டின் விளைவாகத்தான் ஏற்படுகிறது என்பதும் கவனத்தில் கொள்ளப்பட வேண்டும். எனவே அளவுக்குக் குறைவான நுகர்வுப் போக்கை மட்டும் ஒரே அம்சம் என்ற வகையில் வலியுறுத்தக்கூடாது. அத்துடன் அதனைப் பொதுவான பொருளில் புரிந்து கொள்ளவேண்டும். "மூலதன உற்பத்தி விகிதம் பற்றிய அனுபவ அறிவு அனுமானத்தின் அடிப்படையில் குறை நுகர்வுப் போக்கைக் கண்டறிய முயல்வது தவறான முறையிலான உறுதிப்பாடு அல்லது முறைமைப்படாத அனுபவ அறிவுப்பார்வைக்கு உதாரணங்களாகக் கொள்ளலாம்."[16]

வீழ்ச்சி அடையும் லாப விகித 'விதி'

முதலாளித்துவ நெருக்கடிகளின் முக்கிய கூறுகளில் குறை நுகர்வுப் போக்கையும் ஒரு முக்கிய கூறாக மார்க்ஸ் கருதினார். உற்பத்தியான உபரிமதிப்பு கை கூடுவதற்கான இடர்ப்பாடுகளை இப்போக்கு அவ்வப்போது ஏற்படுத்துகிறது என்று அவர் கருதினார். இதனால் தங்கள் சரக்குகளை அவற்றின் உற்பத்தி விலைகளுக்கு விற்பனை செய்ய முடியாத நிலையை மூலதன உடைமையாளர்கள் எதிர்கொள்கின்றனர். ஆனால் உற்பத்தித் துறைகளுக்கிடையே விகிதாசார ஒத்திசைவற்ற தன்மையும் குறை நுகர்வு ஆகியவற்றுடன் முதலாளித்துவ நெருக்கடிகளின் தோற்றுவாய் முடிந்துவிட்டதாக அவர் நினைக்கவில்லை முதலாளித்துவத்தின் அடிப்படையிலான போக்காகிய லாப விகிதம் வீழ்ச்சி அடையும் விதியின் மீதும் அவர்

கணிசமான கவனத்தைச் செலுத்தினார். மூலதனத் திரட்டல் நிகழும் முறையின் தன்மையிலிருந்து இந்த விதியை மிகவும் எளிதாகக் கண்டறிய முடியும். முதலாளி வர்க்கத்தை ஒட்டு மொத்தமாக எடுத்துக் கொண்டு இதனைப் பரிசீலிப்போம். மொத்த சமூக உபரி மதிப்பை S என்று குறிப்பிடுவோம் அதனை முதலாளி வர்க்கம் முதலில் பறித்துக் கொள்கிறது. சமூக உற்பத்திப் பொருளை உற்பத்தி செய்வதற்காக முதலீடு செய்யப்படும் சமூக மூலதனம் இரண்டும் பகுதிகளாகப் பிரிக்கப்படுகிறது. (மாறா மூலதனம் 'C' மற்றும் மா றும் மூலதனம் 'V') உபரி மதிப்பாகிய 'S' என்பது மொத்த மா றும் மூலதனம் X சுரண்டல் விகிதம். ஆனால் மூலதன உடைமையாளர் உபரி மதிப்பு விகிதத்தைப் பற்றிக் கவலைப் படுவதில்லை. அவர் லாப விகிதத்தின் மீதே அக்கறை செலுத்துகிறார். உற்பத்தி விலைகளைப் பற்றி (10வது பகுதியில்) நாம் நடத்திய விவாதத்தில் லாப விகிதத்தை ஒரு சமூக சராசரியாகப் பார்த்தோம்.

$$R = \frac{S}{C+V}$$

இதில் R = லாப விகிதம் (Return on Investment)

S = மொத்த சமூக உபரி மதிப்பு

V = சமூக உற்பத்தியில் ஈடுபடுத்தப்பட்ட மொத்த மாறும் மூலதனம்

C = சமூக உற்பத்தியில் முன்னீடு செய்யப்பட்ட மொத்த மாறா மூலதனம்

முதலாளித்துவ உற்பத்தி முறையின் அடிப்படையான போக்கு யாதெனில் மாறா மூலதனத்தை (மா றும் மூலதனத்துடன் ஒப்பளவில் பார்க்கும்போது) கூடுதலான அளவில் பயன்படுத்துவது என்பதை நாம் முன்னரே கண்டோம். முதலாளி வர்க்கத்துக்கும் தொழிலாளி வர்க்கத்துக்குமிடையே நடைபெறும் வர்க்கப் போராட்டத்தின் விளைவாகவும் மூலதன உடைமை யாளர்களிடையே எழும் போட்டி காரணமாகவும் இந்த நிலை ஏற்படுகிறது. எனவே மூலதனத் திரட்டல் நிகழும்போதே C/V யின் மதிப்பு அதிகரிக்கிறது.

அதே நேரத்தில் மூலதனத் திரட்டல் நிகழும்போது ஏற்படும் இயந்திர மயமாக்கல் மற்றும் உற்பத்திச்சக்திகளின் வளர்ச்சி காரண-மாக ஒப்பீட்டு உபரி மதிப்பு உற்பத்தியாகிறது. எனவே S/Vயும் அதிகரிக்கிறது. இதே முறையில் C/Vயும் அதிகரிக்கும் நிலை ஏற்படுகிறது. இப்போது லாப விகிதத்தின் 'R' மீது கவனம் செலுத்துவோம். அதனைப் பின்வரும் சமன்பாடாகக் குறிப்பிடலாம்.

$$\text{'R'} = \frac{(S/V)}{C+V} = \frac{S}{U}\left(\frac{1}{1+C/V}\right) = S^1 = \frac{1}{1+q}$$

லாப விகிதத்தைப் (R) பொறுத்தவரை எதிர் எதிர்சக்திகள் இயங்குகின்றன என்பது தெளிவு. மாறும் மூலதனத்துடன் ஒப்பிடும் போது கூடுதலான அளவில் மாறா மூலதனத்தைப் பயன்படுத்தினால் அது லாப விகிதத்தைக் கீழே இறக்கிவிடும். ஆனால் அதன் உடன் விளைவாக ஏற்படும் உற்பத்தித்திறன் அதிகரிப்பு அதனை (S/V) மேலே உயர்த்தும்.[17]

எனினும் ஒட்டுமொத்த அளவில் பார்க்கும்போது மூலதனத்திரட்டல் முன்னோக்கி நகரும்போது லாபவிகிதம் (R) குறையும் போக்கு காணப்படும் என்று மார்க்ஸ் வாதிட்டார். ஆனால் மார்க்ஸ் குறிப்பிட்டது லாபவிகிதத்தின் குறையும் போக்கு பற்றித்தான் என்பதை வலியுறுத்திக்கூற வேண்டும். உண்மையில் "லாப விகிதம் குறைந்து செல்லும் போக்கின் விதி" (The Tendency of Falling Rate of Profit) என்றே அவர் குறிப்பிட்டார். மார்க்ஸ் கூறுகிறார். "முதலாளித்துவப் பொருள் உற்பத்தி முறையில் மாறா மூலதனத்துடன் ஒப்பிடும்போது மாறும் மூலதனம் மேன்மேலும் குறையும் நிலையை உருவாக்குகிறது. இதன் காரணமாக மொத்த மூலதனத்தின் அங்கக இயைபு ஓயாமல் உயர்கிறது. இதன் நேரடி விளைவாக நாம் காண்பது யாதெனில் உழைப்புச் சுரண்டல் மீதான கடுமை மாறாதிருக்கும்போது ஏன் அது உயரும் போது கூட உபரி மதிப்பு விகிதமானது ஓயாமல் குறைந்து செல்லும் பொது லாப விகிதத்தால் குறிக்கப் பெறுகிறது".

இந்த விதியை உருவாக்கும்போதே மார்க்ஸ் ஒன்றை ஏற்றுக் கொண்டார். அதாவது மாறும் மூலதனத்துடன் ஒப்பீட்டு அடிப்படையில் மாறா மூலதனம் கூடுதலான அளவில் பயன்படுத்தப் படும்போது உபரிமதிப்பு விகிதம் அதிகரிக்கும் என்பதாகும். முதலாளித்துவத்தின் அடிப்படை முரண்பாட்டின் வெளிப்பாடாக இந்த விதியை மார்க்ஸ் பார்த்தார் என்பதை வலியுறுத்திக் கூற வேண்டும். அவர் கூறுகிறார், "லாபத்தின் பொதுவிகிதம் தொடர்ந்து அதிக அளவில் வீழ்ச்சியடையும் போக்கானது முதலாளித்துவப் பொருளுற்பத்தி முறைக்கே உரிய தனி இயல்பாகும். மேலும் சமுதாய உற்பத்தித்திறனின் தொடர்ந்த வளர்ச்சியைத் தெரிவிப்பதாகும். இதன் பொருள் லாப விகிதம் வேறு காரணங்களுக்காகத் தற்காலிகமாக வீழ்ச்சி அடையாது என்பதல்ல. ஆனால் முதலாளித்துவப் பொருளுற்பத்தி முறையின் தன்மையை அடிப்படையாகக் கொண்டு பரிசீலித்தால் -அது வளர்ந்து செல்கையில் பொதுவான சராசரி உபரி மதிப்பு விகிதம் குறைந்து செல்கிற பொது இலாப விகிதமாய்த் தெரிவிக்கப் பெறுவது தர்க்கவழிப்பட்ட அவசியமாக இவ்விதம் நிரூபணமாகிறது."[18]

லாப விகித வீழ்ச்சிக்கு எதிர்வினை ஆற்றக்கூடிய பல சக்திகள் இருப்பதை மார்க்ஸ் சுட்டிக் காட்டுகிறார். பொதுவிதியின் பாதையில் "குறுக்கிட்டு அதன் பலன்களைக் குலைத்திடும் காரணிகள் இருக்க வேண்டும். எதிர்த்து இயங்கும் இந்தக் காரணிகள் விதியை விதியாக

இல்லாமல் ஒரு போக்காக மட்டும் செயல்பட வைக்க வேண்டும் என்று தெரிகிறது."[19] லாப விகிதத்தை வீழ்ச்சி அடையச் செய்யும் இப்போக்கை எதிர்கொள்வதற்காக மூலதன உடைமையாளர்கள் உழைப்பை விரைவுபடுத்துவதன் மூலம் மும்முரப்படுத்து கிறார்கள். உழைப்புச் சக்தியின் மதிப்புக்குக் கீழான நிலைக்கு கூலியைக் குறைக்கிறார்கள். (தொழிலாளர்களின் சேமப்பட்டாளம் அவர்களுக்கு உதவிகரமாக அமைகிறது) மூலதனத் திரட்டல் நிகழும்போது உழைப்பின் உற்பத்தித் திறன் மேலும் அதிகரிக்கிறது. இதனால் வேலையற்றோர் படையும் சேமப்பட்டாளமும் அதிகரிக்கின்றன. இதன் காரணமாக மாறும் மூலதனத்தைக் கூடுதலான அளவிலும் மாறா மூலதனத்தைக் குறைவாகவும் பயன்படுத்தும் உற்பத்தி முறை நீடிக்க வழி வகுக்கப்படுகிறது. இதனால் மூலதனத்தின் அங்கக இயைபு அதிகரிப்பது தடுத்து நிறுத்தப்பட்டு அதன் தொடர்விளைவாக லாப விகித வீழ்ச்சியும் தடுத்து நிறுத்தப்படுகிறது.[20]

இவை தவிர வேறு இரண்டு கூடுதலான முக்கிய எதிர்வினைகள்: சக்திகள் உள்ளன. மூலதனத்திரட்டலின் உள்ளார்ந்த தன்மையான இயந்திரமயமாக்கல் காரணமாக மாறா மூலதனம் அதிகரிக்கிறது. அதே சமயம் உழைப்பின் உற்பத்தி திறன் அதிகரிப்பின் காரணமாக உற்பத்தி சாதனங்களின் உற்பத்தி அதிகரிக்கிறது. பயன்படுத்தப்படும் மாறும் மூலதனத்தின் ஒவ்வொரு அலகுடனும் ஒப்பிடுகையில் இயந்திரங்களும் பிற உற்பத்தி சாதனங்களும் கூடுதலான அளவில் பயன்படுத்தப்பட்ட போதிலும் மாறா மூலதனத்தின் இக்கூறுகள் விகிதாசார அடிப்படையில் அதிகரிப்பதில்லை. எனவே உண்மையான அதிகரிப்பு (C/V) என்பது வெளித் தோற்றத்தில் காணப்பட்டதை விடக் குறைவாகத்தான் இருக்கும். உழைப்பின் உற்பத்தித்திறன் அதிகரிப்பதனால் மாறா மூலதனக்கூறுகளின் அடக்க விலை குறைகிறது. இதனால் லாப விகிதம் குறையும் போக்கு தடுத்து நிறுத்தப்படுகிறது.

இறுதியாக அன்னிய வர்த்தகத்தை எடுத்துக் கொள்ளலாம். முககியமான கச்சாப்பொருட்களை (இயந்திரங்களையும் கூட) மலிவான விலையில் பெறுவதற்கு அன்னிய வர்த்தகம் மூலதன உடைமையாளர்களுக்கு உதவிகரமாக அமைகிறது. அதனால் மாறா மூலதனம் மலிவானதாகிறது. இந்த வகையில் லாப விகிதம் குறைவதை இது தடுத்து நிறுத்துகிறது. எனினும் உழைப்புச் சக்தியை மறு உற்பத்தி செய்யும் சரக்குகளின் இறக்குமதிக்கும், அதிக அளவில் இது வழி வகுக்கிறது. இம்முறையில் அன்னிய வர்த்தகம் மாறும் மூலதனத்தையும் மலிவானதாக்குகிறது. இவ்வாறு முரண்பட்ட வகையில் அன்னிய மூலதனம் செயல்படுகிறது. உழைப்புச் சக்தியின் மதிப்பு குறைவதானது உபரி விகிதத்தை

அதிகரிக்கும் தன்மை கொண்டது என்றபோதிலும் (C/V) யின் மதிப்பையும் இது அதிகரிக்கிறது. எனவே லாப விகிதம் குறையும் போக்குக்கு எதிராக அன்னிய வர்த்தகம் எதிர்வினையாற்றும் என்றபோதிலும் அது லாப விகிதத்தின் மீது தாக்கத்தை ஏற்படுத்தும் என்று உறுதியாகக் கூற முடியாது.[21]

லாப விகிதம் வீழ்ச்சியுறலும் பொருளாதார நெருக்கடிகளும்

லாப வீதம் வீழ்ச்சியுறலும் பொருளாதார நெருக்கடிகளும் லாப விகித வீழ்ச்சிப் போக்கை முதலாளித்துவ நெருக்கடிக்கான முக்கிய தோற்றுவாயாக மார்க்ஸ் கருதினார். இதில் அடங்கியுள்ள துல்லியமான உறவைப் புரிந்து கொள்ள வேண்டுமானால், எந்த விதத்தில் இப்போக்கு செயல்படுகிறது என்பதைப் புரிந்து கொள்ள வேண்டும். குறிப்பாக, மேலே விளக்கப்பட்டுள்ள லாப விகித வீழ்ச்சிப் போக்கையும் குறிப்பிட்ட சூழல்களில் லாப விகிதத்தைக் குறைக்கக்கூடிய பிற காரணிகளிலிருந்து வேறுபடுத்திப் பார்க்க வேண்டும். உதாரணமாகத் தொழிலாளர்களின் சேமப்பட்டாளம் இல்லாமல் போவது அல்லது தேய்மானம் அடையும் சூழல்களின் தொழிலாளர்களின் கூலி அதிகரிக்கப்பட வேண்டிய நிலை ஏற்படும். அப்போது நிகழும் முதலாளித்துவ வளர்ச்சியின் போது லாப விகிதம் குறையக் கூடும். இது குறித்து மார்க்ஸ் விரிவாகக் குறிப்பிட்டுள்ளார். இதனை இந்நூலின் இறுதிப்பகுதியாக அமைந்துள்ள அடுத்த பகுதியில் காண்போம்.

அடிக்குறிப்புகள்

1. இதைச் செய்யத் தவறியதாலும் வாங்கும் ஒவ்வொரு பொருளும் ஒரு விற்பனைப் பொருளாக இருக்கிறது என்பதால் சமூகரீதியான ஒட்டுமொத்த விற்பனைப் பொருள் இருப்பு, சமூகரீதியான ஒட்டுமொத்தத் தேவைக்குச் சமம் என்று தவறாக வாதிட்டும் மார்க்ஸ் காலத்திய மூதலாளித்துவ பொருளாதாரவாதிகள் அதீத உற்பத்தியினால் நெருக்கடிகள் ஏற்படும் சாத்தியப்பாட்டை மறுத்தனர். இது குறித்துத் தகவல்கள் அளிக்கும் விளக்கங்களுக்காகப் பார்க்க வேண்டியவை: P. Sweezy, *The Theory of Capitalist Development,* Monthly Review, New York, 1956, Chapter VIII. See also V.I.Lenin, "On the so called Market Question?" *Collected Works,* Moscow, 1968, Volume I
2. 'அராஜகம்' என்பதில் நாம் நிச்சயமாக, அனைத்து ஒழுங்கு அல்லது 'குழப்பம்' இல்லாமையை அர்த்தப்படுத்தவில்லை; ஏனெனில், மார்க்சிஸமானது, குறிப்பிட்ட இயக்க விதிகளுக்கு உட்பட்டிருக்கும் முதலாளித்துவத்தை ஏற்றுக்கொள்கிறது.
3. இந்த நிலைமைகள் குறித்த விளக்கத்திற்கு, P.Sweezy, op.cit., Chapter X-ஐ பார்க்கவும். இந்த நிலைமைகளை அடைவதற்கான வழி முறை மிகவும் எளிதானது. ஒவ்வொரு பணியரங்கின் உபரி மதிப்பை 3 பிரிவுகளாக பிரிக்க வேண்டும். ஒரு பகுதி, உற்பத்திக்குப் பயன்படுத்தப்படாத வகையில்

முதலாளிகளால் செலவழிக்கப்பட்டதாகும். மற்றொரு பகுதி, நிலையான மூலதனத்தில் முதலீடு செய்யப்பட்டதாகும், மூன்றாவது பகுதி, வேறுபாடான மூலதனத்தில் (Sav_I and Sav_{II}) முதலீடு செய்யப்பட்டதாகும்.

இப்போது I மற்றும் II- பணியரங்கங்களின் மொத்த விளைபயனளவுகள்:

$Y_1 = C_I + V_I + S_I$

$Y_{II} = C_I + V_{II} + S_{II}$

நிலையான மூலதனத்திற்கான மொத்தத் தேவை

$= C_I + C_{II} + Sac_I + Sac_{II}$

சமன்பாடான நிலைமைக்கு இது, தெளிவாக Y_1-க்கு

சமமானதாக இருக்க வேண்டும், ஆகவே நாம்

$C_I + V_I + S_I = C_I + C_{II} + Sac_{II} + Sac_{II}$

$S_1 = Sc_1 + Sac_1 + Sav_1$ என்று நினைவு கூர்ந்து C_1-ஐ இரு பக்கங்களிலிருந்தும் நீக்கிய பிறகு

இப்போது நாம், $V_I + Sc_I + Sac_I + Sav_I = C_{II} + Sac_I + Sac_{II}$ என்பதைக் கொண்டுள்ளோம்.

இது $V_I + Sc_I + Sav_1 = C_{II} + Sac_{II}$ என்று எளிமைப்படுத்துகிறது

4. உதாரணமாக எஃகு போன்ற சில பிரதான தொழில்களில், லாபகரமான விலைகளில் விற்கப்பட முடியும் என்ற அளவைக் காட்டிலும் அதிகமாக உற்பத்தி செய்யப்படும் போது உற்பத்தியின் சரியான விகிதாசார மற்ற தன்மை காரணமாக நெருக்கடி ஏற்படலாம். ஒரு தொழிற்சாலையில் அதீத உற்பத்தியினால் ஏற்படும் பகுதி நெருக்கடியானது, ஒருபொதுவான தொழில் நெருக்கடியாக உயரலாம். எஃகு விற்பனையை எதிர்கொள்ளும் உற்பத்தியாளர்கள் தங்களுடைய உற்பத்தி அளவைச் சுருக்குகிறார்கள். இவ்வாறு எஃகு உற்பத்திக் குறைவு மூலம் எஃகு உற்பத்தியாளர்கள் தங்களது நிலக்கரி மற்றும் இரும்புத் தாதுக்கான தேவையையும் குறைக்கிறார்கள். இதன் தொடர்ச்சியாகப் பிரதான தொழில்களின் தொழிலாளர்களுக்கு லே ஆப் அளிக்கப்படுகிறது; அவர்களின் நுகர்வுப் பொருட்களின் தேவைக் குறைவும் இது போன்ற தொடர் விளைவுகளும் ஏற்படுகின்றன. இந்த முறையில் பொருளாதாரத்தின் முக்கியமான பிரிவில் ஏற்படும் ஒரு பிரதான குழப்பம் 'அதீத உற்பத்தி' யின் நெருக்கடி அல்லது பொருளாதாரத்தில் நிலையற்ற தன்மைக்கு இட்டுச் செல்ல முடியும்.

5. See, V.I. Lenin, op-cit, See also V.I. Lenin, *The Development of Capitalism in Russia* (Moscow) especially, Chapter 1. This is printed in *Collected works,* Moscow, 1972, Vol.3

6. இங்கே அளிக்கப்பட்ட விளக்கமானது, ஏற்கெனவே குறிப்பிடப்பட்ட Sweezy *op. cit* - யிலிருந்து கையாளப்பட்டதாகும். ஒரு விஷயத்தை வலியுறுத்திக் கூறப்படவேண்டும்; அதுவென்னவெனில் லக்ஸம்பர்கின் நூலான, *The Accumulation of Capital,* Monthly Review Press, New York அளப்பரிய மதிப்பு மிக்கதாகும் என்பதுதான். அவருடைய புரட்சிகரமான சாதனைகள் குறித்து எந்தச் சந்தேகமும் இருக்க முடியாது.

7. ஒரு முழுமையான விளக்கத்திற்குப் பார்க்கவும்: P.Sweezy, op.ct., chapters X and XI

8. Quated in P. Sweezy, op. cit., foot note on p.168

9. *Capital*, vol II, p. 411

10. *Capital,* vol.III pp 304-305 அழுத்தம் சேர்க்கப்பட்டது.
11. அதே நூல், பக். 244
12. அதே நூல், பக். 484
13. V.I. Lenin, *Collected works,* Moscow, 1972 Vol.3, பக். 56
14. *Anti-Duhring,* Moscow, 1975, p. 315
15. V.I. Lenin: '......பின்னது சாத்தியமல்ல என்ற முடிவுக்கு முதலாளித்துவ முரண்பாடுகளிலிருந்து, வருவதைக் காட்டிலும் முட்டாள்தனமானது எதுவுமில்லை. வரம்பற்ற உற்பத்தி விஸ்தரிப்புக்கும் நுகர்வுக்குமிடையேயான முரண்பாடு என்பது முதலாளித்துவத்தின் முரண்பாடு மட்டுமல்ல, முதலாளித்துவம் முரண்பாடுகள் இல்லாமல் பொதுவாக இருக்கவும் முடியாது; வளர்ச்சியடையவும் முடியாது.....' V.I.Lenin, *Collected works,* Moscow 1972, Vol.33 p.58
16. Sweezy, எழுதி ஏற்கெனவே குறிப்பிடப்பட்ட நூல். இந்நூல், இதனை மிகச் சிறப்பாகச் செய்வதற்கு முயல்கிறது. இது, அவருடைய கற்பிதங்களுக்குள் அவருடைய முடிவுகளை அமைக்கிறது.
17. *Captial* Vol.III pp 212-213
18. அதே நூல், பக். 213
19. அதே நூல், பக். 232
20. கணிசமான உபரிஉழைப்பு கிடைப்பதானது, குறைந்த கூலிக்கான உழைப்பு என்பதைப் பயன்படுத்தி உழைப்பைக் கடுமையாக்கும் உற்பத்தி முறைகளைப் பயன்படுத்துவதற்கு ஊக்கமளிக்கிறது. இது சமுதாயரீதியான மூலதனத்தின் சராசரியான உள்ளார்ந்த இணைப்பாக்கத்தைக் குறைப்பதற்குச் செயல்படுகிறது; மேலும் இவ்வாறு லாபவிகிதம் சரிவதற்கான போக்கை அதிகரிக்கிறது. பார்க்கவும்: Karl Marx, *Capital,* Vol III pp 236-237
21. முதலாளித்துவ உற்பத்தி முறை விரிவடைந்து உலக அளவினதாக ஆகுவதால் 'வெளிநாட்டு வர்த்தக'த்தின் தாக்கமானது நிலையான மூலதனம், மாறுபாடான மூலதனம் ஆகியவற்றின் மதிப்புக்குறைப்புக்கு இனிமேல் உட்படுத்த முடியாது. முதலாளித்துவ நாடுகளிலிருந்து செய்யப்படும் மூலதன 'ஏற்றுமதி' லாப விகிதத்தின் மீது ஆற்றும் பங்கு முக்கியத்துவமானது.

    பார்க்கவும்: *Capital,* Vol.III pp 237-339

13

1970ஆம் ஆண்டுகளின் முதலாளித்துவம்

பொருளாதார நெருக்கடிகள் குறித்து நாம் துவக்கிய பரிசீலனையை முதலில் நிறைவு செய்துவிட்டு இதுவரை நாம் தொடாத மூன்று முக்கிய அம்சங்களான பணம் - மற்றும் கடன் செலாவணியின் பங்கு ஆகியவை பற்றி சிறிது விளக்குவோம். பிறகு முதலாளித்துவத்தின் ஏகாதிபத்தியக்கட்டம் குறித்தும், நிகழ்கால முதலாளித்துவத்தின் சில வளர்ச்சிப் போக்குகள் குறித்தும் பரிசீலிப்போம்.

லாப விகித வீழ்ச்சி

லாப விகித வீழ்ச்சி விதியையும் லாப விகிதத்தைக் குறைக்கக் காரணமான பிற காரணிகளையும் வேறுபடுத்திப் பார்க்கவேண்டியதன் தேவையை ஏற்கெனவே குறிப்பிட்டுள்ளோம். மூலதனத் திரட்டல் விகிதம் கூர்மையான முறையில் அதிகரிக்கும்போது கூலி விகிதம் தற்காலிகமாக அதிகரிக்கும். இது (இடைக்கால) லாப விகித வீழ்ச்சிக்கான ஒரு முக்கிய தோற்றுவாயாக அமையும். மார்க்ஸ் இதனை மூலதனம் நூல் தொகுதி ஒன்றில் ஓரளவுக்கு விரிவாக ஆராய்கிறார். அவர் கூறுகிறார் "சில சூழ்நிலைகளில் மூலதனத் திரட்டலின் அளவு திடீரென்று விரிவடையலாம். தொழிலாளர்களுக்கான வேண்டல், வழங்கலை விட அதிகரிக்கலாம். எனவே கூலி உயரும் நிலை ஏற்படலாம்."[1] இது லாப விகித வீழ்ச்சிக்கு இட்டுச் சென்றாலும் அது தற்காலிக நிகழ்வாகவே இருக்கும்.

லாபகரமான தன்மை கடுமையாக பாதிக்கப்படும் போது மூலதனத் திரட்டலும் மந்தமடையும். கூலி உயர்வை எதிர்கொள்ளும் மூலதன உடைமையாளர்கள் இயந்திரமயமாக்கல் மற்றும் உழைப்பாளர் தேவையைக் குறைக்கும் சாதனங்களைப் புகுத்துவார்கள். "முதலாளித்துவ உற்பத்தி முறையின் உள்ளார்ந்த பொறியமைவுகள் தற்காலிகமாக உருவாக்கிய தடைகளைத் தாங்களே அகற்றி விடுகின்றன. உழைப்பின் விலை மூலதனத் தற்பெருக்கத்தின் தேவைகளுக்கு ஏற்ப மீண்டும் வீழ்ச்சி அடைகிறது".[2] குறுகிய கால நிகழ்வைப் பற்றித்தான் மார்க்ஸ் இங்கே குறிப்பிடுகிறார் என்பதும், முதலாளித்துவ உற்பத்தி முறையின் அடிப்படையான விதியாகவோ போக்காகவோ இதனை அவர் கருதவில்லை என்பதும் தெளிவு. அவரது வாதத்தின் தொனியிலிருந்து இந்த நிகழ்ச்சிப் போக்கை

(லாப விகிதத்தின் தற்காலிக வீழ்ச்சி) முதலாளித்துவ நிகழ்முறை தானே சரிசெய்து கொள்கிறது. அதிலும் விரைவாக சரி செய்கிறது என்ற வகையில் தான் மார்க்ஸ் பார்த்தார் என்பதைப் புரிந்து கொள்ளலாம். ஒரு குறிப்பிட்ட தருணத்தில் மூலதனத் திரட்டல் உயர்ந்த அளவில் இருக்கும்போது கூலி திடீரென்று உயர்ந்து அதனால் லாப விகிதம் குறையும் போக்கு காணப்படுவதை ஒரு குறுகிய வர்த்தகக் கால வட்டத்தில் தோன்றிய எழுச்சிப்போக்கு முடிவுக்கு வந்துள்ளதைச் சுட்டிக்காட்டுவதாக அவர் கருதினார். மூலதனத்தின் அங்கக இணைப்பாக்கம் உற்பத்தித்திறன் வளர்ச்சியினால் போதுமான அளவுக்கு ஈடு செய்யப்படாதபோது ஏற்படும் லாப விகித வீழ்ச்சி முற்றிலும் வேறு மாதிரியான ஒன்று. அந்த வீழ்ச்சிப் போக்கு உற்பத்தி சக்திகளின் முதலாளித்துவ வளர்ச்சிப் போக்கில் காணப்படும் உள்ளார்ந்த முரண்பாடு என்பதைக் குறிப்பிட வேண்டும்.

லாப விகித வீழ்ச்சிப் போக்கு விதி எவ்வாறு செயல்படுகிறது? வேறு எதனோடும் தொடர்பற்ற சுதந்திரமான நீடித்து நிலவும் வீழ்ச்சியாகப் பலரும் இந்த விதி குறித்து விளக்க மளித்துள்ளனர். அதாவது ஒரு குறிப்பிட்ட வரலாற்றுக் காலத்தில் லாப விகிதம் சிறிது சிறிதாகத் தொடர்ந்து வீழ்ச்சியடைந்தே தீரும் என்ற கருத்தைத் தெரிவித்துள்ளனர். அந்த விளக்கத்தின் அடிப்படையில் அந்த விதி சரியானதுதானா என்று ஆய்வு செய்வதும் அல்லது அனுபவ ரீதியாகத் தவறானது என்று நிரூபிக்க முயன்றுள்ளனர். இதற்காகப் போதுமான அளவுக்கு நீண்ட காலத்தின் குறிப்பிட்ட கட்டங்களில் மூலதனத்திற்குக் கிடைக்கும் லாபவிகிதத்தைக் கணக்கிட்டுக் காட்டி நிரூபிக்க முயன்றுள்ளனர். விதி குறித்த இப்படிப்பட்ட விளக்கம் சரியானதா தவறானதா என்பது ஒரு புறமிருக்க, ஒட்டுமொத்தச் சமூக மூலதனத்தின் மீது கிடைக்கும் சராசரி லாப விகிதம் குறித்த மார்க்சின் கோட்பாட்டுக்கு நெருக்கமான முறையில் வணிக விவரங்களின் அடிப்படையில் இதனைக் கணக்கிடும் போக்கில் எதிர் கொள்ள வேண்டிய புதைகுழிகள் ஏராளம்.

இந்த ஆய்வுகளின் முடிவுகளை ஆதாரமாக எடுத்துக் கொள்வதில் மிக மிக எச்சரிக்கையாக இருக்க வேண்டும் என்பதையே இது காட்டுகிறது. இதைவிட முக்கியமானது யாதெனில் அந்த விளக்கமே கேள்விக்குரியதாக அமைந்துள்ளது என்பதைக் குறிப்பிட வேண்டும். லாப விகித வீழ்ச்சி குறித்த மார்க்சின் விவாதத்தைக் கவனமாகப் படித்தால் ஒன்றைப் புரிந்து கொள்ளலாம். அவ்வப்போது நிகழும் பொருளாதார நெருக்கடிகளில் லாப விகித வீழ்ச்சிக்குப் போக்கு தன்னை வெளிப்படுத்திக் கொள்கிறது; மேலும் தடுத்து நிறுத்தப்பட்டுப் பின்னுக்குத் தள்ளப்படுகிறது. இதனால் நாம் புரிந்துகொள்ளும் சித்திரத்தைப் பின்வருமாறு விளக்கலாம்:

நீண்டகால முதலாளித்துவ வளர்ச்சி சில காலமாகத் தொடர்ந்து நடைபெறும் போது இயந்திர மயமாக்கலின் மூலமாகவும் மூலதன அங்கக இணைப்பாக்கத்தின் மூலமாகவும் உற்பத்தி சக்திகள் விரைவாக வளர்ச்சி அடைகின்றன. கூடுதல் மூலதனம் தேவைப்படும் உற்பத்தி முறையில் புதிய முதலீடுகளை அதிக அளவில் மூலதன உடைமை யாளர்கள் செய்கின்றனர். அவற்றில் இந்த மூன்று காரணங்களாவது இருக்கும்.

1. முதலாளிகளுக்கிடையேயான போட்டி இதற்கான தேவையை ஏற்படுத்துகிறது.

2. தொழிலாளர்களின் பெரிய சேமப்பட்டாளம் சிறிது சிறிதாகத் தேய்மானம் அடைவதனால் கூலி அதிகரிக்கிறது. இது இயந்திரமயமாக்கலைப் புகுத்துவதற்கு முதலாளிகளைத் தூண்டுகிறது.

3. உபரி மதிப்பைப் பெறுவதற்கான சூழ்நிலைகள் அதாவது சரக்குகளை அவற்றின் உற்பத்தி விலைகள் அளவில் விற்பதற்கான சூழ்நிலைகள் சாதகமாக அமைகின்றன. அது அவ்வாறே இருக்க வேண்டும் என்று முதலாளி வர்க்கம் எதிர்பார்க்கிறது.

மேலே குறிப்பிடப்பட்டுள்ள சக்திகளின் கட்டாயத்தின் காரணமாக முதலாளிகளால் செய்யப்படும் முதலீடுகள் காலப்போக்கில் முதலீட்டுக்கு ஏற்ப உற்பத்தித் திறனை அதிகரிக்கத் தவறி விடுகின்றன. பார்க்கப் போனால் முதலாளித்துவ அமைப்பில் கொண்டு வரப்படும் தொழில்நுட்ப முன்னேற்றங்கள் சமூகரீதியாகத் திட்டமிடப்பட்டவை அல்ல. முதலாளிகளின் தனிப்பட்ட, ஒன்றுக்கொன்று தொடர்பு இல்லாத தனிப்பட்ட முடிவுகளின் அடிப்படையில் கொண்டு வரப்படுபவை. எனவே சமூக உழைப்பினால் உருவாக்கப்படும் கூடுதல் உபரி மதிப்பு தொழில்நுட்ப மாற்றங்களுக்குச் செலவிடப்பட்ட முதலீட்டை லாபகரமானதாக ஆக்கும் என்பதற்கான உத்தரவாதம் இல்லை. மாறாக முதலாளித்துவ விரிவாக்கம் நடைபெறும் நீண்ட காலகட்டத்தின் ஒரு குறிப்பிட்ட நிலையில் உற்பத்தித் திறன் போதுமான அளவுக்கு அதிகரிக்காததால் லாபவிகிதம் குறையும் போக்கு பொதுவாக உருவாகிறது. இது குறித்து ஏற்கெனவே குறிப்பிட்டுள்ளோம்.[3]

லாப விகிதம் இவ்வாறு குறைவதனாலேயே புதிய முதலீடுகள் குறைகின்றன. ஏற்கனவே செய்யப்பட்ட முதலீட்டிலும் ஓரளவு இழப்பு ஏற்படுகிறது. இந்நிலையில் மூலதன உடைமையாளர்களுக்கிடையே போட்டி தீவிரமடையும் என்று மார்க்ஸ் குறிப்பிடுகிறார்.

> “எல்லாம் நல்ல முறையில் நடைபெறும் வரை போட்டியானது முதலாளி வர்க்கத்தாரிடையே செயல்பாட்டு சகோதரத்துவத்தை ஏற்படுத்துகிறது. ஒவ்வொருவரும் தமது முதலீட்டுக்கேற்ப பொதுக் கொள்ளையில் பங்கு பெறுவதற்கு

இந்தச் சகோதரத்துவம் வழிவகுக்கிறது. ஆனால் லாபங்களைப் பங்கிட்டுக் கொள்வதற்கு பதிலாக இழப்புகளைப் பங்கிட்டுக் கொள்ள வேண்டிய அவசியம் ஏற்படும் போது ஒவ்வொருவரும் தங்கள் பங்கை மிகக் குறைந்த அளவுக்குக் குறைத்துக் கொள்ளவும், அதையும் வேறொருவர் தலையில் சுமத்துவதற்கும் முயல்கிறார்".[4]

இந்த மோதல் எவ்வாறு தீர்க்கப்படுகிறது? வழக்கமான முதலாளித்துவ செயல்பாடுகள் (அதாவது போதுமான லாப விகிதத்தைப் பெறும் நிலை) எப்போது மீண்டும் கொண்டு வரப்படுகிறது? நெருக்கடிகள் உருவான பிறகு இயல்பு நிலையை ஏற்படுத்தக் கூடிய பல நிகழ்வுகள் நடைபெறுகின்றன. ஏற்கெனவே செயல்பட்டு வரும் பல நிறுவனங்கள் மூடப்படுகின்றன. இதனால் சமுதாய மூலதனத்தின் ஒரு பகுதி செயல்படுவதை நிறுத்திக் கொள்கிறது. செயலிழந்து சும்மா இருக்கும் மூலதனம் மதிப்பை இழக்கிறது. ஒரு பகுதி தேய்மானத்தின் மூலமும் பெரும்பகுதி செயல்படாத நிலையில் லாபம் கிடைக்காததாலும் மதிப்பை இழக்கின்றன. உற்பத்தி சாதனங்கள் என்ற பவுதிக வடிவில் இல்லாமலும் கிடைக்கக்கூடிய லாபத்தின் உரிமை கோரும் நிலையிலும் உள்ள மூலதனம் உற்பத்தியின் பொதுவான லாபவிகிதம் குறையத் தொடங்கும்போது மதிப்பைப் பெருமளவில் இழக்கத் தொடங்குகிறது. இதனால் எதிர்பார்க்கப்பட்ட லாப விகிதம் குறைகிறது.

விலைகள் குறையத் தொடங்குகின்றன. பல நேரங்களில் மிகவும் செங்குத்தான வீழ்ச்சியைச் சந்திக்கின்றன. இதனால் ஒட்டுமொத்த சமுதாயத்தின் சரக்கு மூலதனமும் குறைகிறது. சரக்குகளின் விலைகள் குறைவதை அடுத்து நிலை மூலதனம் மற்றும் சுழல் மூலதனக் கூறுகளின் மதிப்பு குறைகிறது நெருக்கடிகள் ஏற்படும்போது வழக்கமான விலை உறவுகள் பாதிக்கப்படுகின்றன. இது மூலதன மறு உற்பத்தி நிகழும் முறையில் குறுக்கிட்டு அதனைத் தடுத்து நிறுத்துகிறது. தாங்கள் விற்கும் சரக்குகளின் விலை வீழ்ச்சி அடைவது காரணமாகச் செய்த முதலீட்டைத் திரும்ப எடுக்க முடியாத நிலையில் உள்ள மூலதன உடைமையாளர்கள் தங்கள் மூலதனத்தை உற்பத்தி சாதனங்களாக முன்பு போல மாற்ற முடியாத நிலையை எதிர்கொள்கின்றனர். மேலும் பல்வேறு உற்பத்தி சாதனங்கள் வடிவத்தில் உள்ள அவர்களது மூலதனமும் தனது மதிப்பைப் பெரும் அளவில் இழக்கிறது. மூலதன உடைமையாளர்கள் பலராலும் வாங்கிய கடன்களைத் திருப்பிச் செலுத்த முடியாத நிலை ஏற்படும்போது நிதி நிறுவனங்கள் திவாலாகும் நிலை சங்கிலித் தொடர் போல ஏற்படுகிறது. கடன் செலாவணி முறை நிலை குலைந்து போகிறது. இதற்கிடையே மூலதன மதிப்பின் வீழ்ச்சி மற்றும்

நிறுவனங்கள் திவாலாவது அலைவீச்சைப் போல நடைபெறும் நிலையில் பல்லாயிரக்கணக்கான தொழிலாளர்கள் தற்காலிக பணி மறுப்பு (lay-off) செய்யப்படும் நிலை ஏற்படுகிறது.

இவையனைத்தின் நிகர விளைவாக மூலதனப் பங்குகளின் மொத்த மதிப்பு குறைக்கப்படும் நிலையும் (நெருக்கடி சில காலம் நீடிக்கும் போது இது ஏற்படும்) உற்பத்தி சாதனங்களை மாற்றி அமைத்தல் மற்றும் கூலி குறைக்கப்படுதல் போன்றவை அவசரத் தேவையாக மாறுகின்றன. இவற்றின் மூலம் லாப விகிதம் அதிகரித்து நெருக்கடிக்கு முந்தைய நிலையை எட்டும். இந்த வகையில் "உற்பத்தியில் ஏற்படும் தேக்கம் முதலாளித்துவ வரம்புக்குள் செயல்பட்டு உற்பத்தி அடுத்தாற்போல் விரிவடைவதற்கு ஆயத்தம் செய்திருக்கும்.[5]

இதிலிருந்து இரண்டு விசயங்கள் தெளிவாகின்றன.

1. லாப விகிதம் குறையும் போக்கை முதலாளித்துவப் பொருளாதார நெருக்கடியின் தோற்றுவாயாக மார்க்ஸ் பார்க்கிறார்.
2. நெருக்கடிகளே லாபவிகிதம் பழைய நிலைக்கு மீள்வதற்கும் முதலாளித்துவ விரிவாக்கம் புதுப்பிக்கப்படுவதற்குமான சாத்தியக் கூறுகளை ஏற்படுத்த வழிவகை செய்வதாகவும் மார்க்ஸ் கருதுகிறார்.

நெருக்கடிகளும் காலவட்டங்களும் (Crises and Cycles)

இவ்வாறு முதலாளித்துவம் பொருளாதார நெருக்கடிகளை அவ்வப்போது எதிர்கொள்கிறது. நெருக்கடிகள் ஏற்படும்போது மூலதன உடைமையாளர்களுக்கு எதிர்பார்க்கப்பட்ட லாபம் கிடைப்பதில்லை. நட்டம் ஏற்படுகிறது அல்லது குறைவான லாபம் கிடைக்கிறது. அவர்களால் தங்கள் சரக்குகளை விற்க முடிவதில்லை. ஏராளமான எண்ணிக்கையிலான தொழிலாளர்கள் தற்காலிக பணி மறுப்பு (lay-off) செய்யப்படுகின்றனர். முதலாளித்துவத்தின் உள்ளார்ந்த சில அடிப்படை முரண்பாடுகளே இந்த நெருக்கடிகளைத் தோற்றுவிக்கின்றன. திட்டமிட்ட செயல்பாடின்மை (விகிதாசார ஒத்திசைவின்மை); உற்பத்திச் சக்திகளின் வளர்ச்சி நிகழும் முறையில் உள்ள உள்ளார்ந்த முரண்பாடுகள் (லாப விகிதம் குறையும் போக்கு); சமுதாய உற்பத்தி ஆற்றல் ஒருபுறம் விரைவாக வளரும்போது சமூக நுகர்வு ஆற்றல் வரம்புக்குட்பட்டே வளர்ச்சி அடைவதால் ஏற்படும் முரண்பாடு (குறை நுகர்வுப் போக்கு); ஆனால் முதலாளித்துவ விரிவாக்கத்தை மீண்டும் கொண்டு வருவதற்கான சூழ்நிலைகளையும் இந்த நெருக்கடிகள் தான் தோற்றுவிக்கின்றன. நெருக்கடிகள் பின்வரும் வகையில் செயல்பட்டு அவற்றை சாத்தியமாக்குகின்றன.

1. நிலை மூலதனம் மற்றும் சுழல் மூலதனத்தின் மதிப்பு வேகமாகத் தேய்வதற்கு அனுமதிக்கப்படுகிறது. நெருக்கடிகளால் திணிக்கப்படும்

செயல்பாடற்ற நிலை காரணமாகவும் உற்பத்தி சாதனங்களின் விலை குறைவதன் மூலமும் இந்த பவுதிகத் தேய்மானம் நிகழ்கிறது.

2. வேலையற்றோரின் சேமப்பட்டாளம் அதிகரிப்பதன் மூலமும் தொழிலாளர்களின் கூலியை வலுக்கட்டாயமாகக் குறைப்பதன் மூலமும் இதைச் சாத்தியமாக்குகின்றன. பொருளாதார நெருக்கடிகள் முதலாளித்துவ அமைப்புமுறையின் இயல்பின் வெளிப்பாடாக அமைவதுடன் அந்த அமைப்பு முறையின் உள்ளார்ந்த முரண் பாடுகளுக்கு அசலான முதலாளித்துவத் தீர்வையும் அளிக்கின்றன. முதலாளித்துவ வர்க்கப் பிரதிநிதிகள் தாங்களே தேடிக் கண்டுபிடித்து இப்படிப்பட்ட தீர்வை ஏற்படுத்துவதாகக் கருதக்கூடாது. முதலாளித்துவ சதித்திட்டம் போல இதனைச் சித்திரிக்கும் சில சித்தாந்தவாதிகள் உண்டு. அவர்களின் கருத்து சரியானதல்ல. தனிப்பட்ட நபர்களின் விருப்பு வெறுப்புகளைச் சார்ந்திராத புறவய விதிகளால் இத்தீர்வு முதலாளித்துவப் பொருளாதாரத்தின் மீது திணிக்கப்படுகிறது.

முதலாளித்துவப் பொருளாதாரத்துக்கே உரியதான வளர்ச்சிப் பாதையில் முதலாளித்துவ விரிவாக்கமும் பொருளாதார நெருக்கடிகளும் மாறி மாறி வரும் என்பதை மார்க்சியப் பொருளாதாரம் எப்போதுமே ஏற்றுக் கொண்டுள்ளது என்பதை வலியுறுத்திக் கூற வேண்டும். முதலாளித்துவ இயக்கத்தின் அடிப்படை விதியாக இத்தகைய நிகழ்வு முறையை மார்க்சிய சித்தாந்த ஆய்வு சுட்டிக் காட்டுகிறது. முதலாளித்துவப் பொருளாதாரத்தில் சம நிலையும் ஒத்திசைவும் நிலவுவதாக நிகழ்கால முதலாளித்துவப் பொருளாதார சித்தாந்தம் பாசாங்கு செய்கிறது. முதலாளித்துவப் பொருளாதாரத்தின் பண்பு காரணமாக இவை சாத்தியமற்றவை என்று குட்டி முதலாளித்துவப் பொருளாதாரவாதிகள் கற்பனை செய்கின்றனர். ஆனால் மார்க்சிய ஆய்வு இந்த இரண்டு விதமான போக்குகளிலிருந்து வேறுபட்டு நிற்கிறது.

வழக்கமான முதலாளித்துவ மறு உற்பத்தி முறையில் கடுமையான தடைகள் ஏற்படும் காலங்கள் நெருக்கடி காலங்களாகக் கருதப் படுகின்றன. இவை கணிசமான காலத்திற்கு நீடிப்பதுடன் பல ஆண்டுகளுக்குத் தேக்க நிலையோ அல்லது அதிகபட்சமாக மிக மந்தமான வளர்ச்சியோ நிலவக்கூடும். முதலாளித்துவ வரலாற்றில் நெருக்கடி காலத்தை அடுத்து விரிவடையும் கட்டம் என்று மாறி மாறி வரும். விரிவடையும் காலத்தில் உற்பத்தி சக்திகளின் விரிவான வளர்ச்சியையும், சந்தை விரிவடையும் போக்கையும் காண முடியும். எனவே நெருக்கடிகள் என்பவை குறிப்பிட்ட கால இடைவெளியில் நிகழ்பவையாக இருக்கும். வளர்ச்சி மற்றும் நெருக்கடி நிலவும் நீண்ட கால வட்டங்களைக் கொண்டதாக முதலாளித்துவப் பொருளாதாரம் இருப்பதுடன், குறுகிய கால ஏற்ற இறக்கங்களையும் முதலாளித்துவப் பொருளாதாரம் எதிர்கொள்ளும்.

முதலாளித்துவத்தின் திட்டமிடாத போக்கின் காரணமாகவும் மூலதனக் கருவிகள் எத்தனை காலம் நீடித்து நிலைக்கும் என்பதைப் பொறுத்தும், மாற்றங்களைக் கொண்ட வேண்டல், வழங்கல் நிகழ்வுகளால் ஏற்படும் விலை ஏற்றத்தாழ்வுகளாலும், குறுகிய கால ஏற்ற இறக்கங்கள் பிரதானமாக உருவாகின்றன. இவற்றின் கால அளவு மிகவும் குறுகியதாகவும் இவற்றின் கடுமை மிதமானதாகவும் இருக்கும். முதலாளித்துவ வர்த்தகக் கால வட்ட ஆய்வாளர்கள் குறுகிய கால ஏற்ற இறக்கங்களின் மீதே பெரும்பாலும் கவனம் செலுத்தியுள்ளனர். 'விரைவு படுத்துதல் கோட்பாடு' மற்றும் 'தகுதி நெருக்கடி' போன்ற கோட்பாடுகள் இந்த நிகழ்வுகளுக்குப் பொருந்தக் கூடியவை.[6] இந்த ஏற்ற இறக்கங்களின் அடிப்படையின் மூலம் முதலாளித்துவத்தின் அடிப்படை முரண்பாடுகளை விவாதத்துக் குரியவையாக ஒருவர் ஆக்க முடியாது.

பணம் கடன் வசதி

முதலாளித்துவம் குறித்த மார்க்சின் பொருளாதார ஆய்வு பற்றி நாம் அளித்துள்ள சுருக்கமான ஆரம்ப நிலை விளக்கங்களில் பல முக்கியமான அம்சங்களைப் பரிசீலிக்காமல் விட்டுவிட்டோம். பணம் மற்றும் கடன் வசதி குறித்த அம்சங்கள் முக்கியமானவை. நெருக்கடிகள் குறித்த விவாதத்தில் கடன் வசதி குறித்த விவாதம் குறிப்பாகப் பொருத்தமுடையதே. முதலாளித்துவப் பொருள் உற்பத்தி முறை வளர்ச்சி அடையும்போது பெரிய அளவிலான முதலாளித்துவ நடவடிக்கைகளுக்கு உதவும் வகையில் கடன் செலாவணிமுறை உருவாயிற்று. முதலீடு செய்யும் செயலுக்கும் உற்பத்தியான சரக்குகளை விற்பனை செய்வற்குமிடையே கணிசமான கால இடைவெளி இருக்கும் நிலைகளில் மூலதன நடவடிக்கைளைக் கடன் செலாவணிமுறை சாத்தியமாக்குகிறது." இங்கு பணம் என்பது மொத்தத்தில் கொடுப்பு சாதனமாக மட்டும் செயல்படுகிறது. அதாவது சரக்குகள் பணத்துக்காக விற்கப்படுவதற்குப் பதிலாக ஒரு குறிப்பிட்ட நபருக்குக் குறிப்பிட்ட தேதியில் கொடுப்பதாக குறிப்பிடும் எழுத்து வடிவமான உறுதிமொழியின் அடிப்படையில் விற்பனை செய்யப்படுகின்றன. சுருக்கம் கருதி இந்த உறுதிமொழி கடன் பத்திரங்கள் அனைத்தையும் மாற்று உண்டியல்கள் என்ற பொதுத் தலைப்பில் வைத்துக் கொள்ளலாம். இத்தகைய மாற்று உண்டியல்கள் அவற்றின் தீர்வுக்கான நாள் வரும் வரை கொடுப்பு சாதனமாகச் சுற்றியோடுகின்றன."[7] கடன் வசதியின் முதல் வடிவமான மாற்று உண்டியல்கள் மூலதன உடைமையாளர் களுக்கிடையேயான கொடுக்கல்-வாங்கலில்பணத்தைப்போலவேபயன்படுத்தப்படுகின்றன. (சட்ட ரீதியான மறுக்கவொண்ணா செலாவணிப் பணம் இது இல்லை என்றபோதிலும்) பணம் என்ற சரக்கின் தரத்தைச் (தங்கம் அல்லது வெள்ளி மற்றும் அரசாங்கம் வெளியிடும் காகித நோட்டுகள்)

சார்ந்திராமல் முதலாளித்துவ விரிவாக்கத்தை ஒப்பளவில் அவை சாத்தியமாக்குகின்றன. கடன் வசதி முறை மேலும் வளர்ந்த பிறகு வங்கி சேமிப்புகள் பணத்தைப் போலவே இன்று பயன்படுத்தப்படுகின்றன. வாங்கும் சரக்குகளுக்கு பணம் வழங்கவும், கடன்களைத் தீர்க்கவும் இவை பெரிய அளவில் பயன்படுகின்றன.

கடன் செலாவணி முறையின் வளர்ச்சி - மாற்று உண்டியல்கள் வங்கி, வாக்குறுதிச் சீட்டு, ஆகியவற்றில் தொடங்கி இன்று காணப்படும் வளர்ச்சியடைந்த வங்கி முறை - ஆகியவை முதலாளித்துவ வளர்ச்சிக்குப் பெருமளவில் உதவியுள்ளன. ரூபாய் நோட்டுகள் மற்றும் நாணயங்ளைப் பயன்படுத்துவதைச் சிக்கனப்படுத்துவதன் மூலம் முதலாளித்துவ பொருளாதாரச் சக்கரம் உராய்வின்றி முன்னேறுவதற்கான மசகுப் பொருளாகச் செயல்படுகின்றன.

வங்கிகள், பங்குச்சந்தைகள், முதலீட்டு நிறுவனங்களை உள்ளடக்கிய கடன் செலாவணி அமைப்பு முறையானது முதலாளித்துவ உற்பத்தி முறையின் நிதி இயந்திரமாகச் செயல்படுகிறது. கூட்டுப் பங்கு நிறுவனங்கள் அமைக்கப்படுவதன் மூலம் மூலதனம் மையப்படுவதற்குப் பெரிய அளவில் உதவுகின்றன. இத்தகைய கூட்டுப் பங்கு கம்பெனிகள் அமைக்கப்பட்டதும் - அவை மேலும் வளர்ச்சி அடைந்து இன்று நாம் காணும் பிரும்மாண்டத் தொழில் நிறுவனங்களாக உருவாகியுள்ள நிலை குறிப்பிடத்தக்க மிகப் பெரும் மாற்றமாகும்; இது உற்பத்தியையும் மற்றும் நிறுவனங்களின் வளர்ச்சியையும் பிரும்மாண்டமானதாக்குகிறது. உற்பத்தியைச் சமுதாய மயமாக்குவதற்கான மேலும் குறிப்பிட்ட நடவடிக்கையாக அது அமைந்துள்ளது கூட்டுப்பங்குக் கம்பெனிகளின் மூலதனம் சமூக மூலதன வடிவில் அமைந்துள்ளது (நேரடியாகத் தொடர்பு கொண்ட தனிநபர்களின் மூலதனம்) அத்தகைய கம்பெனிகள் சமுதாய நிறுவன வடிவத்தில் உள்ளன. இந்த நடவடிக்கையைத் தொடர்ந்து மூலதன உடைமையாளர்கள் நிறுவனங்களை நேரடியாக நிர்வகிப்பதில்லை. ஆனால் இதற்காக நிர்வாக ஊழியர்களைப் பணிக்கு அமர்த்திக் கொள்கின்றனர். இந்த வகையில் "உண்மையில் செயல்படும் முதலாளி ஒரு மேலாளராக மாற்றமடைகிறார். மூலதன உடைமையாளர் வெறும் உடைமை யாளராக அதாவது வெறும் பண முதலாளியாக மாறுகிறார்.[9] கடன் செலாவணியானது தனியொரு முதலாளிக்கு... சில வரம்புகளுக்குள் பிறரது மூலதனம் மற்றும் உடைமைகளின் மீதும் எனவே உழைப்பின் மீதும் அறுதிக் கட்டுப்பாடு கிடைக்கச் செய்கிறது. அவருக்கே சொந்தமான மூலதனம் அல்லது சமுதாய மூலதனத்தின் மீதான கட்டுப்பாடுதான் சமுதாய உழைப்பின் மீது கட்டுப்பாடு செலுத்துவதற்கு வழி வகுக்கிறது. உண்மையில் ஒருவருக்குச் சொந்தமாய் இருந்தாலும் சரி அவருக்குச் சொந்தமென பொதுமக்கள்

கருதக்கூடியதானாலும் சரி, மூலதனமே என்பதே கூட கடன் செலாவணியின் மேற்கட்டுமானத்துக்கு வெறும் அடித்தளமே ஆகிவிடுகிறது. ஊக வணிகம் செய்திடும் மொத்த வணிகர் சமுதாய சொத்தைத்தான் பணயம் வைக்கிறாரே தவிர அவருக்கே சொந்தமானதை அல்ல".[10]

மூலதனத்தின் சிறு பகுதிக்குச் சொந்தமான முதலாளிகளின் கரங்களில் பெரிய அளவிலான மூலதனத்தைக் கடன் செலாவணி முறை வழங்குகிறது. இது பல அபாயகரமான வணிக நடவடிக்கைகள், ஜுர வேகத்தில் அமைந்த ஊக வணிகம், மற்றும் புதிய புதிய வகையான கையாடல்களுக்கே ஊக்கமளிக்கிறது. இதனால் நிலையற்ற தன்மைக்கான மற்றொரு தோற்றுவாயாகவும், பொருளாதார ஏற்ற இறக்கங்களின் கடுமையை அதிகரிப்பதாகவும் மாறுகிறது. இவ்வாறு கடன் செலாவணி முறை ஒருபுறம் முதலாளித்துவ வளர்ச்சிக்கு வழிவகுக்கிறது. மறுபுறம் முதலாளித்துவப் பொருளாதாரத்தை முன்பைவிட அதிக அளவில் நெருக்கடியை எதிர்கொள்ள வேண்டிய நிலைக்கு மாற்றுகிறது. "கடன் செலாவணி முறை உற்பத்தி சக்திகளின் பொருளாதார வளர்ச்சியையும் உலகச் சந்தை நிறுவப்படுவதையும் முடுக்கி விடுகிறது. அதே சமயம் கடன் செலாவணிமுறை முரண்பாடுகள் கட்டுக்கடங்காத வகையில் வெடிப்பதையும் விரைவுபடுத்துகின்றது. அதாவது நெருக்கடிகள் - இந்த வகையில் முதலாளித்துவப் பொருளுற்பத்தி முறையின் சிதைவுக்கான கூறுகளாக வெளிப்படுகின்றன."[11]

கடன் செலாவணி முறை பற்றி மேலே அளிக்கப்பட்ட சிறு விளக்கம் பொதுவான அறிமுகத் தன்மையுடன் அளிக்கப்பட்டுள்ளது. அது குறித்து ஆழமாகவும் கூடுதல் விவரங்களுடன் பரிசீலிப்பது இங்கே சாத்தியமானதல்ல. உலக முதலாளித்துவப் பொருளாதாரத்தைப் பற்றி திட்டவட்டமாகப் புரிந்து கொள்வதற்கு நிதி மற்றும் கடன் செலாவணி ஏற்பாடுகளை ஆய்வு செய்ய வேண்டியது அவசியமாகிறது. ஒரு தேசிய அரசு பற்றி மட்டுமின்றி (மேலும் முக்கியமாக) சர்வதேசப் பணமுறை மற்றும் கடன் செலாவணி ஏற்பாடுகளை ஆய்வு செய்ய வேண்டியதும் அவசியமாகிறது.[12]

ஏகாதிபத்தியமும் இன்றைய முதலாளித்துவமும்

போட்டிப் போராட்டம் நிகழ்வதன் உள்ளார்ந்த பகுதியாக மூலதனம் ஓரிடத்தில் மையப்படும் நிலை உருவாகும் என்பதை ஏற்கெனவே கண்டோம். போராட்டத்தில் வெற்றி பெறக்கூடிய சிறிய எண்ணிக்கையானவர்களின் கரங்களில் மேலும் மேலும் அதிக அளவில் நடப்பில் உள்ள சமூக மூலதனம் குவியும் என்பதுடன், தோல்வியடைந்தவர்கள் முதலாளிகள் அல்லாத வர்க்க அணிகளில் இணையும் நிலை ஏற்படும். கடன் செலாவணி முறையும் மூலதனம்

மையப்படுவதற்கு வழி வகுக்கிறது. வங்கி நிறுவனங்களும் அவற்றின் துணை அமைப்புகளும் வளர்கின்றன. மூலதன உடைமையாளர்கள் தங்களுக்குச் சொந்தமான மூலதனத்தைப் போல பல மடங்கு அளவுக்கு இந்த நிறுவனங்களிலிருந்து கடன் பெறுகின்றனர். இதன் மூலம் அவர்கள் பெரிய அளவில் இயங்குகிறார்கள் இந்த வகையில் அந்த அமைப்புகள் மூலதனக் குவிதலுக்கு வழி வகுக்கின்றன.

வங்கிகளும் கடன் செலாவணி அமைப்புகளும் பெரு முதலாளிகளுக்குச் சலுகை அடிப்படையில் பெரும் தொகைகளைக் கடனாக வழங்குகின்றன. இதன் மூலம் அவர்கள் போட்டிப் போராட்டங்களில் சிறிய முதலாளிகளை நசுக்கிவிடுகின்றனர். இவ்வாறு இந்த நிறுவனங்கள் மூலதனம் மையப்படுவதற்கு நேரடியாக உதவுகின்றன. முதலாளிகளுக்கிடையேயான போட்டியும், கடன் செலாவணி அமைப்பும் பிரும்மாண்டமான முதலாளித்துவ நிறுவனங்கள் உருவாவதற்கு வழிவகுக்கின்றன. ஒவ்வொரு துறையிலும் விரல் விட்டு எண்ணக் கூடிய நிறுவனங்கள் உற்பத்தி மற்றும் விற்பனையின் பெரும்பகுதியைத் தங்கள் வசம் எடுத்துக் கொள்கின்றன. சொத்துக்கள், உற்பத்தி, மற்றும் விற்பனை ஆகியவற்றில் சில நூறு நிறுவனங்கள் தேசியப் பொருளாதாரத்தில் ஆதிக்கம் செலுத்தத் தொடங்குகின்றன. அதன் பிறகு சில நூறு ஏகபோக நிறுவனங்கள் உலகப் பொருளாதார நடவடிக்கையின் பெரும்பகுதியில் ஆதிக்கம் செலுத்தத் தொடங்குகின்றன. இவ்வாறு தொழில் போட்டியும் கடன் அமைப்பும் முதலாளித்துவ அமைப்பு முறையை ஏகாதிபத்தியக் கட்டத்துக்கு அழைத்துச் செல்கின்றன.

செவ்வியல் தன்மை அல்லது போட்டித்தன்மை கொண்ட முதலாளித்துவ அமைப்பு முறை ஏகபோக முதலாளித்துவமாக வளர்ச்சி அடைவது குறித்து லெனின் பகுப்பாய்வு செய்தார். அவர் ஏகபோகக் கட்டத்தை முதலாளித்துவ யுகத்தின் ஏகாதிபத்தியக் கட்டம் என்று அழைத்தார். அப்போது உருவாகி வந்த போக்குகளின் அடிப்படையில் ஏகாதிபத்தியத்தின் சாரம் என்று கீழ்க்கண்ட அம்சங்களை வகைப்படுத்தினார்.

1. உற்பத்தி மற்றும் மூலதனம் மையப்படுதல்; ஏகபோகங்களை உருவாக்கும் அளவு உயர்மட்டத்துக்கு வளர்ந்து அவை பொருளாதார வாழ்வில் தீர்மானகரமான பங்கை ஆற்றுதல்.

2. வங்கி மூலதனமும் தொழில் மூலதனமும் இரண்டறக் கலந்து இந்த அடிப்படையில் சிலரது ஆதிக்கத்தின் கீழ் இயங்கும் நிதி மூலதனம் உருவாதல்.

3. சரக்குகள் ஏற்றுமதியிலிருந்து வேறுபட்டு நிற்கக்கூடிய மூலதன ஏற்றுமதியானது குறிப்பாக மிகுந்த முக்கியத்துவம் பெறுதல்.

4. மூலதன உடைமையாளர்கள் கூட்டாகச் சர்வதேச ஏகபோகத்தை ஏற்படுத்தி உலகைத் தங்களுக்குள்ளே பங்கு போட்டுக் கொள்ளும் நிலை.

5. மிகப் பெரிய முதலாளித்துவ அரசுகள் உலகை பிராந்திய அடிப்படையில் பிரித்துக் கொள்ளுவது நிறைவடைதல்.[13]

லெனின், ஏகாதிபத்தியத்தின் குணாம்சங்களைக் குறித்துச் செய்த வரையறுப்புகள், 1870-1914 காலகட்டங்களில் முதளாளித்துவ பொருளாதார அமைப்பில் ஏற்பட்ட வளர்ச்சியின் முக்கிய அம்சங்களை மிகத் துல்லியமாகச் சுட்டிக் காட்டுகின்றன.

எத்தகைய போக்குகளை அடிப்படையாகக் கொண்டு லெனின் செயல்பட்டாரோ அப்போக்குகள் பொதுவாகத் தொடர்ந்தன; இன்று ஒப்பீட்டளவில் நாம், மிகவும் வளர்ச்சியடைந்த நிலையை எட்டிய ஏகாதிபத்திய காலகட்டத்தில் உள்ளோம். இதே காலகட்டத்தில் மிக முக்கியமான அரசியல், பொருளாதார மாற்றங்கள் நிகழ்ந்துள்ளன. இம்மாற்றங்கள் "ஏகாதிபத்தியம் என்பது, சோஷலிஸப் புரட்சிக்கு முந்தைய காலகட்டமே" என்ற லெனின் கருத்தை உறுதிப்படுத்தியுள்ளன. இவ்வளர்ச்சிப் போக்குகள் குறித்த விரிவான விளக்கங்களோ பகுப்பாய்வோ இங்கு கொடுக்க இயலாது என்ற போதிலும் சில சுருக்கமான குறிப்புகளை வழங்குவது பொருத்தமாக இருக்கும்.

முதல் உலகப்போர் உலக மனித வரலாற்றில் ஒரு முக்கிய திருப்புமுனையைக் கண்டது. "சோசலிஸ்ட் சோவியத் யூனியனை" உருவாக்கிய மாபெரும் அக்டோபர் புரட்சியை அது கண்டது. அதன் விளைவாக முதலாளித்துவம் உலகின் ஆறில் ஒரு பங்கை இழந்தது; அதே சமயத்தில் உலக வரலாற்றிலேயே இதுவரை இல்லாத மிகக் கடுமையான பொருளாதார வீழ்ச்சியையும் முதலாளித்துவம் எதிர்கொண்டிருந்தது. 1929-க்கும் 1939-க்கும் இடையே அனைத்து முதலாளித்துவ நாடுகளும் (1935-க்குப் பிறகு நாஜி ஜெர்மனி நீங்கலாக) மிக அதிகமான வேலை வாய்ப்பின்மையையும், பொருளாதாரத்தில் திடீர் வீழ்ச்சியையும் அனுபவித்தன. இரண்டாம் உலகப் போர் துவங்கிய பின்னரே, வேலை வாய்ப்பின்மை விகிதங்கள் குறையத் தொடங்கின. இப் போரின் முடிவில் ஃபாசிஸத்திற்கு அடி விழுந்தது; அது முடிவுக்குக் கொண்டு வரப்பட்டது. அதே சமயம் மக்கள் சீனமும் கிழக்கு ஐரோப்பிய குடியரசுகளும் உதயமாயின.

சீனா, வட வியட்னாம், வட கொரியா, கிழக்கு ஐரோப்பிய நாடுகள் ஆகிய நாடுகளில் சோஷலிஸம் வெற்றிகரமாக உருவாகியது; முதலாளித்துவத்துக்கு மிக மோசமான பின்னடைவுகள் ஏற்பட்டன. உலக அளவில் சோஷலிஸ சக்திகள் இரண்டாம் உலகப்போருக்கு முந்தைய காலகட்டத்தைவிட அரசியல், தத்துவார்த்த, பொருளாதாரத் தளங்களில் வலுப்பெற்றவையாக உருவாயின. முதலாளித்துவ உலகிற்குள்ளேயே 'பழைய' ஏகாதிபத்திய சக்திகளான ஐரோப்பா, ஜப்பான் ஆகியவை, அமெரிக்க ஏகாதிபத்தியத்தின் ஆதிக்கத் தலைமையை ஏற்க வேண்டியதாயிற்று. 1945-1970 காலகட்டத்தில் உலக முதலாளித்துவம் அமெரிக்காவின் (யு.எஸ்) தலைமையில்

விரிவடையும் போக்கை எட்டியது. இப்பொருளாதார விரிவுப் போக்கிற்கு அற்புதமான விஞ்ஞான தொழில்நுட்ப முன்னேற்றங்கள் உதவி புரிந்தன. விண்ணியல், மின்னணுவியல், தானியங்கித்துறை, பெட்ரோலிய ரசாயனத் தொழில்கள், போன்றவற்றில் பல்வகையான வளர்ச்சிகள் ஏற்பட்டன.

இதற்கிடையே உலக சோஷலிஸ முகாமுக்குள் ஆழமான கருத்து வேறுபாடுகள் ஏற்பட்டன. இத்தகைய முக்கியமான அரசியல் நிகழ்வுகள் குறித்து இங்கு ஆராயப் போவதில்லை; எனினும் தற்காலத்திய பொருளாதார அமைப்பின் அம்சங்கள் குறித்துச் சில விஷயங்களை அடுத்த பகுதியில் காணலாம்.

இன்றைய உலக முதலாளித்துவ பொருளாதாரம்

லெனின் குறிப்பிட்ட முதலாளித்துவத்தின் ஏகபோகத்தன்மை என்பது தங்குதடையின்றித் தொடர்ந்தது. இத்தன்மை, தொழில் உற்பத்தித்துறை, வங்கித்துறை, போன்றவற்றில் தொடர்ந்து நடைபெற்றது. இத்துறைகள் இரண்டறக் கலந்து வங்கிதொழில்துறை மூலதனமாயிற்று. இதை லெனின் “நிதி மூலதனம்'' என்று குறிப்பிட்டார். பின்வரும் குறிப்புகளால் இதைத் தெளிவாக உணர முடியும்.

உதாரணமாக, 1971-ல் அமெரிக்க நாட்டின் உற்பத்தி நிறுவனங்களில் 0.5 சதவீத நிறுவனங்கள் மட்டுமே அந்நாட்டின் சரக்கு விற்பனையில் 35.5 சதவீதத்திற்கும், சொத்துக்களில் 50.9 சதவீதத்திற்கும், மொத்த லாபத்தில் 61.6 சதவீதத்திற்கும் பொறுப்பாயின.[14] 1967-ல் அந்நாட்டின் 0.7 சதவீத நிறுவனங்கள், 32.8 சதவீத வேலைவாய்ப்புகளை வழங்கின. மற்ற முதலாளித்துவ நாடுகளிலும் இதே நிலைமைதான்; மாற்றங்கள் இல்லை.[15] இரண்டாம் உலகப்போருக்குப் பிந்தைய இருபதாண்டுகளில் முதலாளித்துவத்தின் விரிவாக்கம் காரணமாக, ‘இணைப்பு அலைகள்’ உருவாயின. இதன் காரணமாகப் பூதாகரமான ‘குழுமங்கள்’ ஏற்பட்டன. இம்முதலாளித்துவ குழுமங்கள் பலதரப்பட்டத் தொழில் துறைகளில் அதாவது சுரங்கம், உற்பத்தித்துறை, விவசாயம் சார்ந்த வணிகத்துறை, வணிகம் போன்ற பலதரப்பட்ட துறைகளில் ஒரே சமயத்தில் செயல்பட்டன. இதுவரை கண்டிராத அளவுக்கு மூலதனத்தின் மையப்படுத்தப்படும் போக்கு தோன்றியது.

திருத்தல்வாதிகள், இத்தகைய முதலாளித்துவ பெரு நிறுவனங்கள் உருவாகி பொருளாதார வாழ்க்கையைக் கட்டுப்படுத்துவதால், முதலாளித்துவ பொருளாதார நெருக்கடிகள் காலாவதியாகிப் போனவை என்று வாதிட்டனர். இந்த விவாதங்களில் இருந்த ஓட்டையை லெனின் அம்பலப்படுத்தினார். அவர், ஏகபோகம் என்பதன் பொருள் போட்டியே இல்லை என்பதல்ல என்று தெளிவுபடுத்தினார். ஒவ்வொரு உற்பத்தித் துறையிலும் தீவிரமாக

ஏகபோகங்கள் உருவாகும்போதே பல்வேறு மூலதனங்களிடையே தீவிரமான போட்டிகளும் சேர்ந்தே உருவாகின்றன என்பதைச் சுட்டிக்காட்டினார். இம்மூலதனங்கள் எந்தத் துறைகளில் முதலீடு செய்யப்பட்டுள்ளன என்பது, இப்போட்டிகள் நிகழ்வதற்கு ஒரு பொருட்டல்ல என்றும் கூறினார்.

அதே சமயத்தில் உலகச் சந்தையில், பல்வேறு நாடுகளைச் சார்ந்த முதலாளிகளுக்கிடையே உள்ள போட்டிகளும் தீவிரமடைகின்றன. உலகப் பொருளாதாரத்தைத் தம் கைப்பிடியில் கொண்டு வருவதற்காக (முதலாளித்துவ தேசிய அரசு உள்ள) ஒவ்வொரு நாட்டின் பெரிய முதலாளித்துவ பெரு நிறுவனங்கள் (கார்ப்பரேஷன்கள்) சிறு நிறுவனங் களை விலைக்கு வாங்குகின்றன; மற்ற பெரிய நிறுவனங்களின் (பகுதி) நிறுவனங்களையும் விலைக்கு வாங்கியோ, இணைப்புகள் (mergers) மூலமாகவோ கையகப்படுத்துகின்றன. வளர்ச்சியடைந்த முதலாளித்துவ நாடுகளில் உள்ள முதலாளிகள் உலக அளவில் சந்தைக்கான பரஸ்பர போராட்டங்களுக்காகவும், உற்பத்திக்குத் தேவையான மூலப் பொருட்களைத் தங்களுடைய கைப்பிடியில் வைத்துக்கொள்வதற்கும், முதலீடுகள் செய்வதற்கான வாய்ப்புகளை அடைவதற்கும் தங்கள் தங்கள் நாட்டின் அரசு அமைப்பைப் பயன்படுத்தத் தவறவில்லை.

முதலாளித்துவத்தின் தற்போதைய மிக முக்கியமான அம்சத்திற்கு இது நம்மை எடுத்துச் சென்றுள்ளது. ஒரு நாட்டின் அரசு தன் நாட்டின் பொருளாதார அரங்கில் செய்யும் தலையீடுகளின் வீச்சை இந்த அம்சம் காட்டுகின்றது. வரலாற்று ரீதியாகவே, முதலாளித்துவ வர்க்கம் தன் ஆதிக்கத்தை உறுதி செய்த நாளிலிருந்தே அரசு யந்திரத்தைப் பலவகையிலும் தனக்குச் சாதகமாகவே பயன்படுத்தி வருகிறது. இதன் மூலம் எளிய வழிகளில் தனக்குச் நிதி மூலதனம் கிடைப்பதற்கான வழிவகைகளைச் செய்து கொள்கிறது. தனக்குச் சாதகமாக இருக்கும் வகையில், பிற்போக்கான வரி விதிப்பு முறைகளை அரசு யந்திரத்தால் நடைமுறைப்படுத்தச் செய்கிறது. அதே சமயம் தத்துவார்த்த ரீதியாகவும், நேரடி ஒடுக்குமுறைகள் மூலமாகவும் உழைக்கும் வர்க்கத்தை அடக்கி வைக்கவும் பயன்படுத்திக் கொள்கிறது.

ஏகாதிபத்தியம் ஆட்சி செய்யும் இக்காலகட்டத்தில் ஒவ்வொரு நாட்டின் பொருளாதார வாழ்விலும் அரசுகள் வகிக்கும் பங்கு அதிகரித்துள்ளது. குறிப்பாக மாபெரும் பொருளாதார வீழ்ச்சி ஏற்பட்ட பிறகும் (1929-1939), 'கீய்னிஷியன் புரட்சி' ஏற்பட்ட பிறகும் அரசு வகிக்கும் பங்கு வளர்ந்துள்ளது. சோஷலிசத்தின் எழுச்சியும், வளர்ச்சியடைந்த முதலாளித்துவ நாடுகளில் ஏற்பட்ட வலுவான உழைக்கும் வர்க்க இயக்கங்களும், முதலாளித்துவ ஆளும் வர்க்கங்களுக்கு நிர்பந்தங்களை உருவாக்கியுள்ளன. அத்தகைய மாபெரும் வீழ்ச்சி மீண்டும் நடைபெறாத சூழ்நிலையை உருவாக்குவதற்கும், ஒட்டுமொத்த வேலைவாய்ப்பின்மையைத் தவிர்க்கும் நடவடிக்கைகளை எடுப்பதற்கும்

ஆளும் முதலாளித்துவ வர்க்கங்கள் நிர்பந்திக்கப்பட்டன. அமெரிக்க நாட்டின் (யு.எஸ்.ஏ) தலைமையில் ஏகாதிபத்திய நாடுகள், சோஷலிசத்தைப் பின்பற்றாத நாடுகள் மீது தங்கள் ஆதிக்கத்தை நிலைநாட்டுவதற்காக எடுத்த முயற்சிகளும் அந்நாடுகளின் அரசு செலவினங்களை அதிகரிக்கச் செய்தன. முதலாளித்துவ பொருளாதார அரங்கில் மேலும் மேலும் ஏற்பட்ட ஏகபோகத்தன்மையும், அரசும் ஏகபோகங்களும் இரண்டறக் கலக்கும் தன்மையும் இப்போக்குகளை வலுப் பெறச் செய்தன. தேசிய உற்பத்தியில் அரசு வகிக்கும் பங்கின் வளர்ச்சி, பொருளாதாரத்தை நெறிப்படுத்துவதில் அரசின் தீவிரமான அதிகமான பங்கு என்பவை அரசு யந்திரம் இத்துறைகளில் ஆற்றும் பங்கின் வளர்ச்சியையே பிரதிபலிக்கின்றன.இத்தகைய போக்கு, வளர்ச்சியடைந்த முதலாளித்துவ நாடுகளில் மட்டுமின்றி வளர்ச்சியடையாத முதலாளித்துவ நாடுகளிலும் தலையாய அம்சமாக உள்ளது.[16]

பலம் பொருந்திய பன்னாட்டு ஏகபோகங்களின் தோற்றம் என்பது தற்போதைய முதலாளித்துவத்தின் மற்றொரு முக்கிய அம்சமாகும். இத்தகைய பூதாகரமான முதலாளித்துவ நிறுவனங்கள் பல நாடுகளில் உற்பத்தி மற்றும் விற்பனைகளை மேற்கொள்கின்றன. ஆனால் பொதுவாக இவை ஒரே நாட்டைச் சேர்ந்த முதலாளிகளின் கைப்பிடியில் உள்ளவை ஆகும். பன்னாட்டு நிறுவனங்களின் பங்கு என்பது, முதலாளித்துவ அரசுகளுக்குப் பிரச்சனையாக உருப் பெற்றுள்ளது. ஏனெனில், இது பூர்ஷ்வா வர்க்கத்தின் வெவ்வேறு பகுதியினரிடையே முரண்பாடுகளை உருவாக்குகிறது. இம் முரண்பாடுகள் பல வகைகளில் வெளிப்படுகின்றன.. இம் முரண்பாடுகள் அந்தந்த நாடுகளில் வேலை வாய்ப்பின்மையை அனைவரும் சகித்துக் கொள்ளக் கூடிய வகையில் ஒரு அளவிற்குள் இருக்குமாறு வகை செய்யும் பொருளாதாரக் கொள்கைகளின் தேவையை ஏற்படுத்தியுள்ளன. ஒரு பக்கம் வெளிநாட்டு நிறுவனங்களின் போட்டிகளிலிருந்து உள்நாட்டு உற்பத்தியாளர்களைப் பாதுகாக்கும் வகையில் கொள்கை களை உருவாக்குகின்றன. மறுபக்கம், பன்னாட்டு மூலதனத்தின் தேவைக்கேற்ப, சரக்குகள், மூலதனம், லாபம் போன்றவற்றைத் தங்கு தடையின்றி நாடு விட்டு நாடு செல்லும் கொள்கைகளின் தேவையையும் உருவாக்கியுள்ளது. உதாரணமாக ஒன்றைக் கூறலாம்; அமெரிக்க நாட்டின் எஃகு உற்பத்தியாளர்கள், ஜப்பான் மற்றும் மற்ற போட்டியாளர்களின் எஃகு பொருட்களிலிருந்து தங்களைப் பாதுகாக்கும் குரல் எழுப்பும்போதே, அமெரிக்க நாட்டைச் சேர்ந்த ஐ பி எம் போன்ற பன்னாட்டு நிறுவனங்கள் மற்ற நாடுகளில் ஊடுருவி லாபம் திரட்டுவதற்காகச் சந்தைப்பொருட்கள், மூலதனம் போன்றவை தங்கு தடையின்றி உலகெங்கும் செல்லும் வழிமுறைகளை

விரும்புகின்றன. அமெரிக்க நாட்டில் வேலைவாய்ப்பை அதிகரிக்க முயற்சி செய்யும் கொள்கைகள், குறைந்த கூலியின் அடிப்படையில் மெக்ஸிகோ, தென் கொரியா போன்ற நாடுகளுக்குத் தங்கள் உற்பத்தியை எடுத்துச் செல்லும் பன்னாட்டு மூலதனங்களின் போக்கிற்கு எதிராக உள்ளன.[17]

இப்போக்குகளின் ஒட்டுமொத்த விளைவால் முரண்பாடுகள் மேலும் தீவிரமடைகின்றன. அதாவது, ஒவ்வொரு நாட்டின் அரசும் அந்தந்த நாட்டின் முதலாளித்துவ நலன்களைப் பாதுகாக்கும் வகையிலும் வலுப்படுத்தும் வகையிலும் எடுக்கப்படும் கொள்கை முடிவுகள், தேச அரசுகளிடையே உள்ள முரண்பாடுகளைத் தீவிரமடையச் செய்கின்றன.. மேலும் ஒரே நாட்டிற்குள்ளேயே, முதலாளித்துவ வர்க்கத்தின் பல்வேறு பகுதிகளிடையே முரண்பாடுகள் தீவிரமடைகின்றன; அதே போன்று முதலாளித்துவ வர்க்கத்துக்கும், உழைக்கும் வர்க்கத்துக்கும் இடையே உள்ள முரண்பாடுகள் தீவிரமடைகின்றன. இவ் வர்க்கப் போராட்டங்கள் தீவிரமடைந்ததற்குச் சாட்சியாக 1951-55 காலகட்டத்திலும், 1966-70 காலகட்டத்திலும் நடந்த வேலைநிறுத்தப் போராட்டங்களால் ஏற்பட்ட வருடாந்திர வேலை நாட்கள் இழப்பை எடுத்துக் கொள்ளலாம். முன்னதைப் போன்று பின்னைய கால கட்டத்தில் வேலை நாட்கள் இழப்பு இரு மடங்காக அதிகரித்தது என்பதே இதற்கு சாட்சி. இதே கால கட்டங்களில், வேலைநிறுத்தப் போராட்டங்களில் ஈடுபட்ட தொழிலாளர்களின் எண்ணிக்கை 70 சதவீதம் அதிகரித்தது என்பதையும் நாம் காண முடியும்.[18]

ஏகாதிபத்தியங்களுக்கிடையே உள்ள முரண்பாடுகள் இரண்டாம் உலகப் போருக்குப் பிந்தைய கால கட்டத்தில் எவ்வாறு தீவிரமடைந்தன என்பதை அறிய நிறைய ஆவணங்கள் நம்மிடையே உள்ளன. ஜப்பான் மற்றும் ஜெர்மனி போன்ற நாடுகள் உலகச் சந்தையில் அமெரிக்காவை மிஞ்சத் தொடங்கின. அமெரிக்க நாட்டின் அந்நியச் செலாவணிக் கணக்கு, தொடர்ந்து, அந்நாட்டுக்கு பாதகமாகவே இருந்தது. இக்காரணங்களால் 1960 -களில் முதலாளித்துவ நாடுகளிடையே அமெரிக்காவின் கேள்வி முறையற்ற ஆதிக்கத்துக்குப் பின்னடைவுகள் ஏற்பட்டன. இதனால் 1970 களின் ஆரம்பக் காலங்களில், அமெரிக்க நாடு தன் உள்நாட்டு உற்பத்தியை பாதுகாக்கும் கொள்கைகளை மேற்கொண்டது. அதுவரை தொடர்ந்து இருந்த பொருளாதாரப் பெருக்கம் 1970-ல் ஓயத் தொடங்கியதால் முதலாளித்துவ பொருளாதாரம் தேக்கநிலையை எட்டியது. அது முதல் அவ்வமைப்பு ஆட்டங்கண்டு கொண்டே இருந்து வந்துள்ளது. எதிர்பார்த்தபடியே சந்தைகள், மூலப்பொருட்கள், முதலீட்டு வாய்ப்புகள் ஆகியவற்றுக்கான போட்டிகள் வளர்ச்சியடைந்த முதலாளித்துவ நாடுகளிடையே இக்காலகட்டத்தில் தீவிரமடைந்தன.

இன்றைய உலகப் பொருளாதார நெருக்கடியின் மூலகாரணங்களை இங்கு ஆராய்வது என்பது இயலாத ஒன்றாகும். இருந்த பாதிலும், இன்றைய சூழ்நிலையில் கட்டுக்கடங்காத பணவீக்கம், மோசமான வேலை வாய்ப்பின்மை, அந்தந்த நாடுகளில் உள்நாட்டு உற்பத்தித் துறையைப் பாதுகாக்கும் வகையில் அமல்படுத்தப்படும் கொள்கைகள், வளர்ச்சியடைந்த முதலாளித்துவ நாடுகளிடையே நிலவும் தீவிரமான போட்டி மனப்பான்மைகள், அரசியல் ஸ்திரமற்ற தன்மைகள் போன்ற அம்சங்களே இன்றைய முதலாளித்துவ அமைப்பில் காணக் கிடைக்கின்றன.[19]

நிறைவாக................

மேற்கூறிய சிக்கலான பிரச்சனைகளையும் – 'நமது நாட்டையும் உள்ளடக்கிய பின்தங்கிய முதலாளித்துவ நாடுகளின், பொருளாதார, சமூக வளர்ச்சிக்கான பாதையில் உள்ள பிரச்சனைகளையும் வாய்ப்புகளையும் மார்க்ஸிய முறை மற்றும் நிலைபாடுகள் மூலமே புரிந்து கொள்ள முடியும். மார்க்ஸிய முறையும் நிலைபாடுகளும் வெறும் மார்க்ஸிய பொருளாதாரக் கோட்பாடுகள் என்ற வரம்போடு மட்டும் நிறுத்திக் கொள்ளக்கூடாது. சமூகம் குறித்த பகுப்பாய்வில் அதை மேலும் எடுத்துச் சென்று சித்தாந்தம் மற்றும் அரசியல் தளங்களில் எந்த மட்டத்தில் புரிந்து கொள்ளப்பட்டுப் பயன்படுத்தப்படுகின்றது என்பது மிக மிக முக்கியம். ஏகாதிபத்திய காலகட்டத்தை ஆய்வு செய்யும்போது இது மேலும் முக்கியத்துவம் பெறுகிறது. ஏனெனில் தத்துவம், அரசியல் ஆகிய இரண்டும் இக்காலகட்டத்தில் பொருளாதாரத் தளத்திலிருந்து விடுபட்டு சுயேச்சையாக அந்தந்தத் தளங்களில் இயங்குகின்றன. பொருளாதாரக் காரணிகள்தான் முடிவு செய்பவை என்று ஏங்கெல்ஸ் கூறிய போதும், இவை இரண்டின் சுயேச்சையான பங்கையும் நாம் கணக்கில் எடுக்க வேண்டும். இந்நூலில் இத்தளங்களைக் குறித்த விவாதங்களில் ஈடுபட முயன்றது மட்டுமல்லாமல் முதலாளித்துவ உற்பத்தி முறை பற்றி மார்க்ஸின் பொருளாதார ஆய்வுக்கு ஒரு எளிய அடிப்படையான சுருக்கமான விவாதம் கொடுக்கப்பட்டுள்ளது. நமது பிரத்யேகமான அரசியல், வரலாறு, சமூக சூழ்நிலைமைகளில் எழும் முக்கிய பிரச்சனைகளை ஆய்வு செய்யவும், படிப்பினைகளைப் பெறவும் இந்நூல் பெரும் உதவியாக இருக்கும் என்று நிச்சயமாக நம்பலாம்.[20]

அடிக்குறிப்புகள்

1. *Karl Marx, Capital,* Moscow,Vol.I p.575
2. *அதே நூல், பக். 580-581*
3. *இந்த நிகழ்ச்சித் திருப்பமானது, குறைவான நுகர்வு போக்கைக் காசாக்குவதில் உள்ள சிரமங்கள் காரணமாகவும் அப்போக்கின் செயல்பாடு காரணமாகவும் ஏற்படும் கஷ்டங்களால் பின் தொடரப்படுகிறது. இந்தப் போக்குகளில் ஒவ்வொன்றும் அதே போல சரியான விகிதாசாரமற்ற தன்மையும் கோட்பாடு ரீதியாகத் தனிப்பட்ட முறையில் பங்களிக்கும்; அதே சமயத்தில் யதார்த்தமான உலக முதலாளித்துவ நெருக்கடி அநேகமாக எப்போதும் இந்த மூன்று முரண்பாடுகள் அனைத்தின் ஒன்றிணைந்த செயல்பாடுகளின் விளைவாகும்.*
4. *Capital*, Moscow, 1967, vol.III, p 253
5. *அதே நூல், பக் 255*
6. *தொகை அதிகரிப்புக் கொள்கை, குத்துமதிப்பாகக் கீழ்க்கண்டவாறு விளக்கப்படலாம். உதாரணத்திற்கு யூகமாக ஒரு விஷயத்தை எடுத்துக் கொள்வோம். ஆண்டுக்கு ரூ.1 அளவில் உற்பத்தியை அதிகரிக்க ரூ.3 முதலீடு செய்ய வேண்டியுள்ளது. பின்னர், உற்பத்தி செய்யப்பட்ட பொருளுக்கான தேவை கோரிக்கையில் ஒரு குறிப்பிட்ட அளவிற்கு ஏற்படும் அதிகரிப்பானது, அந்த அதிகரிப்பின் 3 மடங்கிற்கு சமமான முதலீட்டை அதிகரிக்கச் செய்கிறது. எனினும், இது, முதலீட்டில் செய்யப்பட்ட நிரந்தர அதிகரிப்பாகும்; மேலும் இவ்வாறு முதலீடு செய்யப்பட்ட யந்திரம், நீண்டகாலத்திற்குப் பயன்படக் கூடியதாகும். ஆகவே, உற்பத்தி செய்யப்பட்டப் பொருளுக்கான தேவைக் கோரிக்கையில் அதிகரிப்பு ஏற்படாவிட்டால் முதலீட்டின் அளவு குறைகிறது; நிலையான இயந்திரத்தில் செய்யப்பட்ட முதலீட்டிற்கும் உற்பத்தி செய்யப் பட்ட பொருளுக்குமிடையேயான உறவானது (இதில் ஒரு பகுதி தொழில் நுட்பரீதியாகத் தீர்மானிக்கப்பட்டது; இன்னொரு பகுதி, விலைகள், கூலி ஆகியவற்றால் தீர்மானிக்கப்பட்டது) இயந்திரத்தின் நீண்ட கால பயன்பாட்டோடு சேர்ந்து, முதலீட்டில் ஏற்ற - இறக்கத்திற்குக் காரணமாகிறது; ஆகவே, உற்பத்தி செய்யப்படும் பொருளிலும் இவ்வாறு ஒட்டு மொத்தத்தில் பொருளாதாரத்திலும் ஏற்ற இறக்கத்திற்குக் காரணமாகிறது.*
7. Capital, Vol. III, p.400
8. *அதே நூல், பக். 436*
9. *அதே நூல், பக். 436*
10. *அதே நூல், பக். 438-439 (அழுத்தம் சேர்க்கப்பட்டது)*
11. *அதே நூல், பக். 441*
12. A useful reference is A Stadnichenko, *The Monetary Crisis of Capitalism* Progress Publishers, Moscow 1975.
13. V I Lenin, *Imperialism* International Publishers New York, 1933, p 81.
14. The data are from N Inozemtsev, *Contemporary Capitalism* : *New Developments and Contradictions,* Progress Publishers, Moscow, 1974, The book is a useful reference.
15. N Inozemtsev, *op. cit*
16. For information and discussion of these points, see N Inozemtsev, *op tit.*
17. The work of the American economist, R Vernon, *Sovereignity At Bay,* New York 1972 may

be cited here. Also of interest are E Mandel, *Europe Versus America* Monthly Review Press, New York 1970 and *Late Capi t a l i s m,* New Left Review, London, 1975.

18. N Inozemtsev, *op. cit.*

19. முதலாளித்துவ நாடுகளில் பெரும்பாலானவை பின்தங்கிய முதலாளித்துவ நாடுகளாகும்; இந்நாடுகளில் அரசியல், பொருளாதார மற்றும் தத்துவார்த்த நெருக்கடிகள் மிகக் கடுமையாக உள்ளன. இந்நாடுகள் உலக முதலாளித்துவ முறையுடனும் அதன் திட்டவட்டமான சர்வதேச உழைப்பு பிரிவினையுடனும் ஒருங்கிணைந்தவை; அந்நாடுகளின் பொருளாதாரங்கள், வளர்ச்சியடைந்த முதலாளித்துவ நாடுகளில் நடப்பவைகளின் தாக்கத்திற்கு உள்ளானவை. இந்தத் திட்டவட்டமான கண்ணோட்டத்தில், இந்நாடுகள் 'சார்ந்திருக்கும் முதலாளித்துவ நாடுகள்' என அழைக்கப்படலாம். இந்தச் சார்பு நிலைமை, பொருளாதாரமட்டத்தில் மட்டுமின்றி தத்துவார்த்த மட்டத்திலும் அரசியல் மட்டத்திலும் முக்கியமாக கலாசார மட்டத்திலும் செயல்படுகிறது. ஆனால், இந்தச் சார்பு நிலைமை என்பது ஒரு ஒப்பீட்டுக் கருத்தில்தான் புரிந்து கொள்ளப்பட வேண்டும்; அதன் முழுமையான கருத்தில் அல்ல; அதாவது, இந்தச் சமுதாயங்களுக்கான உட்புற சக்திகள், இந்தச் சமுதாயங்களின் உள்இயக்க சக்திகளைத் தீர்மானிப்பதில் முக்கியமானவையாக உள்ளன. முன்னேறிய முதலாளித்துவ நாடுகள் மீது அந்நாடுகளின் சார்புநிலைமை பொருளாதார மட்டத்தில் நேரடியாகவும் உள்வர்க்க சேர்க்கைகள் மற்றும் வர்க்க சக்திகளைக் கையாள்வதில் மறைமுகமாக முயற்சிகள் மூலமும் செயல்படுகிறது. ஏகாதிபத்தியத்திற்கும் மிகக் குறைந்த வளர்ச்சிக்குமிடையேயான தொடர்பு குறித்த சில பயனுள்ள குறிப்புகள் ஒரு முழுமையான கருத்தில் சார்புநிலைமையைக் கருதும் தவறைச் செய்து விடுகின்றன.

20. இந்தியப் பொருளாதாரத்திற்கு (சுதந்திரம் வரை) ஒரு பயனுள்ள அறிமுகம் R.P. Dutt, *India Today,* Calcutta 1948 ஆகும். சுதந்திரத்திற்குப் பிறகான காலத்தைப் பொறுத்தவரையில், மிகச் சிறந்த அறிமுகம் C. Bettelheim, *India Independent,* Monthly Review Press, New York, 1968.

■

www.ingramcontent.com/pod-product-compliance
Lightning Source LLC
LaVergne TN
LVHW060556051026
849519LV00002B/391